કૃષ્ણનાં 200+

ચોંકાવનારાં સત્ય

બધાં પ્રાચીન શાસ્ત્રોનાં રિસર્ચ પર આધારિત

દીપ ત્રિવેદી

બેસ્ટસેલર્સ 'હું કૃષ્ણ છું' અને 'હું મન છું' નાં લેખક દ્વારા લિખિત

અંગ્રેજી, હિન્દી અને મરાઠીમાં પણ ઉપલબ્ધ છે

પ્રથમ સંસ્કરણ : 2022
મૂલ્ય : ₹ 349/-

ભારતમાં મુદ્રિત

સંકલ્પના, ચિત્રણ અને સાજ-સજ્જા :

AATMAN
INNOVATIONS PVT. LTD.
www.aatmaninnovations.com

પ્રકાશક : આત્મન ઈનોવેશન્સ્ પ્રા. લિ.
પ્રકાશન સ્થળ : મુંબઈ

ISBN 978-93-84850-26-5

દીપ ત્રિવેદી

દીપ ત્રિવેદી એક પ્રસિદ્ધ લેખક, વક્તા અને સ્પિરિચ્યુઅલ સાયકો-ડાયનેમિકસના અગ્રિમ પ્રણેતા છે, જેઓ એક વ્યાપક દ્રષ્ટિકોણથી ન માત્ર લખે છે, પરંતુ વિભિન્ન વિષયો પર વર્કશૉપ્સ પણ આયોજીત કરે છે. તેમની સહુથી મોટી વિશેષતા એ છે કે તેમને વાંચવા અને સાંભળવા-માત્રથી માણસમાં આમૂલ સકારાત્મક પરિવર્તન આવી જાય છે. તેઓ પોતાના કાર્યો દ્વારા, આજ સુધી હજારો લોકોને સુખ અને સફળતાના માર્ગ પર અગ્રસર કરી ચૂક્યા છે.

દીપ ત્રિવેદીએ પોતાના આ કાર્યો દ્વારા પ્રકૃતિ, તેના નિયમ, તેનું આચરણ, તેની સાયકોલૉજી અને તેના માનવી-જીવન પર પડનારા પ્રભાવને ખૂબ જ ઊંડાણપૂર્વક સમજાવ્યા છે. જીવનનું એવું કોઈપણ પાસું નથી જે તેમણે સ્પર્શ્યું ન હોય. તેઓ કહે છે કે સાયકોલૉજી વિશે ઓછું જ્ઞાન અને અલ્પ સમજણ હોવી, એ જ મનુષ્ય-જીવનના તમામ દુ:ખો અને અસફળતાઓનું મૂળ કારણ છે.

તેઓ બેસ્ટસેલર્સ 'હું મન છું' અને 'હું કૃષ્ણ છું' સહિત અન્ય અનેક પુસ્તકો લખી ચૂક્યા છે. તેમણે લખેલું બેસ્ટસેલિંગ પુસ્તક 'હું મન છું' ઘણી રાષ્ટ્રીય તથા આંતરરાષ્ટ્રીય ભાષાઓમાં પ્રકાશિત થઈ ચૂક્યું છે. સમાજમાં તેમના અસીમિત યોગદાન માટે દીપ ત્રિવેદીને વર્ષ ૨૦૧૮નાં Times Power Men Award થી સન્માનિત કરવામાં આવ્યા છે.

મનુષ્યજીવનની અગાધ સાયકોલૉજી પરના તેમના પ્રભુત્વનો અંદાજો એ જ વાત પરથી લગાવી શકાય છે કે મનુષ્યજીવન અને 'ભગવદ્‌ગીતા' પર સર્વાધિક વર્કશૉપ્સ કંડક્ટ કરવાનો રેકૉર્ડ પણ તેમના નામે નોંધાયેલો છે, જેમાં તેમણે ૫૮ દિવસોમાં ગીતા પર ૧૬૮ કલાક, ૨૮ મિનિટ અને ૫૦ સેકંડ લાંબી ચર્ચા-વિચારણા કરી છે. આનાથી વિશેષ અષ્ટાવક્ર ગીતા તથા તાઓ-તે-ચિંગ પર સર્વાધિક વર્કશૉપ્સ કંડક્ટ કરવાનો રેકૉર્ડ પણ તેમના નામે નોંધાયેલો છે. આ બધા રેકૉર્ડ્સ રાષ્ટ્રીય તથા આંતરરાષ્ટ્રીય રેકૉર્ડ પુસ્તકોમાં નોંધાયેલ છે. તદ્‌ઉપરાંત મનુષ્યના જીવન, સાયકોલૉજી, આત્મા, પ્રકૃતિનાં નિયમ, ભાગ્ય તથા અન્ય વિષયો પર સર્વાધિક (લગભગ ૧૨૦૩૮) ક્વોટેશન લખવાનો રેકૉર્ડ તેમના નામે નોંધાયેલો છે. ભગવદ્‌ગીતા પર તેમના સાયકોલૉજિકલ કાર્યો માટે ઑનરરી ડૉક્ટરેટની ડિગ્રીથી પણ તેમનું બહુમાન કરવામાં આવ્યું છે. તેમના દ્વારા આયોજીત ઈંટરએક્ટિવ વર્કશૉપ્સે પણ લોકોના રોજિંદા જીવનની સમસ્યાઓ ઉકેલીને, તેમના જીવનમાં ક્રાંતિકારી ટ્રાંસફોર્મેશન લાવ્યું છે. આ તમામ વર્કશૉપ્સ ભારતમાં લાઈવ ઑડિયન્સની સામે આયોજીત કરવામાં આવ્યા છે.

દીપ ત્રિવેદીની ખાસ વાત એ છે કે તેઓ જીવનના ગહનતમ પાસાઓને સ્પર્શે છે અને તેમને સરળતમ ભાષામાં લોકો સમક્ષ પ્રસ્તુત કરે છે, જેને કારણે કન્ફ્યૂઝનની ક્યાંય કોઈ ગુંજાઈશ જ નથી બચતી. તેઓ પોતાના પુસ્તક અને વર્કશૉપ્સમાં જે અનોખી સ્પિરિચ્યુઅલ-સાયકોલૉજિકલ ભાષા તથા અભિવ્યક્તિનો ઉપયોગ કરે છે, તેનો વાચકો અને શ્રોતાઓ પર તાત્કાલિક પ્રભાવ પણ થવા લાગે છે અને આ જ વાત તેમને આ ક્ષેત્રના અગ્રિમ પ્રણેતા બનાવે છે.

દીપ ત્રિવેદી વિશે વધુ જાણવા માટે વિઝિટ કરો: www.deeptrivedi.com

દીપ ત્રિવેદી વિખ્યાત વક્તા

દીપ ત્રિવેદી સાયકો-સ્પિરિચ્યુઅલ કન્ટેંટ, અવાજ, ભાષા તથા અભિવ્યક્તિનું એવું મિશ્રણ પ્રસ્તુત કરે છે કે જેને લીધે તેમને જોનારા અને સાંભળનારાઓમાં તત્કાળ પરિવર્તન આવે છે. લાખો લોકો કેવળ તેમને સાંભળવા-માત્રથી પરિવર્તિત થઈ ચૂક્યા છે.

દીપ ત્રિવેદી જીવન-સંબંધિત પ્રત્યેક વિષય પર પ્રકાશ પાડે છે. તેમના દ્વારા આયોજીત ઈંટરએક્ટિવ વર્કશૉપ્સે પણ લોકોના રોજીંદા જીવનની સમસ્યાઓ ઉકેલીને, તેમના જીવનમાં ક્રાંતિકારી ટ્રાંસફૉર્મેશન લાવ્યા છે. જીવનનું એવું કોઈ જ પાસું નથી જે તેમણે સ્પર્શ્યુ ન હોય. તેમણે અનેક વિષયો પર વક્તવ્ય આપ્યાં છે, જેમ કે ભગવદ્ગીતા, તાઓ-તે-ચિંગ, અષ્ટાવક્ર ગીતા, કુદરતનાં રહસ્ય, મનનાં રહસ્ય, આત્માનાં રહસ્ય, ભાગ્યનાં રહસ્ય, વગેરે, અનેઃ

- **પ્રકૃતિ કે નિયમ**
- **ટાઈમ એન્ડ સ્પેસ**
- **ધર્મ**
- **ડીએનએ-જીન્સ**
- **જીવન કી રાહ**
- **ડે-સ્લીપ**
- **મન ઔર બુદ્ધિ**
- **વ્યક્તિત્વ**
- **હીનતા**
- **ડર**
- **ગિલ્ટ**
- **ઈન્વોલ્વમેંટ**
- **પક્ષપાત**
- **અપેક્ષા**
- **સ્વીકાર્યશક્તિ**
- **નેચરલ ઈંટેલિજેંસ**
- **પાવર ઑફ ટ્રાંસફૉર્મેશન**
- **વિવાહ**
- **સ્વતંત્રતા**
- **ભવિષ્ય**
- **હિપોક્રેસી**
- **ક્રિએટિવિટી**
- **કોન્સન્ટ્રેશન**
- **સુખ ઔર સફલતા**
- **સમૃદ્ધિ**
- **અચ્છા-બુરા**
- **ભગવાન**
- **અહંકાર**
- **ક્રોધ**
- **સેલ્ફ-કૉન્ફિડેંસ**
- **પ્રેમ**
- **કન્ફ્યૂઝન**

લેખકની કલમથી...

કૃષ્ણ, એક એવું વ્યક્તિત્વ છે જેમની સૌથી વધારે ચર્ચા થાય છે. ભારતમાં કદાચ તેમના જ સૌથી વધુ ચાહવાવાળા પણ છે. કોઈ તેમને ભગવાનોના ભગવાન માને છે, તો કોઈ એક શાનદાર વ્યક્તિત્વનાં માલિક. ચોક્કસ કંઈક વાત તો છે કૃષ્ણમાં! પણ હકીકતમાં કૃષ્ણ છે કોણ? તેમનું જીવન કેવું હતું? કેમ તેમને અને તેમનાં જીવનને લઈને એટલી ચર્ચાઓ થાય છે? સવાલ તો એ પણ છે કે શું તેમનું આખું જીવન ક્યાંય ઉપલબ્ધ પણ છે કે પછી એમજ ચારે બાજુ હવામાં વાતો થઈ રહી છે?

તો આ સંદર્ભે થોડીક વાતો ખૂબ જ સ્પષ્ટતાપૂર્વક સમજી લેવી જરૂરી છે. આખે-આખું ન પણ કહું તો પણ કૃષ્ણનું મોટા ભાગનું જીવન તો શાસ્ત્રોમાં ઉપલબ્ધ છેજ. પણ પરેશાની એ છે કે કોઈ એક એવું શાસ્ત્ર નથી જેમાં કૃષ્ણના સંપૂર્ણ જીવનનું વિવરણ મળી જાય. હા, ટુકડા-ટુકડાઓમાં તેમનાં જીવનની ચર્ચા ઘણાં શાસ્ત્રોમાં ચોક્કસ વિખેરાયેલી પડી છે. અને આ જ એક માધ્યમ છે જેના છેડાઓ જોડીને કે મેળવીને કૃષ્ણનું જીવન તારવી શકાય.

ખેર, હવે બીજી વાત! અને તે એ છે કે અહીં પણ એક ગૂંચવણ છે. કેમ કે આજે કૃષ્ણનાં જીવન વિષે બે પ્રકારનાં શાસ્ત્ર ઉપલબ્ધ છે. એક શરૂઆતના સમયનાં અને બીજા જે ઘણાં પાછળથી લખાયા. અને કૃષ્ણનું જે કંઈપણ વાસ્તવિક જીવન છે, એ શરૂઆતના સમયનાં શાસ્ત્રોમાં જ ઉપલબ્ધ છે. પછીના શાસ્ત્રોમાં તો જેની જે મરજી પડી એ લખ્યું છે. દુનિયાભરની મજેદાર વાતો તેમાં જોડી દેવામાં આવી છે. અને વળી કૃષ્ણનાં જીવનને લઈને રમત અહીં ન અટકી. આજના સંચાર-ક્રાંતિના યુગમાં તો કૃષ્ણનાં જીવન સાથે ભરપૂર રમત રમવામાં આવી રહી છે. ખાસ કરીને કૃષ્ણ અને મહાભારત પર ટીવી સિરીયલ બનાવવાવાળા લોકો તો તેમનાં વાસ્તવિક જીવનની પરવા જ નથી કરી રહ્યા. રિસર્ચ કર્યા વિના જે મરજી આવે તે લખી રહ્યા છે અને બતાવી રહ્યા છે. ઉદાહરણ તરીકે કહું તો હજી હમણાં જ પ્રસારિત થયેલી એક સિરીયલમાં કંસને ટાલવાળો બતાવવામાં આવ્યો છે. જ્યારે શાસ્ત્રોમાં લખેલું છે કે કંસના લાંબા-લાંબા વાળ હતા. કૃષ્ણએ કંસનો વધ કરતી વખતે તેના વાળ પકડીને જ તેને સભામાં ઢસેડયો હતો. એવીજ રીતે ઘણીવાર નંદ અને યશોદાને એક સુંદર યુવાન જોડીના રૂપમાં બતાવવામાં આવે છે પણ હકીકતમાં બંને લગભગ આધેડ હતા. એજ સ્થિતિ વસુદેવની પણ હતી. કૃષ્ણના જન્મ સમયે જ તેમની ઘણી ઉંમર થઈ ગઈ હતી. અને કૃષ્ણ... કૃષ્ણ વિષે તો વિચારતાં જ નથી કે તેમનું વ્યક્તિગત જીવન કેવું હતું?

બસ વાર્તાઓ-પર-વાર્તાઓ ઊભી કરવામાં આવી રહી છે. અને એ પણ તર્કહીન વાતો પાછી ચમત્કાર જોડી-જોડીને. એમાં પણ મજાની વાત એ કે કાં તો એમાં કૃષ્ણનાં બાળપણની વાતો થાય છે અથવા તો મહાભારત વખતની. પણ આ તો એમના આખાં જીવનનો માત્ર દસ ટકા ભાગ છે. તેમનું જીવન આનાથી ઘણું મોટું અને વિશાળ હતું. પણ તેની ક્યાંય કોઈ ચર્ચા નથી થતી. આ પણ કૃષ્ણને લઈને પોતાની રીતની એક અનોખી મજાક છે જે ચાલતી રહી છે. અને તેના પણ ઘણાં કારણો છે. પહેલાં તો આ માટે પૂરતી માત્રામાં શોધનો અભાવ જવાબદાર છે. કેમ કે એટલાં બધાં જુદા-જુદા શાસ્ત્રોમાંથી એક જીવનને તારવવાનું એટલું સહેલું નથી. એ માટે ઊંડું સાયકોલૉજિકલ જ્ઞાન જોઈએ. બીજી વાત એ કે કૃષ્ણનાં જીવનમાં એ બધું જ છે જે એક મનુષ્યમાં સ્વાભાવિક રીતે મોજૂદ હોય છે, પણ જેની ચર્ચા કરવાનું સહેલું નથી હોતું. કેમ કે તથાકથિત સમાજ અને સંપ્રદાય કદાચ આવી વાતોને પચાવી ન શકે. કદાચ બધાંને ડર લાગે છે કે ક્યાંક એનાથી કૃષ્ણનાં ચમત્કારિક ઈશ્વરીય સ્વરૂપ પર આંચ ના આવી જાય.

ખેર, મારું એવું માનવું છે કે કૃષ્ણ તો નાયકોના પણ નાયક છે. અને પોતાના નાયકનાં સંપૂર્ણ જીવનની દરેકને ખબર હોવી જ જોઈએ. કૃષ્ણ જેવું વ્યક્તિત્વ ન ક્યારેય થયું છે અને ન ક્યારેય થશે. તેથી તેમનાં સંપૂર્ણ વ્યક્તિત્વથી બધાંએ અવગત થવું જ જોઈએ. અને આ જ ઉદ્દેશને ધ્યાનમાં રાખીને મેં કૃષ્ણની સંપૂર્ણ આત્મકથા ''હું કૃષ્ણ છું'' નાં નામથી લખી છે. કુલ છ ભાગોમાં પ્રકાશિત આ પુસ્તકમાં કૃષ્ણનાં જન્મથી લઈને તેમની વિદાય સુધીનું સંપૂર્ણ જીવન એક ભવ્ય અને રોચક વાર્તા સ્વરૂપે શ્રૃંખલાબદ્ધ રીતે લખવામાં આવ્યું છે. તેમાં કૃષ્ણના જીવનની સાથે-સાથે તેમણે શું, ક્યારે અને કેમ કર્યું; એ પણ વિસ્તારપૂર્વક જણાવવામાં આવ્યું છે. મારો આ સ્પષ્ટ મત છે કે આપણે આપણાં નાયકના જીવન અને વ્યક્તિત્વમાંથી જ ઘણું બધું શીખી શકીએ છીએ. તો પછી કૃષ્ણ તો મહાનાયક છે. તેથી મારું પુસ્તક ''હું કૃષ્ણ છું'' તમામ ગ્રંથો પર શોધ કર્યા બાદ લખવામાં આવ્યું છે. આ પુસ્તક આપણને ફક્ત આપણાં મહાનાયક સાથે રૂબરૂ જ નથી કરાવતું, પરંતુ તેમની પાસેથી શીખવાલાયક બધી જ વસ્તુઓ શીખવાડે પણ છે.

ખેર, ફરીથી વર્તમાન પુસ્તક ઉપર પાછા આવી જઈએ. અને આ વર્તમાન પુસ્તક લખવાનો મારો ઉદ્દેશ એટલો જ છે કે તેનાથી તમે પોતાનાં મહાનાયક કૃષ્ણ અને તેમનાં જીવન વિષે બધું જાણી લો અને તેમના વિષે ફેલાવવામાં આવી રહેલી વ્યર્થ વાર્તાઓથી છુટકારો મેળવી લો. એ માટે મેં શાસ્ત્રોમાં ઉલ્લેખિત પ્રમાણોને જ આગળ રાખ્યા છે. સદીઓથી શાસ્ત્રોની એ વાતોને કાં તો દબાવવામાં આવી રહી છે અથવા જાણી-જોઈને તેને અવગણવામાં આવી છે, અથવા તો પછી લોકો ત્યાં સુધી પહોંચી જ નથી શકતા.

પણ મારું એવું માનવું છે કે લોકો એક વાર કૃષ્ણ વિષે વાસ્તવિક તથ્યોને જાણી લેશે તો તેમને સમજવાનો પ્રયત્ન પણ કરશે અને આ પ્રયત્ન માટે પ્રેરિત કરવા એજ આ પુસ્તકનો મૂળ ઉદ્દેશ છે. તેનું કારણ એ છે કે કૃષ્ણના જીવનમાં પ્રેમ પણ છે અને કળા પણ. તેમનાં જીવનમાં ગીતા પણ છે અને વધ પણ. વિવાહ પણ છે અને બાળકો પણ. શોખ પણ છે અને સંન્યાસ પણ. છળ-કપટ પણ છે અને સત્ય વચન પણ. ઘરમાં પણ સંઘર્ષ છે અને બહાર પણ. તેમના મિત્ર પણ છે અને શત્રુ પણ. ...આટલું બધું હોવા છતાં તેમની સૌથી મોટી વિશેષતા એ છે કે તેઓ જીવનનું કોઈ યુદ્ધ ક્યારેય નથી હાર્યા. અને આપણે તેમની પાસેથી આજ શીખવાનું છે. પણ એ માટે પહેલાં તમારે તેમનાં જીવનની હકીકત જાણવી પડશે. આ પુસ્તકમાં કૃષ્ણનાં જીવન વિષે સેંકડો સવાલો પૂછવામાં આવ્યા છે અને જુદા-જુદા શાસ્ત્રોનાં સંદર્ભ સાથે સપ્રમાણ તેમના જવાબ પણ આપવામાં આવ્યા છે. સાથે જ, જે તે સ્થાને જરૂરિયાત પ્રમાણે તથ્યોનું સ્પષ્ટીકરણ પણ કરવામાં આવ્યું છે. સાથે જ એ પણ સ્પષ્ટ કરી દઉં કે લોકોની ભાવનાઓને, તેમની આસ્થા અને વિશ્વાસને ઠેસ પહોંચાડવી એ આ પુસ્તકનો ઉદ્દેશ નથી. પરંતુ આ પુસ્તકનો એકમાત્ર અને મહત્ત્વનો ઉદ્દેશ ખરા સોના ઉપર યુગોથી પડતી આવી રહેલી ધૂળને ખંખેરવાનો છે. તમારા કૃષ્ણનો તમારી સાથે મેળાપ કરાવવાનો છે. તેથી મને આશા છે કે મારો આ રોચક પ્રયાસ તમને તમારા કૃષ્ણનાં વાસ્તવિક જીવનથી સારી રીતે અવગત કરાવી દેશે.

દીપ ત્રિવેદી

કૃષ્ણનાં જીવન વિષે સવાલ

૧. કૃષ્ણનો જન્મ ક્યારે થયો હતો?

ઘણીવાર કોઈપણ પ્રાચીન મહાપુરુષોના જન્મની સચોટ માહિતી કોઈપણ શાસ્ત્રમાં નથી મળતી. જો કોઈ સમયે ઉપલબ્ધ રહી પણ હોય, તો પણ પછીના અવતારવાદીઓએ એ સાબિતીઓને નષ્ટ કરીને દરેક મહાપુરુષના જન્મને વધુમાં વધુ રહસ્યમય બનાવવાનું કામ કર્યું છે. અને આવી પ્રવૃત્તિ દુનિયાના બધાં દેશોના ભક્તો અથવા અનુયાયીઓમાં જોવા મળે છે. એ અલગ વાત છે કે ભારતમાં આ બીમારી વધારે ઊંડી છે. ભારતવાસીઓની આ પ્રવૃત્તિથી કૃષ્ણ જેવા યુગાંતકારી મહાપુરુષ પણ નથી બચી શક્યા. પરંતુ સત્ય તો એ છે કે લોકોએ સૌથી વધુ ઢાંક પિછોડ કૃષ્ણના ઈતિહાસ પર જ કરી છે. વર્તમાન પ્રશ્ન કૃષ્ણના જન્મને લઈને છે, તો સૌથી પહેલાં ભાગવત પુરાણમાં ઉપલબ્ધ પ્રમાણને જ લઈ લો. આ પુરાણમાં માત્ર રોહિણી નક્ષત્ર અને વર્ષા ઋતુનું વર્ણન આવ્યું છે. ભાગવત પુરાણ પ્રમાણે કૃષ્ણના જન્મ સમયે સૂર્ય રોહિણી નક્ષત્રમાં હતો અને વર્ષા થઈ રહી હતીઃ

अथ सर्वगुणोपेतः कालः परमशोभनः।।
यर्हि एव अजनजन्मर्क्षं शान्तर्क्षग्रहतारकम्।।

શુકદેવજીએ કહ્યુંઃ ''હે પરીક્ષિત! સમસ્ત શુભ ગુણોથી યુક્ત સુંદર સમય આવ્યો. રોહિણી નક્ષત્ર હતું. આકાશના બધાં ગ્રહ, નક્ષત્ર અને તારા શાન્ત થઈ રહ્યા હતાં.''

मघोनि वर्षत्यसकृत् यमानुजा
गंभीर तोयौघ जवोर्मि फेनिला।
भयानकावर्त शताकुला नदी
मार्गं ददौ सिन्धुरिव श्रियः पतेः।।

શુકદેવજીએ કહ્યુંઃ ''એ સમયે વારંવાર વરસાદ પડતો હતો, તેનાથી યમુનાનો પટ મોટો થઈ ગયો હતો. તેનો પ્રવાહ વેગવાન બની ગયો હતો અને તરંગોના કારણે પાણી ઉપર ફીણ જ ફીણ થઈ ગયા હતાં. તેમાં ભયાનક વમળો રચાઈ રહ્યા હતાં. પણ જેવી રીતે સમુદ્રએ રામને માર્ગ આપી દીધો હતો, એવીજ રીતે યમુનાએ તેમને માર્ગ આપી દીધો.''

(ભાગવત પુરાણ, સ્કંધ-૧૦,
અધ્યાય-૩, શ્લોક - ૧, ૫૦)

ભાગવતના ઉપરોક્ત બંને શ્લોકોમાં મહિના કે સંવત્સર એટલે કે વર્ષનો કોઈ ઉલ્લેખ નથી કરવામાં આવ્યો. અહીં કોઈ તિથિનો પણ કોઈ ઉલ્લેખ નથી મળતો. બીજી બાજુ, હરિવંશ

પુરાણ, કે જે ભાગવત પુરાણ કરતાં વધારે પ્રાચીન છે અને વધારે પ્રામાણિક માનવામાં આવે છે તેમાં રાતનો સમય અને અષ્ટમી તિથિનું વર્ણન મળે છેઃ

यामेव रजनीं कृष्णो जज्ञे वृष्णिकलोद्वहः।
तामेव रजनीं कन्यां यशोदापि व्यजायत।।

વૈશમ્પાયનજીએ કહ્યુંઃ ''હે જનમેજય! જે રાત્રે વૃષ્ણિવંશી કૃષ્ણએ જન્મ લીધો, એજ રાત્રે યશોદાએ પણ એક કન્યાને જન્મ આપ્યો.''

अभिजिन्नाम नक्षत्रं जयन्ती नाम शर्वरी।
मुहूर्तो विजयो नाम यत्र जातो जनार्दनः।।

આગળ તેમણે ફરી કહ્યુંઃ ''જ્યારે કૃષ્ણ પ્રગટ થયા, ત્યારે અભિજિત નામક નક્ષત્ર હતું, રોહિણી નક્ષત્રનો યોગ હોવાથી એ રાત જયંતી કહેવાતી હતી અને એ સમયે વિજય નામનું મુહૂર્ત ચાલી રહ્યું હતું.''

(હરિવંશ પુરાણ, વિષ્ણુપર્વ,
અધ્યાય-૪, શ્લોક - ૧૨, ૧૭)

બ્રહ્મવૈવર્ત પુરાણ *(શ્રીકૃષ્ણજન્મખંડ, અધ્યાય-૭, શ્લોક ૬૨-૬૫)*માં પણ આજ પ્રકારનું વર્ણન મળે છે. જ્યારે ગર્ગ સંહિતામાં ઉપરોક્ત બધાં ગ્રંથોથી અલગ અને યથાસંભવ સ્પષ્ટતા સાથે કૃષ્ણનાં જન્મ-સમયનો ઉલ્લેખ કરવામાં આવ્યો છેઃ

भाद्रे बुधे कृष्णेपक्षे धात्रर्क्षे हर्षणे वृषे।
कर्णे अष्टम्यामर्द्धरात्रे नक्षत्रेश महोदये।।

નારદજીએ કહ્યુંઃ ''હે બહુલાશ્વ! ભાદ્રપદ માસ, કૃષ્ણપક્ષ, રોહિણી નક્ષત્ર, હર્ષણ યોગ અને વૃષ લગ્નમાં અષ્ટમી તિથિના રોજ અડધી રાત્રે જ્યારે આકાશમાં ચંદ્રમા દેખાવા લાગે છે, એ સમયે વસુદેવજીનાં ઘરમાં દેવકીનાં ગર્ભમાંથી શ્રીકૃષ્ણ પ્રગટ થયા.''

(ગર્ગ સંહિતા, ગોલોકખંડ, અધ્યાય-૧૧, શ્લોક-૨૩)

તેથી ઉપરોક્ત બધાં પ્રમાણોના આધારે એ માનવું પડે કે કૃષ્ણનો જન્મ ભાદ્રમાસ (ઓગસ્ટ-સપ્ટેમ્બર)ના કૃષ્ણપક્ષની અષ્ટમી તિથિના રોજ અડધી રાત્રે થયો હતો. પણ ક્યારે? એટલે કે આજથી કેટલાં વર્ષ પહેલાં? તો આ વિષય ઉપર એક-બે નહીં પરંતુ ઉપરોક્ત શ્લોકોમાં આવેલા મુહૂર્ત, યોગ, લગ્ન, નક્ષત્ર વગેરેની જ્યોતિષીય ગણતરીના આધારે એક-બીજાના દાવાને ખોટા પુરવાર કરવાવાળાં સેંકડો પુસ્તકો લખાઈ ચૂક્યા છે. એ બધાંનો ઉલ્લેખ ન તો અહીં સંભવ છે અને ન તો યોગ્ય, કેમ કે આ બધી ગણતરીઓ છેલ્લા સો-દોઢ સો વર્ષો દરમિયાન કરવામાં આવી છે. જ્યારે વાત પાંચ હજાર વર્ષ પહેલાં ઘટેલી એક ઘટનાની થઈ રહી છે. ઉપરોક્ત ગ્રંથોના જે પણ શ્લોક તમે વાંચી ચૂક્યા છો, એ બધા

ગ્રંથ પણ ઈસવીસન પૂર્વે બીજી સદીથી લઈને પંદરમી સદી દરમિયાન રચવામાં આવ્યા છે. એટલે કે તેમના આંકડા નિર્વિવાદ છે, એવું પણ ન કહી શકાય.

૨. કૃષ્ણનાં માતા-પિતાની પૃષ્ઠભૂમિ શું હતી?

કૃષ્ણનાં માતા-પિતા દેવકી તથા વસુદેવજી મથુરા ગણરાજ્યનાં નિવાસી હતા. એ વખતે એક પારંપારિક માન્યતાના આધારે યાદવોનો કોઈ સ્થાયી રાજવંશ નહોતો ચાલતો. તેનું કારણ એ જણાવવામાં આવ્યું છે કે રાજા યયાતિએ પોતાનાં મોટા પુત્ર યદુને રાજવંશમાંથી નિષ્કાસિત કરી દીધો હતો.

एवमुक्त्वा यदुं तात शसापैनं स मन्युमान्।
अराज्या ते प्रजा मूढ़ भवित्रिति नराधम॥

વૈશમ્પાયનજીએ કહ્યુંઃ ''તાત! પોતાના પુત્ર યદુને આવું કહીને કોપિત થયેલા રાજા યયાતિએ તેને શાપ આપ્યોઃ નમૂર્ખ! નરાધમ! તારા સંતાન સદા રાજ્યથી વંચિત રહેશે.''

(હરિવંશ પુરાણ, હરિવંશપર્વ, અધ્યાય-૩૦, શ્લોક-૨૯)

એટલે યદુનાં સંતાનો ગણરાજ્યોનાં રૂપમાં રાજ્યની સ્થાપના કરી-કરીને શાસન કરતાં હતા. આગળ જતાં આજ યદુના વંશમાં વૃષ્ણિ અને અંધક થયા, જેઓ મથુરા અને તેનાં આજુબાજુના ક્ષેત્રોમાં ગણરાજ્ય સ્થાપિત કરીને તેનાં પર શાસન કરી રહ્યાં હતાં.

माद्र्याः पुत्रस्य जज्ञाते सुतौ वृष्ण्यन्धकावुभौ।
जज्ञाते तनयौ वृष्णेः श्वफल्कश्चित्रकस्तथा॥

વૈશમ્પાયનજીએ કહ્યુંઃ ''માદ્રીના પુત્ર યુધાજિતનાં વૃષ્ણિ અને અંધક નામના બે પુત્ર થયા અને વૃષ્ણિનાં પુત્ર શ્વફલ્ક તથા ચિત્રક થયા.''

(હરિવંશ પુરાણ, હરિવંશપર્વ, અધ્યાય-૩૪, શ્લોક-૩)

આજ વૃષ્ણિનાં વંશમાં શૂરસેન થઈ ગયા જે મથુરાનાં રાજા તરીકે પસંદ થયા હતા અને તેમના દસ પુત્રો થયા, જેમાં વસુદેવજી સૌથી મોટા હતાં. બીજી બાજુ, અંધકનાં વંશમાં આગળ જતાં આહુક નામનાં રાજા થયા, જેમના બે પુત્ર થયા - દેવક અને ઉગ્રસેન.

आहुकस्यतुकाश्यायां द्वौ पुत्रौ सम्बभूवतुः॥
देवकश्चोग्रसेनश्च देवपुत्रसमावुभौ।

વૈશમ્પાયનજીએ કહ્યુંઃ ''આહુકનાં લગ્ન કાશીરાજની પુત્રી સાથે થયાં હતાં, જેનાથી તેમને દેવકુમારોની સમાન સુંદર દેવક અને ઉગ્રસેન નામના બે પુત્ર ઉત્પન્ન થયાં.''

(હરિવંશ પુરાણ, હરિવંશપર્વ, અધ્યાય-૩૮, શ્લોક-૨૬-૨૭)

ધાર્મિક ગ્રંથોમાં વર્ણવાયેલા ઈતિહાસ દ્વારા એ જોવા મળે છે કે એ વખતે વૈવાહિક સંબંધોમાં

ગોત્ર કે જાતિનો કોઈ નિષેધ નહોતો કરવામાં આવતો. તેનું પ્રમાણ વૃષ્ણિ અને અંધક વંશના સંતાનો વચ્ચે થયેલા વૈવાહિક સંબંધોથી મળે છે. ઉદાહરણ તરીકે દેવકે પોતાની સાતેય દીકરીઓનાં લગ્ન શૂરસેનનાં મોટાં પુત્ર વસુદેવજી સાથે કરી દીધાં હતાં.

कुमार्यः सप्त चाप्यासन् वसुदेवाय ता ददौ॥
देवकी शान्तिदेवा च सुदेवा देवरक्षिता।
वृकदेव्युपदेवी च सुनासी चैव सप्तमी॥

વૈશમ્પાયનજીએ કહ્યુંઃ ''દેવકને દેવકી, શાંતિદેવા, સુદેવા, દેવરક્ષિતા, વૃકદેવી, ઉપદેવી અને સાતમી સુનાસી - આ સાત પુત્રીઓ હતી. દેવકે એ સહુનાં લગ્ન વસુદેવજી સાથે કરી નાખ્યા હતાં.''

(હરિવંશ પુરાણ, હરિવંશપર્વ, અધ્યાય-૩૮, શ્લોક-૨૮-૨૯)

જે વખતે વસુદેવજીનાં લગ્ન થયાં હતાં, એ વખતે મથુરા પર શૂરસેનની જગ્યાએ ઉગ્રસેનનું શાસન ચાલી રહ્યું હતું અને શૂરસેન પોતાનાં સમગ્ર પરિવાર સાથે મથુરામાં યાદવ-સંભ્રાંતોની જેમ નિવાસ કરી રહ્યા હતાં. આ રીતે ઉપરોક્ત શાસ્ત્રીય પ્રમાણોથી ખબર પડે છે કે ભલેને કૃષ્ણનાં માતા-પિતા એ વખતે કોઈ રાજ્યનાં રાજા-રાણી ન હતાં, પણ તેમનો પરિવાર અને તેમનાં સગા-સંબંધીઓ રાજકુટુંબો સાથે જ જોડાયેલાં હતાં. કૃષ્ણનાં પાંચેય ફોઈનાં લગ્ન અલગ-અલગ રાજ્યોનાં રાજાઓ સાથે જ થયાં હતાં, એ પણ આ વાતનું પાકું પ્રમાણ છે.

૩. કૃષ્ણની કેટલી સાવકી માતાઓ હતી?

આ વાત પર બધાં શાસ્ત્ર એકમત નથી દેખાતા. આનું કારણ એ છે કે પ્રાચીનકાળમાં જ્યારે લેખન-કળાનો વિકાસ નહોતો થયો, ત્યારે બધો ઈતિહાસ લોકોનાં મોઢે લોકકથાઓનાં માધ્યમથી પેઢી-દર-પેઢી આગળ વધી રહ્યો હતો. પછી જ્યારે લખવાનું શરૂ થયું ત્યારે અલગ-અલગ ક્ષેત્રનાં વિદ્વાનોએ અલગ-અલગ સમયમાં એ લોકકથાઓને લિપિબદ્ધ કરવાનું શરૂ કર્યું. તેનાથી તેમાં જુદાપણું હોવું સ્વાભાવિક હતું. તેથી કૃષ્ણની માતાઓ વિષે જાણકારી પ્રાપ્ત કરવા માટે બધાં ગ્રંથોની ચકાસણી કરવી જરૂરી છે. અને આ આધારે કહી શકાય કે કૃષ્ણની કુલ ચૌદ માતાઓ હતી - રોહિણી, ઈન્દિરા, વૈશાખી, ભદ્રા, સુનામ્ની (આ બધી હસ્તિનાપુરનાં રાજા શાંતનુનાં મોટાં ભાઈ બાહ્લીકની પૌત્રીઓ હતી), સહદેવા, શાંતિદેવા, શ્રીદેવા, દેવરક્ષિતા, વૃકદેવી, ઉપદેવી, દેવકી (આ બધી મથુરાનાં તત્કાલીન રાજા ઉગ્રસેનનાં નાના ભાઈ દેવકની પુત્રીઓ હતી), સુતનુ અને વડવા (આ બંને વસુદેવજીની નોકરાણી હોવાની સાથોસાથ તેમની ઉપપત્ની પણ હતી). ઉપરોક્તમાંથી દેવકીના ગર્ભમાંથી કૃષ્ણનો જન્મ થયો હતો, બાકીની તેમની સાવકી માતાઓ હતીઃ

या पत्न्यो वसुदेवस्य चतुर्दश वरांगना।
पौरवी रोहिणी नाम इन्दिरा च तथा वरा।।
वैशाखी च तथा भद्रा सुनाम्नी चैव पंचमी।
सहदेवा शान्तिदेवा श्रीदेवा देवरक्षिता।।
वृकदेव्युपदेवी च देवकी चैव सप्तमी।
सुतनुर्वडवा चैव द्वे एते परिचारिके।।

વૈશમ્પાયનજી કહે છે: ''જનમેજય! વસુદેવજીની જે ચૌદ સુંદરાંગી પત્નીઓ હતી, તેમાં રોહિણી અને રોહિણીથી નાની ઈન્દિરા, વૈશાખી, ભદ્રા તથા પાંચમી સુનામ્ની - આ પાંચ પૌરવ વંશની હતી અને સહદેવા, શાંતિદેવા, શ્રીદેવા, દેવરક્ષિતા, વૃકદેવી, ઉપદેવી અને સાતમી દેવકી - આ સાત દેવકની પુત્રીઓ હતી. સુતનુ અને વડવા આ બંને તેમની સેવા કરવાવાળી સ્ત્રીઓ હતી.''

(હરિવંશ પુરાણ, હરિવંશપર્વ, અધ્યાય-૩૫, શ્લોક-૧-૩)

पौरवी रोहिणी भद्रा मदिरा रोचना इला।
देवकी प्रमुखाश्चासन्पत्न्य आनकदुन्दुभेः।।

શુકદેવજીએ કહ્યું: ''આનકદુંદુભી વસુદેવજીની પૌરવી એટલે કે પુરુવંશની રોહિણી, ભદ્રા મદિરા, રોચના, ઈલા અને દેવકી વગેરે ઘણી બધી પત્નીઓ હતી.''

(ભાગવતપુરાણ, સ્કંધ-૯, અધ્યાય-૨૪, શ્લોક-૪૫)

ખેર, બીજી જગ્યાએ આજ ભાગવત પુરાણમાં ફક્ત બે પત્નીઓની ચર્ચા જ કરવામાં આવી છે. જ્યારે સમંતપંચકમાં કૃષ્ણનો આખો પરિવાર સૂર્યગ્રહણનાં અવસર પર તીર્થાટન કરી રહ્યો હોય છે તો ત્યાં વૃંદાવનમાંથી નંદ-યશોદાની સાથે-સાથે મોટી સંખ્યામાં ગ્વાલાઓ પણ પહોંચે છે. ત્યાં બધાંનું પરસ્પર હળવા-મળવાનું થાય છે. એ સમંતપંચકમાં વસુદેવજી એક યજ્ઞ કરે છે, પણ ત્યાં તેમની ફક્ત બે પત્નીઓની જ ચર્ચા કરવામાં આવી છે કે જે પ્રચલિત હિન્દુ પરંપરાથી વિપરીત છે. ચૌદ પત્નીઓની ગણનામાં રોહિણી વસુદેવજીની સૌથી મોટી પત્ની હતી અને દેવકી સૌથી નાની. અહીં ફક્ત આ બંનેની જ વાત કરવામાં આવી છે:

रोहिणी देवकी चाथ परिष्वज्य व्रजेश्वरीम्।
स्मरन्त्यौ तत्कृतां मैत्रीं बाष्पकण्ठ्यौ समूचतुः।।

''રોહિણી અને દેવકીએ યશોદાને પોતાની બાથમાં ભરી લીધી. યશોદાએ તે લોકો સાથે મિત્રતાનો જે વ્યવહાર કર્યો હતો, તેને યાદ કરીને બંનેને ડૂમો ભરાઈ આવ્યો.''

(ભાગવત પુરાણ, સ્કંધ-૧૦, અધ્યાય-૮૨, શ્લોક-૩૭)

ભાગવત પુરાણની જ જેમ વિષ્ણુ પુરાણ અને બ્રહ્મવૈવર્ત પુરાણમાં પણ વસુદેવજીની ફક્ત બે પત્નીઓનાં નામ જ આવ્યા છે - દેવકી અને રોહિણી.

(વિષ્ણુ પુરાણ, પંચમ અંશ, અધ્યાય-૧-૨)

(બ્રહ્મવૈવર્ત પુરાણ, શ્રીકૃષ્ણજન્મખંડ, અધ્યાય-૭)

જો કે બીજી બાજુ મહાભારતમાં આ વિષે કંઈ કહેવામાં નથી આવ્યું. આમ તો અહીં બીજી એક વાત ખૂબ જ મહત્ત્વપૂર્ણ છે જે ધ્યાન આપવા જેવી છે. અને તે એ છે કે જ્યારે વસુદેવજી દેવકી સાથે કંસની કેદમાં હતાં, ત્યારે તે વખતે તેમની મોટી પત્ની રોહિણી ગોકુળમાં નંદબાબાનાં સંરક્ષણમાં રહેતી હતી, પણ તેમની બાકીની બાર પત્નીઓ ક્યાં કોની સાથે રહેતી હતી, એ કોઈપણ ગ્રંથમાં નથી લખેલું. આનું એક કારણ એ હોઈ શકે કે કૃષ્ણ સાથે બલરામની જોડી જ ગ્રંથોમાં છવાયેલી છે, એટલે એ લોકોએ આજ બંનેની માતાઓની ચર્ચા કરવાનું જરૂરી સમજ્યું હોય. જો કે આજ ગ્રંથોમાં કૃષ્ણનાં ત્રેસઠથી વધારે ભાઈ-બહેનોનાં નામ નોંધાયેલા છે, તો પછી આ આધારે તેમની ચૌદ માતાઓની વાતને નકારી પણ ન શકાય.

૪. શું બલરામ કૃષ્ણનાં સગા ભાઈ હતા?

બધાં પુરાણ એકમત થઈને જણાવે છે કે બલરામ કૃષ્ણની સાવકી માતા રોહિણીનાં પુત્ર હતાં. આ વિષયમાં કોઈ પુરાણને કોઈ શંકા નથી.

(હરિવંશ પુરાણ, હરિવંશપર્વ, અધ્યાય-૩૫, શ્લોક-૫), (ભાગવત પુરાણ, સ્કંધ-૯, અધ્યાય-૨૪, શ્લોક-૪૫), (વિષ્ણુ પુરાણ, અંશ-૫, અધ્યાય-૫, શ્લોક-૫)

મહાભારતમાં આ વિષે સ્પષ્ટ રીતે કંઈ કહેવાયું નથી. આ વિશાળ ગ્રંથમાં સ્થાને-સ્થાને કૃષ્ણ અને બલરામની ચર્ચા ભાઈના રૂપમાં કરવામાં આવી છે, પરંતુ ક્યાંય પણ તેમને રોહિણી કે દેવકીનાં પુત્ર નથી કહેવામાં આવ્યા.

૫. કૃષ્ણનાં કેટલાં ભાઈ-બહેન હતાં?

મહાભારતમાં કૃષ્ણનાં અન્ય ભાઈ-બહેનો વિષે કોઈ સ્પષ્ટ ચર્ચા નથી મળતી પણ સ્થાને સ્થાને તેમનાં ભાઈઓનાં રૂપમાં બલરામ, ગદ, અંગદ, સારણ વગેરેની ચર્ચા ચોક્કસ કરવામાં આવી છે. *(દાક્ષિણાત્ય મહાભારત, સભાપર્વ, અધ્યાય-૩૮)*. પુરાણોમાં પણ આ વિષે અલગ-અલગ વિવરણ મળે છેઃ

i) ભાગવત પુરાણઃ આ પુરાણમાંથી કૃષ્ણ અને તેમનાં અન્ય ભાઈ-બહેનો વિષે નીચે પ્રમાણે વિવરણ મળે છેઃ

કૃષ્ણની માતાઓ	તેમનાંથી ઉત્પન્ન પુત્ર
રોહિણી	બલરામ, ગદ, સારણ, દુર્મદ, વિપુલ, ધ્રુવ અને કૃત
પૌરવી	ભૂત, સુભદ્ર, ભદ્રવાહ, દુર્મદ, ભદ્ર વગેરે બાર પુત્ર
ઈન્દિરા	નંદ, ઉપનંદ, કૃતક, શૂર વગેરે
કૌશલ્યા	કેશી
રોચના	હસ્ત અને હેમાંગદ
ઈલા	ઉલ્વલ્ક
શ્રુતદેવા	વિપૃષ્ઠ
શાંતિદેવા	શ્રમ, પ્રતિશ્રુત વગેરે
ઉપદેવા	કલ્પવર્ષ વગેરે દસ પુત્ર
શ્રીદેવા	વસુ, હંસ, સુવંશ વગેરે છ પુત્ર
દેવરક્ષિતા	ગદ વગેરે નવ પુત્ર
સહદેવા	પુરુવિશ્રુત વગેરે આઠ પુત્ર
દેવકી	કૃષ્ણ

આ પુરાણમાં કૃષ્ણના ત્રેસઠ ભાઈઓનાં નામ તો મળે છે પણ વગેરે લગાડેલું હોવાથી આ સંખ્યા વધારે પણ હોઈ શકે છે, કે જે અજ્ઞાત છે.

(ભાગવત પુરાણ, સ્કંધ-૯, અધ્યાય-૨૪, શ્લોક-૪૬-૫૪)

ii) હરિવંશ પુરાણઃ

કૃષ્ણની માતાઓ	તેમનાંથી ઉત્પન્ન પુત્ર
રોહિણી	બલરામ, સારણ, શઠ, દુર્દમ, દમન, શ્વભ્ર, પિન્ડારક, ઉશીનર પુત્ર અને બે પુત્રી ચિત્રા અને સુભદ્રા.

આ બે પુત્રીઓમાંથી ચિત્રાનું મૃત્યુ બાળપણમાં જ થઈ ગયું હતું.

(હરિવંશ પુરાણ, હરિવંશપર્વ, અધ્યાય-૩૫, શ્લોક-૫-૬)

આ પુરાણમાં ફક્ત રોહિણીનાં સંતાનોનું જ અલગથી વર્ણન આપવામાં આવ્યું છે. બાકી દેવકીના પુત્રનાં રૂપમાં કૃષ્ણનું વર્ણન જ બધે મળે છે. બીજા પુરાણોમાં પણ આનાથી જોડાયેલું કોઈ વ્યવસ્થિત વિવરણ ઉપલબ્ધ નથી.

૬. શું સુભદ્રા કૃષ્ણની બહેન હતી?

સુભદ્રા મહાભારતનું એક મુખ્ય પાત્ર છે. મહાભારતમાં સુભદ્રાનું મહત્ત્વ સ્પષ્ટતા સાથે દર્શાવવામાં આવ્યું છે. નાશ પામી રહેલાં કુરુવંશને આગળ વધારવાવાળા મહારાજ પરીક્ષિત સુભદ્રાનાં જ પૌત્ર હતાં. એટલે મહાભારતની સાથે-સાથે બધાં જ સંબદ્ધ પુરાણોમાં સુભદ્રાની ચર્ચા ચોક્કસ કરવામાં આવી છે. એ ગ્રંથોમાંથી એક હરિવંશ પુરાણ પ્રમાણે સુભદ્રા બલરામની બહેન હતીઃ

चित्रां नाम कुमारीं च रोहिणीतनया दश।
चित्रा सुभद्रेति पुनर्विख्याता कुरुनन्दन॥

''ચિત્રા અને સુભદ્રા રોહિણીની પુત્રી એટલે કે બલરામની બહેન હતી.''

(હરિવંશ પુરાણ, હરિવંશપર્વ, અધ્યાય-૩૫, શ્લોક-૬)

મહાભારતમાં સુભદ્રાને સારણની સગી બહેન બતાવવામાં આવી છેઃ

ममैषा भगिनी पार्थ सारणस्य सहोदराः।
सुभद्रा नाम भद्रं ते पितुर्मे दयिता सुता।
यदि ते वर्तते बुद्धिर्वक्ष्यते पितरं स्वयं॥

મહાભારતમાં એક જગ્યાએ કૃષ્ણ ખુદ અર્જુનને કહે છે કેઃ ''હે કુન્તીનંદન અર્જુન! આ મારી અને સારણની સગી બહેન છે, તારું કલ્યાણ થાય, આનું નામ સુભદ્રા છે. આ મારા પિતાની ખૂબ લાડકી દીકરી છે. જો તારો વિચાર તેની સાથે વિવાહ કરવાનો હોય, તો હું ખુદ પિતાજીને કહીશ.''

(મહાભારત, આદિપર્વ, અધ્યાય-૨૧૮, શ્લોક-૧૭; નીલકંઠી ભાષ્ય)

કેમ કે ભાગવત પુરાણ અને હરિવંશ પુરાણ, બંનેમાં સારણને બલરામનો ભાઈ એટલે કે રોહિણીનો પુત્ર બતાવવામાં આવ્યો છે, એટલે મહાભારત અનુસાર પણ સુભદ્રા બલરામની જ સગી બહેન હતી. પણ ભાગવત પુરાણ પ્રમાણે સુભદ્રા દેવકીની પુત્રી એટલે કે કૃષ્ણની બહેન હતીઃ

अष्टमस्तु तयोरासीत्स्वयमेव हरिः किल।
सुभद्रा च महाभागा तव राजन्पितामही॥

(ભાગવત પુરાણ, સ્કંધ-૯, અધ્યાય-૨૪, શ્લોક-૫૫)

સ્પષ્ટીકરણઃ પણ કેમ કે ભાગવત પુરાણ ખૂબ જ પછીથી લખાયું છે, એટલે તેની જગ્યાએ જૂનાં ગ્રંથોને માન્યતા આપવી જ વધારે શ્રેષ્ઠ છે.

૭. રાધાની હકીકત શું છે?

કૃષ્ણનાં જીવનમાં રાધાનાં મહત્ત્વની વાત વિશ્વવિખ્યાત છે. આજે કૃષ્ણની કોઈપણ વાર્તા ભલે તે સંક્ષેપમાં હોય કે વિસ્તૃત, રાધાની ચર્ચા વિના પૂરી નથી માનવામાં આવતી. પણ પ્રાચીન ગ્રંથોમાં તેમનું કોઈ વર્ણન નથી મળતું. મહાભારતમાં સભાપર્વમાં કૃષ્ણનાં જન્મ અને બાલ્યકાળનું વર્ણન સંક્ષેપમાં આપવામાં આવ્યું છે, પણ તેમાં રાધાનો ક્યાંય કોઈ ઉલ્લેખ નથી. *(દાક્ષિણાત્ય મહાભારત, સભાપર્વ, અધ્યાય-૩૮)*. હરિવંશ પુરાણમાં પણ રાધાની ચર્ચા નથી કરવામાં આવી. એક પદ્મ પુરાણ છે, જેની રચના ઈ.સ. પૂર્વે બીજી સદીની આસપાસ માનવામાં આવી છે. તેનાં *ઉત્તરખંડનાં બોંતેરમાં અધ્યાયમાં* 'વિષ્ણુસહસ્ત્રનામસ્તોત્ર' આપવામાં આવ્યું છે, તેમાં કૃષ્ણનાં બધાં કાર્યોનાં આધારે તેમનું નામકરણ કરવામાં આવ્યું છે. પરંતુ તેમાં પણ ક્યાંય રાધાનાં નામનો ઉલ્લેખ નથી થયો. કૃષ્ણની જીવન-લીલાને બહુ વધારીને રજૂ કરવાવાળા ભાગવત પુરાણમાં પણ રાધાનું વર્ણન નથી મળતું. રાધા વિષે મુખ્ય રીતે બ્રહ્મવૈવર્ત પુરાણમાં ચર્ચા મળે છે. આ પુરાણમાં રાધા-કૃષ્ણને પ્રકૃતિ અને પુરુષનાં રૂપમાં દર્શાવવામાં આવ્યા છે તથા બ્રહ્મા, વિષ્ણુ અને મહેશને પણ તેમનાં આધીન બતાવવામાં આવ્યા છે. રાધા-કૃષ્ણનાં પ્રેમની ચર્ચા કરવામાં આ પુરાણે બધી સામાજિક મર્યાદાઓ ઓળંગી નાખી છે.

બ્રહ્મવૈવર્ત પુરાણનાં શ્રીકૃષ્ણજન્મખંડના બીજા અધ્યાયમાં કૃષ્ણનું એવું ચરિત્ર દર્શાવ્યું છે જેમાં અશ્લીલતાની બધી હદ પાર કરી નાખવામાં આવી છે. આ પુરાણ અનુસાર રાધા રાયાન નામક એક વૈશ્યની પત્ની હતી અને રાયાન કૃષ્ણનો ઉછેર કરનારી માતા યશોદાનો ભાઈ હતો. એ રીતે રાધા સંબંધમાં કૃષ્ણની મામી હતી. *(બ્રહ્મવૈવર્ત પુરાણ, શ્રીકૃષ્ણજન્મખંડ, અધ્યાય-૨)*. આ ઉપરાંત ગર્ગ સંહિતામાં પણ રાધાને મહત્ત્વ આપવામાં આવ્યું છે. આ સંહિતા અનુસાર રાધા વૃંદાવનની પાસે જ રહેવાવાળા વૃષભાનુ અને કીર્તિકુમારીની પુત્રી હતી અને રાધા-કૃષ્ણનાં લગ્ન બાળપણમાં જ નક્કી કરી દેવામાં આવ્યા હતાં. *(ગર્ગ સંહિતા, ગોલોકખંડ, અધ્યાય-૧૫)*. *સ્કંદ પુરાણનાં વૈષ્ણવખંડનાં વાસુદેવ માહાત્મ્યનાં ૨૮ માં અધ્યાયમાં* પણ રાધા-કૃષ્ણ શબ્દનો પ્રયોગ કરવામાં આવ્યો છે. એટલે જૂનાં ગ્રંથોમાં રાધાનો ક્યાંય કોઈ ઉલ્લેખ નથી મળતો, જ્યારે નવા ગ્રંથોમાં રાધા અને કૃષ્ણનાં સંબંધને લઈને જાત-ભાતની વાતો મળી જાય છે. એ આધારે હકીકત શું હોઈ શકે છે, તેનો નિર્ણય પાઠકે ખુદ પોતાની વિવેકબુદ્ધિથી કરવાનો છે.

૮. શાસ્ત્રોમાં કૃષ્ણની કેટલી પત્નીઓ વર્ણવવામાં આવી છે?

શાસ્ત્રોમાં કૃષ્ણની આઠ પત્નીઓ વર્ણવવામાં આવી છે - રુક્મિણી, સત્યભામા, જામ્બવતી, ભદ્રા, મિત્રવિન્દા, સત્યા, લક્ષ્મણા અને કાલિંદી. તેઓને સામૂહિક રીતે અષ્ટભાર્યા કહેવામાં આવતાં હતાઃ

મહિષીરષ્ટ કલ્યાણીસ્તતોઽન્યા મધુસૂદનઃ।
ઉપયેમે મહાબાહુર્ગુણોપેતાઃ કુલોદ્ભવાઃ॥

"મહાબાહુ મધુસૂદને કલ્યાણસ્વરૂપા સદ્ગુણવતી તથા ઉત્તમ કુળમાં ઉત્પન્ન થયેલી અન્ય આઠ પટરાણીઓ સાથે લગ્ન કર્યા."

(હરિવંશ પુરાણ, વિષ્ણુપર્વ, અધ્યાય-૬૦, શ્લોક-૪૦)

તેમનાં સિવાય અન્ય સોળ હજાર સ્ત્રીઓ હતી કે જેમને કૃષ્ણએ નરકાસુરની કેદમાંથી છોડાવી હતી. ચોક્કસપણે તેમને કૃષ્ણની રાણીઓ ન કહી શકાય.

સ્ત્રીસહસ્રાણિ ચાન્યાનિ ષોડશાતુલવિક્રમઃ।

અહીં ધ્યાન આપવા જેવી વાત એ છે કે ઉપરોક્ત શ્લોકમાં પત્નીઓની જગ્યાએ 'સ્ત્રીઓ' શબ્દનો પ્રયોગ કરવામાં આવ્યો છે. ઉત્તર ભારતમાં મહાભારતની જે નીલકંઠી ટીકા પ્રચલિત છે, તેમાં નરકાસુરની કેદમાં બંધ સ્ત્રીઓ સાથે કૃષ્ણના વિવાહની કોઈ ચર્ચા નથી. પણ દક્ષિણ ભારતમાં પ્રચલિત મહાભારતમાં આ વિષે નીચે પ્રમાણે શ્લોક ઉપલબ્ધ છેઃ

ગાંધર્વેન વિવાહેન વિવાહં કુરુ નઃ પ્રિયમ્।
તતોઽસ્મત્પ્રિયકામાર્થે ભગવાન્ મારુતોઽબ્રવીત્॥

"તમે ગંધર્વ રીતિથી અમારી સાથે લગ્ન કરીને અમારું પ્રિય કરો."

(ગીતાપ્રેસ દ્વારા પ્રકાશિત દક્ષિણ ભારતમાં પ્રચલિત મહાભારત, સભાપર્વ, અધ્યાય-૩૮)

અહીં બે જૂનાં ગ્રંથોનાં પ્રમાણોથી એ વાત સાબિત થાય છે કે કૃષ્ણની આઠ પટરાણીઓ વિષે કોઈને કંઈ શંકા નથી અને જ્યાં સુધી નરકાસુરની કેદમાંથી છોડાવીને લાવવામાં આવેલી સોળ હજાર એક સો સ્ત્રીઓનો પ્રશ્ન છે, તો એ વિષે બધાંનો અલગ-અલગ મત છે. ખેર, ઉપરનાં બંને ગ્રંથો ઉપરાંત ભાગવત પુરાણ, વિષ્ણુ પુરાણ, બ્રહ્મવૈવર્ત પુરાણ, ગર્ગ સંહિતા વગેરે ગ્રંથોમાં એ સોળ હજાર એક સો સ્ત્રીઓને કૃષ્ણની વિવાહિતા પત્ની બતાવવામાં આવી છે અને તેમને લઈને જાત-જાતની વાતો પણ ઘડી કાઢવામાં આવી છે. અહીં ધ્યાન આપવા યોગ્ય વાત એ પણ છે કે સાંબ તથા મત્સ્ય પુરાણમાં એજ સ્ત્રીઓને લઈને ઘણી નકારાત્મક વાર્તાઓ પણ લખવામાં આવી છે. તેથી આ સંપૂર્ણ રીતે વાચકોની વિવેકબુદ્ધિ પર નિર્ભર કરે છે કે તેઓ હકીકતની દુનિયામાં રહીને કૃષ્ણની આઠ પટરાણીઓ પર અટકે છે કે પૌરાણિક કાલ્પનિક જગતમાં જઈને સોળ હજાર એક સો આઠમાં ગૂંચવાય છે.

૯. શું પૌરાણિક ગ્રંથોમાં કૃષ્ણનાં આચરણ પર પ્રહાર કરવામાં આવ્યો છે?

કૃષ્ણ વિષે લગભગ બધાં પૌરાણિક ગ્રંથોમાં વિરોધાભાસી વાતો કરવામાં આવી છે અને એ પણ અતિશયોક્તિની હદ પાર કરીને. એક બાજુ જ્યાં તેમનાં જેવા યુગદ્રષ્ટા મહાપુરુષને અવતાર ગણાવતા તેમને બ્રહ્માંડનાયક કહેવામાં આવ્યા છે, તો બીજી બાજુ તેમનાં સામાન્ય એવા વ્યક્તિગત જીવનને પણ બીભત્સ રીતે દર્શાવવામાં આવ્યું છે. આવાં બધાં વર્ણનોને અહીં એક પ્રશ્નનાં ઉત્તરમાં પ્રસ્તુત કરવાનું શક્ય નથી કેમ કે આ વિસ્તૃત વિવેચનનો વિષય છે. તેથી હું અહીં સંક્ષેપમાં એક-બે પ્રમાણો તરફ સંકેત કરી રહ્યો છું જેથી કરીને વાચકગણ એ લખવાવાળાઓનાં વાસ્તવિક ધ્યેયને સમજી શકે. તો આ સંબંધમાં આપણે ભાગવત પુરાણની વાત કરીએ જેમાં અન્ય સ્ત્રીઓ સાથે કૃષ્ણનાં સંબંધ વિષે પરોક્ષ વર્ણન આ પ્રકારે મળે છે:

કામયામહ एतस्य श्रीमत्पादरजः श्रियः।
कुचकुंकुम गंधाढ्यं मूर्ध्ना वोढुं गदाभृतः॥

નરકાસુરને ત્યાંથી લાવવામાં આવેલી યુવતીઓમાંથી રોહિણી નામની એક સ્ત્રી કહે છે: ''અમને કોઈપણ ભોગ કે પદની ઈચ્છા નથી, અમે તો ફક્ત એટલું ઈચ્છીએ છીએ કે શ્રીકૃષ્ણનાં ચરણોમાં તેમની પ્રેમિકાઓનાં સ્તનોમાં લાગેલું જે કુંકુ ચોંટેલું છે, તેની ધૂળ અમારાં માથા પર પડતી રહે.''

व्रजस्त्रियो यद्वाञ्छन्ति पुलिन्द्यस्तृणवीरुधः।
ગાવશ્ચારયતો ગોપાઃ પદસ્પર્શં મહાત્મનઃ॥

''ગાય ચરાવતી વખતે શ્રીકૃષ્ણનાં ચરણકમળોની જે ધૂળનો સ્પર્શ ગોપીઓ, ભીલ સ્ત્રીઓ, તણખલાં અને લતાઓ પણ કરવા ઈચ્છે છે, અમે ફક્ત એજ ધૂળનો સ્પર્શ કરવા ઈચ્છીએ છીએ.''

(ભાગવત પુરાણ, સ્કંધ-૧૦, અધ્યાય-૮૩, શ્લોક-૪૩)

એટલે કૃષ્ણનાં જીવનમાં બીજી જે સોળ હજાર સ્ત્રીઓનો ઉલ્લેખ જોવા મળે છે, તેને એ સ્ત્રીઓ દ્વારા કૃષ્ણ સાથેનો એકતરફી પ્રેમ માની શકાય. ગોપાલ સહસ્ત્રનામ સ્તોત્રમ નામક એક ગ્રંથ છે જે કહેવા ખાતર તો કૃષ્ણની વંદનાનો ગ્રંથ છે, પણ તેમાં ભક્તિનાં નામે કૃષ્ણનું ચરિત્ર-હરણ કરવામાં પણ કોઈ કસર બાકી નથી રાખવામાં આવી. કૃષ્ણને ગોવાળોની સ્ત્રીઓનાં અવૈધ પતિ (જાર), ચોરોં અને કામાતુર પુરુષોમાં અગ્રણી કહેવામાં આવ્યા છે:

ગોપાલઃ કામિની જારઃ ચૌર જાર શિખામણિઃ।

(ગોપાલ સહસ્ત્રનામ સ્તોત્રમ-૧૩૮)

પદ્મ પુરાણનાં ઉત્તરખંડનાં બોંતેરમાં અધ્યાયમાં વિષ્ણુસહસ્ત્રનામસ્તોત્રમ્ અંતર્ગત કામદેવઃ

(૮૩૦), *રતિપતિ (૮૩૧)*, *મન્મથ (૮૩૨)*, *કામેશ્વરીપ્રિયઃ* (૮૪૦) વગેરે નામ આપવામાં આવ્યા છે. એટલે કે આ પુરાણ પ્રમાણે પણ કૃષ્ણ ભોગ-વિલાસનાં રસિયા હતા.

સ્પષ્ટીકરણઃ ઉપર મુજબનાં પ્રમાણોથી સ્પષ્ટ છે કે કૃષ્ણને લઈને શાસ્ત્રોમાં પણ હંમેશાથી ઘણાં મત રહ્યાં છે. બધાં તેમને સજ્જન અને પરાક્રમી જ માનતાં હોય એવું નથી. અનેક શાસ્ત્રોમાં અનેક જગ્યાએ કૃષ્ણની ઘણી નિંદા પણ કરવામાં આવી છે. ત્યાં સુધી કે જૈન શાસ્ત્રોએ તો તેમને તેમનાં કર્મોનાં કારણે 'નરક'માં જ મોકલી દીધા છે. અને સાચું કહું તો આજ કૃષ્ણનાં વ્યક્તિત્વની એ વિશેષતા છે, જે બધાંને આકર્ષિત કરે છે.

૧૦. ઘણાં લોકો કૃષ્ણને વિશ્વાસઘાતી કહે છે, એ બાબતે શાસ્ત્રોમાં શું લખ્યું છે?

કૃષ્ણ અને તેમનાં જીવન-ચરિત્રનાં વખાણ કરવાવાળા જેટલાં પણ ગ્રંથ આજે ઉપલબ્ધ છે, તેમાં અંતર્વિરોધોની સાથે-સાથે કુતર્ક પણ એટલી જ માત્રામાં આપવામાં આવ્યા છે. હવે ગોપાલ સહસ્રનામ સ્તોત્રમ્‌ની જ વાતનું ઉદાહરણ આપું તો વાત એક સામાન્ય વાચકની સમજની બહાર થઈ જશે. એ તો વિચારમાં પડી જશે કે આ કૃષ્ણની પ્રાર્થના છે કે તેમનું ચરિત્ર-હનન? આ ગ્રંથમાં કૃષ્ણને ગોવાળોની સ્ત્રીઓનાં અવૈધ પતિ (જાર), ચોરો તથા કામી પુરુષોમાં અગ્રણી કહેવામાં આવ્યા છેઃ

गोपालः कामिनी जारः चौर जार शिखामणिः।

(ગોપાલ સહસ્રનામ સ્તોત્રમ્-૧૩૮)

મહાભારતમાં શિશુપાલ દ્વારા કૃષ્ણને અધર્મી કહેવામાં આવ્યા છેઃ

को हि धर्मच्युते पूजामेवं युक्तां नियोजयेत्।

શિશુપાલે કહ્યું કે "કોણ એવો ધર્માત્મા પુરુષ હશે જે કૃષ્ણ જેવા અધર્મી (ધર્મચ્યુત)ની પૂજા કરશે?" *(મહાભારત, સભાપર્વ, અધ્યાય-૩૮, શ્લોક-૨૨)*

વળી કંસને મારવાના કારણે તેમને કૃતઘ્ન પણ કહેવામાં આવ્યા છેઃ

यस्य चानेन धर्मज्ञः भुक्तमन्नं बलीयशः।
स चानेन हतः कंसः इत्येतन्न महाद्भुतम्।।

આજ સંદર્ભમાં શિશુપાલ વિસ્તારથી કહે છે કેઃ "હે ધર્મને જાણવાવાળા ભીષ્મ! જે મહાબલી કંસનું અન્ન તેણે (કૃષ્ણએ) અને તેનાં પરિવારે ખાધું હતું, તેણે તેનો જ વધ કરી નાંખ્યો; આવા *કૃતઘ્ન* માટે આ કોઈ મોટી વાત નથી."

(મહાભારત, સભાપર્વ, અધ્યાય-૪૧, શ્લોક-૧૧)

આ તો ઠીક કૃષ્ણને ગોવંશો અને સ્ત્રીઓના હત્યારા પણ કહેવામાં આવ્યા છેઃ

गोघ्नःस्त्रीघ्नश्च सन् भीष्मपितामह तद्वाक्याद् यदि पूज्यते।

આ વાતની ચર્ચા કરતા શિશુપાલ કહે છે કેઃ ''ભીષ્મ! ફક્ત તમારા કહેવાથી ગોવંશો અને સ્ત્રીઓનાં હત્યારા હોવાં છતાં પણ આ કૃષ્ણની પૂજા થઈ રહી છે, પણ જે આ બંનેની હત્યાનો અપરાધી છે, તે અગ્રપૂજાનો અધિકારી કેવી રીતે બની શકે?''

(મહાભારત, સભાપર્વ, અધ્યાય-૪૧, શ્લોક-૧૬)

એવીજ રીતે કૃષ્ણને મહાભારતમાં અનેક જગ્યાએ ધૂર્ત અને જૂઠા પણ કહેવામાં આવ્યા છેઃ

येन धर्मात्मनाऽऽत्मानं ब्रह्मण्यमभिजानता।
प्रेषितं पाद्यमस्मै तद् दातुमग्रे दुरात्मने।।
भुज्यतामिति तेनोक्ताः कृष्णभीमधनंजयाः।
जरासंधेन कौरव्य कृष्णेन विकृतं कृतम्।।
यद्ययं जगतः कर्ता यथैनं मूर्ख मन्यसे।
कस्मान्न ब्राह्मणं सम्यगात्मानमवगच्छति।।

શિશુપાલે કહ્યુંઃ ''બ્રાહ્મણનાં વેશમાં જરાસંધનાં મહેલ પહોંચેલાં આ કૃષ્ણ, અર્જુન અને ભીમનું સ્વાગત જ્યારે બ્રાહ્મણોની જેમ કરવામાં આવ્યું અને બ્રાહ્મણોને લાયક ભોજન આપવામાં આવ્યું તો આ કૃષ્ણએ ના કેમ પાડી દીધી? વૃદ્ધ ભીષ્મ! જ્યારે તમારા કહેવા પ્રમાણે આ પરમાત્મા છે, તો પછી એના માટે ભેદભાવ શા માટે? તેણે બ્રાહ્મણોચિત સત્કાર સ્વીકાર કેમ ન કર્યો? કેમ કે તે કપટી છે, તેનાં દિલમાં કંઈક બીજું છે અને મોઢાં પર કંઈક બીજું છે.''

(મહાભારત, સભાપર્વ, અધ્યાય-૪૨, શ્લોક-૪-૬)

મહાભારતમાં જ કૃષ્ણને વાગ્દત્તા કન્યા (જે છોકરીનાં લગ્ન તેનાં પરિવારવાળાઓની સંમતિથી કોઈ છોકરા સાથે નક્કી થઈ ગયા હોય)નું અપહરણ કરીને લગ્ન કરવાનો આરોપ પણ લગાવવામાં આવ્યો છેઃ

मन्यमानो हि कः सत्सु पुरुषः परिकीर्तयेत्।
अन्यपूर्वां स्त्रियं जातु त्वदन्यो मधूसूदन।।

શિશુપાલે ખૂબ જ તીખા શબ્દોમાં કહ્યુંઃ ''નિર્લજ્જ કૃષ્ણ! તારા સિવાય બીજું કોણ હશે જે આ ભરી સભામાં પોતાની પત્નીને બીજાની વાગ્દત્તા પત્ની કહે?''

(મહાભારત, સભાપર્વ,
અધ્યાય-૪૫, શ્લોક-૧૯)

સ્પષ્ટીકરણઃ એકંદરે કહેવાનો અર્થ એટલો જ કે શાસ્ત્રોમાં કૃષ્ણનાં કર્મોની અનેક જગ્યાએ, અનેક કારણોથી ભરપૂર ભર્ત્સના પણ કરવામાં આવી છે. અને સાચું કહું તો એટલે જ કૃષ્ણને સંપૂર્ણ વ્યક્તિત્વનાં માલિક કહી શકાય.

૧૧. કુરુક્ષેત્રનાં મેદાનમાં કૃષ્ણ દ્વારા વિરાટ રૂપ દેખાડવાની હકીકત શું છે?

આ ઘટના ફક્ત મહાભારતમાં વર્ણવાયેલી છે, બીજા કોઈ પુરાણમાં તેની ચર્ચા નથી થઈ. અને આ વાત વિશેષરૂપે ધ્યાન આપવા જેવી છે. હકીકતમાં મહાભારતનાં ભીષ્મપર્વમાં ત્રેવીસમાંથી લઈને ચાળીસમાં અધ્યાય સુધીના શ્લોકોને અલગથી ભગવદ્ગીતાનાં રૂપમાં પ્રકાશિત કરવામાં આવ્યા છે અને આજ ગીતાનાં અગિયારમાં અધ્યાયમાં વિરાટરૂપ-દર્શનનો પ્રસંગ આવે છે. *પદ્મ* અને *કૂર્મ* જેવાં કેટલાક પુરાણોમાં ભગવદ્ગીતાનાં મહાત્મ્યનું વર્ણન તો કરવામાં આવ્યું છે, પરંતુ કોઈપણ પુરાણમાં કૃષ્ણ દ્વારા વિરાટ રૂપ બતાવવાનું સ્વતંત્ર રીતે કોઈ વર્ણન નથી મળતું.

જો કે મહાભારતમાં એક બીજા પ્રસંગે કૃષ્ણ દ્વારા વિરાટ રૂપ બતાવવાનું વર્ણન મળે છે. મહાભારત યુદ્ધની પહેલાં જ્યારે કૃષ્ણ શાંતિદૂત બનીને હસ્તિનાપુર જાય છે અને ત્યાં જ્યારે દુર્યોધન તેમને બંદી બનાવવાનો પ્રયત્ન કરે છે, ત્યારે કૃષ્ણ પોતાનું વિરાટ રૂપ દેખાડે છે.

(મહાભારત, ઉદ્યોગપર્વ, અધ્યાય-૧૩૧)

હા, ભાગવત પુરાણ અને ગર્ગ સંહિતામાં કૃષ્ણ દ્વારા બાળપણમાં પોતાની માતા યશોદાને બ્રહ્માંડના દર્શન કરાવવાનું વર્ણન મળે છે *(ભાગવત પુરાણ, સ્કંધ-૧૦, અધ્યાય-૮, શ્લોક-૩૨-૩૯)*; *(ગર્ગ સંહિતા, ગોલોકખંડ, અધ્યાય-૧૫)*. પણ આમાં પણ એક ગૂંચવણ છે. બ્રહ્મવૈવર્ત પુરાણ, હરિવંશ પુરાણ વગેરેમાં આ ઘટનાની ક્યાંય કોઈ ચર્ચા નથી. એટલે કે જૂનાં શાસ્ત્ર કંઈક જુદું કહે છે, તો નવા કંઈક જુદું. અને તેનાથી એ સ્પષ્ટ થઈ જાય છે કે આ નવા શાસ્ત્રોમાં ઘણી વસ્તુઓ ન કેવળ ખૂબ વધારીને લખવામાં આવી છે, પરંતુ સાથોસાથ તેમાં કૃષ્ણનાં નામે ઢગલો કાલ્પનિક વાર્તાઓ પણ જોડી દેવામાં આવી છે. એટલે કૃષ્ણને સમજવા માટે વાચકોએ ખૂબ સાવધાની રાખવાની જરૂર છે. તેમણે હંમેશા પોતાનો વિવેક જાગ્રત રાખવાનો છે કેમ કે કૃષ્ણ બાબતે જેટલાં શાસ્ત્ર, એટલી વાતો છે.

૧૨. કૃષ્ણએ વૃંદાવનમાં ઈન્દ્રપૂજા કેમ અટકાવી હતી?

કૃષ્ણની પ્રજ્ઞા લાજવાબ હતી, એવું તેમનાં જીવનની ઘણી ઘટનાઓથી આપોઆપ સાબિત થાય છે. સાથે જ ''પુત્રનાં લક્ષણ પારણામાંથી'' વાળી કહેવત પણ તેમનાં બાળપણમાં જ સાબિત થઈ જાય છે. શું સાચું છે અને શું ખોટું, એ ઓળખવામાં કૃષ્ણને વાર નહોતી લાગતી. સાથે જ તેઓ આ સંદર્ભમાં તરત યોગ્ય નિર્ણય પર પહોંચી પણ જતાં હતાં. ઈન્દ્રપૂજાનો પ્રસંગ પણ તેમની સચેત પ્રજ્ઞાનું એક પ્રમાણ છે. ભાગવત પુરાણમાં કૃષ્ણ દ્વારા ઈન્દ્રપૂજા અટકાવવાનું વર્ણન આ મુજબ છે:

तत्र तावत् क्रियायोगो भवतां किं विचारितः।
अथ वा लौकिकस्तन्मे पृच्छतः साधु भण्यताम्॥

"કૃષ્ણ પોતાનાં પિતા નંદ બાબાને પૂછે છેઃ પિતાજી! તમે આ બધું આયોજન કેમ કરી રહ્યાં છો? આ તમે સમજી-વિચારીને કરી રહ્યાં છો કે બસ લૌકિક પરંપરાનું પાલન કરી રહ્યાં છો?"

(ભાગવત પુરાણ, સ્કંધ-૧૦, અધ્યાય-૨૪, શ્લોક-૭)

જવાબમાં નંદ બાબા પોતાનાં પુત્ર કૃષ્ણને કહે છેઃ

पर्जन्यो भगवान् इन्द्रो मेघास्तस्यात्ममूर्तयः।
तेऽभिवर्षन्ति भूतानां प्रीणनं जीवनं पयः॥
तं तात वयमन्ये च वार्मुचां पतिमीश्वरम्।
द्रव्यैस्तद् रेतसा सिद्धैः यजन्ते क्रतुभिर्नराः॥
तच्छेषेणोपजीवन्ति त्रिवर्गफलहेतवे।
पुंसां पुरुषकाराणां पर्जन्यः फलभावनः॥
य एनं विसृजेत् धर्मं परम्पर्यागतं नरः।
कामाल्लोभात् भयाद् द्वेषात् स वै नाप्नोति शोभनम्॥

"બેટા! ઈન્દ્ર વર્ષાનાં દેવતા છે અને આ મેઘ તેનું જ સ્વરૂપ છે. તેઓ સંસારનાં લોકોને તૃપ્ત કરવા અને જીવનદાન આપવા માટે જળ વરસાવે છે. જે સામગ્રીઓથી તેમની પૂજા થાય છે, એ પણ જળમાંથી ઉત્પન્ન થાય છે અને પૂજા પછી જે કંઈ વધે છે, તેનાથી જ આપણે બધાં મનુષ્ય પોતાનો જીવનનિર્વાહ કરીએ છીએ. આ આપણી કુળ પરંપરાથી ચાલ્યું આવ્યું છે, એટલે જે કોઈ આ પરંપરાગત ધર્મને છોડી દે છે, તેનું કલ્યાણ નથી થતું."

(ભાગવત પુરાણ, સ્કંધ-૧૦, અધ્યાય-૨૪, શ્લોક-૮-૧૧)

પિતાની ઉપરોક્ત વાતો પ્રજ્ઞાવાન કૃષ્ણને ખૂબ જ વિચિત્ર લાગી એટલે તેઓ પોતાના પિતા નંદ બાબાની વાતોને અધવચ્ચેથી કાપતાં કહે છેઃ

कर्मणा जायते जन्तुः कर्मणैव विलीयते।
सुखं दुःखं भयं क्षेमं कर्मणैवाभिपद्यते ॥

"કર્મથી જ પ્રાણી જન્મ અને મૃત્યુને પ્રાપ્ત થાય છે અને કર્મથી જ તેને સુખ-દુઃખ અથવા ભય-અભયની પ્રાપ્તિ થાય છે."

(ભાગવત પુરાણ, સ્કંધ-૧૦, અધ્યાય-૨૪, શ્લોક-૧૩)

किमिन्द्रेणेह भूतानां स्वस्वकर्मानुवर्तिनाम्।
अनीशेनान्यथा कर्तुं स्वभाववविहितं नृणाम्॥

स्वभावतन्त्रो हि जनः स्वभावमनुवर्तते।
स्वभावस्थमिदं सर्वं सदेवासुरमानुषम्।।

''જ્યારે બધાં પ્રાણીઓ પોત-પોતાનાં કર્મોનું જ ફળ ભોગવી રહ્યાં છે તો એમાં ઇન્દ્ર શું કરી શકે? પિતાજી! જ્યારે તેઓ પૂર્વ-સંસ્કારોનાં આધારે મનુષ્યોને મળવાવાળા ફળને બદલી જ નથી શકતા તો તેની જરૂર શું છે? મનુષ્ય પોતાના સ્વભાવ (પૂર્વ-સંસ્કાર) ને આધીન છે. એ તેનું જ અનુસરણ કરે છે. ત્યાં સુધી કે દેવતા, અસુર, મનુષ્ય વગેરેને સંભાળવાવાળું આ જગત પણ પોતાનાં સ્વભાવમાં જ સ્થિત છે.''

(ભાગવત પુરાણ, સ્કંધ-૧૦, અધ્યાય-૨૪, શ્લોક-૧૫-૧૬)

सत्वं रजस्तम इति स्थित्युत्पत्त्यन्तहेतवः।
रजसोत्पद्यते विश्वं अन्योऽन्यं विविधं जगत्।।
रजसा चोदिता मेघा वर्षन्त्यम्बूनि सर्वतः।
प्रजास्तैरेव सिध्यन्ति महेन्द्रः किं करिष्यति।।

''આ જગતની ઉત્પત્તિ, આધાર અને અંતનું કારણ સતો-રજો-તમોગુણ છે અને રજોગુણની પ્રેરણાથી મેઘ સર્વત્ર જળ વરસાવે છે. એમાં વળી ઇન્દ્રને શું લેવા-દેવા છે અને તે શું કરી શકે છે?''

(ભાગવત પુરાણ, સ્કંધ-૧૦, અધ્યાય-૨૪, શ્લોક-૨૨-૨૩)

न नः पुरोजनपदा न ग्रामा न गृहा वयम्।
नित्यं वनौकसस्तात वनशैलनिवासिनः।।
तस्माद् गवां ब्राह्मणानां अद्रेश्चारभ्यतां मखः।
य इन्द्रयागसम्भाराः तैरयं साध्यतां मखः।।

છેલ્લે કૃષ્ણ ઇન્દ્ર દેવતાની કલ્પના અને તેની પૂજાની નિરર્થકતા જણાવતા પોતાનાં પિતાને સલાહ આપે છે: ''આપણી પાસે ન તો કોઈ રાજ્ય છે અને ન તો કોઈ નગર, ગામ કે ઘર છે; આપણે લોકો તો કાયમનાં વનવાસી છીએ અને ગોવર્ધન જ આપણાં જીવનનો આધાર છે. એટલે જે સામગ્રી ઇન્દ્રપૂજા માટે તૈયાર કરવામાં આવી છે, તેનાથી જ આપણે ગોવર્ધન પર્વતની પૂજા કરીએ.''

(ભાગવત પુરાણ, સ્કંધ-૧૦, અધ્યાય-૨૪, શ્લોક-૨૪-૨૫)

હરિવંશ પુરાણ અનુસાર પણ કૃષ્ણ પોતાનાં જાતિગત વ્યવસાયનાં આધારે ગોવર્ધન પૂજા કરવાને અને ઇન્દ્રપૂજાને બેકાર માનવાની સલાહ આપે છે *(હરિવંશ પુરાણ, વિષ્ણુપર્વ, અધ્યાય-૧૬, શ્લોક-૨-૩)*. મહાભારતમાં ગોવર્ધન ઉપાડવાની વાત તો આવી છે, પણ ઇન્દ્રપૂજા અટકાવવાની ચર્ચા નથી કરવામાં આવી. *વિષ્ણુ પુરાણમાં* પાંચમાં અંશનાં દસમાં

અધ્યાયના ૧૯માં શ્લોક થી ૩૦માં શ્લોક સુધી ઉપરનાં ભાગવત પુરાણ અને હરિવંશ પુરાણ, બંનેનું સંમિશ્રણ મળે છે અને આમાં પણ ઈન્દ્રપૂજા રોકવાનાં એજ કારણ બતાવવામાં આવ્યા છે જે ત્યાં બતાવવામાં આવ્યા છે. વળી *ગર્ગ સંહિતાનાં ગિરિરાજખંડનાં પહેલાં અધ્યાયમાં* પણ ભાગવત પુરાણની જેમ જ આનું વર્ણન મળે છે. બીજી બાજુ બ્રહ્મવૈવર્ત પુરાણમાં પણ ભાગવત પુરાણની જેમ જ ઈન્દ્રપૂજા અટકાવવાનું વર્ણન કરવામાં આવ્યું છે.
સ્પષ્ટીકરણઃ આ આખી ચર્ચામાં એ વાત સમજવાની છે કે કૃષ્ણ બાળપણથી જ પ્રજ્ઞાવાન અને દ્રઢ હતાં. તેઓ ખોટી પરંપરાઓને ન કેવળ જાણી શકતા હતાં, પરંતુ તેનો સખત વિરોધ પણ કરી શકતા હતાં.

૧૩. શું કૃષ્ણએ ખરેખર ૧૬,૧૦૮ લગ્ન કર્યા હતાં?

કૃષ્ણનાં આઠ મુખ્ય લગ્નો ઉપરાંત ૧૬,૧૦૦ અન્ય લગ્નોનું વિવરણ લગભગ બધાં જ પુરાણો અને મહાભારતમાં પણ વિસ્તારપૂર્વક મળે છે. ઉત્તર ભારતમાં મહાભારતની જે નીલકંઠી ટીકા પ્રચલિત છે, તેમાં નરકાસુરની કેદમાં બંધ સ્ત્રીઓ સાથે કૃષ્ણનાં લગ્નની ચર્ચા આ પ્રકારે છેઃ

अनेकयुगवर्षायुर्निहत्य नरकं मृधे।
नीत्वा कन्यासहस्राणि उपयेमे यथाविधि।।

વિદુરજીએ દુર્યોધનને કહ્યુંઃ ''અનેક યુગો અને અસંખ્ય વર્ષોનાં આયુષ્યવાળા નરકાસુરને યુદ્ધમાં મારીને કૃષ્ણ તેના ત્યાંથી હજારો રાજકન્યાઓને લઈ ગયા અને એ સહુની સાથે તેમણે વિધિપૂર્વક લગ્ન કર્યા.''

(મહાભારત, ઉદ્યોગપર્વ, અધ્યાય-૧૩૦, શ્લોક ૫૮;
ગીતાપ્રેસનાં સંસ્કરણમાં-૪૪)

દક્ષિણ ભારતમાં પ્રચલિત મહાભારતમાં આ વિષે નીચે પ્રમાણે શ્લોક ઉપલબ્ધ છેઃ

गांधर्वेन विवाहेन विवाहं कुरु नः प्रियम्।
ततोऽस्मत्प्रियकामार्थे भगवान् मारुतोऽब्रवीत्।।

નરકાસુરની કેદમાંથી આઝાદ થયેલી સ્ત્રીઓએ કહ્યુંઃ ''તમે ગંધર્વ રીતિથી અમારી સાથે લગ્ન કરીને અમારું પ્રિય કરો.''

(દક્ષિણ ભારતમાં પ્રચલિત મહાભારત, સભાપર્વ, અધ્યાય-૩૮)

હરિવંશ પુરાણમાં કૃષ્ણનાં આ લગ્નનું વર્ણન નીચે પ્રમાણે કરવામાં આવ્યું છેઃ

स्त्रीसहस्राणि चान्यानि षोडशातुलविक्रमः।

''તેમનાં સિવાય સોળ હજાર અન્ય સ્ત્રીઓ હતી.''

(હરિવંશ પુરાણ, વિષ્ણુપર્વ, અધ્યાય-૬૦, શ્લોક-૪૩)

ભાગવત પુરાણમાં આ વર્ણન કંઈક આ રીતે મળે છેઃ

तं प्रविष्टं स्त्रियो वीक्ष्य नरवर्यं विमोहिताः।
मनसा वव्रिरेऽभीष्टं पतिं दैवोपसादितम्॥
भूयात् पतिरयं मह्यं धाता तदनुमोदताम्।
इति सर्वाः पृथक् कृष्णे भावेन हृदयं दधुः॥
ताः प्राहिणोद् द्वारवतीं सुमृष्टविरजोऽम्बराः।
नरयानैर्महाकोशान् रथाश्वान् द्रविणं महत्॥

શુકદેવજીએ કહ્યુંઃ ''જ્યારે તે સ્ત્રીઓએ અંતઃપુરમાં પધારેલા શ્રીકૃષ્ણને જોયાં તો તેઓ બધી મોહિત થઈ ગઈ અને મનોમન એ સહુએ કૃષ્ણને પોતાનાં પતિ માની લીધા. ત્યારે શ્રીકૃષ્ણએ એ બધી સ્ત્રીઓને સુંદર-સુંદર વસ્ત્ર અને આભૂષણ પહેરાવીને પાલખીઓથી દ્વારકા મોકલવાની વ્યવસ્થા કરી દીધી અને સાથે બહુ બધાં ખજાના, રથ, ઘોડા અને અપાર સંપત્તિ પણ મોકલી દીધી.''

(ભાગવત પુરાણ, સ્કંધ-૧૦, અધ્યાય-૫૯, શ્લોક ૩૪-૩૬)

વિષ્ણુ પુરાણમાં પણ એવું જ વર્ણન મળે છેઃ

रत्नानि नरकावासाज्जग्राह मुनिसत्तम॥
कन्यापुरे स कन्यानां षोडशातुलविक्रमः।
शताधिकानि ददृशे सहस्त्राणि महामते॥
चतुर्दन्तान् गजाश्वोग्रयान् षट्सहस्रान् स दृष्टवान्।
काम्बोजानां तथाश्वानां नियुतान्येकविंशतिम्॥
कन्यास्ताश्व तता नागांस्तानश्वान् द्वारकां पुरीम्।
प्रषयामास गोविन्दः सद्यो नरककिंकरेः॥

પરાશર મુનિએ મૈત્રેય મુનિને કહ્યુંઃ ''અને પછી નરકાસુરનાં મહેલમાંથી વિવિધ પ્રકારનાં રત્ન લીધા. પછી શ્રીકૃષ્ણએ નરકાસુરનાં અંતઃપુરમાં જઈને સોળ હજાર એક સો કન્યાઓ જોઈ તથા ચાર દાંતવાળા છ હજાર હાથી અને કંબોજ દેશનાં એકવીસ હજાર ઉત્તમ ઘોડાઓ જોયા. ત્યારે એ કન્યાઓ, ઘોડાઓ અને હાથીઓને નરકાસુરનાં નોકરો દ્વારા જ દ્વારકા મોકલી દીધા.''

(વિષ્ણુ પુરાણ, અંશ-૫, અધ્યાય-૨૯, શ્લોક-30-33)

ગર્ગ સંહિતાનાં દ્વારકાખંડનાં સોળમાં અધ્યાયમાં પણ અત્યંત સંક્ષેપમાં કૃષ્ણની સોળ હજાર સ્ત્રીઓની વાત કરવામાં આવી છે. વળી બ્રહ્મવૈવર્ત પુરાણમાં આ ઘટના આ પ્રકારે વર્ણવાયેલી છેઃ

निहत्य नरकं भूपं रणेन दारुणेन च।।
पत्नीषोडशसाहस्रं विहारं च चकार सः।।

નારાયણે નારદ મુનીને કહ્યુંઃ "ભયાનક સંગ્રામ દ્વારા પ્રાગ્જ્યોતિષપુરનાં રાજા નરકનો વધ કર્યા બાદ તેમણે સોળ હજાર સ્ત્રીઓને પત્નીનાં રૂપમાં અપનાવીને તેમની સાથે વિહાર કર્યો."

(બ્રહ્મવૈવર્ત પુરાણ, શ્રીકૃષ્ણજન્મખંડ, અધ્યાય-૫૪, શ્લોક-૧૬)

સ્પષ્ટીકરણઃ ઉપરના બધાં પ્રમાણોમાં હરિવંશ પુરાણનું કથન જ વ્યાવહારિક લાગે છે કેમ કે નરકાસુરને ત્યાંથી કૃષ્ણએ હાથી-ઘોડા અને કિંમતી રત્નો સાથે કેદી સ્ત્રીઓને પ્રાપ્ત કરી હતી. પછી એ તો સ્વાભાવિક છે કે એ આશ્રિત સ્ત્રીઓ કૃષ્ણ સાથે એકતરફી પ્રેમ કરે, પણ એ બિલકુલ પણ શક્ય નથી લાગતું કે તેમણે એ બધી સ્ત્રીઓ સાથે લગ્ન કર્યા હોય.

૧૪. શું કૃષ્ણએ સાચે જ પોતાનાં મોઢાંમાં આખા બ્રહ્માંડને પ્રગટ કર્યું હતું?

આવું વર્ણન ફક્ત *ભાગવત પુરાણનાં દસમાં સ્કંધનાં આઠમા અધ્યાયમાં* કરવામાં આવ્યું છે. જ્યારે બાળપણમાં કૃષ્ણએ માટી ખાઈ લેતાં માતા યશોદા તેમનાં મોઢાંમાંથી માટી કાઢવા માટે મોઢું ખોલાવડાવે છે, ત્યારે તે કૃષ્ણનાં મોઢાંમાં આખું બ્રહ્માંડ જુએ છે. આ ઘટનાની ચર્ચા ભાગવત પુરાણ સિવાય બીજા કોઈપણ પુરાણમાં નથી થઈ અને ન તો મહાભારતમાં એવું કોઈ વર્ણન છે.

સ્પષ્ટીકરણઃ નવા ગ્રંથોની આજ ગૂંચવણ છે. તેમાં નવી-નવી વાતો પેદા થઈ જાય છે. તેથી કોઈનાં પણ વિષે સત્ય જાણવું હોય તો જૂનાં ગ્રંથોને આધાર બનાવવા જ વધારે યોગ્ય છે.

૧૫. શું કૃષ્ણએ પૂતનાને મારી હતી?

પૂતના-વધની વાત ભાગવત પુરાણ, વિષ્ણુ પુરાણ, બ્રહ્મ પુરાણ, બ્રહ્મવૈવર્ત પુરાણ અને મહાભારત વગેરે બધાં ગ્રંથોમાં ઉપલબ્ધ છે. *ભાગવત પુરાણના દસમાં સ્કંધના છટ્ઠા અધ્યાયમાં* આપવામાં આવેલી કથા પ્રમાણે જ્યારે પૂતનાએ પોતાના વિષથી લપેટાયેલા સ્તનોને કૃષ્ણનાં મોઢામાં મૂક્યા ત્યારે કૃષ્ણએ એટલાં જોરથી તેનાં સ્તનોને ચૂસ્યા કે તેનાં પ્રાણ જ નીકળી ગયા.

મહાભારતમાં સભાપર્વનાં એકતાળીસમાં અધ્યાયમાં શિશુપાલ દ્વારા કૃષ્ણને પૂતનાઘાતિની, સ્ત્રીઘાતિની વગેરે-વગેરે કહીને તેમની નિંદા કરતાં બતાવવામાં આવ્યા છે. આ હકીકત છે કે કૃષ્ણએ પોતાનાં સંપૂર્ણ જીવનમાં પૂતના સિવાય બીજી કોઈપણ સ્ત્રીની હત્યા નથી કરી,

કોઈનાં પર હાથ સુદ્ધાં નથી ઉઠાવ્યો. *વિષ્ણુ પુરાણનાં પાંચમાં અંશનાં પાંચમાં અધ્યાયમાં* પૂતનાને બાલઘાતિની એટલે કે બાળકોને શોધી-શોધીને મારવાવાળી બતાવવામાં આવી છે. અને આજ કારણ હતું કે કૃષ્ણને એક સ્ત્રીની હત્યા કરવી પડી હતી.

હરિવંશ પુરાણમાં વિષ્ણુપર્વ હેઠળ છટ્ઠા અધ્યાયમાં પૂતનાને કંસની અંગત સેવિકા બતાવવામાં આવી છે જે પક્ષીનું રૂપ લઈને ગોકુળ આવી હતી. વળી *બ્રહ્મવૈવર્ત પુરાણનાં શ્રીકૃષ્ણજન્મખંડનાં દસમાં અધ્યાયમાં* પૂતનાને કંસની બહેન બતાવવામાં આવી છે.

સ્પષ્ટીકરણઃ એટલે કે જેટલાં શાસ્ત્ર એટલી વાતો. તેથી એકંદરે જે કૃષ્ણની સાયકોલૉજી સાથે અને પ્રકૃતિનાં નિયમો સાથે મેળ ખાતી હોય, એ વાત સાચી... બાકીની ખોટી. બસ આ આધારે કૃષ્ણનું સાચું વ્યક્તિત્વ જાણી શકાય છે. નહીંતર પ્રજ્ઞાવાન કર્મવીરની જગ્યાએ અર્થહીન અને ચમત્કારી કૃષ્ણ જ હાથમાં રહી જશે.

૧૬. શું એ વખતનાં રાજાગણ કૃષ્ણને અપમાનિત કર્યા કરતાં હતાં?

આ પ્રશ્નનો સીધો ઉત્તર છે - હા. અનેક પ્રસંગોએ અનેક રાજદરબારની ભરી સભામાં રાજાઓએ તેમનું સીધું અપમાન કર્યું હતું અથવા તેમનાં દ્વારા એવી પરિસ્થિતિ ઊભી કરવાનો પ્રયત્ન કરવામાં આવ્યો હતો કે કૃષ્ણ જાતે જ ત્યાંથી દૂર થઈ જાય. એવા કેટલાક ઉદાહરણ નીચે પ્રમાણે છેઃ

1) રુક્મિણીનો સ્વયંવરઃ કંસનાં સસરા જરાસંધનાં ત્રણ-ચાર ખાસ સહકર્મચારી હતાં - શિશુપાલ, રૂક્મી, દંતવક્ર, શાલ્વ વગેરે. રુક્મિણીનાં પિતા રાજા ભીષ્મક પણ જરાસંધનાં જ હિમાયતી હતા. અને કેમ કે કૃષ્ણનાં હાથે જરાસંધના જમાઈ કંસનો વધ થયો હતો, એટલે ભીષ્મકે પોતાની પુત્રીનાં સ્વયંવરમાં મથુરાને આમંત્રિત જ નહોતું કર્યું. આ પણ રાજનીતિક સ્તરે એક અપમાન હતું. તેથી આ અપમાનનો વિરોધ પ્રદર્શિત કરવા માટે કૃષ્ણ વગર બોલાવ્યે જ વિદર્ભ પહોંચી ગયા હતાં. અને ત્યાં કૃષ્ણ ભીષ્મકને મળીને આ વાતનો સ્પષ્ટ ઠપકો આપે છેઃ

ममागमनमेवेह प्रायेन न हितं तव।
अत्तो न कृतमातिथ्यमपात्राय नरेश्वर।।

કૃષ્ણ બોલ્યાઃ "હે રાજન! મારું અહીં આવવું જ કદાચ તમારા હિતમાં નથી, એવું સમજીને જ તમે મારાં જેવા અપાત્રનો આતિથ્ય-સત્કાર ન કર્યો."

(હરિવંશ પુરાણ, વિષ્ણુપર્વ, અધ્યાય-૫૧, શ્લોક-૧૩)

જો કે રાજા ભીષ્મકે અપમાન કર્યું તો પણ વિનમ્રતાપૂર્વક, પરંતુ તેમનાં પુત્ર રૂક્મી અને તેનાં સાથીઓએ તો કૃષ્ણને અપમાનિત કરવા માટે બધી હદ પાર કરી નાખીઃ

अहो कालकृतं कर्म दैवं च केन वार्यते।
किंवाऽहं कथयिष्यामि देवेन्द्राणां च संसदि।।
ग्रहीतुं रुक्मिणीं कन्यां देवयोग्यां मनोहराम्।
आयाति देवैर्मुनिभिर्नन्दस्य पशुरक्षकः।।
साक्षाज्जारश्च गोपीनां गोपोच्छिष्टान्नभोजनः।
जातेश्च निर्णयो नास्ति भक्ष्यमैथुनयोस्तथा।।
किं नु राजेन्द्रपुत्रश्च किं नु वा मुनिपुत्रकः।
वसुदेवः क्षत्रियश्च भक्षणं वैश्यमन्दिरे।।
शिशुकाले च स्त्रीहत्या कृताऽनेन दुरात्मना।
कुब्जा मृता च संभोगाद्दाससा रजको मृतः।।
राजेन्द्रस्य वधे दुष्टो ब्रह्महत्यां लभेद्ध्रुवम्।
मथुरायां च धर्मिष्ठः सद्यः कंसो निपातितः।।

રૂક્મીએ કહ્યુંઃ "અરે કાલકૃત કર્મ અને દૈવને કોણ દૂર કરી શકે છે? ભલા હું રાજાઓની સભામાં શું કહું? કેમ કે જે નંદનાં પશુઓનો રખવાળ છે, તે રુક્મિણી જેવી પરમ સુંદરી સાથે લગ્ન કરવા આવ્યો છે. ગોપીઓનો જાર, ગોવાળોનું એઠું ખાનારો, જેની જાતિ, ખાણી-પીણી અને ઉત્પત્તિનું કોઈ ઠેકાણું જ નથી; એ પણ ખબર નથી કે એ કોઈ રાજકુમાર છે કે કોઈ મુનિનો પુત્ર છે, જેનાં પિતા વસુદેવ તો ક્ષત્રિય છે પણ જેનું ભરણ-પોષણ વૈશ્યનાં ઘરમાં થયું છે. જે દુરાત્માએ બાળપણમાં જ સ્ત્રીની હત્યા કરી, રજકને માર્યો અને નીચ સ્ત્રી કુબ્જા સાથે ભોગ વિલાસ કર્યો, જેણે મથુરાનાં ધર્માત્મા રાજા કંસને મારીને બ્રહ્મહત્યા જેવું પાપ કર્યું; એ પણ અહીં આવ્યો છે."

(બ્રહ્મવૈવર્ત પુરાણ, શ્રીકૃષ્ણજન્મખંડ, અધ્યાય-૧૦૬, શ્લોક-૧૮-૨૩)

ઉપરોક્ત શ્લોકોથી સ્પષ્ટ છે કે રૂક્મીએ પોતાનાં જ પિતાના રાજદરબારમાં અતિથિ તરીકે આવેલા કૃષ્ણનું અપમાન કરવામાં બધી રાજકીય મર્યાદાઓ ઓળંગી નાખી હતી.

2) યુધિષ્ઠિરનો રાજસૂય યજ્ઞઃ સહદેવ દ્વારા કૃષ્ણની અગ્રપૂજા કરવાના કારણે તેમનાં જ ફોઈનાં દીકરા ભાઈ શિશુપાલ રાતા-પીળા થઈ ગયા. શિશુપાલે કૃષ્ણને દેશ-વિદેશનાં રાજાઓથી ભરેલી એ સભામાં સેંકડો ગાળો આપી. તેણે કૃષ્ણને સ્ત્રીનો હત્યારો, ગોવંશોનો હત્યારો, લગ્ન નક્કી થઈ ગયેલી છોકરીને ભગાડીને લઈ જનારો, ભાગેડુ, ગોવાળ, અહીર, અસંસ્કારી વગેરે કોણ જાણે શું-શું કીધું. અને આજ બધાંનાં કારણે એ સભામાં તલવારો પણ તાણવામાં આવી અને છેલ્લે કૃષ્ણનાં જ હાથે શિશુપાલ માર્યો ગયો. આ આખો પ્રસંગ *મહાભારતમાં સભાપર્વમાં આડત્રીસથી બેતાળીસમાં અધ્યાયમાં* વર્ણવાયેલો છે અને આ

પુસ્તકમાં પણ બીજા પ્રશ્નોનાં જવાબમાં આ વાતનો યથાયોગ્ય ઉલ્લેખ કરવામાં આવ્યો છે.

3) અવંતીની રાજકુમારી મિત્રવિન્દાનો સ્વયંવર: કૃષ્ણનાં સૌથી નાના ફોઈ રાજાધિદેવીનાં લગ્ન અવંતિનરેશ સાથે થયાં હતાં. તેમનાં ત્રણ સંતાનો હતાં - પુત્ર વિંદ અને અનુવિંદ તથા પુત્રી મિત્રવિન્દા. વિંદ અને અનુવિંદ દુર્યોધનનાં પક્ષમાં હતાં અને કૃષ્ણ સાથે ખૂબ જ વેર રાખતા હતાં. એ સ્વયંવરમાં કૃષ્ણ પણ હાજર હતાં અને સંજોગોવશાત મિત્રવિંદાને કૃષ્ણ જ પસંદ આવી ગયા. આ કારણે વિંદ-અનુવિંદે કૃષ્ણનું ઘણું અપમાન કર્યું અને પોતાની બહેનને પણ રોકી:

विन्ध्यानुविन्ध्यावावन्त्यौ दुर्योधनवशानुगौ।
स्वयंवरे स्वभगिनीं कृष्णे सक्तां न्यषेधताम्।।

શુકદેવજીએ કહ્યું: ''વિંદ અને અનુવિંદ અવંતિ દેશનાં રાજા હતાં. તેઓ દુર્યોધનનાં વશવર્તી અને અનુયાયી હતાં. તેમની બહેન મિત્રવિંદાએ સ્વયંવરમાં કૃષ્ણને જ પોતાનાં પતિ બનાવવા ઈચ્છ્યા, પણ વિંદ-અનુવિંદે પોતાની બહેનને એવું કરવા માટે અટકાવી હતી.''

(ભાગવત પુરાણ, સ્કંધ-૧૦, અધ્યાય-૫૮, શ્લોક-30)

4) દુર્યોધન દ્વારા નિંદા: પાંડવોને લઈને કૃષ્ણ અને દુર્યોધનની વચ્ચે જીવનભર છત્રીસનો આંકડો જળવાય રહ્યો અને જ્યારે દુર્યોધન મરવાનો હતો, ત્યારે પણ તે કૃષ્ણને અપશબ્દ કહેવામાંથી ઊંચો ન આવ્યો:

कंसदासस्य दायाद न ते लज्जास्त्यनेन वै।
अधर्मेण गदायुद्धे यदहं विनिपातितः।।

દુર્યોધને કહ્યું: ''હે કંસનાં નોકરનાં છોકરા! હું જે ગદાયુદ્ધમાં અધર્મથી માર્યો ગયો છું, એ કુકૃત્યનાં કારણે શું તને શરમ નથી આવતી?''

(મહાભારત, શલ્યપર્વ, અધ્યાય-૬૧, શ્લોક-૨૭)

બીજે પણ ઘણીવાર, કેટલીય સભાઓમાં કૃષ્ણનું અપમાન કરવામાં આવ્યું હતું.

૧૭. શું કૃષ્ણએ પોતાની માં દેવકીનાં મૃત બાળકોને પુનર્જિવિત કરી દીધા હતાં?

મહાભારતમાં આવી કોઈ ઘટનાનો કોઈ ઉલ્લેખ નથી. હરિવંશ અને વિષ્ણુ પુરાણમાં પણ આવી કોઈ વાતનો ઉલ્લેખ નથી મળતો, આવી વાત ફક્ત ભાગવત પુરાણ *(સ્કંધ-૧૦, અધ્યાય-૮૫, શ્લોક -૩૪-૫૯)* માં નોંધાયેલી છે.

સ્પષ્ટીકરણ: વળી પાછી એજ વાત. જેટલાં નવા શાસ્ત્ર એટલી નવી વાતો. પરંતુ કોઈનાં પણ વાસ્તવિક વ્યક્તિત્વનો આધાર જૂનાં શાસ્ત્ર હોઈ શકે છે, નવા નહિ. નવા ગ્રંથોનું કામ છે ચમત્કાર ઉમેરતાં જવું અને નાયકને વેચતા જવું.

૧૮. શું કૃષ્ણએ એક જ સમયમાં બધી સોળ હજાર એક સો સ્ત્રીઓ સાથે લગ્ન કર્યા હતાં?

આવું વર્ણન ફક્ત *ભાગવત પુરાણનાં દસમાં સ્કંધનાં ઓગણસાઈઠમાં અધ્યાયના બેતાળીસમાં શ્લોકમાં* આવ્યું છે જેમાં કહેવામાં આવ્યું છે કે કૃષ્ણએ સોળ હજાર એક સો સ્ત્રીઓ સાથે અલગ-અલગ ભવનોમાં લગ્ન કર્યા હતાં. ...બીજા કોઈપણ ગ્રંથમાં આનો કોઈ ઉલ્લેખ નથી મળતો.

સ્પષ્ટીકરણઃ જેમકે હું વારંવાર કહી રહ્યો છું, કર્મવીર કૃષ્ણને નવા શાસ્ત્રોએ અકારણ જ ચમત્કારી કૃષ્ણ બનાવી દીધા. પણ ખરા અર્થમાં તો તેનું નુકસાન જ થયું છે, કોઈ ફાયદો નહિ.

૧૯. શું કૃષ્ણ બાળપણથી જ નટખટ હતાં?

પુરાણોમાં કૃષ્ણનાં બાળપણનાં ક્રિયાકલાપો વિષે ઘણી બધી વાતો લખેલી મળે છે, જેમાં તેમનાં નટખટ અંદાજને અત્યંત સાહિત્યિક કળા સાથે પીરસવામાં આવ્યો છે. એ બધાંનાં કથાનક એકસમાન છે. હરિવંશ, ભાગવત, વિષ્ણુ, બ્રહ્મવૈવર્ત વગેરે પુરાણ હોય કે ગર્ગ સંહિતા, આ બધાંની ભાષા-શૈલી ભલેને અલગ-અલગ હોય પણ કથા એકેયમાં કમ નથી. ધ્યાન આપવા જેવી વાત એ છે કે આ ગ્રંથોમાં કૃષ્ણનાં બાળસુલભ નટખટપણાંને તેમની લીલા તથા ભક્તોનું મનોરંજન કરવા માટે તેમની કૃપા બતાવવામાં આવી છે.

પણ મહાભારતમાં આ વિષે કંઈ નથી કહેવાયું. ઉત્તર ભારતમાં મહાભારતની જે નીલકંઠી ટીકા પ્રચલિત છે, તેમાં કૃષ્ણનાં બાળપણ વિષે એક પણ શ્લોક નથી, પણ દક્ષિણ ભારતમાં જે મહાભારત પ્રચલિત છે, તેમાં ઘરમાં લટકાવેલું શીકું ઊંધું વાળવું, પૂતનાને મારવી, ધૂળમાં આળોટવું, ખાંડણિયાથી બાંધવામાં આવવા, એક વાર માખણ ખાતાં જોઈ લેવાતાં, જંગલોમાં ગાયો ચરાવવા, કાલીયા નાગને યમુનામાંથી ભગાડવા સિવાય કૃષ્ણનાં બાળપણની બીજી કોઈપણ ગતિવિધિનો ઉલ્લેખ નથી કરવામાં આવ્યો.

(દક્ષિણાત્ય મહાભારત, સભાપર્વ, અધ્યાય-૫૨, ૫૩)

એ પણ ત્યારે જ્યારે આ દક્ષિણાત્ય મહાભારતને બિનજરૂરી રૂપે વિસ્તાર કરીને દોઢ લાખ શ્લોકોમાં પૂરું કરવામાં આવ્યું છે. તેથી નિષ્કર્ષ રૂપે કહેવામાં આવે તો પૌરાણિક વિવરણો પ્રમાણે કૃષ્ણ ભારે નટખટ હતાં, પણ મહાભારતમાં નોંધાયેલા વિવરણો પ્રમાણે કૃષ્ણનાં નટખટપણાં વિષે કંઈપણ કહેવું અઘરું છે.

૨૦. શું સાચે જ કૃષ્ણએ યમુનાનાં કાલીયા નાગનો સામનો કર્યો હતો?

મહાભારતમાં આ ઘટનાનો ઉલ્લેખ નથી મળતો, પણ નીચે મુજબનાં પુરાણોમાં આ ઘટનાનો

વિસ્તારપૂર્વક ઉલ્લેખ કરવામાં આવ્યો છેઃ

(ભાગવત પુરાણનાં સ્કંધ-૧૦, અધ્યાય-૧૬-૧૭, વિષ્ણુ પુરાણનાં અંશ-૫, અધ્યાય-૭, બ્રહ્મવૈવર્ત પુરાણનાં શ્રીકૃષ્ણજન્મખંડ, અધ્યાય-૧૯, ગર્ગ સંહિતાનાં ગોલોકખંડ, અધ્યાય-૧૨).

ઉપરના બધાં પુરાણોમાં કૃષ્ણની કાલીયા નાગ સાથે બાથ ભીડવાની કથા વિસ્તારપૂર્વક મળે છે.

૨૧. કૃષ્ણને કયા-કયા વસ્ત્ર પ્રિય હતાં?

જ્યાં સુધી વસ્ત્રો વિષે કૃષ્ણની રુચિની વાત છે, તો એ વિષે ફક્ત એક જગ્યાએ એવો ઉલ્લેખ ઉપલબ્ધ છે અને એ પણ અસ્પષ્ટ રૂપે. ફક્ત દક્ષિણ ભારતમાં પ્રચલિત મહાભારતમાં આ વિષે એક શ્લોક મળે છેઃ

नीलपीताम्बर धरौ पीतश्वेतानुलेपनौ।
बभूवतुर्वत्सपालौ काकपक्षधरावुभौ।।

ભીષ્મપિતામહ કહે છેઃ ''બલરામ વાદળી રંગનાં અને કૃષ્ણ પીળા રંગનાં વસ્ત્ર ધારણ કરતાં હતાં. બલરામનાં શરીર પર પીળા રંગનું ચંદન લગાવવામાં આવતું હતું અને કૃષ્ણનાં શરીર પર ઉજળા રંગનું. બંને ભાઈ કાકપક્ષ ધારણ કરીને વાછરડાં ચરાવવા લાગ્યા.''

(મહાભારત, સભાપર્વ, અધ્યાય-૫૨, શ્લોક-30)

(ઉપરનાં શ્લોકમાં વપરાયેલા 'કાકપક્ષ' શબ્દનો અર્થ થાય છે - માથાનાં પાછળનાં ભાગમાં બાંધેલો લાંબા વાળનો અંબોડો.)

આગળ જતાં કૃષ્ણનું એક નામ જ 'પીતાંબરધારી' પડી ગયું અને મધ્યકાલનાં કવિઓએ સંસ્કૃત અને હિન્દીમાં આજ નામનાં આધારે હજારો શ્લોકો અને પદોની રચના કરી. સાથે જ કેટલાક પુરાણોમાં આજ આધારે મેળવણ પણ કરવામાં આવી. નહીંતર જૂના શાસ્ત્રોમાં કૃષ્ણનાં વસ્ત્રો કે શૃંગારને લઈને કંઈપણ ઉપલબ્ધ નથી.

૨૨. શું ગાંધારીએ કૃષ્ણનાં વંશનો નાશ થવાનો શાપ આપ્યો હતો?

મહાભારતમાં આ વાતનું વર્ણન આ પ્રકારે મળે છેઃ

पाण्डवाः धार्तराष्ट्राश्च क्रुद्धाः... x ...परिपतिष्यन्ति यथैता भरतस्त्रियः।।

ગાંધારીએ કહ્યુંઃ ''કૃષ્ણ! તારી નજર સામે ધૃતરાષ્ટ્ર અને પાંડુનાં પુત્ર પરસ્પર લડીને ભસ્મ થઈ ગયા, તે એની ઉપેક્ષા કેવી રીતે કરી? તું શક્તિશાળી હતો અને બંને પક્ષો પાસે પોતાની વાત મનાવડાવી લેવામાં સમર્થ પણ હતો, તું જ્ઞાની પણ હતો, પણ તે સ્વેચ્છાએ

કુરુકુળનાં નાશની ઉપેક્ષા કરી. આ તારો મહાન દોષ છે અને એટલે હું તને શાપ આપી રહી છું. તે જાણી-જોઈને લડતાં-કપાઈ મરતાં કૌરવો-પાંડવોની ઉપેક્ષા કરી છે, એટલે તું પોતાનાં ભાઈ-બંધુઓનો પણ વિનાશ કરી નાખીશ. આજથી છત્રીસ વર્ષ પછી તારા બધાં સગા-સંબંધીઓ, મંત્રી અને પુત્ર તારી નજર સામે લડી-ઝઘડીને મરી જશે. તું પોતે પણ ખૂબ જ નીચલા સ્તરનાં મોતે મરીશ. તારા કુળની સ્ત્રીઓ પણ આ ભરતકુળની સ્ત્રીઓની જેમ જ લાશો ઉપર વિલાપ કરશે.''

(મહાભારત, સ્ત્રીપર્વ, અધ્યાય-૨૫, શ્લોક-૩૯-૪૬)

સ્પષ્ટીકરણઃ ઉપરના શ્લોકોમાં 'છત્રીસ વર્ષ પછી' વાળા શબ્દો ઘણી બધી હકીકતનું વર્ણન કરી દેવાવાળા છે. હકીકતમાં યાદવાસ્થળીની ઘટનાને એક શાપનું પરિણામ બતાવવા માટે આ શ્લોક પાછળથી મહાભારતમાં જોડવામાં આવ્યા છે. કેમ કે જો શાપની જ વાત કરવામાં આવે, તો શાપ આપનાર વ્યક્તિ ક્યારેય સમય નથી કહેતી અને આવું કોઈ પુરાણમાં જોવામાં પણ નથી આવ્યું. તેથી મારી દ્રષ્ટિએ, મારા સાયકોલૉજિકલ જ્ઞાનનાં આધારે કહી શકું છું કે આ આખો પ્રસંગ એક મિલાવટ છે.

૨૩. નંદ-યશોદાનાં ઘરની આર્થિક સ્થિતિ શું હતી?

પુરાણોં અનુસાર નંદજી ગોવાળ હતાં અને પશુપાલન અને દૂધ તેમજ દૂધ-ઉત્પાદનોનો વ્યવસાય એ તેમનો ધંધો હતો. કેમ કે ગોવાળોનો મુખ્ય આર્થિક આધાર પશુ હતાં, તેથી તેમનું નિવાસ-સ્થાન પણ જંગલોની વચ્ચે રહેતું હતું જેથી કરીને પશુઓ માટે પૂરતાં પ્રમાણમાં ચારા-પાણીની ઉપલબ્ધતા જળવાઈ રહે. મથુરા જેવાં શહેરોની નગરીય સભ્યતાથી એ લોકો માઈલો દૂર હતાં. તેમનો ભલો-ભોળો સ્વભાવ હતો અને તેઓ પોતાની વસાહતમાં રહીને સંતુષ્ટ હતાં. એ વિષે કૃષ્ણ ખુદ એક જગ્યાએ કહે છેઃ

ન નઃ પુરોજનપદા ન ગ્રામા ન ગૃહા વયમ્।
નિત્યં વનૌકસ્તાત વનશૈલ નિવાસિનઃ॥

કૃષ્ણ નંદબાબાને કહે છેઃ ''પિતાજી! ન તો આપણી પાસે કોઈ દેશનું રાજ્ય છે, ન તો આપણી પાસે કોઈ નગર છે, આપણી પાસે તો ગામ કે ઘર પણ નથી. આપણે તો કાયમનાં વનવાસી છીએ, વન અને પહાડ જ આપણાં ઘર છે.''

(ભાગવત પુરાણ, સ્કંધ-૧૦, અધ્યાય-૨૪, શ્લોક-૨૪)

હરિવંશ પુરાણમાં પણ આજ પ્રકારની વાતો જોવા મળે છેઃ

વયં વનચરા ગોપાઃ સદા ગોધનજીવિનઃ।
ગાવોઽસ્મદૈવતં વિદ્ધિ ગિરયશ્ચ વનાનિ ચ॥

વૃંદાવનનાં મોટા વડીલ ગોવાળોને સંબોધિત કરતાં કૃષ્ણ કહે છેઃ ''હે આર્ય! આપણે વનમાં રહેવાવાળા ગોવાળ છીએ અને આપણે કાયમ ગોધનથી જ પોતાનું ગુજરાન ચલાવીએ છીએ. તેથી તમને ખબર હોવી જોઈએ કે ગાયો, પર્વત અને વન - આજ આપણા દેવતા છે.''

(હરિવંશ પુરાણ, વિષ્ણુપર્વ, અધ્યાય-૧૬, શ્લોક-૨)

ઉપરનાં શ્લોકોથી એ વાત સંપૂર્ણ રીતે સ્પષ્ટ થઈ જાય છે કે નંદ-યશોદા વનવાસી જીવન જીવી રહ્યા હતાં અને નગર-વસ્તીથી દૂર તેમનાં ગોષ્ઠ એટલે કે ઘર હતાં. સાથે જ પુરાણોમાં કેટલાક એવા શ્લોક પણ મળે છે જે અનુસાર નંદબાબા પોતાનાં ગોષ્ઠનાં પ્રમુખ એટલે કે સરદાર હતાં. તો આ પ્રમાણથી એ વાત સહેલાઈથી સમજી શકાય છે કે તેમનાં ગોષ્ઠનાં અન્ય ગોવાળોની સરખામણીમાં તેમનાં ઘરમાં સુખ-સુવિધાઓનાં સાધન વધારે રહ્યાં હશે. તેઓ પોતાનાં ગોષ્ઠનાં રાજકીય કરનો હિસાબ રાખતા હતાં અને ગોષ્ઠની સુરક્ષા અને અન્ય વસ્તુઓની જવાબદારી સંભાળી રહ્યાં હતાં, તેની સાથે જોડાયેલો એક શ્લોક ભાગવત પુરાણમાં જુઓઃ

गोपान् गोकुलरक्षायां निरूप्य मथुरां गतः।
नंदः कंसस्य वार्षिक्यं करं दातुं कुरुद्वह।।

શુકદેવજી કહે છેઃ ''હે પરીક્ષિત! કંસનો વાર્ષિક કર ચૂકવવા માટે મથુરા જવા માટે નંદબાબાએ ગોકુળની રક્ષાનો ભાર બીજા ગોવાળોને સોંપી દીધો અને જતાં રહ્યા.''

(ભાગવત પુરાણ, સ્કંધ-૧૦, અધ્યાય-૫, શ્લોક-૧૯)

સ્પષ્ટીકરણઃ ટૂંકમાં, કૃષ્ણનું બાળપણ સંઘર્ષો અને ગરીબીથી ભરેલું હતું. ખરેખર કૃષ્ણએ મુશ્કેલીભર્યું બાળપણ પસાર કર્યું હતું.

૨૪. કૃષ્ણની બધી રાણીઓનાં નામ શું હતાં?

હરિવંશ પુરાણમાં કૃષ્ણની પત્નીઓ વિષે આ પ્રકારે કહેવામાં આવ્યું છેઃ

रुक्मिण्याः केशवः पाणिं जग्राह विधिवत्प्रभुः।।

XXX XXX XXX

कालिन्दीं मित्रविन्दां च सत्यां नाग्नजिनीमपि।
सुतां जाम्बवतश्चापि रोहिणीं कामरूपिणीम्।।
मद्रराजसुतां चापि सुशीलां शुभलोचनाम्।
सात्राजितीं सत्यभामां लक्ष्मणां चारुहासिनीम्।।
शैब्यस्य च सुतां तन्वीं रूपेणाप्सरसोपमाम्।
स्त्रीसहस्राणि चान्यानि षोडशातुलविक्रमः।।

"ત્યારે કેશવ (કૃષ્ણ)એ વિધિપૂર્વક
(૧) રુક્મિણીનું પાણિગ્રહણ કર્યું,
(૨) કાલિંદી (યમુનાનાં નામથી પણ પ્રસિદ્ધ),
(૩) મિત્રવિન્દા (કૃષ્ણની ફોઈ રાજાધિદેવી, જેનાં લગ્ન અવંતીરાજ સાથે થયાં હતાં, તેમની પુત્રી),
(૪) સત્યા (નાગ્નજિતીનાં નામથી પણ પ્રસિદ્ધ અને અયોધ્યાનરેશ નગ્નજિતની પુત્રી),
(૫) જાંબવતી (જાંબવાનની પુત્રી),
(૬) રોહિણી (ભદ્રા અને કૈકેયીનાં નામથી પણ પ્રસિદ્ધ અને કૃષ્ણની ફોઈ શ્રુતકીર્તિ, જેનાં લગ્ન કેકયરાજ સાથે થયાં હતાં તેમની પુત્રી),
(૭) લક્ષ્મણા (મદ્રરાજની પુત્રી),
(૮) સત્યભામા (સત્રાજીતની પુત્રી),
(૯) ગાંધારી (રાજા શૈવ્યની પુત્રી). તેમનાં સિવાય બીજી સોળ હજાર સ્ત્રીઓ હતી."

(હરિવંશ પુરાણ, વિષ્ણુપર્વ,
અધ્યાય-૬૦, શ્લોક-૩૪, ૪૧-૪૩)

ઉપરના વિવરણથી સ્પષ્ટ છે કે હરિવંશ પુરાણમાં સોળ હજાર અન્ય સ્ત્રીઓ સિવાય કુલ નવ પટરાણીઓનાં નામ જણાવવામાં આવ્યા છે જ્યારે આઠ પટરાણીઓની વાત વધારે પ્રસિદ્ધ છે. *ભાગવત પુરાણ (સ્કંધ-૧૦, અધ્યાય-૫૮)* માં વર્ણવાયેલાં કૃષ્ણનાં લગ્ન પ્રમાણે તેમની આ રાણીઓ હતી:

૧) રુક્મિણી	૨) કાલિંદી (યમુના)	૩) મિત્રવિંદા
૪) સત્યા	૫) ભદ્રા	૬) લક્ષ્મણા
૭) સત્યભામા	૮) જાંબવતી અને સોળ હજાર સ્ત્રીઓ	

ગર્ગ સંહિતા (ગોલોકખંડ, અધ્યાય-૧૬) અનુસાર કૃષ્ણના રાધા સાથે બાળપણમાં જ લગ્ન થઈ ગયા હતા, આ રીતે અમુક લોકો રાધાની પણ તેમની પત્નીના રૂપમાં ગણતરી કરે છે. *બ્રહ્મવૈવર્ત પુરાણ (શ્રીકૃષ્ણજન્મખંડ, અધ્યાય-૧૦૫ અને ૧૧૨)* અનુસાર કૃષ્ણની આ પત્નીઓ હતી:

૧) રુક્મિણી	૨) કાલિંદી	૩) સત્યભામા
૪) સત્યા	૫) સતી (ભદ્રા)	૬) નાગ્નજિતી
૭) જાંબવતી	૮) લક્ષ્મણા અને સોળ હજાર સ્ત્રીઓ	

મહાભારતમાં ત્રુટક-ત્રુટક રૂપે રુક્મિણી અને સત્યભામાની ચર્ચા મળે છે, પણ કૃષ્ણનાં કુલ

લગ્નોની કોઈપણ વાત ત્યાં ઉપલબ્ધ નથી.

સ્પષ્ટીકરણ: ટૂંકમાં, બધાં શાસ્ત્રોમાં કૃષ્ણનાં આઠ લગ્ન કરવાનું સમર્થન મળે છે.

૨૫. કૃષ્ણનાં કેટલાં સંતાનો હતાં અને તેમનાં નામ શું હતાં?

ભાગવત પુરાણ અનુસાર કૃષ્ણની દરેક રાણીએ દસ-દસ પુત્ર ઉત્પન્ન કર્યા:

તાસાં યા દશપુત્રાણાં... X ...ભદ્રાયા વામ આયુશ્ચ સત્યકઃ।।

રાણીઓનાં નામ	તેમનાંથી ઉત્પન્ન પુત્ર
રુક્મિણી	પ્રદ્યુમ્ન, ચારુદેષ્ણ, સુદેષ્ણ, ચારુદેહ, સુચારુ, ચારુગુપ્ત, ભદ્રચારુ, ચારુચંદ્ર, વિચારૂ અને ચારુ.
સત્યભામા	ભાનુ, સુભાનુ, સ્વર્ભાનુ, પ્રભાનુ, ભાનુમાન, ચંદ્રભાનુ, બૃહદ્ભાનુ, અતિભાનુ, શ્રીભાનુ અને પ્રતિભાનુ.
જાંબવતી	સાંબ, સુમિત્ર, પુરુજિત, શતજિત, સહસ્રજિત, વિજય, ચિત્રકેતુ, વસુમાન, દ્રવિડ અને ક્રતુ.
સત્યા	વીર, ચંદ્ર, અશ્વસેન, ચિત્રગુ, વેગવાન, વૃષ, આમ, શંકુ, વસુ અને કુંતિ.
કાલિંદી	શ્રુત, કવિ, વૃષ, વીર, સુબાહુ, ભદ્ર, શાંતિ, દર્શ, પૂર્ણમાસ અને સોમક.
લક્ષ્મણા	પ્રઘોષ, ગાત્રવાન, સિંહ, બલ, પ્રબલ, ઉદ્દવર્ગ, મહાશક્તિ, સહ, ઓજ અને અપરાજિત.
મિત્રવિંદા	વૃક, હર્ષ, અનિલ, ગૃધ્ર, વર્ધન, અન્નાશ, મહાશ, પાવન, વહ્નિ અને ક્ષુધિ.
ભદ્રા	સંગ્રામજિત, બૃહત્સેન, શૂર, પ્રહરણ, અરિજિત, જય, સુભદ્ર, વામ, આયુ અને સત્યક.

(ભાગવત પુરાણ, સ્કંધ-૧૦, અધ્યાય-૬૧, શ્લોક-૭-૧૭)

હરિવંશ પુરાણમાં કૃષ્ણનાં સંતાનો વિષે જે પ્રમાણ મળે છે, તેમાં કૃષ્ણનાં ચૌદ લગ્ન અને એ પત્નીઓથી ઉત્પન્ન સંતાનોનાં નામ જણાવવામાં આવ્યા છેઃ

પ્રદ્યુમ્નઃ પ્રથમં જજ્ઞે... X ...સમાખ્યાતા વાસુદેવસ્ય તે સુતાઃ।।

ક્રમ.	રાણીઓનાં નામ	તેમનાંથી ઉત્પન્ન પુત્ર	પુત્રીઓ
૧.	રુક્મિણી	પ્રદ્યુમ્ન, ચારુદેષ્ણ, ચારુભદ્ર, ચારુગર્ભ, સુદેષ્ણ, દ્રુમ, સુખેણ, ચારુગુપ્ત, ચારુવિંદ અને ચારુબાહુ (૧૦)	ચારુમતી (૧)
૨.	સત્યભામા	ભાનુ, ભીમરથ, ક્ષુપ, રોહિત, દીપ્તિમાન, તામ્રજાક્ષ અને જલાંતક (૭)	ભાનુ, ભીમલિકા, તામ્રપર્ણી અને જલન્ધમા (૪)
૩.	જામ્બવતી	સાંબ, મિત્રવાન, મિત્રવિંદ, મિત્રબાહુ અને સુનીથ (૫)	મિત્રવતી (૧)
૪.	સત્યા (નાગ્નજિતી)	ભદ્રકાર અને ભદ્રવિંદ (૨)	ભદ્રવતી (૧)
૫.	સુદત્તા	સંગ્રામજિત, સત્યજિત, સેનજિત અને સપત્નજિત (૪)	
૬.	સુભીમા	વૃકાશ્વ, વૃકનિર્વતિ અને વૃકદીપ્તિ (૩)	
૭.	લક્ષ્મણા	ગાત્રવાન, ગાત્રગુપ્ત અને ગાત્રવિંદ (૩)	ગાત્રવતી (૧)
૮.	કાલિંદી	અશ્રુત અને શ્રુતસમ્મિત (૨); કૃષ્ણએ આ અશ્રુત નામક પુત્રને શ્રુતસેના નામની પોતાની નિઃસંતાન પત્નીને ખોળે(દત્તક) આપી દીધું હતું.	
૯.	બૃહતી	ગદ (૧)	
૧૦.	શૈવ્યા	અંગદ, કુમુદ અને શ્વેત (૩)	શ્વેતા (૧)
૧૧.	સુદેવા	અગાવહ, સુમિત્ર, શુચિ, ચિત્રરથ અને ચિત્રસેન (૫)	ચિત્રા અને ચિત્રવતી (૨)

૧૨.	કૌશિકી	વનસ્તમ્બ, સ્તમ્બવન, નિવાસન અને અવનસ્તમ્બ (૪)	સ્તમ્બવતી (૧)
૧૩.	સુતસોમા	ઉપસન્ન, શંકુ, વજ્રાંશુ અને ક્ષિપ્ર (૪)	
૧૪.	યૌધિષ્ઠિરી	યુધિષ્ઠિર, કપાલી અને ગરુડ (૩)	

(હરિવંશ પુરાણ, વિષ્ણુપર્વ, અધ્યાય-૧૦૩, શ્લોક-૫-૨૧)

(**સ્પષ્ટીકરણઃ** ઉપરોક્ત યાદી પ્રમાણે કૃષ્ણને આ રાણીઓથી કુલ ૫૬ પુત્ર અને ૧૨ પુત્રીઓ હતી.)

બ્રહ્મવૈવર્ત પુરાણમાં કૃષ્ણની દરેક પત્નીથી દસ-દસ પુત્ર અને એક-એક પુત્રી હોવાની વાત કહેવામાં આવી છેઃ

एकस्यां दशपुत्राश्च कन्यकैका क्रमेण च।
हरेरेतान्यपत्यानि बभूवुश्च पृथक्पृथक्।।

(બ્રહ્મવૈવર્ત પુરાણ, શ્રીકૃષ્ણજન્મખંડ, અધ્યાય-૧૧૨, શ્લોક-૩૯)

અન્ય પુરાણોમાં માત્ર દસ-દસ પુત્રો હોવાની વાત કહેવામાં આવી છે. મહાભારતમાં પણ કૃષ્ણનાં પ્રદ્યુમ્ન કે સાંબ જેવા પુત્રોની અહીં-તહીં ચર્ચા તો ચોક્કસ કરવામાં આવી છે, પણ આટલાં મોટાં ગ્રંથમાં કૃષ્ણનાં સંતાનો વિષે કોઈ વ્યવસ્થિત વિવરણ નથી મળતું. પણ એકંદરે એટલું તો કહી જ શકાય કે કૃષ્ણનાં પચાસથી વધારે સંતાનો હતાં.

૨૬. દુર્વાસા મુનિ અને કૃષ્ણનો શું સંબંધ હતો?

કૃષ્ણ અને દુર્વાસા મુનિના સંબંધની વાત ફક્ત બ્રહ્મવૈવર્ત પુરાણમાં કરવામાં આવી છે, બીજે મહાભારત સહિત કોઈ પુરાણમાં આવું વિવરણ નથી મળતું. આ પુરાણમાં બે વાર્તાઓને એક સૂત્રમાં પરોવવામાં આવી છે. સૌથી પહેલાં કૃષ્ણનાં જન્મ વખતે જ્યારે યશોદા અને દેવકીનાં બાળકોની અદલાબદલી કરવામાં આવે છે, તો એ વખતે આઠમાં સંતાનનાં રૂપે દેવકી દીકરીને જન્મ આપે છે એ વાતથી કંસને શંકા જાય છે કેમ કે આ વાત ભવિષ્યવાણીથી વિપરીત હતી. બસ, આજ વાતનો ફાયદો ઉઠાવીને દેવકી અને વસુદેવજી કંસને પ્રાર્થના કરે છે કે ભલા એક કન્યા તેનાં જેવા શક્તિશાળી રાજાની હત્યા કેવી રીતે કરી શકે? સાત-સાત સંતાનોને માર્યા પછી કમ-સે-કમ આ કન્યા ઉપર તો દયા કરો. આશ્ચર્યજનક રીતે કંસ માની પણ જાય છે અને તે એ કન્યાને માર્યા વિના પાછી આપી દે છે. આ રીતે દેવકી અને વસુદેવજી એ કન્યાનું પાલન-પોષણ કરવા લાગે છે. તેનું નામ એકાનંશા રાખવામાં આવે છેઃ

वसुदेवो देवकी च तामादाय मुदान्वितौ।
जग्मतुः स्वगृहं तौ च कन्यां कृत्वा स्ववक्षसि।।
मृतामिव पुनः प्राप्य ब्राह्मणेभ्यो ददौ धनम्।
सा परा भगिनी विप्र कृष्णस्य परमात्मनः।।
एकानंशेति विख्याता पार्वत्यंशसमुद्भवा।
वसुस्तां द्वारकायां तु रुक्मिण्युद्वाहकर्मणि।।

(બ્રહ્મવૈવર્તપુરાણ, શ્રીકૃષ્ણજન્મખંડ, અધ્યાય-૭, શ્લોક-૧૨૯-૧૩૧)

પછી રુક્મિણી-કૃષ્ણનાં લગ્ન બાદ દ્વારકામાં અચાનક પહોંચેલાં દુર્વાસા મુનિનું સ્વાગત-સત્કાર કરવાનાં ક્રમમાં વસુદેવજી પોતાની આ એકાનંશા નામક પુત્રીનાં લગ્ન તેમની સાથે કરી દે છે:

ददौ दुर्वाससे भक्त्वाया शंकरांशाय भक्तितः।
एवं निगदितं सर्वं कृष्णजन्मानुकीर्तनम्।।

XXX XXX XXX

एकदा द्वारकां रम्यां दुर्वासा मुनिपुंगवः।
शिष्यैस्त्रिकोटिभिः सार्धमाजगामावलीलया।।
राजा महोग्रसेनश्च सपुत्रः सपुरोहितः।
वसुदेवो वासुदेवोऽप्यक्रूरश्चोद्धवस्तथा।।
नीत्वा षोडशोपचारं प्रणेमुर्मुनिपुंगवम्।
शुभाशिषं च प्रददौ तेभ्यो ब्रह्मन्पृथक्पृथक्।।
एकानंशां च कन्यां तां ददौ तस्मै शुभक्षणे।
मुक्तामाणिक्यहीरांश्च रत्नं च यौतकं ददौ।।

(બ્રહ્મવૈવર્ત પુરાણ, શ્રીકૃષ્ણજન્મખંડ, અધ્યાય-૭, શ્લોક-૧૩૨;
અધ્યાય-૧૧૨, શ્લોક -૪૦-૪૩)

હિંદુ ધર્મગ્રંથોમાં એવા સેંકડો પ્રમાણ મળે છે કે પ્રાચીનકાળમાં રાજાગણ મુનિઓ સાથે પોતાની દીકરીઓનાં લગ્ન કરી નાખતાં હતાં. તેથી આ એકાનંશા અને દુર્વાસાનાં લગ્નને પણ અસ્વાભાવિક ન કહી શકાય. હા, એક શંકા ચોક્કસ થાય કે આ લગ્નની ચર્ચા મહાભારત કે અન્ય પુરાણોમાં કેમ નથી કરવામાં આવી?

૨૭. આજકાલ ગીતાનાં નામે કેટલાંય ગ્રંથ જોવા મળે છે, શું તે ભગવદ્ગીતાની નકલ છે?

ગીતાનો અર્થ થાય છે 'સંગીત'. જ્યારે કોઈ ઉચ્ચ સ્તરનું જ્ઞાન સુમધુર ભાષામાં પ્રસ્તુત

કરવામાં આવે છે ત્યારે તેને ગીતા કહેવામાં આવે છે. હિંદુ ધર્મશાસ્ત્રોમાં કેટલાંય વિદ્વાનોએ ઉચ્ચ સ્તરની આધ્યાત્મિક વાતો કરી છે જે જુદાં-જુદાં ગ્રંથોમાં આજે પણ ઉપલબ્ધ છે અને તેમને જ અલગ અલગ પુસ્તકોમાં સંકલિત કરીને જુદાં-જુદાં નામોથી પ્રકાશિત કરવામાં આવ્યા છે. તેમાંથી કેટલીક મુખ્ય ગીતા નીચે પ્રમાણે છે:

- **અષ્ટાવક્ર ગીતા:** આ ગીતામાં મિથિલાનાં રાજા જનક અને તેમનાં ગુરુ અષ્ટાવક્ર મુનિનો સંવાદ છે. આ એક સ્વતંત્ર ગ્રંથ છે અને તેનાં રચનાકારનું નામ અજ્ઞાત છે. તેની રચના લગભગ ચોથી થી બીજી સદી ઈસવીસન પૂર્વે થઈ હતી. આ ગ્રંથમાં વૈરાગ્ય, જ્ઞાન અને મુક્તિ વિષે વિસ્તારપૂર્વક વાત કરવામાં આવી છે.
- **પાંડવ ગીતા:** તેનાં રચનાકારનું નામ અજ્ઞાત છે અને તેનાં રચનાકાળ વિષે પણ વિદ્વાન એકમત નથી. હકીકતમાં આ કોઈ સ્વતંત્ર રચના નથી, પણ એક સંકલન છે જેમાં કુલ ૭૬ શ્લોક છે અને આ બધાં શ્લોક મહાભારત અને અન્ય ગ્રંથોમાંથી પસંદ કરવામાં આવ્યા છે. વિષ્ણુ અને કૃષ્ણની આત્મનિષ્ઠ વંદના આનો મુખ્ય વિષય છે.
- **અનુગીતા:** *મહાભારતનાં આશ્વમેધિક પર્વનાં સોળમાં અધ્યાયથી લઈને એક્કાવનમાં અધ્યાય* ને અલગથી સંકલિત કરીને તેને અનુગીતા નામ આપવામાં આવ્યું છે. કુલ છત્રીસ અધ્યાયોમાં ધર્મ અને નૈતિકતા ઉપર વિસ્તારપૂર્વક ચર્ચા કરવામાં આવી છે.
- **વ્યાધગીતા:** *મહાભારતનાં વનપર્વનાં ૨૦૬ થી ૨૦૮માં અધ્યાય*ને અલગથી સંકલિત કરીને વ્યાધગીતાનાં નામે પ્રકાશિત કરવામાં આવ્યું છે. તેમાં માર્કંડેય મુનિ યુધિષ્ઠિરને મિથિલાનાં એક કસાઈ અને કૌશિક બ્રાહ્મણની વાર્તાનાં માધ્યમથી જણાવે છે કે કોઈપણ કર્મ ખરાબ નથી હોતું. કર્મ કરવાનાં ભાવ અને રીતનું મૂલ્ય છે, એ શુદ્ધ તો કર્મ શુદ્ધ; બાકી ગમે તેટલું ઊંચું કર્મ કેમ ન કરો, ભાવ અશુદ્ધ હશે, તો કર્મ અશુદ્ધ થઈ જશે. આ નાની એવી ગીતાનું આજનાં સંદર્ભમાં ઘણું મહત્ત્વ છે અને એટલે જ સ્વામી વિવેકાનંદે આ ગીતા પર ઘણો ભાર મૂક્યો હતો.
- **ગુરુગીતા:** *સ્કંદ પુરાણનાં મહેશ્વર ખંડ*માંથી કેટલાંક અંશોને અલગથી સંકલિત કરીને આ ગીતાને પ્રકાશિત કરવામાં આવી છે. આ ગીતામાં ગુરુ, શિષ્ય અને પરમાત્માનાં ત્રિસ્તરીય સંબંધોને સ્પષ્ટ કરવાનો પ્રયત્ન કરવામાં આવ્યો છે.
- **અવધૂત ગીતા:** નવમી-દસમી સદી દરમિયાન નાથ સંપ્રદાયના યોગીઓ દ્વારા રચિત આ ગીતા એક સ્વતંત્ર ગ્રંથ છે જેમાં આઠ અધ્યાયોમાં કુલ ૨૮૯ શ્લોક છે.
- **રામ ગીતા:** *અધ્યાત્મ રામાયણનાં ઉત્તરકાંડનાં પંદરમાં અધ્યાયનાં* બધાં ૬૨ શ્લોકોને અલગથી સંકલિત કરીને આ ગીતાને પ્રકાશિત કરવામાં આવી છે. આમાં રામ અને લક્ષ્મણનો સંવાદ છે.

• **ભગવદ્ગીતાઃ** *મહાભારતનાં ભીષ્મપર્વનાં ૨૩ થી લઈને ૪૦માં અધ્યાય* સુધીનાં ભાગને અલગથી સંકલિત કરીને આ ગીતાને પ્રકાશિત કરવામાં આવી છે. તેમાં કુલ ૭૦૦ શ્લોક છે અને મુખ્ય સંવાદ કૃષ્ણ અને અર્જુન વચ્ચે ચાલે છે.

ઉપરોક્ત સૂચીને જોયા પછી બધાંને એ સ્પષ્ટ થઈ જવું જોઈએ કે દરેક ગીતા કોઈ ને કોઈ ગ્રંથનો ભાગ છે. કેટલીક જ ગીતા છે જેમની રચના સ્વતંત્ર રૂપે કરવામાં આવી છે. સાથે જ એ પણ સત્ય છે કે ભગવદ્ગીતાની પ્રસિદ્ધિ પછી જ અન્ય લોકોએ પોત-પોતાનાં મતલબથી ગીતાની રચના કરી અથવા અન્ય ગ્રંથોમાંથી તેનું સંકલન કર્યું.

૨૮. શું એ વાત સાચી છે કે કૃષ્ણનાં પહેલાં સંતાનનું અપહરણ થઈ ગયું હતું?

મહાભારતમાં આ ઘટનાનો કોઈ ઉલ્લેખ નથી મળતો. પણ મહાભારતનો મુખ્ય ભાગ માનવામાં આવતાં *હરિવંશ પુરાણનાં વિષ્ણુપર્વમાં ૧૦૪ માં અધ્યાયમાં* આ ઘટનાનું વિસ્તારપૂર્વક વર્ણન કરવામાં આવ્યું છે. પ્રદ્યુમ્નનાં જન્મનાં સાતમાં દિવસે સૂતિકા-ગૃહમાંથી જ શમ્બર નામક એક નિઃસંતાન અસુરે તેનું અપહરણ કરી લીધું હતું અને પોતાનાં નગરે લઈ જઈને પોતાની માયાવતી નામક પત્નીનાં ખોળામાં આપી દીધું હતું.

ભાગવત પુરાણનાં દસમાં સ્કંધનાં ૫૫માં અધ્યાયમાં પણ આ વાત કહેવામાં આવી છે પણ એ વાર્તા થોડી અલગ છે. આ પુરાણ પ્રમાણે શમ્બરે વેશ બદલીને રુક્મિણીનાં સૂતિકા-ગૃહમાં પ્રવેશ કર્યો અને ખૂબ જ સાવધાનીપૂર્વક બાળકને ચોરીને લઈ ગયો. આ પુરાણમાં કહેવામાં આવ્યું છે કે શમ્બરે પ્રદ્યુમ્નને સમુદ્રમાં ફેંકી દીધો અને તેને એક માછલી ખાઈ ગઈ, પણ તેમ છતાં તે (પ્રદ્યુમ્ન) પેટમાં સુરક્ષિત રહ્યો. થોડાં દિવસ પછી એક માછીમારે એ માછલીને પોતાની જાળમાં ફસાવી લીધી. કાપતી વખતે જ્યારે તેનાં પેટમાંથી બાળક નીકળ્યું તો માછીમારે એ બાળકને પોતાનાં સરદાર શમ્બરને સોંપી દીધું. અને શમ્બરે એ બાળકને પોતાની એક નોકરાણીને ઉછેર માટે સોંપી દીધું જેનું નામ માયાવતી હતું.

ગર્ગ સંહિતાનાં દ્વારકાખંડનાં ૮માં અધ્યાય (શ્લોક-૨૩-૨૬) માં પણ ભાગવત પુરાણની વાર્તા જ કહેવામાં આવી છે.

૨૯. કૃષ્ણનાં છપ્પનભોગમાં કેવા પ્રકારનાં ખાદ્ય-પદાર્થ સામેલ રહેતા હતાં?

વિશ્વની સૌથી પ્રાચીન અને વિકસિત માનવ-સભ્યતાઓમાં જેની ગણના થાય છે, તેમાં સિંધુખીણ અને ભારતીય સભ્યતાની ગણના મુખ્ય પ્રકારે કરવામાં આવે છે. અને

ભારતમાં એ પ્રાચીનકાળમાં પણ લોકોનાં ભોજનમાં એક કરતાં વધારે વ્યંજન સામેલ રહેતા હતાં. દુનિયાનાં સૌથી પ્રાચીન લિખિત ગ્રંથ ઋગ્વેદમાં ધાન (ચોખા), અડદ, મગ, મસૂર, કમળ-કાકડી, અક્કા, અવકા, અન્દિકા જેવા શાકભાજી અને કેરી, દ્રાક્ષ વગેરે ફળોની યાદી આપવામાં આવી છે. એ સિવાય મરી, ઈલાયચી, લવિંગ, સરસવ, રાઈ વગેરેનો ઉપયોગ પણ એ સમયે થતો હતો. રાજકુટુંબોમાં ઊર્જાદાયક શીતલ પીણા અને મધ પીવાનું પ્રચલન હતું. આ પીણાઓમાં સોમરસની સૌથી વધારે માંગ હતી. વૈદિક સંસ્કૃતિમાં શાકાહારની સાથે-સાથે માંસાહારનું પણ ચલણ હતું. બોધકો અનુસાર મુરઘી ખાવાની પરંપરાનો વિકાસ ભારતમાંથી જ થયો હતો. પણ એ વખતે કોઈપણ પક્ષીનાં ઈંડા ખાવાની સખત મનાઈ હતી. ઉપરાંત રાજસી ભોજનમાં ગળ્યું (મિઠાઈ), ખાટું, ખારું, તીખું અને કસાણું જેવા વિભિન્ન રસોનું હોવું જરૂરી માનવામાં આવતું હતું જેનું સમર્થન આયુર્વેદિક શાસ્ત્રનાં એક રચનાકાર સુશ્રુતે પણ પોતાનાં ગ્રંથ ''સુશ્રુત સંહિતા''માં કર્યું છે. તેમનાં કહેવા મુજબ, રાજાનાં ભોજનમાં સૌથી પહેલાં ભૂખ જગાડવાવાળા ફળ પીરસવામાં આવતાં હતાં. ભોજન વખતે રાજા અને તેમનાં પરિજન એક વારમાં એક જ ખાદ્ય-સામગ્રી લેતાં હતાં. સામાન્ય રીતે ચોથા ચરણમાં મીઠાઈનો વારો આવતો હતો અને ઉત્તરથી દક્ષિણ ભારત સુધી દરેક જગ્યાએ ખીર ખાવાનો રિવાજ વિશેષ રીતે પ્રચલિત હતો. છેલ્લે દહીં અને સૂકાં પાપડ આવતાં હતાં. આયુર્વેદનાં આ આચાર્યો અનુસાર રાત્રે દહીંનો પ્રયોગ નિષિદ્ધ હતો. એ વખતે પણ ભોજન બાદ પાન, સોપારી, ઈલાયચી, લવિંગ, વરીયાળી વગેરે પીરસવામાં આવતાં હતાં. આ તો થઈ સામાન્ય અને રાજસી ભોજનની વાત, પણ જ્યાં સુધી છપ્પનભોગની વાત છે, તો તેની પાછળ એક ગણિત હતું જેનાં આધારે તેનો પ્રચાર-પ્રસાર થવા લાગ્યો.

છપ્પનભોગ વ્યંજનની પાછળનું ગણિત

ભોજનમાં પ્રયુક્ત થવાવાળા રસ છ પ્રકારનાં હોય છેઃ

૧. કડવો	૩. કષાય	૫. ખારો
૨. તૂરો	૪. ખાટો	૬. ગળ્યો

આ છ રસનાં મેળથી ગણિતમાં કુલ ૬૩ પ્રકારનાં સમૂહ બને છે. જેમાંથી છ તો એકલા-એકલા રસ છે જેનાથી કોઈ વ્યંજન નથી બનતું. વળી છએ રસ કોઈ એક જ વ્યંજનમાં ન નાખી શકાય. તેથી ૬૩ માંથી ૭ સમૂહ ઓછા કરી નાખવાથી કુલ યોગ ૫૬ મળે છે. વૈદિક કાળ પછી પૌરાણિક કાળમાં આજ ગણિતનાં આધારે છપ્પનભોગનો પ્રચાર કરવામાં આવ્યો હતો અને કૃષ્ણનાં છપ્પનભોગની પરંપરા આનાથી જ વિકસિત થઈ હતી.

કૃષ્ણનાં પ્રસિદ્ધ છપ્પનભોગનાં વ્યંજન

શરૂઆત ફળથીઃ		
૧. કંદમૂળ	૨. કમળ-કાકડી	૩. કેરી
૪. દ્રાક્ષ	૫. કેળા	૬. બેલ (ભાજીપાલા)
૭. તાડ	૮. જમરૂખ	૯. પપૈયું
પીણાંઃ		
૧૦. શરબત	૧૧. રબડી	૧૨. મઠો
૧૩. શૂલી	૧૪. મંડકા	૧૫. સોમરસ
૧૬. દુધીરૂપ	૧૭. લસ્સી	૧૮. સૂબત
૧૯. મધ	૨૦. ખુરમા	૨૧. પારિખા
મુખ્ય અન્નઃ		
૨૨. પૂરી	૨૩. મેસૂ (ઘૃતપૂરી)	૨૪. મોહનથાળ
૨૫. મોહનભોગ	૨૬. શીરો	૨૭. ભાત
૨૮. દાળ	૨૯. સિખરિણી (ખૂર્ચન)	૩૦. શાક
૩૧. વડા	૩૨. મઠરી	૩૩. ખીર
૩૪. ઘી	૩૫. મધુપર્ક* (માંસ સમેત અન્ય ચાર પદાર્થોનાં મિશ્રણથી બનેલું વ્યંજન)	
		*(ઋગ્વેદ, મંડલ-૧૦, સૂક્ત-૭૨, ૮૬, ૯૧ તથા અન્ય)
ચટણીઃ		
૩૬. ચટણી	૩૭. ખજરા (શતપત્ર)	૩૮. વાટી (બાલકા)
૩૯. અથાણું	૪૦. કઢી	૪૧. શાક-કઢી
૪૨. લોંગપૂરી		
મિષ્ટાન્નઃ		
૪૩. મોદક	૪૪. લાડું	૪૫. મુરબ્બો

૪૬. સક્કરપારા	૪૭. ઘેવર	૪૮. માખણ
૪૯. મલાઈ	૫૦. પુડલા	
ભોજનનાં અંતે:		
૫૧. દહીં	૫૨. પાપડ	
ભોજન બાદ:		
૫૩. પાન	૫૪. સોપારી	૫૫. વરીયાળી અને
૫૬. ઈલાયચી		

દ્વારકામાં સામાન્ય અને ખાસ, દરેક વર્ગનાં લોકોનાં ભોજનમાં જાત-જાતનાં વ્યંજન, દારુ, માંસ વગેરેનો વ્યવહાર થતો હતો:

ततो भोज्यं च भक्ष्यं च पेयं चान्धकवृष्णयः।
बहु नानाविधं चक्रुर्मद्यं मांसमनेकशः॥

"ત્યારે અંધક અને વૃષ્ણિઓનાં વિવિધ પ્રકારનાં ભક્ષ્ય, ભોજ્ય, પીણાં, મદ્ય અને જાત-જાતનાં માંસ તૈયાર કરાવો."

(મહાભારત, મૌસલપર્વ, અધ્યાય-૩, શ્લોક-૮)

૩૦. એવું કહેવાય છે કે કૃષ્ણનાં જન્મ સમયે જેલનાં દરવાજા આપોઆપ ખૂલી ગયા હતાં, શું આ સાચું છે?

મહાભારતમાં આ ઘટનાનો કોઈ ઉલ્લેખ નથી. ઉત્તર ભારતમાં પ્રચલિત નીલકંઠી મહાભારતમાં કૃષ્ણનાં જન્મની ચર્ચા જ નથી, પણ દક્ષિણ ભારતમાં જે મહાભારત પ્રચલિત છે, તેમાં માત્ર એક શ્લોકમાં કૃષ્ણનાં જન્મની ચર્ચા કરવામાં આવી છે:

वासुदेवस्ततो जातं बालमादित्यसंनिभम्।
नंदगोपकुले राजन् भयात् प्राच्छादयद्धरिम्॥

ભીષ્મપિતામહે કહ્યું: "હે રાજા યુધિષ્ઠિર, ત્યારે વસુદેવજીએ કંસનાં ભયથી સૂર્ય સમાન તેજસ્વી પોતાનાં નવજાત બાળકને નંદગોપનાં ઘેર લઈ જઈને છુપાવી દીધું."

(દાક્ષિણાત્ય મહાભારત, સભાપર્વ, અધ્યાય-૩૮) (ગીતાપ્રેસનાં સંસ્કરણમાં પ્રક્ષેપનાં રૂપમાં)

મહાભારતનાં પરિશિષ્ટ કહેવાતા હરિવંશ પુરાણમાં પણ માત્ર એક શ્લોકમાં કૃષ્ણને ગોકુળ પહોંચાડવાનો વૃતાંત મળે છે:

वसुदेवस्तु संगृह्य दारकं क्षिप्रमेव च।
यशोदायां गृहं रात्रौ विवेश सुतवत्सलः॥

વૈશમ્પાયનજીએ કહ્યુંઃ "ત્યારે પુત્રવત્સલ વસુદેવજી તરત જ એ બાળકને ખોળામાં લઈને રાતનાં સમયે યશોદાનાં ઘરમાં ઘૂસી ગયા."

(હરિવંશ પુરાણ, વિષ્ણુપર્વ, અધ્યાય-૪, શ્લોક-૨૫)

એટલે કે શરૂઆતનાં સમયનાં શાસ્ત્રોમાં કૃષ્ણનાં ચમત્કારોનો ક્યાંય કોઈ ઉલ્લેખ નથી. પણ આ બે ગ્રંથ સિવાય કૃષ્ણ પર આધારિત અન્ય કેટલાંય પુરાણો જેવા કે વિષ્ણુ પુરાણ, ભાગવત પુરાણ, બ્રહ્મવૈવર્ત પુરાણ, ગર્ગ સંહિતા વગેરે ગ્રંથોમાં કૃષ્ણ-જન્મની વાતો ચમત્કારિક રીતે કહેવાઈ છે. પણ નવા ગ્રંથો પર કેટલો વિશ્વાસ કરવો, એ ફરી એકવાર સહુનાં વિવેક પર નિર્ભર કરે છે.

૩૧. શું કૃષ્ણ સાચે જ માખણ ચોરતા હતાં?

મહાભારત, વિષ્ણુ પુરાણ તથા હરિવંશ પુરાણમાં ભૂલથી પણ કૃષ્ણ દ્વારા માખણ ખાવા કે ચોરવાની વાત નથી કરવામાં આવી. કૃષ્ણ દ્વારા માખણ ખાવા અને ચોરવાની ચર્ચા પાછળથી લખાયેલા પુરાણો અને તેનાં સહાયક ગ્રંથોમાં કરવામાં આવી છે. એ ગ્રંથોમાં માખણની જરૂર ન હોવાં છતાં ખાવાની, ઢોળીને બરબાદ કરવાની, પશુ-પક્ષીઓને ખવડાવીને આર્થિક નુકસાન કરવાની તથા દૂધ-દહીં-ઘી-માખણ વેચવા નીકળેલી ગોપીઓની મટકીઓ ફોડવા જેવી વાતો વિસ્તારથી કહેવામાં આવી છે.

૩૨. કયા-કયા શાસ્ત્ર કૃષ્ણ અને તેમનાં જીવન વિષે સૌથી વધારે વિશ્વસનીય જાણકારી આપે છે?

કોઈપણ એક ગ્રંથ દ્વારા કૃષ્ણ વિષે બધી જાણકારી મેળવી ન શકાય. હિંદુ ધર્મશાસ્ત્ર અંતર્ગત જેટલાં પણ ગ્રંથ આવે છે, તેમાં ઋગ્વેદ સૌથી પ્રાચીન છે જેની રચના ઈ.સ. પૂર્વે ૩૦૦૦ થી ૧૫૦૦ ની વચ્ચે થઈ છે અને આ વેદમાં ઈન્દ્રનાં શત્રુનાં રૂપમાં એક સૂક્તમાં કૃષ્ણનું વર્ણન કરવામાં આવ્યું છે. પછી આ ઋગ્વેદનાં જ એક બ્રાહ્મણગ્રંથ ઐતરેય બ્રાહ્મણમાં કૃષ્ણનું વર્ણન તો નથી કરવામાં આવ્યું, પણ તેમનાં મિત્ર અર્જુનનાં પ્રપૌત્ર જનમેજય તથા તેમનાં સર્પયજ્ઞનું વિસ્તારપૂર્વક વર્ણન કરવામાં આવ્યું છે *(ઐતરેય બ્રાહ્મણ, પંચિકા-૮, ખંડ-૨૧)*. ત્યાર પછી શુક્લ યજુર્વેદનાં બ્રાહ્મણ ગ્રંથ શતપથ બ્રાહ્મણ (ઈ.સ. પૂર્વ ૯૦૦-૮૦૦) માં જનમેજય દ્વારા બ્રાહ્મણ-હત્યાનાં પાપથી છૂટવા માટે અશ્વમેધ યજ્ઞ કરવાનું વર્ણન આવ્યું છે. આ ગ્રંથમાં કૃષ્ણને એક વૃષ્ણિવંશી યોદ્ધાનાં રૂપમાં દર્શાવવામાં આવ્યા છે. ઈ.સ.પૂર્વ ૮૦૦ થી ૬૦૦ની

વચ્ચે રચિત છાંદોગ્ય ઉપનિષદમાં તદ્ધૈતદ્ઘોર આંગિરસઃ કૃષ્ણાય દેવકીપુત્રાય *(અધ્યાય-૩, ખંડ-૧૭, સૂત્ર-૬)* દ્વારા દેવકીપુત્ર કૃષ્ણને ઘોર આંગિરસ ઋષિ પાસેથી આત્મ-યજ્ઞની વિધિ શીખતા બતાવવામાં આવ્યાં છે. કૃષ્ણનાં જીવન વિષે આ ઉપનિષદમાંથી બીજી કોઈ મદદ નથી મળતી.

ત્યાર પછી છઠી સદી ઈ.સ.પૂર્વમાં યાસ્ક મુનિ દ્વારા રચિત નિરુક્તમાં સ્યમન્તક મણિ શબ્દનો પ્રયોગ કરવામાં આવ્યો છે. સ્યમન્તક મણિ અને તેની સાથે જોડાયેલી ઘટના કૃષ્ણનાં જીવનનું એક મહત્ત્વપૂર્ણ અંગ છે અને તેનાથી કૃષ્ણનાં ઐતિહાસિક હોવાનું પ્રમાણ પણ મળે છે. પાણિનિનાં અષ્ટાધ્યાયી (ઈ.સ.પૂર્વ છઠી સદી) નામક વ્યાકરણ-ગ્રંથમાં પણ કૃષ્ણ તથા તેમનાં જીવન સાથે જોડાયેલા ઘણાં શબ્દોની પરિભાષા અને તેમનું વ્યાકરણિક વિશ્લેષણ મળે છે. તેથી, પ્રાચીન ગ્રંથોમાં એટલાં ત્રુટક ત્રુટક વર્ણનોથી એ વાત તો પ્રમાણિત થઈ જ જાય છે કે કૃષ્ણ કોઈ કાલ્પનિક પુરુષ ન હતાં. તેઓ હકીકતમાં એક એવા ઐતિહાસિક અને મહત્ત્વપૂર્ણ વ્યક્તિ હતાં જેમણે પોતાનાં જીવનકાળમાં ભારતની રાજનીતિ અને સામાન્ય જનતાને જીવવાની એક નવી દિશા બતાવી હતી. સાથે જ, આ ત્રુટક પ્રમાણોથી એ પણ સાબિત થઈ જાય છે કે કૃષ્ણનાં જીવન ઉપર કોઈ એક સંપૂર્ણ જીવન-કથાનો ગ્રંથ એ કાળમાં ઉપલબ્ધ ન હતો. એ વખતે આખા ભારતીય ઉપમહાદ્વીપમાં કૃષ્ણ સાથે જોડાયેલી વાતો કિંવદંતી, લોકકથા, દંતકથા વગેરે સ્વરૂપે જ મોટાં પ્રમાણમાં પ્રચલિત હતી. અને આજ આધારે આગળનાં સાહિત્યકારોએ કૃષ્ણનાં સંપૂર્ણ જીવનને ક્રમબદ્ધ કરવાનો પ્રયત્ન કર્યો હતો.

અહીં મહાભારતની ચર્ચા કરવાનું જરૂરી છે કેમ કે આજ એક એવો પ્રાચીન ગ્રંથ છે જે કૃષ્ણ સાથે જોડાયેલી મોટાં ભાગની ઘટનાઓનો પ્રામાણિક દસ્તાવેજ ઉપલબ્ધ કરાવે છે. મહાભારતનાં લેખક વેદવ્યાસજી પોતે આ ગ્રંથનાં એક મહત્ત્વપૂર્ણ સાક્ષી છે. પણ આ મહાભારત આજે જે વિશાળ આકારમાં લોકો વચ્ચે ઉપલબ્ધ છે, તેનો સંપૂર્ણ ભાગ વેદવ્યાસજી દ્વારા નથી રચવામાં આવ્યો. મહાભારતનો પ્રથમ પર્વ આદિપર્વ છે અને તેનાં પહેલાં ત્રણ અધ્યાય અનુક્રમણિકા પર્વ કહેવાય છે જેમાં એ દર્શાવવામાં આવ્યું છે કે આગળ આખા ગ્રંથમાં કયા અધ્યાયમાં કઈ ઘટનાઓની ચર્ચા કરવામાં આવશે અને કઈ પરિસ્થિતિઓમાં આ ગ્રંથની રચના કરવામાં આવી છે. અહીં જ પહેલાં અધ્યાયનાં ૮૧માં શ્લોકમાં વેદવ્યાસજી સ્પષ્ટ લખે છે કે તેમણે ફક્ત ૮,૮૦૦ શ્લોક લખ્યા છેઃ

अष्टौ श्लोकसहस्राणि अष्टौ श्लोकशतानि च।
अहम् वेद्मि शुको वेत्ति संजयो वेत्ति वा न वा।।

(મહાભારત, આદિપર્વ, અધ્યાય-૧, શ્લોક-૮૧)

ત્યાર બાદ તેમનાં એક શિષ્ય વૈશમ્પાયને બીજા ચોવીસ હજાર શ્લોકોની રચના કરીને આમાં જોડી દીધા અને કુલ બત્રીસ હજાર આઠસો શ્લોક તેમણે જનમેજયને તેમનાં સર્પયજ્ઞમાં સંભળાવ્યા. પછી વૈશમ્પાયનનાં શિષ્ય ઉગ્રશ્રવા સૌતિએ પણ આ બંને કરતાં કેટલાંય ગણા શ્લોકોની રચના કરીને તેમાં જોડી દીધા અને કુલ ચોર્યાસી હજાર શ્લોક નૈમિષારણ્યમાં ઉપસ્થિત ઋષિઓનાં એક મોટા સમૂહને સંભળાવ્યા. આ ચોર્યાસી હજાર શ્લોકોમાં પણ જ્યારે કૃષ્ણનાં સંપૂર્ણ જીવન-ચરિત્રનાં અભાવનો અનુભવ થયો તો પરિશિષ્ટ રૂપે હરિવંશ પુરાણની રચના કરવામાં આવી જેમાં સોળ હજાર શ્લોક છે. આ રીતે આજનાં મહાભારતમાં લગભગ એક લાખ શ્લોક મળે છે. પણ આ તો ઉત્તર ભારતની સ્થિતિ છે, દક્ષિણ ભારતમાં પણ આને સમાનાંતર જ મહાભારતની રચના ચાલી રહી હતી જેમાં આજની તારીખમાં લગભગ દોઢ લાખ શ્લોક મળે છે. તેથી સ્વાભાવિક રીતે જે પ્રમાણે અપેક્ષા કરી શકાય, મહાભારતની રચનાનાં અંતિમ સમય સુધી ભારતમાં જેટલી કથાઓ, જેટલાં ઋષિ-મુનિ અને જેટલી પણ જ્ઞાનની શાખાઓ વગેરે હાજર હતી, એ બધાંનું વિવરણ આ મહાભારતમાં મળી જાય છે. અને એ વાતનું પ્રમાણ ખુદ મહાભારત જ આપે છે:

धर्मे चार्थे च कामे च मोक्षे च भरतर्षभे।
यदिहास्ति तदन्यत्र यन्नेहास्ति न तत्क्वचित्॥

''ધર્મ, અર્થ, કામ અને મોક્ષ સાથે જોડાયેલી વાતો આખા ભારતવર્ષમાં પ્રચલિત છે, તેમાંથી જે અહીં આ ગ્રંથમાં છે, એ તમને અન્ય ગ્રંથોમાં પણ મળી જશે, પણ જે અહીં નહિ મળે એ તમને ક્યાંય નહિ મળે.'' *(મહાભારત, આદિપર્વ, અધ્યાય-૬૨, શ્લોક-૫૩)*

હવે આ તો મહાભારતની સ્થિતિ છે. વેદવ્યાસજી દ્વારા લખાયેલું મહાભારત પણ પાછળથી વધારવામાં આવ્યું. એટલે કે મહાભારતનાં પણ મોટા ભાગનાં શ્લોકો પર આંધળો વિશ્વાસ ન કરી શકાય. અને વળી પુરાણોની રચના તો મહાભારતનાં પણ કોણ જાણે કેટલાં વર્ષો પછી કરવામાં આવી. તેથી જ્યારે મહાભારત પછી પુરાણોની રચનાનો વારો આવ્યો તો અવતારવાદને સ્થાપિત કરવા માટે માનવ વિજ્ઞાન, પ્રકૃતિનું વિજ્ઞાન, ભૌતિક વિજ્ઞાન વગેરેની બધી સીમાઓ તોડીને કૃષ્ણ વિષે અનર્ગળ પ્રલાપ કરવામાં આવ્યાં. બ્રહ્મ પુરાણ, પદ્મ પુરાણ, વિષ્ણુ પુરાણ, ભાગવત પુરાણ, બ્રહ્મવૈવર્ત પુરાણ, કુર્મ પુરાણ, ગર્ગ સંહિતા અને બીજા પણ કોણ જાણે કેટલાં નાના-મોટાં ગ્રંથોમાં કૃષ્ણ વિષે ગમે તેવી મનમાની વાતો લખવામાં આવી. અને ઉપરથી બધાંમાં વિરોધાભાસ એટલો કે કોઈ એક વાત સમજવી મુશ્કેલ. તેથી જો કોઈ વ્યક્તિ કૃષ્ણ વિષે વધારે વાસ્તવિક જાણકારી મેળવવા ઈચ્છે છે તો તેણે ફક્ત મહાભારત અને હરિવંશ પુરાણને જ પ્રમાણ માનવું જોઈએ, એ પણ સાવધાનીપૂર્વક. હકીકત તો એ છે કે કૃષ્ણએ પોતાનાં વ્યક્તિત્વ વિષે ગીતામાં કહ્યું જ છે. બસ, એજ આધાર

પર તેમની સાયકોલૉજીનો વિસ્તાર કરીને કૃષ્ણનું સંપૂર્ણ જીવન તેમજ એમનું મન સમજી શકાય છે. અને તેનો પ્રયત્ન મેં તેમનાં સંપૂર્ણ જીવનની આત્મકથા ''હું કૃષ્ણ છું'' નામક પુસ્તકનાં માધ્યમથી કર્યો જ છે, જે કુલ છ ભાગોનો સેટ છે. અને તેમાં કૃષ્ણનાં જીવનની સાથે-સાથે તેમની સાયકોલૉજી ઉપર પણ પૂરો ભાર મૂક્યો છે. ચોક્કસપણે તેનાથી કૃષ્ણનું વાસ્તવિક જીવન સમજવું અને તેનો ફાયદો ઉઠાવવો, બંને સરળ બની જાય છે.

૩૩. શું કૃષ્ણએ રાધા સાથે લગ્ન કર્યા હતાં?

બ્રહ્મવૈવર્ત પુરાણ તથા ગર્ગ સંહિતાને બાદ કરતાં બીજે ક્યાંય પણ કૃષ્ણ અને રાધાનાં લગ્નનું વર્ણન નથી મળતું. આ બંને ગ્રંથો પ્રમાણે વૃંદાવન પાસે ભાંડીર વનમાં બ્રહ્માએ રાધા અને કૃષ્ણનાં લગ્ન કરાવ્યા હતાં.

(બ્રહ્મવૈવર્ત પુરાણ, શ્રીકૃષ્ણજન્મખંડ, અધ્યાય-૧૫, શ્લોક-૧૨૦-૧૩૧)

(ગર્ગ સંહિતા, ગોલોકખંડ, અધ્યાય-૧૬, શ્લોક-૩૦-૩૪)

૩૪. શું કૃષ્ણએ મથુરાની આર્થિક દશા સુધારવા માટે સત્રાજિત પાસે તેમનો સ્યમન્તક મણિ માંગ્યો હતો?

આ વિષે ગર્ગ સંહિતામાં જે વર્ણન મળે છે, તે આ પ્રકારે છેઃ

सत्राजिताय सूर्येण दत्तः साक्षात्स्यमंतकः।
उग्रसेनाय स मणिः श्रीकृष्णेनाभियाचितः।।
सत्राजितस्तं न ददौ द्रव्यलोभेन मैथिल।
दिनेदिने स्वर्णभारानष्टौ यः सृजति स्वतः।।

નારદજીએ રાજા બહુલાશ્વને કહ્યુંઃ ''હે મૈથિલ! સત્રાજીત નામક એક પ્રસિદ્ધ અને સંભ્રાંત યાદવને સાક્ષાત સૂર્યએ સ્યમન્તક મણિ આપ્યો હતો. કૃષ્ણએ રાજા ઉગ્રસેન માટે તેમની પાસે એ મણિ માંગ્યો હતો. પણ સત્રાજીતે દ્રવ્યનાં લોભથી એ મણિ ન આપ્યો કેમ કે એ મણિ દરરોજ આઠ ભાર (એક ભાર* = ૮,૦૦૦ તોલા = ૧ આધુનિક ક્વિન્ટલ) સોનું પેદા કરતો હતો.''

(ગર્ગ સંહિતા, દ્વારકાખંડ, અધ્યાય-૮, શ્લોક-૨-૩)

*(*રસરત્ન સમુચ્ચયઃ, અનુવાદક-ધર્માનંદ શર્મા, દ્વિતીય સંસ્કરણ-૧૯૬૨, મોતીલાલ બનારસીદાસ પ્રેસ, પાનું-૧૫૯)*

ભાગવત પુરાણમાં એવું વર્ણન મળે છે કે જ્યારે સત્રાજીતે લજ્જિત થઈને પોતાની દીકરી સત્યભામાનાં લગ્ન કૃષ્ણ સાથે કરી દીધા તો દહેજમાં તેઓ સ્યમન્તક મણિ આપવા

ઈચ્છતાં હતાં પણ કૃષ્ણએ એમ કહીને તેમને ના પાડી દીધી કેઃ

भगवानाह न मणिं प्रतीच्छामो वयं नृप।
तवास्तां देवभक्तस्य वयं च फलभागिनः॥

કૃષ્ણએ સત્રાજીતને કહ્યુંઃ ''અમે સ્યમન્તક મણિ નહિ લઈએ. તમે સૂર્યનાં ભક્ત છો, એટલે મણિ તમારી પાસે જ ભલે રહે. અમે તો ફક્ત તેનાં ફળનાં એટલે કે તેમાંથી નીકળેલા સોનાનાં અધિકારી છીએ; એજ તમે અમને આપતા રહેજો.''

(ભાગવત પુરાણ, સ્કંધ-૧૦, અધ્યાય-૫૬, શ્લોક-૪૫)

(**સ્પષ્ટીકરણઃ** કૃષ્ણએ દહેજમાં મણિ તો ન લીધી પણ તેમાંથી ઉત્પન્ન સોનું તેમણે ચોક્કસ સ્વીકાર્યું.).

૩૫. કૃષ્ણએ મોકો મળવા છતાં જરાસંધને નહોતો માર્યો, શું આ હકીકત છે?

આ વાત મહાભારત સમેત લગભગ દરેક પુરાણમાં ઉપલબ્ધ છે કે કૃષ્ણ ઘણીવાર હાથમાં આવેલા જરાસંધને અવગણી ચૂક્યા હતાં. દક્ષિણ ભારતનાં મહાભારતમાં કૃષ્ણ દ્વારા જરાસંધને હરાવવાની વાત છેઃ

ततः पार्थिवमायान्तं सहितं सर्वराजभिः।
सरस्वत्यां जरासन्धमजयत् पुरुषोत्तमः॥

ભીષ્મપિતામહ બોલ્યાઃ ''ત્યાર બાદ શ્રીકૃષ્ણએ બધાં રાજાઓ સમેત આક્રમણ કરવાવાળા રાજા જરાસંધને સરોવરો અને તળાવોથી શોભિત યમુના તટ પર હરાવ્યો.''

(દક્ષિણાત્ય મહાભારત, સભાપર્વ, અધ્યાય-૫૪, શ્લોક-૩૩)

ભાગવત પુરાણમાં આ વાત આ પ્રકારે વર્ણવાયેલી છેઃ

जग्राह विरथं रामो जरासन्धं महाबलम्।
हतानीकावशिष्टासु सिंहः सिंहमिवौजसा॥
बध्यमानं हतारातिं पाशैर्वारुणमानुषैः।
वारयामास गोविन्दस्तेन कार्यचिकीर्षया॥

શુકદેવજીએ કહ્યુંઃ ''આ રીતે જરાસંધની સેના હણાઈ અને જરાસંધ પણ ખરાબ રીતે ઘાયલ થઈ ગયો. ત્યારે બલરામે અનેક રાજાઓને મારનારા જરાસંધને બાંધી દીધો, પણ કૃષ્ણએ વિચાર્યું કે જો આ જીવતો રહેશે તો વધારે સેના ભેગી કરીને લાવશે અને એવું થશે તો અમને ધરતીનો ભાર ઓછો કરવાની વધારે તક મળશે. બસ, એટલે જ કૃષ્ણએ જરાસંધને બલરામની પકડમાંથી આઝાદ કરાવી દીધો.''

(ભાગવત પુરાણ, સ્કંધ-૧૦, અધ્યાય-૫૦, શ્લોક-૩૦-૩૨)

હરિવંશ પુરાણમાં આજ વાત આ પ્રમાણે છેઃ

विदितोऽस्य मया मृत्युस्तस्मात्साधु व्युपारम।
अचिरेणैव कालेन प्राणांस्त्यक्ष्यति मागधः॥
जरासंधस्तु तच्छ्रुत्वा विमनाः समपद्यत।
न प्रजहे ततस्तस्मै पुनरेव हलायुधः॥

આકાશવાણી થઈ - ''બીજાઓને માન આપવાવાળા બલરામ! જરાસંધનો વધ તમારા હાથે થવાનો નથી, તેથી અફસોસ કરવાની જરૂર નથી. તેનાં મૃત્યુનું કારણ સ્પષ્ટ થઈ ગયું છે, તમે પરેશાન ન થશો. મગધરાજ થોડાં જ સમય પછી મૃત્યુને પ્રાપ્ત થશે. આ આકાશવાણી સાંભળીને બલરામે પછી તેનાં પર આક્રમણ ન કર્યું.''

(હરિવંશ પુરાણ, વિષ્ણુપર્વ, અધ્યાય-૩૬, શ્લોક-૨૯-30)

વિષ્ણુ પુરાણમાં આ વાત આ પ્રમાણે છેઃ

ततो युद्धे पराजित्य ससैन्यं मगधाधिपम्।
पुरीं विविशतुर्वीरावुभौ राम जनार्दनौ॥
जिते तस्मिन्सुदुर्वृत्ते जरासन्धे महामुने।
जीवमाने गते कृष्णस्तं नामन्यत निर्जितम्॥

પરાશરજી બોલ્યાઃ ''હે મૈત્રેય! ત્યાર બાદ બંને વીર, બલરામ અને કૃષ્ણ સેના સમેત મગધરાજને હરાવીને મથુરા પાછા આવી ગયા. હે મુનિ! દુરાચારી જરાસંધને જીતી લીધા છતાં તેનાં જીવિત પાછા જતાં રહેવાના કારણે કૃષ્ણએ ખુદને અપરાજિત ન સમજ્યા.''

(વિષ્ણુ પુરાણ, અંશ-૫, અધ્યાય-૨૨, શ્લોક-૮-૯)

ગર્ગ સંહિતામાંઃ

जग्राह मुसलं घोरं क्रोधपूरितविग्रहः।
परिपूर्णतमेनाथ श्रीकृष्णेन महात्मना॥
निवारितस्तदैवाशु तं मुमोच यदूत्तमः।
तपसे कृतसंकल्पो व्रीडितोपि जरासुतः॥

નારદજીએ કહ્યુંઃ ''બલરામે જરાસંધને પછાડી દીધો અને તેઓ તેની છાતી ઉપર બેસીને મુસલથી પ્રહાર કરવાનાં જ હતાં કે કૃષ્ણએ તેમને રોકી લીધાં. પછી બલરામે તેને છોડી દીધો. જરાસંધ આનાથી ખૂબ લજાયો અને તપસ્યા કરવા નીકળી પડ્યો.''

(ગર્ગ સંહિતા, દ્વારકાખંડ, અધ્યાય-૧, શ્લોક-૪૬-૪૭)

બ્રહ્મવૈવર્ત પુરાણમાં આ ઘટનાની કોઈ ચર્ચા નથી, પરંતુ અહીં જેટલાં પણ પૌરાણિક સંદર્ભ આપવામાં આવ્યાં છે, તેનાથી આ વાત સ્પષ્ટ રીતે ઉભરીને સામે આવે છે કે કૃષ્ણ બિનજરૂરી

વધ ક્યારેય નહોતા કરતાં. પોતાનો સ્વાર્થ સંતોષવો કે પોતાની ધાક બતાવવી અથવા સામ્રાજ્ય-વિસ્તારની લાલસા રાખવા જેવાં દુર્ગુણોથી તેઓ ઘણાં પર હતાં.

૩૬. કૃષ્ણનાં મૃત્યુ પછી દ્વારકાનાં રાજા કોણ બન્યા હતાં?

કૃષ્ણનાં મૃત્યુનાં થોડાંક જ દિવસો પછી દ્વારકા સમુદ્રમાં ડૂબી ગઈ હતી અને દ્વારકા રાજ્યનો અંત થઈ ગયો હતો. *ભાગવત પુરાણનાં અગિયારમાં સ્કંધનાં એકત્રીસમાં અધ્યાયમાં* કહેવામાં આવ્યું છે કે યાદવાસ્થળીની ઘટના બાદ દ્વારકામાં એકાદ-બે પુરુષ જ બચ્યા હતાં, તેથી અર્જુને જ બધાં મરનારાનાં અંતિમ સંસ્કાર કર્યા હતાં. ત્યાર બાદ આખું દ્વારકા સમુદ્રમાં ડૂબી ગયું હતું. દારુકનાં માધ્યમથી કૃષ્ણએ અર્જુનને જે આદેશ આપ્યો હતો, તેનું પાલન કરીને અર્જુન દ્વારકામાં બચેલા બધાં સ્ત્રી-પુરુષોને હસ્તિનાપુર લઈ ગયા હતાં અને ત્યાં તેમણે કૃષ્ણનાં પ્રપૌત્ર વજ્રને એક બીજા પ્રદેશનો રાજા બનાવી દીધો હતો.

મહાભારતનાં મૌસલપર્વનાં ચોથાથી સાતમાં અધ્યાયમાં કહેવામાં આવ્યું છે કે યાદવાસ્થળીની ઘટના પછી કૃષ્ણ પોતે દ્વારકા આવ્યાં હતાં અને સ્ત્રીઓ તથા વસુદેવજી વગેરે બચેલા પુરુષોને ભેગા કરીને કેટલાંક નિર્દેશ આપ્યા હતાં. તેમણે કહ્યું હતું કે અર્જુન દ્વારકા આવવાના છે અને તેઓ બધાં હવેથી તેમની જ આજ્ઞાનું પાલન કરે. સાથે જ કૃષ્ણએ બધાંને એ પણ કહ્યું કે બધાં અર્જુન સાથે હસ્તિનાપુર જતાં રહે. તેમણે એ વખતે બધાંને એમ પણ કહ્યું કે તેઓ (કૃષ્ણ) હવે ક્યારેય દ્વારકા નહિ આવી શકે. અને કૃષ્ણની આજ્ઞા પ્રમાણે જ અર્જુન યાદવાસ્થળીનાં મૃતકોની અંતિમ ક્રિયા કર્યા પછી બાકી રહેલા દ્વારકાવાસીઓને હસ્તિનાપુર લઈ ગયા, પણ માર્ગમાં લુંટારાઓએ ઘણી બધી સ્ત્રીઓ અને સંપત્તિને લૂંટી લીધી. ખેર, બાકી વધેલા લોકોને અર્જુન હસ્તિનાપુર લઈ ગયા અને ત્યાં તેમણે કૃષ્ણની છેલ્લી ઈચ્છા પ્રમાણે તેમનાં પ્રપૌત્ર વજ્રને એજ ઈન્દ્રપ્રસ્થનો રાજા બનાવી દીધો જેને ક્યારેક કૃષ્ણની મદદથી વસાવવામાં આવ્યું હતું.

વિષ્ણુ પુરાણમાં પણ એજ કહેવામાં આવ્યું છે કે અર્જુને વજ્રને ઈન્દ્રપ્રસ્થનો રાજા બનાવ્યો હતોઃ

इत्थं वदन्ययौ जिष्णुरिन्द्रप्रस्थं पुरोत्तमम्।
चकार तत्र राजानं वज्रं यादवनन्दनम्।।

"અર્જુન આ પ્રકારે કહીને પોતાની રાજધાની ઈન્દ્રપ્રસ્થમાં આવ્યાં અને ત્યાં યાદવનંદન વજ્રનો રાજ્યાભિષેક કર્યો."

(વિષ્ણુ પુરાણ, અંશ-૫, અધ્યાય-૩૮, શ્લોક-૩૪)

ગર્ગ સંહિતામાં વજ્રનાં રાજ્યાભિષેકનું કોઈ વર્ણન નથી આપવામાં આવ્યું. *બ્રહ્મવૈવર્ત*

પુરાણમાં પણ શ્રીકૃષ્ણજન્મખંડનાં ૧૨૮માં અધ્યાયમાં કૃષ્ણનાં દેહાવસાનનું ખૂબ જ અધૂરું વર્ણન કરવામાં આવ્યું છે અને તેમાં વજ્રનાં રાજ્યાભિષેક વિષે પણ કંઈ નથી કહેવાયું.

૩૭. શું વેદોમાં કૃષ્ણનાં જીવન વિષે કોઈ ચર્ચા નથી કરવામાં આવી?

ઋગ્વેદમાં એક જગ્યાએ ખૂબ જ અસ્પષ્ટ રૂપે કૃષ્ણ અને ઈન્દ્રની વચ્ચે થયેલાં યુદ્ધનું વર્ણન કરવામાં આવ્યું છે જેમાં ઈન્દ્ર દ્વારા કૃષ્ણની સેનાનાં ખાતમા (અંત)ની વાત કરવામાં આવી છેઃ

अव द्रप्सो अंशुमतीमतिष्ठदियानः कृष्णो दशभिः सहस्त्रैः।
आवत्तमिन्द्रः शच्या धमन्तमप स्नेहितीर्नृमणा अधत्त॥

''દસ હજાર સેનાઓ સાથે હુમલો કરવાવાળો કૃષ્ણ નામનો અસુર અંશુમતી (યમુના) નદીનાં કિનારે રહેતો હતો. બુદ્ધિ દ્વારા ઈન્દ્રએ એ શબ્દ કરવાવાળા અસુરને પ્રાપ્ત કર્યો. પછી ઈન્દ્રએ મનુષ્યોનાં હિત માટે કૃષ્ણાસુરની હિંસક સેનાનો વધ કરી નાંખ્યો.''

द्रप्समपश्यं विषुणे चरन्तमुपह्वरे नद्यो अंशुमत्याः।
नभो न कृष्णमवतस्थिवांसमिष्यामि वो वृषणो युध्यताजौ॥

ઈન્દ્રએ કહ્યુંઃ ''દ્રુતગામી કૃષ્ણને મેં જોયો છે. તે અંશુમતી નદીનાં તટ પર ગૂઢ સ્થાનમાં, વિસ્તૃત પ્રદેશમાં વિચરણ કરે છે અને સૂર્ય સમાન અવસ્થાન કરે છે. અભિલાષા પ્રદાન કરવાવાળા મરૂતો, હું ઈચ્છું છું કે તમે લોકો યુદ્ધ કરો અને યુદ્ધમાં એનો સંહાર કરો.''

अध द्रप्सो अंशुमत्या उपस्थेऽधारयत्तन्वं तित्विषाणः।
विशो अदेवीरभ्याचरन्तीर्बृहस्पतिना युजेन्द्रः ससाहे॥

''દ્રુતગામી કૃષ્ણ અંશુમતી નદી પાસે દીપ્તિમાન થઈને શરીર ધારણ કરે છે. ઈન્દ્રએ બૃહસ્પતિની મદદથી દેવશૂન્ય અને આવનારી સેનાનો વધ, કૃષ્ણ સાથે કરી નાંખ્યો.''

(ઋગ્વેદ, મંડલ-૮, સૂક્ત-૮૫, મંત્ર-૧૩-૧૫) (*ખિલભાગવાળા સંસ્કરણમાં સૂક્ત-૯૬)*

ઋગ્વેદનાં આ સૂક્તનાં દેવતા ઈન્દ્ર છે એટલે આ મંત્ર તેમનાં વખાણ માટે છે, અને એટલે જ આમાં કૃષ્ણને અસુર એટલે કે બળવાન અને વૈદિક માન્યતાઓનાં વિરોધી કહેવામાં આવ્યાં છે. આ મંત્રોનાં ઋષિ મરૂતો એટલે કે વાયુદેવનાં પુત્રગણ છે અને આ મંત્ર ત્રિષ્ટુપ છંદમાં રચવામાં આવ્યાં છે એટલે કે આ ક્ષત્રિયોનાં ઉપયોગ માટે છે. હકીકતમાં ઈન્દ્ર અને કૃષ્ણ વચ્ચે વિવાદનું કારણ એ છે કે આર્યોનાં યજ્ઞોમાં પશુવધ અનિવાર્ય ગણાતો હતો અને ઈન્દ્ર આર્યોનાં નાયક તથા યજ્ઞ અને પશુવધનાં સમર્થક હતાં. બીજી બાજુ કૃષ્ણ સંભવિત રીતે ભારતનાં પ્રથમ અહિંસક ગોપાલક હતાં. એટલે તેઓ આવાં યજ્ઞનાં વિરોધી પણ હતાં. આનાથી જ કુપિત થઈને ઈન્દ્ર કૃષ્ણ અને યાદવોને સતાવવાની ચેષ્ટા કરતાં હતાં. ઋગ્વેદનાં

ઉપરોક્ત સ્થળ પર જે કૃષ્ણની વાત કરવામાં આવી છે, તે ઈન્દ્રનાં વિરોધી અને યમુનાતટ વિહારી, અત્યંત તેજવાન, તીવ્રગામી અને એક મહાન સેનાનાં નાયક છે.

વેદનાં ટીકાકારો દ્વારા કૃષ્ણને અસુર કહેવા પાછળ એ તર્ક છે કે જે યજ્ઞનો વિરોધી હશે, તે ઈન્દ્ર તથા આર્યોની દ્રષ્ટિમાં અસુર હશે. પદ્મ પુરાણમાં દેવ અને અસુર વચ્ચે તફાવત કરવા માટે નીચે પ્રમાણેનાં માપદંડ આપવામાં આવ્યાં છેઃ

द्वौ भूतसर्गौ लोकेऽस्मिन् दैव आसुर एव च।
विष्णुभक्तः स्मृतो दैव आसुरस्तद्विपर्ययः।।

આ પૃથ્વી પર દેવ અને અસુર બંને પ્રકારનાં લોકો રહે છે. જેઓ વિષ્ણુ, યજ્ઞ અને વેદોની સ્થાપનાઓને માને છે, તેઓ દેવ એટલે કે સુર છે અને એ સિવાયનાં જેટલાં છે તે બધાં જ અસુર છે. *(વૈદિક સંસ્કૃતિઃ આસુરી પ્રભાવ, પૃષ્ઠ-૧૯૭)*

આ વિષે ભારતનાં દ્વિતીય રાષ્ટ્રપતિ સર્વપલ્લી રાધાકૃષ્ણનનું કથન પણ ખૂબ જ મહત્ત્વપૂર્ણ છે. તેમણે પણ પોતાનાં ગ્રંથ 'ભારતીય દર્શન'માં આ વૈદિક ઘટનાનું વર્ણન કરતાં લખ્યું છે- ''ઈન્દ્રનાં એક બીજા શત્રુ ઋગ્વેદનાં કાળમાં કૃષ્ણ હતાં, જે કૃષ્ણ નામક વન્ય જાતિઓનાં દેવતા સ્વરૂપ વીરનાયક હતાં. છંદ આ પ્રકારે છે – 'સ્ફૂર્તિલા કૃષ્ણ અંશુમતી (યમુના) નાં કિનારે પોતાની દસ હજાર સેના સાથે રહેતા હતાં.' 'ઈન્દ્રએ પોતાની બુદ્ધિથી ઊંચા સ્વરે ચિત્કાર કરવાવાળા આ સરદારને શોધી કાઢ્યો. તેમણે આપણા લાભ માટે આ લૂંટફાટ કરવાવાળા શત્રુનો વિનાશ કર્યો.' સાયણાચાર્યએ આ પ્રકારની વ્યાખ્યા પ્રસ્તુત કરી છે અને આ કથા કૃષ્ણ-સંપ્રદાયનાં સંબંધમાં પોતાનું આગવું મહત્ત્વ ધરાવે છે.''

(ભારતીય દર્શન, ભાગ-૧, ૧૯૬૯ નું સંસ્કરણ, પૃષ્ઠ-૭૯)

ઋગ્વેદ સિવાય છાંદોગ્ય ઉપનિષદમાં પણ એક જગ્યાએ કૃષ્ણ વિષે વાંચવા મળે છે. આ ઉપનિષદનાં ત્રીજા પ્રપાઠકનાં સત્તરમાં ખંડમાં ઘોર આંગીરસે દેવકી-પુત્ર કૃષ્ણને યજ્ઞનાં નામે આત્મજ્ઞાનનો ઉપદેશ આપ્યો છેઃ

''तद्धैतद्घोर आङ्गिरसः कृष्णाय
देवकीपुत्रायोक्त्वोवाचापिपास एव स बभूव
सोऽन्तवेलायामेतत्त्रयं प्रतिपद्येताक्षितमस्यच्युतमसि
प्राणसँशितमसीति तत्रैते द्वे ऋचौ भवतः।।''

(છાંદોગ્ય ઉપનિષદ, પ્રપાઠક-૩, ખંડ-૧૭, સૂત્ર-૬)

ઘોર આંગિરસે કહ્યું કે આ જીવન જ યજ્ઞ છે. તેમણે જીવનને જ યજ્ઞ કહીને શ્રીકૃષ્ણને બાહ્ય યજ્ઞથી વિરત કરી દીધાં. તેમણે કૃષ્ણને કહ્યું કે જે વ્યક્તિ તપ, દાન, સરળતા, અહિંસા અને સત્ય-વચનમાં જીવન વ્યતીત કરે છે, તેનું સંપૂર્ણ જીવન જ દક્ષિણાનું જીવન બની જાય છે.

જીવનયજ્ઞનાં આ રહસ્યને જ્યારે ઘોર આંગિરસે દેવકી-પુત્ર કૃષ્ણને સમજાવ્યું ત્યારે તેમની જ્ઞાનપિપાસા અને તૃષ્ણા શાંત થઈ ગઈ.
ઉપરના સંદર્ભો સિવાય વેદો તથા અન્ય વૈદિક ગ્રંથોમાં કૃષ્ણ વિષે કદાચ જ કોઈ સૂચના મળે છે.

૩૮. શું કૃષ્ણ અને દુર્યોધન સગા-સંબંધી હતાં?

પૌરાણિક વર્ણન પ્રમાણે કૃષ્ણ અને દુર્યોધન સગા-સંબંધી હતાં. કૃષ્ણનાં પુત્ર સાંબનાં લગ્ન દુર્યોધનની પુત્રી લક્ષ્મણા સાથે મહાભારત યુદ્ધ પહેલાં જ થઈ ચૂક્યા હતાંઃ
(વિષ્ણુ પુરાણ, અંશ-૫, અધ્યાય-૩૫, ભાગવત પુરાણ, સ્કંધ-૧૦, અધ્યાય-૬૮)
(હરિવંશ પુરાણ, વિષ્ણુપર્વ, અધ્યાય-૬૨, શ્લોક-૮-૧૫)
(ગર્ગ સંહિતા, બલભદ્રખંડ, અધ્યાય-૮, શ્લોક-૬)
ઉપરના બધાં ગ્રંથોમાં કૃષ્ણ અને દુર્યોધનનાં સંબંધની વાત કહેવામાં આવી છે.

૩૯. શું બલરામની દીકરી વત્સલાનાં લગ્ન અભિમન્યુ સાથે થયાં હતાં?

આનું પ્રમાણ મહાભારતમાં ઉપલબ્ધ નથી અને ન તો આ વાત કોઈ પુરાણમાં વર્ણવાયેલી છે. હકીકતમાં આ તેલુગુ ભાષામાં પ્રચલિત એક લોકકથા છે. આ કથા પ્રમાણે બલરામની દીકરી વત્સલાની સગાઈ સુભદ્રા-અર્જુનનાં પુત્ર અભિમન્યુ સાથે થઈ હતી, પણ લગ્ન પહેલાં જ પાંડવો જુગારમાં રાજપાટ હારી વનવાસ માટે નીકળી ગયા, પછી બલરામની પત્ની રેવતીનું મન બદલાઈ ગયું. તેમણે પોતાનાં પતિ બલરામને કહ્યું કે જેનું કોઈ રાજપાટ ન હોય, તેનાં ઘેર દીકરી સુખી કેવી રીતે રહી શકે છે? બલરામને પણ વાત યોગ્ય લાગી, એટલે તેમણે તરત જ એ સગાઈ તોડી નાખવાની જાહેરાત કરી દીધી. પછી બલરામે દુર્યોધનનાં પુત્ર લક્ષ્મણ કુમાર સાથે પોતાની દીકરીની સગાઈ કરવાનો નિર્ણય કરી લીધો.
આ વાતની જ્યારે અભિમન્યુને ખબર પડી તો મદદ માટે તે પોતાનાં પ્રિય મામા કૃષ્ણ પાસે ગયો, પણ કૃષ્ણએ પોતાનાં ભાઈ બલરામની બાબતમાં સીધે-સીધું વચ્ચે ન પડીને તેને એક ઉપાય બતાવ્યો. કૃષ્ણએ અભિમન્યુને ઘટોત્કચ પાસેથી મદદ લેવાની સલાહ આપી. અભિમન્યુ દોડતો-દોડતો પોતાનાં કાકાનાં દીકરા ઘટોત્કચ પાસે ગયો અને તેને બધી વાત કરી. ઘટોત્કચને બલરામનાં આવાં વર્તનથી ખૂબ ગુસ્સો આવ્યો. અને આમ પણ તે બલરામથી પહેલેથી જ નારાજ હતો કેમ કે બલરામ પાંડવોથી જેટલું અંતર રાખતા હતા એટલાં જ તે કૌરવોથી નજીક હતાં. તેથી તેણે પોતાનાં તરફથી ભરપૂર મદદનું આશ્વાસન આપ્યું અને અભિમન્યુને વારણાવતમાં રોકીને પોતે દ્વારકાની આજુબાજુ મોકાની શોધમાં

રહેવા લાગ્યો. અને છેલ્લે બરાબર એજ દિવસે જ્યારે દુર્યોધન પોતાનાં દીકરાની જાન લઈને દ્વારકા પહોંચ્યો, ત્યારે ઘટોત્કચે વત્સલાનું હરણ કરી લીધું અને વારણાવત ચાલ્યો ગયો. ત્યાં તેણે વત્સલા-અભિમન્યુનાં લગ્ન કરાવી દીધાં. જ્યારે લક્ષ્મણ કુમારને આ વાતની ખબર પડી તો તેણે આજીવન લગ્ન ન કરવાનું પ્રણ લઈ લીધું. બસ, આજ એક લોકકથામાં બંનેનાં લગ્નનો ઉલ્લેખ મળે છે.

૪૦. કૃષ્ણ-સુદામાની મિત્રતાની હકીકત શું છે?

કૃષ્ણનાં જીવન સાથે જોડાયેલી વાતો જાણવા માટે આજની તારીખમાં જેટલાં પણ પ્રાચીન ગ્રંથ ઉપલબ્ધ છે, એમાંથી મહાભારત જ એક એવો ગ્રંથ છે, જેને વિદ્વાનોમાં વિશ્વસનીય માનવામાં આવે છે. પણ મહાભારતમાં ક્યાંય પણ સુદામાનાં નામ સુદ્ધાંની ચર્ચા નથી મળતી. સુદામાની ચર્ચા હરિવંશ પુરાણ અને વિષ્ણુ પુરાણમાં પણ નથી. સુદામાની ચર્ચા ફક્ત ભાગવત પુરાણમાં જ મળે છે. ભાગવત પુરાણમાં પણ જ્યાં કૃષ્ણ દ્વારા સાંદીપનિ મુનિનાં આશ્રમમાં શિક્ષણ મેળવવાનું વર્ણન છે, એ *દસમાં સ્કંધનાં પિસ્તાળીસમાં અધ્યાયમાં* એક વાર પણ ન તો સુદામા નામનાં કોઈ બ્રાહ્મણની વાત કરવામાં આવી છે અને ન તો જંગલમાંથી લાકડા લાવવાની કે સુદામા દ્વારા ભાત ચોરીને ખાવાની વાત કરવામાં આવી છે. પણ *ભાગવત પુરાણનાં દસમાં સ્કંધનાં એંશીમાં અધ્યાયમાં* ચોક્કસ સુદામાનાં દ્વારકા જવાનું વર્ણન કરવામાં આવ્યું છે. સાથે જ જંગલમાંથી લાકડા લાવવાની કથા પણ અહીં જ આપવામાં આવી છે.

ગર્ગ સંહિતામાં પણ સાંદીપનિ મુનિનાં આશ્રમમાં સુદામાની ચર્ચા નથી કરવામાં આવી *(મથુરાખંડ, અધ્યાય-૯)*. પણ બીજી બાજુ *દ્વારકાખંડનાં બાવીસમાં અધ્યાયમાં* સુદામા નામક બ્રાહ્મણની વાર્તા આપવામાં આવી છે અને જંગલમાં ઘટેલી ઘટનાનું વર્ણન પણ અહીં જ મળે છે.

વળી જો *બ્રહ્મવૈવર્ત પુરાણનાં શ્રીકૃષ્ણજન્મખંડની વાત કરવામાં આવે તો તેનાં ૧૦૨માં* અધ્યાયમાં કૃષ્ણનાં સાંદીપનિ મુનિનાં આશ્રમમાં ભણવાની ચર્ચા તો છે, પરંતુ અહીં પણ આશ્રમમાં સુદામાનો ઉલ્લેખ નથી કરવામાં આવ્યો. આ પુરાણમાં પછીથી પણ કૃષ્ણ-સુદામાની મિત્રતા વિષે કોઈ વાત નથી કહેવામાં આવી.

એટલે કે ભાગવત પુરાણ અને ગર્ગ સંહિતા જ એવા બે શાસ્ત્ર છે જેમાં કૃષ્ણ-સુદામાની ચર્ચા કરવામાં આવી છે. કંઈપણ હોય, એટલું તો ચોક્કસ છે કે આજે જે કંઈપણ સિરીયલોમાં બતાવવામાં આવે છે, એ પ્રકારની કૃષ્ણ-સુદામાની દોસ્તી શાસ્ત્રોમાં બિલકુલ ઉપલબ્ધ નથી.

૪૧. શું ખરેખર દ્રૌપદીનું વસ્ત્રાહરણ થયું હતું અને કૃષ્ણએ તેની લાજ બચાવવા માટે વસ્ત્ર પૂર્યા હતાં?

મહાભારતનાં સભાપર્વનાં ૫૮ થી ૬૩માં અધ્યાય દરમિયાન જુગાર પ્રકરણની ચર્ચા વિસ્તારપૂર્વક આપવામાં આવી છે, તેમાં કૃષ્ણ ક્યાંય પણ હાજર નથી. વળી પ્રશ્ન એ પણ ઉદ્‌ભવે છે કે શું કૃષ્ણને દ્રૌપદી જ પ્રિય હતી અને શું પાંડવગણ અપ્રિય હતાં કે તેમને રાજપાટ તો હારવા દીધું પણ દ્રૌપદીને બચાવી લીધી? હકીકતમાં મહાભારત પ્રમાણે દ્રૌપદી એ દિવસોમાં રજઃસ્વલાનાં દોરમાં હતી અને જેમ કે હજી સુધી ભારતનાં કેટલાંક સમાજની પ્રચલિત પરંપરા છે, એ પ્રમાણે રજઃસ્વલનાં દિવસોમાં સ્ત્રીઓ ફક્ત એક વસ્ત્ર ધારણ કરે છે, તેથી જ્યારે દુઃશાસન તેને પકડીને સભાભવનમાં લઈ ગયો હતો ત્યારે દ્રૌપદી પણ એક વસ્ત્રમાં પોતાનાં રાણીવાસમાં હતી. સ્વાભાવિક છે કે આ બળજબરીનાં કારણે દ્રૌપદી નિર્વસ્ત્ર થઈ જ હશે.

ખેર, કૃષ્ણ એ સમયે ત્યાં હાજર ન હતાં, એ વાતનું એક મજબૂત પ્રમાણ એ છે કે કૃષ્ણ જ્યારે જંગલમાં પાંડવ અને દ્રૌપદીને મળે છે અને કહે છે કે જો હું ત્યાં હાજર હોત તો ન તો જુગાર રમાત અને ન તો દ્રૌપદીની ઈજ્જત ઉપર હુમલો થાત *(મહાભારત, વનપર્વ, અધ્યાય-૧૩, શ્લોક-૧-૨)*. જો હું હસ્તિનાપુર કે તેની આજુબાજુ પણ હોત તો દુર્યોધન અથવા ધૃતરાષ્ટ્રનાં વગર બોલાવ્યે પણ ત્યાં પહોંચી જાત અને જુગાર રમવા ન દેત. તેથી સારાંશ એ કે કૃષ્ણ દ્વારા ચીર પૂરવાની આખી વાત કાલ્પનિક છે અને વાતોને અતિશયોક્તિપૂર્વક વધારીને રજૂ કરવામાં આવી છે.

અને બરાબર આજ વાત કુંતી પણ *મહાભારતનાં ઉધોગપર્વમાં* કૃષ્ણને કહે છેઃ

न राज्यहरणं दुःखं द्यूते चापि पराजयः ।
प्रव्राजनं सुतानां वा न मे तद्दुःखकारणम् ॥
यत्र सा बृहती श्यामा सभायां रुदती तदा।
अश्रौषीत्परुषा वाचस्तन्मे दुःखतरं महत् ॥
स्त्रीधर्मिणी वरारोहा क्षत्रधर्मरता सदा ।
नाध्यगच्छत्तदानाथं कृष्णा नाथवती सती ॥

"કૃષ્ણ! મને રાજ્ય છીનવાઈ જવાનું એટલું દુઃખ નથી. જુગારમાં હારવાનું અને પુત્રોને વનવાસ થવાનું પણ મારા મનમાં એટલું દુઃખ નથી, પણ ભરી સભામાં મારી સુંદરી યુવતી પુત્રવધુ દ્રૌપદીએ રડતાં-રડતાં દુર્યોધનના જે કડવા વેણ સાંભળ્યા હતા, એજ મારા માટે મહાન દુઃખનું કારણ બની ગયું છે. ક્ષત્રિયધર્મમાં હંમેશા તત્પર રહેવાવાળી મારી સર્વાંગસુંદરી સતી-સાધ્વી વહુ કૃષ્ણા (દ્રૌપદી) એ સમયે રજઃસ્વલાવસ્થામાં હતી. એ દરેક રીતે સનાથ

હતી, છતાં પણ એ દિવસે કૌરવસભામાં તેને કોઈ રક્ષક ન મળ્યું.''

(મહાભારત, ઉદ્યોગપર્વ, અધ્યાય-૧૩૭, ગીતાપ્રેસમાં-૧૩૮, શ્લોક-૧૭-૧૯)

આ એ વાતની પૂરતી સાબિતી છે કે કૃષ્ણ ત્યાં હાજર ન હતાં અને ન તો તેમણે દ્રૌપદીને કોઈ સાડી આપી હતી. જો કે આ ઘટના વખતે કૃષ્ણનાં ગેરહાજર હોવાનું પ્રમાણ બીજી એક જગ્યાએ પણ મળે છેઃ

ऋणमेतद्प्रवृद्धं मे हृदयान्नापसर्पति।
यद् गोविन्देति चुक्रोश कृष्णा मां दूरवासिनम्॥

કૃષ્ણ સંજયને કહે છે કે એ કૌરવોને જઈને કહી દેજોઃ ''જે સમયે કૌરવસભામાં દ્રૌપદીના વસ્ત્ર ખેંચવામાં આવી રહ્યા હતાં ત્યારે હું હસ્તિનાપુરથી ઘણો દૂર હતો. એ સમયે કૃષ્ણા (દ્રૌપદી) એ ગભરાઈને મને 'ગોવિંદ' કહીને જે બોલાવ્યો હતો, એ તેનું મારા ઉપર બહુ મોટું ઋણ છે અને આ ઋણ વધતું જ જઈ રહ્યું છે. અપરાધી કૌરવોનો સંહાર કર્યા વિના તેનો આ ભાર મારા હૃદયમાંથી દૂર નહીં થઈ શકે.''

(મહાભારત, ઉદ્યોગપર્વ, અધ્યાય-૫૯, શ્લોક-૨૨)

ઉપરના શ્લોકો પરથી સંપૂર્ણ રીતે સ્પષ્ટ છે કે ન તો દ્રૌપદીને જાણી-જોઈને નિર્વસ્ત્ર કરવાની કોશિશ કરવામાં આવી હતી અને ન તો કૃષ્ણએ કોઈ ચમત્કાર કરીને ચીર પૂર્યા હતાં. અહીં કુંતીનું સ્પષ્ટ કથન છે કે એ દિવસે દ્રૌપદીને સભામાં કોઈ રક્ષક નહોતું મળ્યું. તેને બળજબરીપૂર્વક રાણીવાસમાંથી ખેંચીને લાવવામાં આવી, અભદ્ર સંકેત કરવામાં આવ્યા, કડવા વચન સંભળાવવામાં આવ્યા; તેનાં પર કરવામાં આવેલા આ બધાં અત્યાચારોનું પ્રમાણ ઉપસ્થિત છે. એટલે કે નવા-નવા પુરાણો દ્વારા જ આવી વાતો વધારી-વધારીને ફેલાવવામાં આવી છે. એવામાં વિશ્વસનીય જૂના શાસ્ત્રો ઉપર વિશ્વાસ કરવો કે ચમત્કારોથી ભરેલાં નવાં શાસ્ત્રો પર, એ મનુષ્યનાં પોતાનાં વિવેક ઉપર આધાર રાખે છે.

૪૨. શું દ્રૌપદી બોલવામાં સ્પષ્ટ અને તેજસ્વી હતી?

જી હા, દ્રૌપદીની વાક્પટુતા બેજોડ હતી. અને આ વાત એ પ્રસંગથી સમજી શકાય છે કે જ્યારે યુધિષ્ઠિર હસ્તિનાપુરના રાજદરબારમાં આયોજિત જુગારમાં શકુનિના હાથે રાજપાટની સાથોસાથ ખુદ પાંચ ભાઈઓ સમેત દ્રૌપદીને પણ હારી ગયા હતાં. ત્યારે દુઃશાસન રાણીવાસમાં વિશ્રામ કરી રહેલી દ્રૌપદીને ઢસેડીને દરબારમાં લાવ્યો હતો. દ્રૌપદી એ દિવસો દરમિયાન રજઃસ્વલા હતી, એટલે પ્રચલિત પરંપરા પ્રમાણે તેણે ફક્ત એક સાડી ધારણ કરી હતી. એવામાં ચોકકસપણે તે પોતાને ખૂબ જ અપમાનિત અનુભવી રહી હતી. ઉપરથી સસરા, દાદા સસરા, જેઠ-દિયર, પાંચેય પતિ, મંત્રી, સેવક, દૂર-દૂરથી આવેલાં

અન્ય રાજાગણ તથા ઋષિ-મુનિઓથી ભરેલા એ દરબારમાં તે પોતાની લાજ બચાવવામાં પણ અસમર્થ હતી. એ કારણે તે ક્રોધથી વિફરેલી હતી. તે સંપૂર્ણ રીતે અચરજમાં પડી ગઈ હતી. જ્યારે ત્યાંની વસ્તુસ્થિતિથી તેને અવગત કરાવવામાં આવી ત્યારે એ તેજ દિમાગવાળી દ્રૌપદીએ પોતાનાં પતિ યુધિષ્ઠિરને એક અત્યંત ગંભીર પ્રશ્ન પૂછ્યોઃ

कस्येशो नः पराजैषीरिति त्वामाह द्रौपदी।

किं नु पूर्वं पराजैषीरात्मानमथवापि माम्।।

દ્રૌપદીએ તેને બોલાવવા આવેલાં પ્રતિકામી (રાજદરબારનો આદેશપાલક) ને કહ્યું કે જાઓ અને મહારાજ યુધિષ્ઠિરને પૂછો કે કઈ-કઈ વસ્તુનાં સ્વામી બનીને તમે દ્રૌપદીને હાર્યા છો? તમે પહેલાં પોતાની જાતને હાર્યા છો કે મને એટલે કે દ્રૌપદીને?

(મહાભારત, સભાપર્વ, અધ્યાય-૬૭, શ્લોક-૧૦)

પછી એ સેવક દ્રૌપદીનો પ્રશ્ન લઈને દરબારમાં ગયો એટલે ખાલી હાથે આવેલો જોઈને દુર્યોધને પૂછ્યું કે ખાલી હાથે કેમ આવ્યો? ત્યારે સેવકે તેને દ્રૌપદીનો પ્રશ્ન સંભળાવી દીધો. દુર્યોધન બોલ્યોઃ જા અને તેને બોલાવીને જ લાવ, તેનાં પ્રશ્નોના જવાબ દરબારમાં જ આપવામાં આવશે. એ સેવક ફરી ગયો પણ તેમ છતાં દ્રૌપદી તેની સાથે ન આવી. ત્યારે દુર્યોધને દુઃશાસનને મોકલ્યો અને તે દ્રૌપદીનાં વાળ પકડીને તેને ઢસેડીને દરબારમાં લાવ્યો. દ્રૌપદીએ પોતાનો પ્રશ્ન એ દરબારમાં પણ પુનરાવર્તિત કર્યો હતોઃ

इमं प्रश्नमिमे ब्रुत सर्व एव सभासदः।

जितांवाप्यजितां वा मां मान्यध्वे सर्वभूमियाः।।

દ્રૌપદી બોલીઃ ''મારાં આ પ્રશ્નનો બધાં સભાસદ ઉત્તર આપે. રાજાઓ! તમે શું સમજો છો? ધર્મ પ્રમાણે મને જીતવામાં આવી છે કે નહીં? એટલે કે તમે લોકો મને સાચે-સાચું કહો કે મહારાજ યુધિષ્ઠિર પહેલાં ખુદને હાર્યા છે કે મને?''

(મહાભારત, સભાપર્વ, અધ્યાય-૬૮, શ્લોક-૪૧, ગીતાપ્રેસ)

ત્યારે દરબારમાં ઉપસ્થિત ભીષ્મપિતામહે સૌથી પહેલાં ઉઠીને દ્રૌપદીને સન્મુખ થતાં કહ્યુંઃ

न धर्मसौक्ष्म्यात् सुभगे विवेक्तुं

शक्नोमि ते प्रश्नमिमं यथावत्।

अस्वाम्यशक्तः पणितुं परस्वं

स्त्रियाश्च भर्तुर्वशतां समीक्ष्य।।

ભીષ્મપિતામહ બોલ્યાઃ ''સૌભાગ્યશાળી વહુ! ધર્મનું સ્વરૂપ અત્યંત સૂક્ષ્મ હોવાનાં કારણે હું તારા આ પ્રશ્નનો ઉત્તર આપવા માટે યોગ્ય નિર્ણય નથી કરી શકતો. કોઈપણ વ્યક્તિ જે વસ્તુનાં માલિક નથી, તેને તે ન તો વેચી શકે છે અને ન તો દાવ પર લગાવી શકે છે; એ

વાત તો સાચી છે. પરંતુ એ પણ સાચું છે કે લોક-વ્યવહારમાં સ્ત્રીને હંમેશા તેનાં સ્વામીને આધીન જોવામાં આવે છે. તેથી આ બધી વાતો પર વિચાર કરવાથી મને કોઈ નિર્ણય સૂઝી નથી રહ્યો.''

(મહાભારત, સભાપર્વ, અધ્યાય-૬૮, શ્લોક-૪૭)

હવે આ હકીકત તો શીશાની જેમ સ્પષ્ટ હતી અને ત્યાં હાજર બધાં લોકો પણ એ વાત જાણતા હતાં કે યુધિષ્ઠિર પહેલાં ખુદને હાર્યા હતાં તો પછી ગુલામ વ્યક્તિ બીજા કોઈને કેવી રીતે દાવ પર લગાવી શકે? બસ, યા તો આ વાતનો જવાબ કોઈની પાસે ન હતો અથવા તો પછી કોઈ આ બાબતે મોઢું ખોલવા નહોતા ઈચ્છતાં. જો કે દુર્યોધનનાં એક ભાઈ વિકર્ણે દ્રૌપદીનો પક્ષ લઈને પોતાનાં ભાઈઓની ટીકા કરવાનું શરૂ જ કર્યું હતું કે કર્ણએ તેને વઢીને ચૂપ કરાવી દીધો હતો. આ આખા પ્રકરણમાંથી શીખવા જેવી વાત એજ છે કે જ્યારે ખુદ મનુષ્ય પર વિપત્તિ આવે છે ત્યારે તે બૂમો પાડે છે કે ''કોઈ સાચું નથી બોલી રહ્યું'', પણ જ્યારે બીજા માટે સાચું બોલવાનો સમય આવે છે, ત્યારે એજ માણસ છટકવા મથે છે. ભાગ્યે જ કોઈ વિરલો હોય છે જે પોતાનાં સમેત બધાં માટે સાચું બોલવાની હિમ્મત રાખે છે.

૪૩. કૃષ્ણનું મૃત્યુ કેવી રીતે થયું હતું?

મહાભારત અને પુરાણોં પ્રમાણે પ્રભાસ ક્ષેત્રમાં જરા નામક વ્યાધે હરણ સમજીને કૃષ્ણ પર બાણ ચલાવી દીધું હતું, જે કૃષ્ણનાં પગમાં વાગ્યું હતું અને પછી એજ તેમનાં મૃત્યુનું કારણ પણ બન્યું હતું.

(મહાભારત, મૌસલપર્વ, અધ્યાય-૪, શ્લોક-૨૨-૨૩)

(વિષ્ણુ પુરાણ, અંશ-૫, અધ્યાય-૩૭, શ્લોક-૬૮-૭૧)

(ભાગવત પુરાણ, સ્કંધ-૧૧, અધ્યાય-૩૦, શ્લોક-૩૩)

બીજી બાજુ હરિવંશ પુરાણ અને બ્રહ્મવૈવર્ત પુરાણમાં કૃષ્ણનાં મૃત્યુ વિષે કોઈ વિવરણ ઉપલબ્ધ નથી.

૪૪. શું સંજય હસ્તિનાપુરનાં રાજમહેલમાં બેઠાં-બેઠાં ધૃતરાષ્ટ્રને કુરુક્ષેત્રની યુદ્ધભૂમિનાં ક્રિયા કલાપોથી અવગત કરાવી રહ્યાં હતાં?

મહાભારતનાં ભીષ્મપર્વનાં બીજા અધ્યાયનાં છઠ્ઠા શ્લોકમાં એવું વર્ણન છે કે વેદવ્યાસ ધૃતરાષ્ટ્રને દિવ્યદ્રષ્ટિ આપવા ઈચ્છતાં હતાં જેથી કરીને તેઓ રાજભવનમાં બેઠાં-બેઠાં યુદ્ધભૂમિની તમામ પરિસ્થિતિ જોઈ શકે, પણ ધૃતરાષ્ટ્રે યુદ્ધભૂમિની વિભીષિકાને જોવાની ના

પાડી દીધી અને એવી ઈચ્છા પ્રગટ કરી કે યુદ્ધભૂમિની દરેક ઘટના તેઓ સાંભળવા ચોક્કસ ઈચ્છે છે. ત્યારે વેદવ્યાસે કહ્યુંઃ

एष ते संजयो राजन् युद्धमेतद् वदिष्यति।
एतस्य सर्वसंग्रामे न परोक्षं भविष्यति॥

વેદવ્યાસજીએ કહ્યુંઃ ''હે રાજન! આ સંજય તમને યુદ્ધભૂમિની દરેક ગતિવિધી સંભળાવતો રહેશે. સંપૂર્ણ યુદ્ધભૂમિની અંદર એવી કોઈપણ વાત નહીં હોય, જે એનાથી છૂપી રહી શકે.''

(મહાભારત, ભીષ્મપર્વ, અધ્યાય-૨, શ્લોક-૯)

એટલે કે આ સંજય યુદ્ધભૂમિમાં જશે અને ત્યાંથી વચ્ચે-વચ્ચે આવીને તમને તાજા સમાચાર સંભળાવતો રહેશે. યુદ્ધભૂમિમાં ઉપસ્થિત બંને પક્ષોનાં લોકોનાં મનમાં જે કોઈપણ વાત હશે, એ પણ સંજયથી છૂપી નહીં રહી શકે.

नैनं शस्त्राणि छेत्स्यन्ति नैनं बाधिष्यते श्रमः।
गावल्गणिरयं जीवन् युद्धादस्माद् विमोक्ष्यते॥

''તેને કોઈ હથિયાર હણી નહીં શકે. તેને કોઈ પરિશ્રમ કે થાકનો પણ અવરોધ નહીં નડે. ગવલ્ગણનો પુત્ર એ સંજય આ યુદ્ધમાં જીવિત બચી જશે.''

(મહાભારત, ભીષ્મપર્વ, અધ્યાય-૨, શ્લોક-૧૨)

ઉપરનાં શ્લોકથી એ વાત એકદમ સ્પષ્ટ થઈ જાય છે કે સંજય પણ યુદ્ધમાં જતો હતો. હવે સવાલ એ કે જો તે યુદ્ધભૂમિમાં જતો હતો તો ધૃતરાષ્ટ્રને આંખે જોયેલો અહેવાલ ક્યારે સંભળાવતો હતો? આજ તકલીફ છે જૂનાં શાસ્ત્રોની. દરેક વાત વિરોધાભાસી મળે છે. એટલે મનુષ્યએ દરેક જગ્યાએ પોતાનાં વિવેકનો ઉપયોગ કરવો જરૂરી છે. આના પછી આજ *ભીષ્મપર્વનાં તેરમાં અધ્યાયમાં* એ પણ ઉલ્લેખ છે કે સંજય યુદ્ધભૂમિમાંથી પાછા ફરીને છેલ્લાં દસ દિવસના સમાચાર અને ભીષ્મપિતામહનાં બાણશૈયા પર હોવાની સૂચના આપે છેઃ

वैशम्पायन उवाच

अथ गावल्गणिर्विद्वान् संयुगादेत्य भारत।
प्रत्यक्षदर्शी सर्वस्य भूतभव्यभविष्यवित्॥
ध्यायते धृतराष्ट्राय सहसोत्पत्य दुःखितः।
आचष्ट निहतं भीष्मं भरतानां पितामहम्॥

संजय उवाच

संजयोऽहं महाराज नमस्ते भरतर्षभः।
हतो भीष्मः शान्तनवो भरतानां पितामहः॥

વૈશમ્પાયનજીએ કહ્યુંઃ ''હે ભરતનંદન જનમેજય! એ પછી એક દિવસની વાત છે કે ભૂત,

વર્તમાન અને ભવિષ્યનાં જ્ઞાતા અને બધી ઘટનાઓને પ્રત્યક્ષ જોવાવાળા ગવલ્ગણપુત્ર વિદ્વાન સંજયએ યુદ્ધભૂમિમાંથી પાછા ફરીને અચાનક ચિંતામગ્ન ધૃતરાષ્ટ્ર પાસે જઈને અત્યંત દુઃખી થઈને ભરતવંશીઓનાં પિતામહ ભીષ્મનાં યુદ્ધભૂમિમાં મૃત્યુ પામવાનાં સમાચાર જણાવ્યા. સંજય બોલ્યાઃ મહારાજ ભરતશ્રેષ્ઠ! તમને નમસ્કાર કરું છું. હું સંજય તમારી સેવામાં ઉપસ્થિત થયો છું. ભરતવંશીઓનાં પિતામહ અને મહારાજ શાંતનુનાં પુત્ર ભીષ્મજી આજે યુદ્ધમાં મૃત્યુ પામ્યા.''

(મહાભારત, ભીષ્મપર્વ, અધ્યાય-૧૩, શ્લોક-૧-૩)

એટલું જ નહીં, સંજય પ્રથમ દિવસનાં યુદ્ધનું વર્ણન કરતાં સ્પષ્ટપણે કહે છે કે પાંડવ પક્ષની સેના અમારાં (દુર્યોધન પક્ષ પર) તૂટી પડી હતીઃ

क्ष्वेडाः किलकिलाशब्दाः क्रकचा गोविषाणिकाः।
भेरीमृदङ्ग मुरजा हयकुंजरनिःस्वनाः॥
उभयो सेनयोर्ह्यासंस्ततस्तेऽस्मान् समाद्रवन्।
वयं तान् प्रतिनर्दन्तस्तदासीत् तुमुलं महत्॥

''પછી તો બંને સેનાઓમાં સિંહનાદ, હર્ષધ્વનિ, ક્રકચ, નરસિંહે, ભેરી, મૃદંગ અને ઢોલ વગેરે વાદ્યોની ધ્વનિ તથા ઘોડાઓ અને હાથીઓનાં શબ્દ ગૂંજવા લાગ્યા. પાંડવ સૈનિક અમારા લોકો ઉપર તૂટી પડ્યા અને અમે લોકોએ પણ વિકટ ગર્જના કરતાં તેમનાં પર હુમલો કર્યો. આ રીતે અત્યંત ઘોર યુદ્ધ થવા લાગ્યું.''

(મહાભારત, ભીષ્મપર્વ, અધ્યાય-૪૨ ગીતાપ્રેસમાં ૪૪, શ્લોક-૪-૫)

એટલું જ નહીં, પાંડવોની સેનાએ સંજયને યુદ્ધભૂમિમાં કેદ પણ કરી લીધો હતોઃ

धृष्टद्युम्नस्तु मां दृष्ट्वा हसन्सात्यकिमब्रवीत्।
किमनेन गृहीतेन नानेनार्थोऽस्ति जीवता॥
धृष्टद्युम्नवचः श्रुत्वा शिनेर्नप्ता महारथः।
उद्यम्य निशितं खड्गं हन्तुं मामुद्यतस्तदा॥
तमागम्य महाप्राज्ञः कृष्णद्वैपायनोऽब्रवीत्।
मुच्यतां संजयो जीवन्न हन्तव्यः कथंचन॥
द्वैपायनवचः श्रुत्वा शिनेर्नप्ता कृतांजलिः।
ततो मामब्रवीन्मुक्त्वा स्वस्ति संजय साधय॥

સંજય બોલ્યાઃ ''એ વખતે મને કેદમાં પડેલો જોઈને ધૃષ્ટદ્યુમ્ને હસતાં હસતાં સાત્યકિને કહ્યું કે આને કેદ રાખીને શું કરવાનું છે? આના જીવિત રહેવાથી આપણો કોઈ લાભ નથી. ધૃષ્ટદ્યુમ્નની વાત સાંભળીને શિનિપૌત્ર મહારથી સાત્યકિ ધારદાર તલવાર ઉઠાવીને એજ ક્ષણે

મને મારી નાંખવા માટે તૈયાર થઈ ગયા. એજ સમયે મહાજ્ઞાની કૃષ્ણદ્વૈપાયન વ્યાસજી ત્યાં આવી ગયા અને બોલ્યા - સંજયને છોડી દો. એ કોઈપણ રીતે વધને યોગ્ય નથી. પછી હાથ જોડીને શિનિપૌત્ર સાત્યકિ વ્યાસજીની એ વાત સાંભળીને મને સ્વતંત્ર કરતાં બોલ્યા - સંજય તારું કલ્યાણ થાય. જા, તારું ઈચ્છિત સાધ્ય મેળવ.''

(મહાભારત, શલ્યપર્વ, અધ્યાય-૨૯, શ્લોક-૧૮-૨૧;
ગીતાપ્રેસનાં સંસ્કરણમાં શ્લોક -૩૭-૪૦)

તેથી દરેક રીતે સાબિત થાય છે કે સંજય રોજ યુદ્ધનાં મેદાનમાં જતો હતો. અને ધૃતરાષ્ટ્ર યુદ્ધનાં મેદાનમાં જતાં ન હતાં. એવામાં ધૃતરાષ્ટ્રની પાસે બેઠાં-બેઠાં મહાભારતનાં સમાચાર જણાવવાનો પ્રશ્ન જ ક્યાં ઊભો થાય છે? તેથી સંજય જ વારંવાર ધૃતરાષ્ટ્ર પાસે જઈને તેમને યુદ્ધનાં સમાચાર જણાવતાં હતાં.

૪૫. શું એકલવ્યએ મહાભારતનાં યુદ્ધમાં ભાગ લીધો હતો?

ઘણીવાર એવું કહેવાય છે કે એકલવ્ય દ્રોણાચાર્ય સાથે બદલો લેવા માટે મહાભારતનાં યુદ્ધમાં પાંડવો તરફથી લડ્યો હતો. પણ આ વાત એકદમ ખોટી છે. જો કે એકલવ્ય મહાભારતનાં યુદ્ધમાં લડવાની ઈચ્છા તો ધરાવતો હતો અને આવ્યો પણ હતો, પણ તે દુર્યોધનનાં પક્ષેથી જ લડવા ઈચ્છતો હતો. તો પછી દ્રોણાચાર્ય સાથે બદલો લેવાની વાત જ ખોટી પડે છે. બીજી વાત એ પણ છે કે તે પોતાનાં સમયનો વિખ્યાત ધનુર્ધર હોવાની સાથે-સાથે સમર્પિત ગુરુભક્ત હોવાં માટે પણ પ્રસિદ્ધ છે, એવામાં તેણે પોતાના ગુરુ પાસેથી બદલો લેવાનું વિચાર્યું જ નહીં હોય. બીજું કારણ એ કે જો કૃષ્ણને જરા પણ અણસાર હોત કે તે પાંડવો તરફથી લડવા ઈચ્છતો હતો, તો તેઓ તેને યુદ્ધ શરૂ થતાં પહેલાં જ પોતાનાં હાથે ન મારતઃ

एकलव्यं हि साङ्गुष्ठमशक्ता देवदानवाः।
सराक्षसोरगाः पार्थ विजेतुं युधि कर्हिचित्॥
किमु मानुषमात्रेण शक्यःस्यात् प्रतिविक्षितुम्।
दृढमुष्टिः कृती नित्यमस्यमानो दिवानिशम्॥
त्वद्धितार्थे तु स मया हतः संग्रामंमूर्धनि।
चेदिराजश्च विक्रांतः प्रत्यक्षं निहतस्तव॥

કૃષ્ણ કહે છે કે ''કુંતીકુમાર! જો એકલવ્યનો અંગૂઠો સુરક્ષિત હોત તો દેવ, દાનવ, રાક્ષસ, નાગ - આ બધાં મળીને પણ યુદ્ધમાં તેને હરાવી ન શકત. તો પછી કોઈ મનુષ્યમાત્ર તેની તરફ જોઈ પણ કેવી રીતે શકવાના હતાં? તેની મુઠ્ઠી મજબૂત હતી. તે અસ્ત્ર-વિદ્યાનો વિદ્વાન હતો અને કાયમ રાત-દિવસ બાણ ચલાવવાનો અભ્યાસ કરતો હતો. તારાં હિત માટે મેં જ

યુદ્ધનાં આરંભે તેને મારી નાંખ્યો હતો. પરાક્રમી ચેદિરાજ શિશુપાલ તો તારી આંખોની સામે જ હણાયા હતાં.''

(મહાભારત, દ્રોણપર્વ, અધ્યાય-૧૮૧, શ્લોક-૧૯-૨૧)

આશા છે કે મહાભારતનાં ઉપરોક્ત પ્રમાણથી બધાંનો ભ્રમ દૂર થઈ ગયો હશે.

૪૬. જરાસંધ શા માટે કૃષ્ણનાં દુશ્મન બની ગયાં હતાં?

જરાસંધ તત્કાલીન આર્યાવર્તનાં એક શક્તિશાળી નરેશ હતાં. તેઓ નીતિ-નિયમોનું કઠોરતાથી પાલન કરવાવાળાં, પણ ખૂબ જ વધારે મહત્ત્વાકાંક્ષી હતાં. તેમની રાજનીતિક અને પ્રશાસનિક કુશળતાનાં સૌ પ્રશંસક હતાં. તેમનાં મગધ રાજ્ય તથા રાજધાની ગિરિવ્રજની સુંદરતા અને નાગરિકોની ખુશાલીની પ્રશંસા ખુદ કૃષ્ણે પણ કરી હતી જ્યારે તેઓ ભીમ અને અર્જુન સાથે રાજગૃહ ગયાં હતાં:

एष पार्थ महान् भाति पशुमान् नित्यमम्बुमान्।
निरामयः सुवेश्माढ्यो निवेशो मागधः शुभः।।

કૃષ્ણ બોલ્યા: ''હે અર્જુન! જો, આ મગધ દેશની સુંદર અને વિશાળ રાજધાની કેવી શોભે છે? અહીં પશુઓની સંખ્યા વધારે છે. પાણીની પણ હંમેશા પૂર્ણ સુવિધા હોય એમ લાગે છે. બધાં નાગરિક પણ નિરોગી હોય એવું લાગે છે. સુંદર-સુંદર મહેલોથી ભરેલું આ નગર ખૂબ જ મનોહર લાગે છે.''

(મહાભારત, સભાપર્વ, અધ્યાય-૨૧, શ્લોક-૧)

આવાં શક્તિશાળી અને કુશળ રાજા જરાસંધે પોતાની બે દીકરીઓનાં લગ્ન મથુરાનાં યુવરાજ કંસ સાથે કર્યા હતાં. થોડાં સમય પછી જ્યારે કંસ પોતાનાં પિતા ઉગ્રસેનને કેદ કરીને ખુદ રાજા બની ગયો ત્યારે મથુરાનાં યાદવ-શ્રેષ્ઠીઓએ જરાસંધનાં ભયને લીધે ખૂલીને વિરોધ તો ન કર્યો, પણ તેઓ કંસથી નજર બચાવવાં લાગ્યા. તેનાથી કંસ નિરંકુશ થઈ ગયો અને તે પોતાની પ્રજાને જુદી જુદી રીતે રંજાડવા લાગ્યો. પરિણામસ્વરૂપે છેલ્લે તે પોતાનાં જ ભાણેજ કૃષ્ણનાં હાથે મૃત્યુ પામ્યો.

એનાથી જરાસંધને એકસાથે બે આઘાત લાગ્યા. પહેલો આઘાત તો એ કે તેમની બે-બે દીકરીઓ એક ઝાટકે વિધવા થઈ ગઈ હતી. જો કે બીજો આઘાત તેનાં માટે વધારે ઊંડો હતો અને એ હતો તેનાં વર્ચસ્વ, પ્રભાવ અને આતંકને ખુલ્લો પડકાર. કંસનાં મૃત્યુ સુધી કોઈએ પણ જરાસંધનાં જમાઈને છંછેડીને તેનાં ગુસ્સાનાં કોપભાજન બનવાની હિમ્મત નહોતી કરી. પણ આ બે અહીર બાળકો, જેમનાં માથે ન તો કોઈ તાજ હતો કે ન તો એવો કોઈ આધાર હતો. તેમણે અજાણે જ તેને છંછેડ્યો હતો અને દુશ્મનાવટ વહોરી લીધી હતી. પછી

તો જરાસંઘે એક ન થંભવાવાળો પ્રતિશોધનો ક્રમ શરૂ કરી દીધો. પણ કૃષ્ણ જેવા મહાપુરુષ આગળ તેમને દરેક વખત કાં તો હાર માનવી પડી અથવા તો નિરાશ થવું પડ્યું. જરાસંઘનાં વેરની અવળી અસર એ થઈ કે તેનાં દરેક આક્રમણની સાથે કૃષ્ણને પોતાનું રાજનીતિક કદ ઊંચું ઉઠાવવાનો અવસર આપોઆપ જ મળતો ગયો. આ વાત કૃષ્ણની જીવન-લીલાને જાણવા અને સમજવાવાળા લોકોને ખબર જ છે.

૪૭. કૃષ્ણનો ઉદ્ધવ સાથે શું સંબંધ હતો?

કૃષ્ણ ઉદ્ધવનાં કાકાનાં દીકરા હતા. રાજા સૂરસેનનાં દસ પુત્ર હતાં જેમાં વસુદેવજી સૌથી મોટાં હતાં અને તેમનાથી નાના દેવભાગ હતાં જેમનો પુત્ર ઉદ્ધવ હતો (*હરિવંશ પુરાણ, હરિવંશ પર્વ, અધ્યાય-૩૪, શ્લોક-૩૧*). સાત્યકિ પણ કૃષ્ણનાં કાકાનો દીકરો હતો અને તેનું સાચું નામ યુયુધાન હતું. પણ સત્યકનો પુત્ર હોવાને કારણે સંસ્કૃત ગ્રંથોમાં તેને સાત્યકિનાં રૂપમાં પ્રસિદ્ધિ મળી (*હરિવંશ પુરાણ, હરિવંશપર્વ, અધ્યાય-૩૪, શ્લોક-30*). કોઈપણ ગ્રંથમાં ગોકુળ કે વૃંદાવનનાં પ્રસંગમાં ઉદ્ધવની ચર્ચા નથી કરવામાં આવી. કૃષ્ણનાં મથુરા આવ્યા બાદ જ તેમને ઉદ્ધવનો સાથ મળે છે, જે આજીવન કાયમ રહે છે. કંસ જ્યારે કૃષ્ણને મથુરા બોલાવવા માટે કોઈ દૂતને વૃંદાવન મોકલવાની ચર્ચા પોતાનાં દરબારમાં કરે છે, ત્યારે સત્યક નામનો એક મંત્રી તેને અક્રૂર, ઉદ્ધવ કે વસુદેવજીને દૂત તરીકે મોકલવાની સલાહ આપે છેઃ

अक्रूरमुद्धवं वाऽपि वसुदेवमथापि वा।
प्रस्थापय महाभाग नन्दव्रजमभीप्सितम्।।

સત્યક બોલ્યોઃ ''મહાભાગ! તમે નંદવ્રજનાં ઈચ્છિત સ્થાને અક્રૂર, ઉદ્ધવ અથવા વસુદેવજીને મોકલો.'' (*બ્રહ્મવૈવર્ત પુરાણ, શ્રીકૃષ્ણજન્મખંડ, અધ્યાય-૬૪, શ્લોક-૩૧*)

ઉપરનાં શ્લોકથી એજ ખબર પડે છે કે કૃષ્ણનાં મથુરા આગમન પહેલાંથી જ ઉદ્ધવનું રાજ-દરબારમાં જવા-આવવાનું હતું. કંસનાં મૃત્યુ પછી જ્યારે કૃષ્ણએ ઉદ્ધવને ગોપીઓને મળવા અને સંવાદનું આદાન-પ્રદાન કરવા માટે વૃંદાવન મોકલ્યા ત્યારે ત્યાં કોઈપણ ગોપીએ તેમને ઓળખ્યા ન હતાંઃ

सुविस्मिताः कोऽयमपीव्यदर्शनः कुतश्च कस्याच्युतवेषभूषणः।
इति स्म सर्वाः परिवव्रुरुत्सुकास्तमुत्तमःश्लोकपदाम्बुजाश्रयम्।।
तं प्रश्रयेणावनताः सुसत्कृतं सव्रीडहासेक्षणसूनृतादिभिः।
रहस्यपृच्छन्नुपविष्टमासने विज्ञाय सन्देशहरं रमापतेः।।

''પવિત્ર સ્મિતવાળી ગોપીઓએ અંદરો-અંદર કહ્યુંઃ આ પુરુષ દેખાવમાં તો ખૂબ જ સુંદર છે. પણ આ છે કોણ? ક્યાંથી આવ્યો છે? કોનો દૂત છે? તેણે કૃષ્ણ જેવી વેશભૂષા કેમ

ધારણ કરી છે? બધી જ ગોપીઓ તેમનો પરિચય મેળવવા માટે અત્યંત અધીરી બની ગઈ અને તેમાંથી ઘણી બધી ગોપીઓ કૃષ્ણનાં સંદેશવાહક ઉદ્ધવને ચારે બાજુથી ઘેરી વળીને ઊભી રહી ગઈ.''

(ભાગવત પુરાણ, સ્કંધ-૧૦, અધ્યાય-૪૭, શ્લોક-૨-૩)

કૃષ્ણથી વિપરીત ઉદ્ધવ બાળપણથી જ નગરીય સભ્યતામાં ઉછર્યા હતાં અને ખૂબ જ ઉત્તમ બુદ્ધિમત્તાનાં માલિક હતાં. કૃષ્ણ અમુક કામ ઉદ્ધવને સોંપીને નિશ્ચિંત થઈ જતાં હતાં અને એ કામ પૂરું થઈ જતું હતું. રાજનીતિ અને કૂટનીતિની બાબતમાં તેઓ કૃષ્ણથી વધારે નહીં તો જરાય ઉતરતાં પણ ન હતાં, ફરક માત્ર એટલો હતો કે કૃષ્ણ દુનિયા સામે સક્રિય હતાં અને ઉદ્ધવ પડદાં પાછળ સક્રિય હતાં. આ વાત તેમના નગરીય-સભ્યતાથી પૂર્વ-પરિચિત હોવાનું પ્રમાણ છે.

૪૮. શું કૃષ્ણ સાચે જ મોરપંખ લગાવતાં હતાં?

પ્રાચીનકાળમાં જંગલ અને તેની આસપાસ રહેવાવાળા લોકો મોટાભાગે પ્રાકૃતિક સાધનોથી જ પોતાનો શૃંગાર કરતાં હતાં. અને કેમ કે ગોકુળ-વૃંદાવનનાં લોકો પણ પશુપાલનનાં ધંધાને કારણે જંગલોમાં જ રહેતા હતાં, એટલે એ લોકો પણ ફૂલો, વૃક્ષોની કૂંપળો, પક્ષીઓની પાંખો અને જાનવરોનાં શિંગડાઓમાંથી તૈયાર કરેલાં શૃંગાર-સાધનોનો મુખ્ય રીતે ઉપયોગ કરતાં હતાં. જો કે મનુષ્યજાતિએ ધાતુઓમાં સોનાની શોધ એ સમય સુધીમાં કરી નાખી હતી, એટલે સંપન્ન વર્ગનાં લોકો સોનાનાં આભૂષણોનો પણ ઉપયોગ કરવા લાગ્યા હતાં. કેમ કે નંદબાબા થોડાં સંપન્ન હતાં, એટલે તેમનાં ઘરમાં પણ સોનાનાં આભૂષણોનો ઉપયોગ થતો હતો. કૃષ્ણને પણ સોનાનાં આભૂષણો પહેરાવવામાં આવતાં હતાં, પણ તેઓ બીજા ગોવાળ-બાળકોને જોઈને પોતાનાં અંબોડામાં પણ મોરપંખ ખોંસતા હતાંઃ

फलप्रबालस्तवक सुमनः पिच्छधातुभिः।
काचगुंजामणिस्वर्णन्भूषिता अप्यभूषयन॥

શુકદેવજી કહે છેઃ ''જો કે એ ગ્વાલ-બાળકોએ કાચ, ચણોઠી, મણિ અને સોનાનાં ઘરેણાં પહેર્યા હતાં, તેમ છતાં તેમણે વૃંદાવનનાં લાલ-પીળા લીલાં ફળોથી, નવી-નવી કૂંપળોથી, ઝૂમખાઓથી, રંગ-બેરંગી ફૂલો અને મોરપંખો અને ગેરુ વગેરે રંગીન પદાર્થોથી ખુદને શણગારી લીધા.''

(ભાગવત પુરાણ, સ્કંધ-૧૦, અધ્યાય-૧૨, શ્લોક-૪)

बर्हप्रसून नवधातुविचित्रतांगः
प्रोद्दामवेणुदलशृंगरवोत्सवाढ्यः।

वत्सान् गृणन्ननुगगीत पवित्र कीर्तिः
गोपीदृगुत्सवदृशिः प्रविवेश गोष्ठम्।।

શુકદેવજી કહે છેઃ ''શ્રીકૃષ્ણનાં માથે મોરપંખનો મનોહર મુગટ અને વાંકડિયા વાળમાં સુંદર-સુંદર સુગંધિત ફૂલ ગૂંથેલા હતાં. નવી-નવી રંગીન ધાતુઓથી તેમનાં શ્યામ શરીર પર ચિત્રકારી કરેલી હતી. તેઓ ચાલતી વખતે રસ્તામાં ઊંચા સ્વરમાં ક્યારેક વાંસળી, ક્યારેક પાંદડા તો ક્યારેક જાનવરોનાં શિંગડામાંથી બનેલાં વાજા વગાડીને વાદ્યોત્સવમાં મગ્ન બની રહેતા હતાં. પાછળ-પાછળ ગોવાળ-બાળકો તેમની કીર્તિનું ગાન કરતાં જઈ રહ્યાં હતાં. ક્યારેક તેઓ નામ લઈ-લઈને પોતાનાં વાછરડાંઓને બોલાવતાં, તો ક્યારેક તેમનાં લાડ લડાવવા લાગતાં. રસ્તાની બંને બાજુએ ગોપીઓ ઊભી હતી અને કૃષ્ણ સાથે નજર મળતા જ તેઓ મુગ્ધ થઈ જતી હતી. આ રીતે શ્રીકૃષ્ણએ વસ્તીમાં પ્રવેશ કર્યો.''

(ભાગવત પુરાણ, સ્કંધ-૧૦, અધ્યાય-૧૪, શ્લોક-૪૭)

ઉપરોક્ત સજીવ ચિત્રણ ભાગવત પુરાણનાં રચનાકારોએ એ દ્રશ્યનું કર્યું છે જ્યારે કૃષ્ણ અને બાકીના બધાં ગોવાળ-બાળકો સાંજનાં સમયે પોતાનાં પશુઓને લઈને ગામમાં પાછા ફરતાં હોય છે. ઉપરનો ફક્ત એક શ્લોક જ વૃંદાવનવાસીઓની રહેણી-કરણી અને તેમની સભ્યતાને બતાવવા માટે પૂરતો છે. અને એવામાં એ પણ સ્વાભાવિક છે કે જે મોરપંખ બાળપણમાં તેમના વ્યક્તિત્વનું અભિન્ન અંગ હતું, એ આજીવન પણ જળવાઈ રહ્યું. બીજી બાજુ દક્ષિણ ભારતમાં પ્રચલિત મહાભારતમાં તેનો ઉલ્લેખ આ પ્રમાણે કરવામાં આવ્યો છેઃ

मयूरांगजकर्णौ तौ पल्लवापीडधारिणौ।
वनमालापरिक्षिप्तौ सालपोताविवोद्गतौ।।

ભીષ્મપિતામહ કહે છેઃ ''તેઓ હાથીની જેમ કાન મોટા કરવા માટે બંને કાનમાં મોરનું પીંછું લગાવતા, મસ્તક પર પાંદડાઓનો મુગટ ધારણ કરતાં અને ગળામાં વનમાળા પહેરતાં હતાં. એ સમયે શાલના નવા છોડની જેમ એ બંનેની ખૂબ જ શોભા હોતી હતી.''

(દક્ષિણાત્ય મહાભારત, સભાપર્વ, અધ્યાય-૫૨, શ્લોક-૩૨)

૪૯. શાસ્ત્રોમાં કૃષ્ણને કેટલાં નામોથી બોલાવવામાં આવ્યા છે?

દુનિયામાં જન્મ લેનાર દરેક વ્યક્તિને એક નામ તેના જન્મદાતા માતા-પિતા આપે છે અને સમાજમાં જીવનભર એજ તેની મૌલિક ઓળખ બને છે. કેટલાંક લોકોને જરૂરિયાત પ્રમાણે જીવનમાં ક્યારેક એકાદ વાર પોતાનું નામ બદલવું પડે છે, તો કેટલાક વિશેષ યોગ્યતા તથા ક્ષમતાવાળા લોકોને તેમનાં જીવન દરમિયાન જ તેમનાં ગુણ અને કર્મોનાં આધારે ઉપાધિ સ્વરૂપે બે-ચાર અન્ય નામોથી વિભૂષિત કરી દેવામાં આવે છે. પણ તેમ છતાં એ

બધાં ઉપાધિગત નામ વ્યક્તિનાં મૂળ નામ પર જ હંમેશા આધારિત રહે છે. પણ આનાથી અલગ કેટલાંક એવા ઐતિહાસિક મહાપુરુષ પણ થયા છે જેમને એક, બે કે ચાર નહીં પરંતુ ઢગલાબંધ, સેંકડો અને ત્યાં સુધી કે હજારો નામોથી આજે સંબોધિત કરવામાં આવી રહ્યા છે. અને એ મહાપુરુષોની યાદીમાં પહેલાં સ્થાને કૃષ્ણનું નામ આવે છે.

આમ તો સેંકડો લોકોએ અત્યાર સુધીમાં કૃષ્ણની નામાવલીઓ રચી છે, પણ તેમાંથી બે જ મુખ્ય માનવામાં આવે છે. એક છે - મહાભારતમાં બાણશૈયા ઉપર સૂતેલાં ભીષ્મપિતામહ દ્વારા યુધિષ્ઠિરને આપવામાં આવેલાં ઉપદેશનાં એક અંશરૂપ 'વિષ્ણુસહસ્રનામ સ્તોત્ર'માં. અને બીજી પદ્મપુરાણનાં ઉત્તરખંડમાં આવેલાં 'વિષ્ણુસહસ્રનામ સ્તોત્ર'માં. આ બંને સૂચિઓમાં સમાનતા જ વધારે છે, અસમાનતા ફક્ત નામમાત્ર જ મળે છે. હાલના મોટા ભાગના લોકો દ્વારા રચવામાં આવેલી નામાવલીઓનો આધાર તથા પ્રેરણાસ્રોત પણ આજ બે સૂચિઓ છે.

અહીં સર્વપ્રથમ મહાભારત *(અનુશાસન પર્વ, અધ્યાય-૧૪૯)*માં વર્ણવાયેલાં વિષ્ણુસહસ્રનામ સ્તોત્ર અંતર્ગત આવેલાં કૃષ્ણનાં નામોની યાદી આપવામાં આવી રહી છે અને કોષ્ટકમાં આપવામાં આવેલી સંખ્યા ઉક્ત સ્તોત્રમાં એ નામ કયા ક્રમ પર છે, એ દર્શાવવા માટે આપવામાં આવી રહી છે:

૧. કેશવ (૨૩)	૨. પુષ્કરાક્ષ (૪૦)
૩. હૃષીકેશ (૪૭)	૪. કૃષ્ણ (૫૭)
૫. મેધાવી (૭૭)	૬. આત્મવાન (૮૪)
૭. પુંડરીકાક્ષ (૧૧૧)	૮. જનાર્દન (૧૨૭)
૯. ઉપેન્દ્ર (૧૫૧)	૧૦. અમોઘ (૧૫૪)
૧૧. અમેયાત્મા (૧૭૯)	૧૨. ગોવિંદ (૧૮૭)
૧૩. મહેંદ્ર (૨૬૮)	૧૪. અચ્યુત (૩૧૮)
૧૫. સમિતિંજય (૩૬૨)	૧૬. અધોક્ષજ (૪૧૫)
૧૭. પરમેષ્ઠી (૪૧૯)	૧૮. વત્સી (૪૭૨)
૧૯. ગોપતિ (૪૯૫)	૨૦. દાશાર્હ (૫૧૧)
૨૧. ચક્રગદાધર (૫૪૬)	૨૨. કાલનેમિનિહા (૬૪૨)

૨૩. શૌરિ (૬૪૪)	૨૪. કેશિહા (૬૪૯)
૨૫. કામદેવ (૬૫૧)	૨૬. કામપાલ (૬૫૨)
૨૭. કામી (૬૫૩)	૨૮. વાસુદેવ (૬૯૫)
૨૯. યદુશ્રેષ્ઠ (૭૦૫)	૩૦. સુયામુન (૭૦૭)
૩૧. માધવ (૭૩૫)	૩૨. ગદાગ્રજ (૭૬૪)
૩૩. શુભાંગ (૭૮૨)	૩૪. ઈન્દ્રકર્મા (૭૮૬)
૩૫. ચાણૂરાન્ધ્ર નિષૂદન (૮૨૫)	૩૬. દેવકીનંદન (૯૮૯)
૩૭. ગદાધર (૯૯૭)	૩૮. રથાંગપાણિ (૯૯૮)

મહાભારતની આ યાદીમાં કુલ એક હજાર નામોની ચર્ચા કરવામાં આવી છે જે વિષ્ણુ તથા તેમનાં અવતારો દ્વારા કરવામાં આવેલાં કાર્યો અને એ વખતનાં સ્વભાવોનાં આધાર પર રાખવામાં આવ્યા છે. ઉપરના હજાર નામોમાંથી કુલ આડત્રીસ નામ કૃષ્ણનાં મળે છે જેને ઉપર યાદીબદ્ધ કરવામાં આવ્યા છે. મહાભારતનાં આ 'વિષ્ણુસહસ્રનામસ્તોત્ર'માં ઘણાં નામ એવા છે જે અજાણ્યે અથવા જાણી-જોઈને પુનરાવર્તિત થયા છે, એ છે :

ગોવિંદ (૧૮૭), (૫૩૯)	પુષ્કરાક્ષ (૪૦), (૫૫૬)	ગોપતિ (૪૯૫), (૫૯૨)
કેશવ (૨૩), (૬૪૮)	વાસુદેવ (૬૯૫), (૭૦૯)	

એટલે કે હજાર નામથી પ્રખ્યાત આ યાદીમાં હકીકતમાં હજારથી ઓછા નામ આપવામાં આવ્યા છે.

હવે નીચે પદ્મ પુરાણનાં ઉત્તરખંડનાં ઈકોતેરમાં અધ્યાયનાં ૧૨૦ માં શ્લોકથી શરૂ થવાવાળા 'વિષ્ણુસહસ્રનામસ્તોત્ર'માં આવેલાં કૃષ્ણનાં નામોની યાદી જોઈ લોઃ

૧. વાસુદેવ (૧)	૨. વિશ્વમોહન (૧૨૦)
૩. હૃષીકેશ (૧૩૦)	૪. હરિ (૧૫૮)
૫. પીતાંબર (૧૬૮)	૬. શક્રધ્રધીશ્વર (૧૮૬)
૭. વનમાળી (૧૯૮)	૮. ચક્રી (૨૦૮)
૯. સારંગધન્વા (૨૦૯)	૧૦. ગદાધર (૨૧૦)

૧૧. શંખભૂત (૨૧૧)	૧૨. નંદકી (૨૧૨)
૧૩. કુબેરકોટિલક્ષ્મીવાન (૨૩૧)	૧૪. શક્રકોટિવિલાસવાન (૨૩૨)
૧૫. મુકુંદ (૨૪૭)	૧૬. કાલનેમિહા (૨૪૮)
૧૭. નરકાંતક (૨૫૫)	૧૮. યોગેશ્વર (૨૬૧)
૧૯. અધોક્ષજ (૨૬૪)	૨૦. વિષ્વકસેન (૨૮૧)
૨૧. વિરાટ (૩૦૬)	૨૨. મંજુકેશી (૩૩૨)
૨૩. કૃષ્ણ (૩૪૭)	૨૪. મધુસૂદન (૩૬૮)
૨૫. એકવીર (૪૧૦)	૨૬. ઉપેન્દ્ર (૨૯૪)
૨૭. અચ્યુત (૫૦૦)	૨૮. જગદીશ (૫૯૦)
૨૯. જનાર્દન (૬૧૯)	૩૦. વાર્ષ્ણેય (૭૪૩)
૩૧. સાત્વતશ્રેષ્ઠ (૭૪૪)	૩૨. શૌરિ (૭૪૫)
૩૩. યદુકુલેશ્વર (૭૪૬)	૩૪. પૂતનાઘ્ન (૭૫૧)
૩૫. કેશિઘ્ન (૭૫૫)	૩૬. ગવીશ્વર (૭૫૭)
૩૭. દામોદર (૭૫૮)	૩૮. ગોપદેવ (૭૫૯)
૩૯. યશોદાનંદન (૭૬૦)	૪૦. કાલિયમર્દન (૭૬૧)
૪૧. લીલાગોવર્ધનધર (૭૬૩)	૪૨. ગોવિંદ (૭૬૪)
૪૩. ચાણૂરમર્દન (૭૬૯)	૪૪. કંસારિ (૭૭૦)
૪૫. રુક્મિણીરમણ (૭૮૦)	૪૬. મુરારિ (૭૮૪)
૪૭. યમુનાપતિ (૮૧૨)	૪૮. દ્વારકેશ્વર (૮૧૬)
૪૯. કામદેવ (૮૨૯)	૫૦. રતિપતિ (૮૩૦)
૫૧. મન્મથ (૮૩૧)	

પદ્મ પુરાણમાં આપવામાં આવેલી આ સૂચિમાં પણ એક હજાર નામોનો ઉલ્લેખ થયો છે જેમાંથી હરિ (૧૫૮), (૩૪૮); જગદીશ (૫૯૦), (૬૦૭) તથા નરકાન્તક (૨૫૫),

(૭૮૨)નો બે-બે વાર પ્રયોગ કરવામાં આવ્યો છે. ઉપરની બંને યાદીઓની સરખામણી કરવાથી બીજી એક વાત સ્પષ્ટ થઈ જાય છે કે મહાભારતમાં આવેલું 'વિષ્ણુસહસ્ત્રનામસ્તોત્ર' પદ્મ પુરાણ કરતાં જૂનું છે. એવું એ આધાર પર કહેવાય છે કેમ કે પદ્મ પુરાણમાં ઘણાં નવાં નામ આપવામાં આવ્યા છે. તેનું કારણ એ જણાવવામાં આવે છે કે સમય વીતવાની સાથે-સાથે કૃષ્ણનાં નામે જેટલી કાલ્પનિક કથાઓ રચાતી ગઈ, તેમાં વર્ણવાયેલી લીલાઓના આધારે કૃષ્ણનાં નામોની યાદી પણ વધતી ગઈ.

ખેર, આ તો ઈસવીસન પૂર્વેનાં બે મુખ્ય ગ્રંથોનાં પ્રમાણ છે. આઠમી સદી પછીનાં લેખકો દ્વારા બીજા પણ નામોની રચના કરવામાં આવી છે, જેનો અહીં ઉલ્લેખ નથી કરવામાં આવ્યો. ...કેમ કે અમારો ઉદ્દેશ કૃષ્ણનાં જીવન સાથે જોડાયેલાં મૌલિક તથ્યો પર ધ્યાન કેન્દ્રિત કરવાનું છે. પણ એકંદરે મુખ્ય વાત એ કે અનેક નામથી બોલાવવામાં આવવા એ કૃષ્ણનાં બહુરંગી વ્યક્તિત્વ તરફ સંકેત કરે છે.

૫૦. કૃષ્ણનાં મૃત્યુ પછી દ્વારકાનું શું થયું?

કૃષ્ણનાં મૃત્યુ પછી દ્વારકા સમુદ્રમાં ડૂબી ગઈ હતી. જો ડૂબી ન હોત તો મથુરા-વૃંદાવનની જેમ એ પણ આજે આબાદ હોત. કૃષ્ણનાં મૃત્યુનાં થોડાંક જ સમય બાદ દ્વારકા સમુદ્રમાં સમાઈ ગઈ હતી. વર્ષો પછી (લગભગ ૨૦-૨૫ વર્ષ) જ્યારે દ્રૌપદી સમેત પાંચેય પાંડવગણ રાજપાટ છોડીને ભારત-ભ્રમણ માટે નીકળ્યા ત્યારે તેઓ દ્વારકાનાં ઘાટ પર પણ ગયા અને ઉછાળા ભરતાં સમુદ્રને જોઈને એ લોકો ખુદને રોકી ન શક્યા. તેઓ બધાં ધ્રુસકે-ધ્રુસકે રડવા લાગ્યા. દ્વારકા અને કૃષ્ણ સાથે જોડાયેલી સ્મૃતિઓએ તેમને સાવ દુર્બળ કરી નાખ્યા હતા. કેમ કે ત્યાં સ્મૃતિઓ તો હતી પણ દ્વારકાનું નામ નિશાન ન હતુંઃ

તતઃ પુનઃ સમાવૃત્તાઃ પશ્ચિમાં દિશમેવ તે।
દદૃશુર્દ્વારકાં ચાપિ સાગરેણ પરિલુપ્તામ્॥

(મહાભારત, મહાપ્રસ્થાનિક પર્વ, અધ્યાય-૧, શ્લોક-૪૫)

૫૧. શું અર્જુને દ્રૌપદી સિવાય બીજા કોઈ સાથે પણ લગ્ન કર્યા હતાં?

જી હા, અર્જુનની દ્રૌપદી સમેત કુલ ચાર પત્નીઓ હતી - દ્રૌપદી, ઉલૂપી, ચિત્રાંગદા અને સુભદ્રા. રાજા દ્રુપદની પુત્રી દ્રૌપદીને અર્જુન સ્વયંવરની અઘરી શરત પૂરી કર્યા પછી મેળવી શક્યા હતાં. પછી કૃષ્ણની મધ્યસ્થીનાં પરિણામસ્વરૂપે પાંડવોને ઈન્દ્રપ્રસ્થનું રાજ્ય મળી શક્યું હતું અને રાજ્ય મળ્યા પછી એમ વિચારીને કે દ્રૌપદીનાં કારણે ભાઈઓ વચ્ચે અંદરોઅંદર કોઈ ઝગડો ન થઈ જાય એ માટે એક નિયમ બનાવ્યો કે દ્રૌપદીનાં મહેલમાં કોઈ

એક ભાઈ હોય ત્યારે બીજો કોઈપણ ભાઈ ત્યાં નહીં જાય. જો કોઈ ગયું તો તેને બાર વર્ષનો વનવાસ ભોગવવો પડશેઃ

ऐकैकस्य गृहे कृष्णा वसेद् वर्षमकल्मषा।
द्रौपद्या नः सहासीनानन्योन्यं योऽभिदर्शयेत्।
स नो द्वादश वर्षाणि ब्रह्मचारी वने वसेत्।।

વૈશમ્પાયનજીએ કહ્યું કે બધાં પાંડવોએ એકમત થઈને આ નિયમ બનાવ્યોઃ ''આપણાંમાંથી પ્રત્યેકના ઘરમાં પાપ-રહિત દ્રૌપદી એક-એક વર્ષ નિવાસ કરે. દ્રૌપદી સાથે એકાંતમાં બેઠેલાં આપણાંમાંથી એક ભાઈને જો બીજો જોઈ લે, તો તે બાર વર્ષો સુધી બ્રહ્મચર્યપૂર્વક વનમાં નિવાસ કરે.''

(મહાભારત, આદિપર્વ, અધ્યાય-૨૧૨, શ્લોક-૨૧)

સંયોગવશ અર્જુનનું વર્ષ સમાપ્ત થયાના બીજા દિવસે જ્યારે યુધિષ્ઠિરનો વારો આવ્યો, તો એજ દિવસે અર્જુન લાચાર બની ગયો અને એક જરૂરી કારણથી તેમને પોતાનો જ બનાવેલો નિયમ ભંગ કરવો પડ્યો અને તેઓ દંડસ્વરૂપ બાર વર્ષ માટે વન તરફ નીકળી પડ્યા. એજ દરમિયાન એક દિવસ રસ્તામાં ગંગાદ્વાર (હરદ્વાર) પાસે અર્જુન નાગવંશી સરદાર કૌરવ્યની દીકરી ઉલૂપીને મળ્યા અને તેની સાથે ગંધર્વ-વિવાહ કર્યાઃ

एवमुक्तस्तु कौन्तेयः पन्नगेश्वरकन्यया।
कृतवांस्तत् तथा सर्वं धर्ममुद्दिश्य कारणम्।।

વૈશમ્પાયનજીએ કહ્યુંઃ ''જનમેજય! નાગરાજની કન્યા ઉલૂપીના કહેવાથી કુંતીકુમાર અર્જુને ધર્મને જ સામે રાખીને એ બધું કાર્ય પૂર્ણ કર્યું.''

(મહાભારત, આદિપર્વ, અધ્યાય-૨૧૩, શ્લોક-૩૩)

ત્યાર પછી તેઓ મણિપુર તરફ રવાના થયા અને ત્યાં જઈને રાજા ચિત્રવાહનની પુત્રી ચિત્રાંગદા સાથે લગ્ન કર્યાંઃ

मणिपूरेश्वरं राजन्... x ...कुन्तीसुतः समाः।।

વૈશમ્પાયનજીએ કહ્યુંઃ ''હે રાજા જનમેજય! મણિપુરના રાજા ચિત્રવાહનની પુત્રી ચિત્રાંગદાને જોતાં જ અર્જુન તેના તરફ આકર્ષિત થઈ ગયા અને સીધા રાજા પાસે જઈને તેમની દીકરીનો હાથ માંગ્યો. રાજા આ અજાણ યુવકની હિમ્મત જોઈને ઘણાં પ્રભાવિત થયા અને પરિચય પૂછ્યો. અર્જુને જ્યારે પોતાનો પરિચય આપ્યો તો રાજાએ લગ્ન માટે એક શરત મૂકી કે કેમ કે મારે કોઈ પુત્ર નથી, એટલે મારી દીકરી દ્વારા જન્મેલો તમારો પુત્ર તમારો નહીં પરંતુ મારો ઉત્તરાધિકારી હશે. અર્જુને રાજાની શરત માની લીધી અને આ રીતે ચિત્રાંગદા-અર્જુનનાં લગ્ન સંપૂર્ણ વિધિ-વિધાન સાથે સંપન્ન થયાં. લગ્ન પછી અર્જુન મણિપુરમાં ત્રણ વર્ષ સુધી રહ્યાં.''

(મહાભારત, આદિપર્વ, અધ્યાય-૨૧૪, શ્લોક-૧૫-૨૬)

વનવાસના અંતિમ ચરણમાં અર્જુન ફરતા-ફરતા દ્વારકા પહોંચ્યા અને ત્યાં તેમનું ભવ્ય સ્વાગત થયું. એજ દરમિયાન એક તહેવારના અવસર વખતે બધાં દ્વારકાવાસી બાજુના રૈવતક પર્વત પર ભેગા થયાં અને એજ મેળામાં આવેલી સુભદ્રાને જોઈને અર્જુન તેના પર મોહિત થઈ ગયા. કૃષ્ણએ પોતાનાં મિત્રના મનનાં ભાવોની ખણખોદ કરી ત્યારે અર્જુને પોતાનાં દિલની વાત કૃષ્ણ આગળ મૂકતાં કહ્યુંઃ

दुहिता वसुदेवस्य वासुदेवस्य च स्वसा।
रूपेण चैषा सम्पन्ना कमिवैषा न मोहयेत्।।
कृतमेव तु कल्याणं सर्वं मम भवेद् ध्रुवं।
यदि स्यान्मम वार्ष्णेयी महिषीयं स्वसा तव।।

અર્જુને કહ્યુંઃ "આ વસુદેવજીની પુત્રી અને તમારી બહેન કે જે અનુપમ રૂપથી સંપન્ન છે, એ કોનું મન ન મોહી લે? મિત્ર! જો આ વૃષ્ણિકુળની કુમારી અને તમારી બહેન સુભદ્રા મારી રાણી બની શકે, તો ચોક્કસપણે મારાં બધાં કલ્યાણમય મનોરથ પૂરાં થઈ જશે."

(મહાભારત, આદિપર્વ, અધ્યાય-૨૧૮, શ્લોક-૧૮,૧૯)

ત્યાર પછી અર્જુન કૃષ્ણની જાણકારીમાં અને તેમની સંમતિથી સુભદ્રાનું હરણ કરીને ઈન્દ્રપ્રસ્થ લઈ જાય છે, જેના વિષે આજ પુસ્તકમાં અન્ય સ્થાને ચર્ચા થઈ ચૂકી છે. આ રીતે અર્જુનની દ્રૌપદી સહિત કુલ ચાર પત્નીઓનાં પ્રમાણ મહાભારતમાં મળે છે. જેમાં દ્રૌપદી સિવાયના બાકીના ત્રણ લગ્ન અર્જુને પોતાનાં વનવાસ દરમિયાન કર્યા હતાં.

૫૨. કહેવાય છે કે કૃષ્ણ રૂપ બદલવા માટે ઓળખાય છે અને તેમને ઘણીવાર પુરુષમાંથી સ્ત્રીમાં બદલાતા બતાવવામાં આવ્યા છે. શું આ સત્ય છે?

ના, આ સાચું નથી. મહાભારતમાં એવી કોઈ ચર્ચા નથી અને કૃષ્ણનાં જીવન તથા કાર્યો પર લખવામાં આવેલાં ઘણાં પ્રસિદ્ધ પુરાણો જેમ કે વિષ્ણુ પુરાણ, હરિવંશ પુરાણ, ભાગવત પુરાણ, બ્રહ્મવૈવર્ત પુરાણ, કુર્મ પુરાણ, ગર્ગસંહિતા વગેરેમાં પણ આવી કોઈ ચર્ચા નથી. ફક્ત આજકાલના પાખંડી ધાર્મિક કથાકારોએ જ પોત-પોતાનાં પ્રવચનોમાં આવી વિચિત્ર અને અણઘડ વાતો કરી છે અને તેને લખવાવાળાઓએ પુસ્તકોમાં લખી પણ નાખી છે.

૫૩. શું કૃષ્ણ હકીકતમાં શ્યામ હતાં?

હા, કૃષ્ણ શ્યામ હતાં, તેના પ્રમાણ પુરાણોમાંથી આ પ્રકારે મળે છેઃ

ભાગવત પુરાણમાં-

आसन् वर्णास्त्रयो ह्यस्य गृह्णतोऽनुयुगं तनूः।

शुक्लो रक्तस्तथा पीत इदानीं कृष्णतां गतः॥

''અને આ જે શ્યામ-શ્યામ છે, એ દરેક યુગમાં જન્મ ગ્રહણ કરે છે. પાછલાં યુગોમાં તેણે ક્રમશઃ ઉજળો, લાલ અને પીળો, આ ત્રણ જુદા-જુદા રંગ સ્વીકાર કર્યા હતાં, આ વખતે તેણે કાળો રંગ સ્વીકાર કર્યો છે.''

(ભાગવત પુરાણ, સ્કંધ-૧૦, અધ્યાય-૮, શ્લોક-૧૩)

હરિવંશ પુરાણમાં-

मेघकृष्णस्तु कृष्णोऽभूद् देहान्तरगतो हरिः।
व्यवर्धत गवां मध्ये सागरस्य इवाम्बुदः॥

''બીજા શરીરમાં આવેલા શ્રીહરિ જ 'કૃષ્ણ' નામથી વિખ્યાત થયા. તેમનાં શરીરનો રંગ કાળા વાદળો જેવો શ્યામ હતો. જેવી રીતે સમુદ્રમાં મેઘની વૃદ્ધિ થાય છે, એવીજ રીતે તેઓ ગાયોની વચ્ચે ઉછરવા લાગ્યા.''

(હરિવંશ પુરાણ, વિષ્ણુપર્વ, અધ્યાય-૬, શ્લોક-૩)

અહીં ગોવાળો અને ગાય-બળદોનાં રંગથી સમુદ્રની અને મેઘની સરખામણી કૃષ્ણ સાથે કરવામાં આવી છે. જેવી રીતે સમુદ્ર સૂર્યના પ્રકાશમાં ચાંદીની જેમ ચમકતો રહે છે, એવીજ રીતે મોટા ભાગના ગાય-બળદ પણ ઉજળા હોય છે, અને જેવી રીતે સમુદ્રમાંથી જ ઉત્પન્ન થવાવાળા વાદળ કાળા હોય છે, એવીજ રીતે ગોરા-ગોરા ગોવાળો અને ગોવંશોની વચ્ચે કનૈયો કાળો હતો. આ ઉપમા અલંકારનો આજ ભાવ છે.

વિષ્ણુ પુરાણમાં -

ददृशे च प्रबुद्धा सा यशोदा जातमात्मजम्।
नीलोत्पलदलश्यामं ततोऽत्यर्थं मुदं ययौ॥

''જ્યારે યશોદાએ જાગીને જોયું કે તેને એક નીલકમલદલ સમાન શ્યામ રંગનો પુત્ર થયો છે, તો તેને અત્યંત ખુશી થઈ.''

(વિષ્ણુ પુરાણ, અંશ-૫, અધ્યાય-૩, શ્લોક-૨૨)

બ્રહ્મવૈવર્ત પુરાણમાં -

इत्युक्त्वा श्रीहरिस्तत्र बालरूपो बभूव ह।
नग्नं भूमौ शयानं च ददर्श श्यामलं सुतम्॥

નારાયણે કહ્યુંઃ ''એમ કહીને શ્રીહરિ તરત જ ત્યાં શિશુરૂપ થઈ ગયા અને વસુદેવજીએ શ્યામલ પુત્રને પૃથ્વી પર નગ્નભાવથી સૂતેલા જોયા.''

(બ્રહ્મવૈવર્ત પુરાણ, શ્રીકૃષ્ણજન્મખંડ, અધ્યાય-૭. શ્લોક-૧૦૩)

એટલે કે એક નહીં, બધાં જ ગ્રંથોમાં કૃષ્ણનો રંગ શ્યામ છે એવું દર્શાવવામાં આવ્યું છે.

૫૪. કૃષ્ણની માતા દેવકીના લગ્ન ક્યારે અને કેવી રીતે થયાં હતાં?

મહાભારત અનુસાર દેવકી માટે સ્વયંવર રચવામાં આવ્યો હતો. રાજા ઉગ્રસેને પોતાના ભાઈ દેવકની દીકરીનાં લગ્ન માટે સ્વયંવરમાં દૂર-દૂરનાં રાજાઓને આમંત્રિત કર્યા હતાં પણ સ્વયંવરમાં અધવચ્ચે મુશ્કેલી ઊભી થઈ ગઈ હતી. કૃષ્ણના દાદા શૂરસેન અને સાત્યકિના દાદા શિનિ બંને સગા કાકાના દીકરા હતાં. એ સ્વયંવરમાં શિનિએ પોતાનાં ભત્રીજા વસુદેવજી માટે દેવકીને પોતાનાં કબજામાં લઈ લીધી, જેના પર બધા ઉપસ્થિત રાજાઓએ સખત આપત્તિ વ્યક્ત કરી હતી. પણ ભીષ્મપિતામહના કાકા બાહ્લીકનો પુત્ર સોમદત્ત, શિનિ દ્વારા કરવામાં આવેલી એ ઉદ્દંડતા સહન ન કરી શક્યો અને લડી પડ્યો, પણ શિનિના હાથે તેને સખત હાર માનવી પડી હતી. ખેર, છેવટે દેવકીના લગ્ન વસુદેવજી સાથે થઈ ગયા હતા.

(મહાભારત, દ્રોણપર્વ, અધ્યાય-૧૪૪, શ્લોક-૭-૧૪)

અહીં ધ્યાન આપવા જેવી વાત એ છે કે આજ સોમદત્તની રોહિણી સમેત પાંચ બહેનો પહેલેથી જ વસુદેવજીની પત્ની હતી. કૃષ્ણના મોટા ભાઈ બલરામ સોમદત્તના જ ભાણેજ હતા.

૫૫. દેવકીનો પોતાના ભાઈ કંસ સાથે કેવો સંબંધ હતો?

પુરાણો અનુસાર કંસ પોતાની સૌથી નાની કાકાની દીકરી બહેન દેવકીને ખૂબ જ પ્રેમ કરતાં હતાં. દેવકી તેમની લાડકી બહેન હતીઃ

उग्रसेनसुतः कंसः स्वसुः प्रियचिकीर्षया।
रश्मीन् ह्यानां जग्राह रौक्मै रथशतैर्वृतः॥

શુકદેવજી કહે છેઃ ''ઉગ્રસેનનો દીકરો હતો કંસ. તેણે પોતાની પિતરાઈ બહેન દેવકીને ખુશ કરવા માટે તેનાં રથના ઘોડાની લગામ પકડી લીધી. તે પોતે જ રથ હાંકવાં લાગ્યો જો કે તેની સાથે સેંકડો સોનાના બનેલા રથ ચાલી રહ્યાં હતાં.''

(ભાગવત પુરાણ, સ્કંધ-૧૦, અધ્યાય-૧, શ્લોક-૩૦)

એટલે કે કંસનો ઉત્સાહપૂર્વક દેવકીનો રથ હાંકવો એ તેમનો પ્રેમ દર્શાવે છે. જો કે હરિવંશ પુરાણ તથા મહાભારતમાં આ વિષે કંઈ નથી કહેવાયું, પણ ગર્ગ સંહિતામાં એક શ્લોક કંઈક આ પ્રકારે છેઃ

स्वसुः प्रियं कर्तुमतीव कंसो जग्राह रश्मींश्चलतां ह्यानाम्।
उवाह वाहांश्चतुरंगिणीभिर्वृतः कृपास्नेहपरोऽथ शौरो।

નારદજી કહે છેઃ ''વસુદેવજી પ્રત્યે કંસનો ખૂબ જ સ્નેહ અને દયાભાવ હતો. તે પોતાની બહેનનું કંઈક વધારે સારું કરવા માટે ચતુરંગિની સેના સાથે ચાલવા માટે તૈયાર ઘોડાની લગામ

પોતાનાં હાથમાં લઈને જાતે રથ હાંકવાં લાગ્યો.''

(ગર્ગ સંહિતા, ગોલોકખંડ, અધ્યાય-૯, શ્લોક-૧૦)

બ્રહ્મવૈવર્ત પુરાણમાં પણ આવી વાતો કહેવામાં આવી છેઃ

तां गृहीत्वा रथे कृत्वा प्रस्थान समये तदा।
कंसो हृष्टःसहचरो भगिन्युद्वाहकर्मणि।।
तस्या रथसमीपस्थे कंसे गच्छति तत्क्षणे।

''દેવકીને રથ પર બેસાડીને જ્યારે વસુદેવજી પ્રસ્થાન કરવા લાગ્યા ત્યારે બહેનનાં લગ્નમાં હર્ષથી ભરેલા કંસ પણ તેમની સાથે ચાલ્યા. અને તેમનો રથ તરત જ દેવકીનાં રથની નજીક આવી ગયો.'' *(બ્રહ્મવૈવર્ત પુરાણ, શ્રીકૃષ્ણજન્મખંડ, અધ્યાય-૭. શ્લોક-૧૪-૧૫)*

ઉપરોક્ત પૌરાણિક પ્રમાણોના આધારે એજ કહી શકાય કે કંસને પોતાની બહેનો પ્રત્યે ખૂબ જ પ્રેમ હતો, ખાસ કરીને દેવકી પ્રત્યે.

૫૬. કૃષ્ણ જન્મ સમયે નંદ-યશોદાની ઉંમર કેટલી હશે?

ભાગવત પુરાણમાં નંદની ઉંમર વિષે વાત કરતાં વસુદેવજી કહે છેઃ

दिष्ट्या भ्रातः प्रवयस इदानीमप्रजस्य ते।
प्रजाशाया निवृत्तस्य प्रजा यत् समपद्यत।।

વસુદેવજીએ કહ્યુંઃ ''ભાઈ! તારી ઉંમર વધી ગઈ હતી અને હજી સુધીમાં તને કોઈ સંતાન નહોતું. ત્યાં સુધી કે હવે તને સંતાનની આશા પણ ન હતી. એવામાં એ ખૂબ જ સૌભાગ્યની વાત છે કે તને સંતાનપ્રાપ્તિ થઈ ગઈ.''

(ભાગવત પુરાણ, સ્કંધ-૧૦, અધ્યાય-૫, શ્લોક-૨૩)

આ પુરાણમાં યશોદાની ઉંમરની કોઈ ચર્ચા નથી કરવામાં આવી, એટલે નંદબાબાની ઉંમરથી તેમની ઉંમરનો અંદાજ લગાવવો જ અપેક્ષિત છે. કોઈપણ ગ્રંથમાં એ નથી લખ્યું કે યશોદા સિવાય નંદની બીજી પત્નીઓ પણ હતી. તેથી એજ આશા રાખી શકાય કે નંદ અને યશોદાની ઉંમર સરખી હશે.

વિષ્ણુ પુરાણમાં પણ આજ પ્રકારની વાત વસુદેવજી પોતાનાં મિત્ર નંદને કહે છેઃ

वसुदेवोऽपि तं प्राह दिष्ट्या दिष्ट्येति सादरम्।
वार्द्धकेऽपि समुत्पन्नस्तनयोऽयं तवाधुना।।

''ત્યારે વસુદેવજીએ પણ તેમને (નંદને) કહ્યુંઃ ''હવે વૃદ્ધાવસ્થામાં પણ તમે પુત્રનું મોઢું જોઈ લીધું, એ ખૂબ જ સૌભાગ્યની વાત છે.''

(વિષ્ણુ પુરાણ, અંશ-૫, અધ્યાય-૫, શ્લોક-૨)

સ્પષ્ટીકરણઃ આ રીતે ઉપરોક્ત તથ્યોથી સ્પષ્ટ થાય છે કે નંદજી એક વૃદ્ધ વ્યક્તિ હતાં. તેમ છતાં બધી ટીવી-સિરીયલોમાં નંદ-યશોદાને યુવાન દેખાડવામાં આવે છે. પણ આ બધી તો કૃષ્ણનાં વાસ્તવિક જીવન સાથે એ રમતો છે જે હવે બંધ કરી દેવી જોઈએ. બધાંએ કૃષ્ણ વિષે વિચિત્ર વાર્તાઓ બનાવતી વખતે એ ધ્યાન રાખવું જ જોઈએ કે પોતાનાં નાયકના યોગ્ય સ્વરૂપને ઓળખવાનો હક બધાંને છે.

૫૭. કૃષ્ણના ખુદના અને તેમના પુત્રોના મોટા ભાગનાં લગ્ન પ્રથમ રક્ત-સંબંધના સંબંધીઓ સાથે કેમ થયા હતાં?

હિન્દુ ધર્મમાં તે વખતે આ એક ખૂબ જ પ્રચલિત રિવાજ હતો અને આજની જેમ એ બાબતે કોઈ નિષેધ ન હતો. કૃષ્ણ સાથે બદલવામાં આવેલી યશોદાની દીકરીને બચાવવા માટે દેવકી કંસને પ્રાર્થના કરે છે કે આ તારી પુત્રવધૂ સમાન છે, કમ-સે-કમ એને તો ન મારઃ

तं आह भ्रातरं देवी कृपणा करुणं सती।
स्नुषेयं तव कल्याण स्त्रियं मा हन्तुमर्हसि।।

દેવકીએ કહ્યુંઃ "મારા હિતેચ્છુ ભાઈ! આ કન્યા તો તારી પુત્રવધૂ સમાન છે અને સ્ત્રી જાતિની છે; તારે સ્ત્રીની હત્યા ક્યારેય ન કરવી જોઈએ."

(ભાગવત પુરાણ, સ્કંધ-૧૦, અધ્યાય-૪, શ્લોક-૪)

જો એવું પ્રચલન ન હોત તો બાળકીનાં જન્મ સમયે જ દેવકી સંબંધ બાંધવાનો પ્રયત્ન ન કરત. નીચે કૃષ્ણનાં પરિવારમાં મામા-ફોઈના ભાઈ-બહેનો વચ્ચે થયેલા લગ્નનાં વિવરણ, જે ગ્રંથોમાંથી પ્રાપ્ત થયા છે, આપવામાં આવી રહ્યાં છેઃ

1) **ભદ્રાઃ** કૃષ્ણના ફોઈ શ્રુતિકીર્તિ જેમના લગ્ન કેકયરાજ સાથે થયા હતાં, ભદ્રા તેમની દીકરી હતી. રુક્મિણી પછી કૃષ્ણનાં બીજા લગ્ન ભદ્રા સાથે જ થયા હતાં.
2) **મિત્રવિંદાઃ** કૃષ્ણનાં ફોઈ રાજાધિદેવી જેમના લગ્ન અવન્તિરાજ સાથે થયા હતાં, મિત્રવિંદા તેમની દીકરી હતી. દ્રૌપદીના સ્વયંવરમાંથી પાછા ફરતી વખતે કૃષ્ણ મિત્રવિંદાનાં સ્વયંવરમાં ગયાં હતાં અને ત્યાં આ રાજકુમારીએ સેંકડો રાજાઓ વચ્ચે જાતે જ કૃષ્ણના ગળામાં વરમાળા પહેરાવી હતી.
3) **સુભદ્રાઃ** કૃષ્ણના ફોઈના દીકરા ભાઈ અર્જુને કૃષ્ણની જ મદદથી સુભદ્રા સાથે પ્રેમ-લગ્ન કર્યા હતાં.
4) **શુભાંગીઃ** કૃષ્ણના સાળા રૂક્મીની આ દીકરીએ સ્વયંવરમાં પોતાનાં ફોઈના દીકરા ભાઈ અને કૃષ્ણના પુત્ર પ્રદ્યુમ્નને સ્વેચ્છાએ વરણ કર્યો હતો.
5) **રૂક્મવતીઃ** રૂક્મીએ કૃષ્ણ સાથે વેર મટાડવા માટે પોતાની આ પૌત્રીનાં લગ્નનો પ્રસ્તાવ

કૃષ્ણનાં પૌત્ર અનિરુદ્ધ માટે મોકલ્યો... જેને રુક્મિણીનાં કહેવાથી કૃષ્ણએ સ્વીકાર કરી લીધો હતો. આજ રૂક્મવતી અને અનિરુદ્ધનાં લગ્નમાં બલરામના હાથે રૂક્મીનું મૃત્યુ થયું હતું.

6) **વત્સલા અથવા શશિરેખા:** બલરામની આ પુત્રીના લગ્ન સુભદ્રાના પુત્ર અભિમન્યુ સાથે થયાં હતાં.

પ્રાચીન કાળમાં મામા-ફોઈના ભાઈ-બહેનો વચ્ચે થયેલાં કેટલાંક અન્ય લગ્નઃ

(i) **યશોદા:** વૈશાલી ગણરાજ્યનાં એક સામંત સમરવીરે પોતાની આ દીકરીનાં લગ્ન પોતાના ભાણેજ મહાવીર, જે જૈન ધર્મનાં ભગવાન છે, એમની સાથે કર્યા હતાં.

(ii) **યશોધરા:** ગૌતમ બુદ્ધની પત્ની યશોધરા તેમનાં ફોઈ પ્રમિતાની દીકરી હતી.

સ્પષ્ટીકરણ: એટલે કે એ વખતે મામા-ફોઈનાં ભાઈ-બહેનોનાં લગ્ન સામાન્ય વાત હતી. તેને જરા પણ ખરાબ નહોતું માનવામાં આવતું.

૫૮. કૃષ્ણ સાથે અંતિમ સમયે કોણ હતું?

યાદવાસ્થળીની ઘટના બાદ કૃષ્ણ જંગલમાં ચાલ્યા ગયા. ત્યાં તેમને હરણ સમજીને એક જરા નામનાં વ્યાધે બાણ ચલાવી દીધું જેનાથી તેઓ ખરાબ રીતે ઘવાયા. એ વ્યાધ જ્યારે પોતાનો શિકાર લેવા માટે નજીક આવ્યો ત્યારે પોતાનાં રાજાને ઘાયલ જોઈને ખૂબ જ ડરી ગયો. એજ વ્યાધ કૃષ્ણનાં છેલ્લા શ્વાસ સુધી તેમની સાથે હતો. આ ઘટનાની ચર્ચા મહાભારત તથા વિષ્ણુ પુરાણમાં વિસ્તારપૂર્વક કરવામાં આવી છે, પણ હરિવંશ પુરાણમાં તેના વિષે એક પણ શ્લોક જોવા નથી મળતો. બ્રહ્મવૈવર્ત પુરાણ તથા ગર્ગ સંહિતામાં પણ તેની ચર્ચા નથી કરવામાં આવી. સૌથી પહેલાં મહાભારતમાં જુઓ:

मत्वात्मानमपराद्धं स तस्य पादौ जरा जगृहे शंकितात्मा।
आश्वासयंस्तं महात्मा तदानीं गच्छन्नूर्ध्वं रोदसी व्याप्य लक्ष्म्या।।

વૈશમ્પાયનજીએ કહ્યું: "હવે તો જરા ખુદને અપરાધી માનીને મનોમન ખૂબ જ ડરી ગયો. તેણે શ્રીકૃષ્ણના બંને પગ પકડી લીધાં. ત્યારે મહાત્મા શ્રીકૃષ્ણએ તેને આશ્વાસન આપ્યું અને પોતાની કાંતિથી પૃથ્વી અને આકાશને વ્યાપ્ત કરતાં તેઓ ઉર્ધ્વલોકમાં જતાં રહ્યાં."

(મહાભારત, મૌસલપર્વ, અધ્યાય-૪, શ્લોક-૨૪)

વિષ્ણુ પુરાણમાં આ પ્રસંગ આ પ્રકારે છે:

अजानता कृतमिदं मया हरिणशंकया।
क्षम्यतां मम पापेन दग्धं मां त्रातुमर्हसि।।

વ્યાધે કૃષ્ણને કહ્યું: "હું અજાણતા હરણની આશંકાથી આ અપરાધ કરી બેઠો છું, કૃપા કરીને

મને માફ કરો. હું મારાં પાપથી દઝાઈ રહ્યો છું, તમે મારી રક્ષા કરો.''

(વિષ્ણુ પુરાણ, અંશ-૫, અધ્યાય-૩૭, શ્લોક-૭૧)

गते तस्मिन्सभगवान्संयोज्यात्मानमात्मनि।
ब्रह्मभूतेऽव्ययेचिन्त्ये वासुदेवमयेऽमले।।
अजन्मन्यमरे विष्णवाप्रमेयेऽखिलात्मनि।
तत्याज मानुषं देहमतीत्य त्रिविधां गतिम्।।

પરાશર મુનિએ મૈત્રેય મુનિને કહ્યું: ''જરા નામક વ્યાધનાં ચાલ્યા ગયા પછી શ્રીકૃષ્ણએ પોતાનાં આત્માને બ્રહ્મસ્વરૂપમાં લીન કરીને ત્રિગુણાત્મક ગતિને પાર કરીને આ મનુષ્યશરીરને ત્યજી દીધું.'' *(વિષ્ણુ પુરાણ, અંશ-૫, અધ્યાય-૩૭, શ્લોક-૭૪-૭૫)*

ભાગવત પુરાણ અનુસાર બાણ વાગ્યા પછી કૃષ્ણે તે જરા નામક વ્યાધ કે જે ડરને લીધે ધ્રુજી રહ્યો હતો, તેને સાંત્વના આપીને પાછો મોકલી દીધો. અને એ પછી તેમણે દારૂકને પણ દ્વારકા જવા માટે કહી દીધું:

गच्छ द्वारवतीं सूत ज्ञातीनां निधनं मिथः।
संकर्षणस्य निर्याणं बन्धुभ्यो ब्रूहि मद्दशाम्।।

શ્રીકૃષ્ણએ દારૂકને કહ્યું: ''દારૂક! હવે તું દ્વારકા જતો રહે અને ત્યાં યદુવંશીઓનો પારસ્પરિક સંહાર, ભાઈ બલરામની પરમગતિ અને મારાં દેહાંતની વાત કર.''

(ભાગવત પુરાણ, સ્કંધ-૧૧, અધ્યાય-૩૦, શ્લોક-૪૪)

એટલે કે મહાભારત અને વિષ્ણુ પુરાણથી વિપરીત, ભાગવત પુરાણમાં મૃત્યુ સમયે કૃષ્ણ પાસે તેમનો સારથી દારૂક હતો.

૫૯. શું કૃષ્ણએ સત્રાજિતનો પ્રખ્યાત સ્યમંતક મણિ ચોર્યો હતો?

આ પ્રસંગની ચર્ચા જ્યાં પણ કરવામાં આવી છે, એ દરેક જગ્યાએ એક જ વાત કહેવામાં આવી છે કે કુટિલ સત્રાજિતે કારણ વગર નિર્દોષ કૃષ્ણ પર મણિની ચોરી કરવાનો આરોપ લગાવ્યો હતો. પણ ઘટનાઓનાં વર્ણનમાં જોવામાં આવતી અસમાનતાથી એ અનુમાન લગાવવામાં આવે છે કે જે કંઈ લખાયેલું છે, એટલું જ આ ઘટનાનું સત્ય નથી. આ વિષે ગર્ગ સંહિતામાં એક સ્થાને નીચે પ્રમાણેનું વર્ણન મળે છે:

सत्राजिताय सूर्येण दत्तः साक्षात्स्यमंतकः।
उग्रसेनाय स मणिः श्रीकृष्णेनाभियाचितः।।
सत्राजितस्तं न ददौ द्रव्यलोभेन मैथिल।
दिनेदिने स्वर्णभारानष्टौ यः सृजति स्वतः।।

નારદજી કહે છેઃ ''મિથિલેશ્વર! સત્રાજિત નામક એક પ્રસિદ્ધ અને શ્રેષ્ઠી યાદવને સાક્ષાત સૂર્યએ સ્યમંતક મણિ આપ્યો હતો. કૃષ્ણએ રાજા ઉગ્રસેન માટે એ મણિ માંગ્યો. પણ સત્રાજિતે દ્રવ્યનાં લોભથી એ મણિ ન આપ્યો કેમ કે એ મણિ પ્રતિદિન આઠ ભાર સોનું ઉત્પન્ન કરતો હતો.'' *(ગર્ગ સંહિતા, દ્વારકાખંડ, અધ્યાય-૮, શ્લોક-૨-૩)*, (એક ભાર = ૮,૦૦૦ તોલા = એક આધુનિક ક્વિન્ટલ).

અને વળી આમ તો કૃષ્ણની સમૃદ્ધિમાં કેટલાય રાજાઓ તરફથી મળેલાં સન્માનપૂર્ણ દાન તથા ગોમંતની ટેકરીમાંથી નીકળેલા ખજાનાનું યોગદાન મુખ્ય હતું, પણ દ્વારકાની સ્થાપના કરવા અને તેને સમૃદ્ધ કરવા માટે એટલું જ ધન પૂરતું ન હતું. એવામાં ઉપરોક્ત શ્લોક ગ્રંથોમાં લખેલી વર્તમાન વાતો પર શંકા જન્માવે છે. બીજી બાજુ, ગ્રંથોમાં શતધન્વા, કૃતવર્મા તથા અક્રૂરને મણિચોર બતાવવામાં આવ્યા છે. એ મણિ તેઓએ દ્વારકાથી જ ચોર્યો હતો. એવામાં સવાલ એ કે તે મણિ દ્વારકા આવ્યો કેવી રીતે? ખેર, જ્યારે મણિ અક્રૂર પાસેથી જપ્ત કરવામાં આવ્યો ત્યારે એવું નક્કી થયું કે આ મણિ અક્રૂર પાસે જ રહેશે. એટલે કે દ્વારકામાં નહીં રહે. પણ ત્યાર પછીની દ્વારકાની સ્થિતિ પર ધ્યાન આપવામાં આવે તો ઘણી વાતો સામે આવે છે. ગ્રંથોને વાંચનાર કોઈપણ વ્યક્તિ એ અનુભવ કરી શકે છે કે એ ઘટના પછી દ્વારકાનું ક્રમશઃ પતન શરૂ થઈ ગયું હતું. સ્વાભાવિક છે કે દ્વારકાની સમૃદ્ધિમાં સ્યમંતક મણિનો પણ ફાળો હતો, આ વાત ગ્રંથોમાં ભલે ન હોય, પણ વિદ્વાનોમાં ચોક્કસ માન્ય છે.

૬૦. કૃષ્ણના મુખ્ય શોખ કયા-કયા હતા?

કૃષ્ણનાં જીવન સાથે જોડાયેલાં લગભગ બધાં ગ્રંથોના સૂક્ષ્મ અધ્યયનનાં આધારે એ અધિકારપૂર્વક કહી શકાય કે શોખના નામે કોઈપણ ભાવ, કાર્ય કે વસ્તુ તેમના પર હાવી ન હતી. તેમનાં માટે આ પણ પોતાની રીતનો એક શોખ હતો. વર્તમાન જે અને જેવો પણ હોતો હતો, એમાં જ તેઓ જીવતા હતા. પ્રશ્નમાં શોખની પાછળ જે ભાવ છૂપાયેલો છે, એવો કોઈપણ શોખ કૃષ્ણને ન હતો. બાકી, વાજું વગાડવાનું મન થાય અને હાથમાં વાંસળી ન હોય, તો ઝાડના પાંદડા વાળીને પણ વગાડી લેતાં હતાં. મા દ્વારા પહેરાવેલાં આભૂષણ ઓછા પડે તો મોરપંખથી લઈને ફળ-ફૂલથી પણ તેઓ ખુદને એટલાં જ શોખથી શણગારતા હતાં. તેથી કૃષ્ણને કોઈ એક કે બે-ચાર શોખના પાલવે બાંધવા કોઈપણ રીતે યોગ્ય નથી. કૃષ્ણનાં એટલાં વિશાળ જીવન અને ગાડીભરીને પુસ્તકો વાંચ્યા પછી પણ એક એવું કર્મ કે એવી વસ્તુ ન પસંદ કરી શકાય, જેને કૃષ્ણનો શોખ કહી શકાય. તેઓ ખુદને પરિસ્થિતિ પ્રમાણે ઢાળવામાં માહેર હતાં. તેમને કોઈપણ વસ્તુથી પરહેજ નહોતી. તેથી જે લોકો તેમને વાંસળી, પીતાંબર, છપ્પનભોગ, રથ, કૂટનીતિ વગેરેના શોખીન કહે છે, તેઓ તેમને એક

ટકો પણ નથી જાણતાં. જો કૃષ્ણના દરેક કર્મને શોખ તરીકે લેવામાં આવે તો તેમનાં શોખોની યાદી આનાથી પણ ઘણી લાંબી થઈ જાય છે. તેથી એક વાક્યમાં કહીએ તો તેમણે બધું જ અંગીકાર કર્યું હતું. તેમનાથી કંઈપણ અછૂતું ન હતું.

૬૧. કૃષ્ણ અને સત્રાજિત વચ્ચે શું સંબંધ હતો?

સત્રાજિત કૃષ્ણની પત્ની સત્યભામાનો પિતા અને સ્યમંતક મણિનો માલિક હતો. તે કૃષ્ણનો કટ્ટર પ્રતિદ્વંદ્વી હતો અને તેણે મથુરાથી લઈને દ્વારકા સુધી મૃત્યુપર્યંત કૃષ્ણનો પીછો નહોતો છોડ્યો. તે ઘણો ધનવાન અને પ્રતિષ્ઠિત યાદવ શ્રેષ્ઠી હતો અને મથુરા ગણરાજ્યના વસુદેવજી જેવો જ સન્માનિત વ્યક્તિ હતો. મહત્ત્વાકાંક્ષી સત્રાજીત કંસના મૃત્યુ પછી મથુરાનો રાજા બનવા માટે આતુર હતો અને ઉગ્રસેનને ગાદી પરથી ઉતારવા માટે તે જાત-જાતની તરકીબો અપનાવી રહ્યો હતો. પણ આ તેનું દુર્ભાગ્ય જ હતું કે કંસના મૃત્યુની સાથે જ મથુરામાં કૃષ્ણનું કદ તેનાથી અનેકગણું મોટું થઈ ગયું હતું. અને એટલે જ એણે જીવનભર કૃષ્ણ સાથે દુશ્મનાવટ રાખી. અને આજ તેમનો પરસ્પર સંબંધ હતો.

૬૨. શું કૃષ્ણને મથુરાના રાજા બનવાનો મોકો મળ્યો હતો?

જી હા, કંસ વધ પછી કૃષ્ણને ત્યાંના રાજા બનવાનો મોકો મળ્યો હતો, જેનો તેમણે અસ્વીકાર કરી દીધો હતો. અને આ વાતનું વિવરણ હરિવંશ પુરાણમાં સ્પષ્ટ રૂપે મળે છે જ્યારે અન્ય પુરાણોમાં ફક્ત ઉગ્રસેનને ગાદી ઉપર બેસાડવાનું વર્ણન મળે છેઃ

પુત્રો નિર્યાતિતઃ ક્રોધાન્નીતો... X ...કૃપણઃ પશ્ચિમાં ક્રિયામ્।।

કંસના પિતા ઉગ્રસેન બોલ્યાઃ "કૃષ્ણ! તે મારા પુત્ર પાસેથી તેના અપરાધનો બદલો લઈ લીધો, ધર્મ અનુસાર કીર્તિ મેળવી લીધી અને પૃથ્વી પર પોતાનાં નામનો ડંકો વગાડી દીધો. બધાં રાજાઓમાં તારો પ્રકાશ પ્રકાશિત થઈ ગયો અને તેઓ બધાં તારો આશ્રય લેશે. કૃષ્ણ! હાથી, ઘોડા, રથ અને પગપાળા સૈનિકોથી ભરેલી કંસની આ અક્ષય સેના ગ્રહણ કર. રાજમહેલની સ્ત્રીઓ, સોનું-ચાંદી, વાહન કે બીજું જે કંઈપણ અહીં છે, એ બધું વેરીના સમાપ્ત થતાં જ આપોઆપ તારું થઈ ગયું, હવે અમે બધાં યાદવ તારાં શરણાગત છીએ. કૃપા કરીને અમારી પ્રાર્થના સ્વીકાર કરો અને કંસ સમેત અહીં જેટલાં પણ લોકો મરી ગયા છે, તેમનાં અંતિમ સંસ્કાર માટે આજ્ઞા આપો."

(હરિવંશ પુરાણ, વિષ્ણુપર્વ, અધ્યાય-૩૨, શ્લોક-૧૮-૩૦)

ઉગ્રસેને ઉપરોક્ત વાતો એટલાં માટે કહી હતી કેમ કે એ વખતે આ એક સામાન્ય પરંપરા હતી. જે કોઈ વ્યક્તિ, ચાહે તે રાજા હોય કે સામાન્યજન, એ જો કોઈ રાજાનો વધ કરે, તો

પહેલા તે મૃતકનાં રાજ્યનો નવો રાજા બની જતો હતો. એટલે ઉગ્રસેને પરંપરાનું પાલન કરીને કૃષ્ણને મથુરાના રાજા બનવાનો પ્રસ્તાવ આપ્યો, પણ કૃષ્ણએ વિનમ્રતાપૂર્વક તેમના પ્રસ્તાવનો અસ્વીકાર કરતાં કહ્યું:

न हि राज्येन मे कार्यं नाप्यहं नृप कांक्षितः।
न चापि राज्यलुब्धेन मया कंसो निपातितः॥
किं तु लोकहितार्थाय कीर्त्यर्थं च सुतस्तव।
व्यंगभूतः कुलस्यास्य सानुजो विनिपातितः॥
अहं स एव गोमध्ये गोपैः सह वनेचरः।
प्रीतिमान् विचरिष्यामि कामचारी यथा गजः॥
एतावच्छतशोऽप्येवं सत्येनैतद् ब्रवीमि ते।
न मे कार्यं नृपत्वेन विज्ञाप्यं क्रियतामिदम्॥
भवान राजास्तु मान्यो मे यदूनामग्रणीः प्रभुः।
विजयायाभिषिच्यस्व स्वराज्ये नृपसत्तम॥
यदि ते मत्प्रियं कार्यं यदि वा नास्ति ते व्यथा।
मया निसृष्टं राज्यं स्वं चिराय प्रतिगृह्यताम्॥

કૃષ્ણ બોલ્યા: ''હે રાજન! મને રાજ્ય સાથે કોઈ મતલબ નથી. ન તો હું રાજ્યનો અભિલાષી છું અને ન તો મેં રાજ્યનાં લોભથી કંસને માર્યો છે. મેં તો ફક્ત લોકહિત માટે અને કીર્તિ માટે તમારા પુત્રનો વધ કર્યો છે જે આ કુળનું સડી ગયેલું અંગ હતો. હું એજ વનચર બનીને ગોવાળો સાથે ગાયો વચ્ચે ખુશીથી વિચરીશ. હું સત્યની સોગંદ ખાઈને સો-સો વાર પુનરાવર્તન કરીને તમને કહું છું, મને રાજ્ય સાથે કોઈ નિસબત નથી, તમે આ વાતની જાહેરાત કરી દો. તમે યદુવંશીઓના અગ્રગણ્ય સ્વામી અને મારાં માટે પણ માનનીય છો, તેથી તમે જ રાજા છો. હે નૃપશ્રેષ્ઠ! તમે તમારા રાજ્ય પર તમારો અભિષેક કરાવો, તમારો વિજય થાય. જો તમારે મારું પ્રિય કાર્ય કરવું હોય અથવા જો તમારા મનમાં મારાં તરફથી કોઈ વ્યથા ન હોય, તો મારાં દ્વારા પાછાં આપવામાં આવેલા આ રાજ્યને લાંબા સમય માટે ગ્રહણ કરી લો.''

(હરિવંશ પુરાણ, વિષ્ણુપર્વ, અધ્યાય-૩૨, શ્લોક-૪૮-૫૩)

મહાભારતમાં:

आहुकः पुनरस्माभिर्ज्ञातिभिश्चापि सत्कृतः।
उग्रसेनः कृतो राजा भोजराजन्यवर्धनः॥

કૃષ્ણ બોલ્યા: ''ત્યાર બાદ અમે બધાં કુટુંબીજનોએ મળીને ભોજવંશી ક્ષત્રિયોની પ્રગતિ

કરવાવાળા આહુક ઉગ્રસેનને સત્કારપૂર્વક ફરીથી રાજા બનાવી દીધા.''

(મહાભારત, ઉદ્યોગપર્વ, અધ્યાય-૧૨૮, શ્લોક-૩૮)

ભાગવત પુરાણમાંઃ

एवमाश्वास्य पितरौ भगवान्देवकीसुतः।
मातामहं तूग्रसेनं यदूनामकरोन्नृपम्।।
आह चास्मान्महाराज प्रजाश्चाज्ञप्तुमर्हसि।

શુકદેવજી કહે છેઃ ''શ્રીકૃષ્ણએ આ રીતે પોતાનાં માતા-પિતાને સાંત્વના આપીને પોતાનાં નાના ઉગ્રસેનને યદુવંશીઓના રાજા બનાવી દીધા અને તેમને કહ્યું - અમે તમારી પ્રજા છીએ, તમે અમારા પર શાસન કરો.''

(ભાગવત પુરાણ, સ્કંધ-૧૦, અધ્યાય-૪૫, શ્લોક-૧૨-૧૩)

વિષ્ણુ પુરાણમાંઃ

उग्रसेनं ततो बन्धान्मुमोच मधुसूदनः।
अभ्यषिञ्चत् तथैवैनं निजराज्ये हतात्मजम्।।

પરાશરજીએ કહ્યુંઃ ''ત્યાર બાદ મધુસૂદન કૃષ્ણએ ઉગ્રસેનને બંધનમાંથી મુક્ત કર્યાં અને પુત્રના મૃત્યુના કારણે તેમને પોતાનાં રાજાના પદ પર અભિષિક્ત કર્યા.''

(વિષ્ણુ પુરાણ, અંશ-૫, અધ્યાય-૨૧, શ્લોક-૯)

અન્ય પુરાણો તથા સંહિતાઓમાં પણ આજ પ્રકારની વાતો મળે છે. એટલે કે કૃષ્ણને મથુરાનાં રાજા બનવાનો અવસર મળ્યો હતો, જે તેમણે નકારી દીધો હતો. અને અઢાર વર્ષની ઉંમરમાં આટલો મોટો અવસર નકારવો એ કૃષ્ણનાં મનની વિશાળતા દર્શાવવા માટે પૂરતું છે.

૬૩. કૃષ્ણના રથચાલક એટલે કે સારથિનું નામ શું હતું?

કૃષ્ણના સારથિનું નામ દારૂક હતું જે મથુરાથી જ તેમનો બાળમિત્ર હતો. યાદવાસ્થળીની ઘટના પછી ત્યાં હાજર લોકોમાંથી ફક્ત કૃષ્ણ અને તેમનો આ સારથિ જ જીવિત બચી ગયા હતાં:

दारुकः कृष्णपदवीमन्विच्छन्नधिगम्यताम्।
वायुं तुलसिकामोदमाघ्नायाभिमुखं ययौ।।

શુકદેવજીએ કહ્યુંઃ ''શ્રીકૃષ્ણનો સારથિ દારૂક તેમનાં સ્થાનની ભાળ મેળવતો તેમનાં દ્વારા ધારણ કરેલી તુલસીની ગંધથી યુક્ત વાયુ સૂંઘીને અને તેનાથી તેમનાં હોવાના સ્થાનનું અનુમાન લગાવીને સામેની તરફ ગયો.''

(ભાગવત પુરાણ, સ્કંધ-૧૧, અધ્યાય-૩૦, શ્લોક-૪૧)

૬૪. મહાભારતના યુદ્ધમાં કૃષ્ણ, અર્જુનના જ સારથિ કેમ બન્યા? બીજા કોઈ પાંડવના કેમ નહીં?

જેવી રીતે અર્જુન આર્યાવર્તના શ્રેષ્ઠ ધનુર્ધરોમાંના એક હતાં, એવીજ રીતે કૃષ્ણ પણ આર્યાવર્તના શ્રેષ્ઠ સારથિઓમાંથી એક હતાં. કૌરવ પક્ષમાં અર્જુનને સમકક્ષ ધનુર્ધારીઓની સંખ્યા ચાર હતી - ભીષ્મ, કર્ણ, દ્રોણ અને અશ્વત્થામા. જ્યારે પાંડવ પક્ષમાં અર્જુન એકલા હતાં. ભીમ સિવાય તેમનો કોઈપણ ભાઈ પોતાનાં હથિયાર સાથે ઉત્કૃષ્ટતાના સ્તરે કુશળ ન હતો. પણ ભીમ એક વાર યુદ્ધનાં મેદાનમાં પહોંચી જતા તો તેમને રથની જરૂર જ નહોતી પડતી. તેઓ ચાલવામાં જ વધારે સહજ હતાં, પણ ગદાયુદ્ધની એક સીમા હતી. ગદાના સહારે ફક્ત સામે ઊભેલાં દુશ્મનો સાથે જ બાથ ભીડી શકાતી હતી, દૂરની લડાઈમાં ગદા કોઈ કામની નહોતી રહેતી. તેથી પાંડવોના વિજયનો બધો આધાર અર્જુનના ખભા પર હતો. ...અને શ્રેષ્ઠ રથ, શ્રેષ્ઠ ઘોડા અને શ્રેષ્ઠ સારથિની જરૂર સૌથી વધારે તેમને જ હતી. એટલે જ કૃષ્ણને અર્જુનના જ સારથિ બનાવવામાં આવ્યા હતાં.

૬૫. શું સાચે જ દુર્વાસા મુનિએ કૃષ્ણને શાપ આપ્યો હતો?

ના, આ એકદમ ખોટું છે. આ વાર્તા મહાભારતના અનુશાસન પર્વનાં ૧૫૯માં અધ્યાય પર આધારિત છે જે ભેળસેળવાળી એટલે કે પાછળથી જોડવામાં આવી છે. આ અધ્યાયની શરૂઆત જ બ્રાહ્મણોની શ્રેષ્ઠતાનું પ્રદર્શન કરવાની સાથે થાય છેઃ

युधिष्ठिर उवाच

ब्रूहि ब्राह्मणपूजायां व्यूष्टिं त्वं मधुसूदनः।
वेत्ता त्वमस्य चार्थस्य वेद त्वां हि पितामहः॥

"યુધિષ્ઠિરે પૂછ્યુંઃ મધુસૂદન! બ્રાહ્મણની પૂજા કરવાથી શું ફળ મળે છે? એનું વર્ણન તમે જ કરો, કેમ કે તમે આ વિષયને સારી રીતે જાણો છો અને મારાં પિતામહ પણ તમને આ વિષયના જ્ઞાતા માને છે."

(મહાભારત, અનુશાસનપર્વ, અધ્યાય-૧૫૯, શ્લોક-૧)

આના જવાબમાં કૃષ્ણ પોતાની એક વાર્તા કહે છે કે એક વાર તેમનો પુત્ર પ્રદ્યુમ્ન બ્રાહ્મણો સાથે ઝગડી પડ્યો હતો અને તે એ બ્રાહ્મણો ઉપર ગુસ્સે હતો. કૃષ્ણએ તેને સમજાવતાં કહ્યું કે બેટા, આપણે રાજા છીએ, એટલે બ્રાહ્મણોથી શ્રેષ્ઠ છીએ, એમ માનવું ખોટું છે *(મહાભારત, અનુશાસનપર્વ, અધ્યાય-૧૫૯, શ્લોક-૧૧)*. બ્રાહ્મણ ત્રણેય લોકમાં સર્વશ્રેષ્ઠ છે. તેમની સર્વત્ર પૂજા થાય છે. તેમનામાં આ લોકને ભસ્મ કરવાની ક્ષમતા હોય છે *(મહાભારત, અનુશાસનપર્વ, અધ્યાય-૧૫૯, શ્લોક-૧૨)*. પછી કૃષ્ણ પોતાનાં પુત્ર પ્રદ્યુમ્નને પહેલાંની

એક વાર્તા સંભળાવતા કહે છે કે એક દિવસ દુર્વાસા મુનિ દ્વારકામાં આવ્યા તો તેમનાં ક્રોધિત સ્વભાવના કારણે કોઈએ તેમને પોતાનાં ઘરમાં આશરો ન આપ્યો. છેવટે તેઓ કૃષ્ણના મહેલમાં રોકાયા. પણ થોડાક જ દિવસોમાં એમણે બધાંને હેરાન પરેશાન કરી દીધા. ત્યાં સુધી કે એક દિવસ તો તેમણે રથમાં ઘોડાની જગ્યાએ રુક્મિણીને જ જોતરી દીધી. પણ કૃષ્ણ ધીરજ ગુમાવ્યા વિના બ્રાહ્મણના આજ્ઞાકારી બની રહ્યા. એક દિવસ તેમણે ખીર બનાવવાનો હુકમ આપ્યો અને જ્યારે તૈયાર ખીર સામે આવી ત્યારે તેમણે થોડીક ખાઈને એ ખીર કૃષ્ણને એમ કહીને પાછી આપી કે આને પોતાનાં આખા શરીર ઉપર ચોપડી લે અને તેમ છતાં બચી જાય તો રુક્મિણીના શરીર ઉપર પણ ચોપડી દે. આગળ કૃષ્ણ કહે છે કે મેં આજ્ઞાનું પાલન કર્યું તેમ છતાં દુર્વાસા ક્રોધિત થઈ ઉઠ્યા કેમ કે મેં ખીર મારા પગ અને પગના તળિયે નહોતી લગાવી. આ વાત ઉપર ક્રોધિત દુર્વાસાએ કહ્યુંઃ તે આજ્ઞાનું બરાબર પાલન નથી કર્યું, એટલે તારું મૃત્યુ તારા પગેથી જ પ્રવેશ કરશે.

(મહાભારત, અનુશાસનપર્વ, અધ્યાય-૧૫૯, શ્લોક-૧૪-૫૫).

સ્પષ્ટીકરણઃ ઉપરોક્ત વાર્તા પહેલી નજરમાં જ બનાવટી લાગે છે. કૃષ્ણના પગમાં બાણ વાગવાની ઘટનાને બ્રાહ્મણની શ્રેષ્ઠતા પ્રદર્શિત કરવા માટે ઉપયોગમાં લેવાનો આ એક દુર્ભાવનાપૂર્ણ પ્રયત્ન છે. અહીં મેં ટૂંકમાં એ કથાનું વિવરણ આપ્યું છે, મૂળ કથા મહાભારતમાં વાંચ્યા પછી કોઈપણ વ્યક્તિ સમજી શકે છે અને જોઈ શકે છે કે ક્ષુદ્ર સ્વાર્થની પ્રાપ્તિ માટે અતિશયોક્તિની હદ વટાવી દેવામાં આવી છે, જે પ્રકૃતિમાં શક્ય જ નથી. અને આવા લોકોએ ફક્ત કૃષ્ણ સાથે સંબંધિત શાસ્ત્રોમાં જ નહિ, પરંતુ બધાં શાસ્ત્રોમાં દરેક બાબતોમાં અતિરેક કર્યો જ છે. બધાંએ એ સમજવું જ રહ્યું કે બધાં શાસ્ત્ર અંતે તો બ્રાહ્મણોએ જ લખ્યા છે. તેથી તેઓએ ખુદને સર્વશ્રેષ્ઠ બતાવવા અને બીજાઓને નીચું દેખાડવામાં કોઈ કસર બાકી નથી રાખી. પણ આ બધી વાતો કાયમ વાસ્તવિકતાઓથી દૂર રહી છે. સમાજ બધાંથી બને છે અને સમાજમાં બધાંનો યોગ્ય ફાળો અને યથાયોગ્ય સન્માન હોય જ છે. અને વળી એમ માનવું કે સ્ત્રીઓનું ખૂબ જ સન્માન કરનારા કૃષ્ણ પોતાની પત્ની રુક્મિણી પાસે રથ ખેંચાવડાવવા માટે રાજી થઈ ગયા હશે, એ તો કલ્પના ન કરી શકાય એવી વાત છે.

૬૬. શું બલરામ મદિરા પીતા હતા?

હા, બલરામ મદિરા પીતા હતાં. શાસ્ત્રોમાં કૃષ્ણ-બલરામના ગોમંતની ટેકરી પર શરણ લેવાના સમયથી જ બલરામના મદિરા પીવાના શોખીન હોવાના પ્રમાણ મળવા લાગે છે. હરિવંશ પુરાણમાં આ પ્રસંગ કંઈક આ રીતે છેઃ

तृष्णा चैनं विवेशाशु वारुणीप्रभवा तदा।
शुशोष च मुखं तस्य मत्तस्येवापरेऽहनि।।
स्मरितः स पुरावृत्तममृतप्राशनं विभुः
तृषितो मदिरान्वेषी ततस्तं तरुमैक्षत।।
तस्य प्रावृषि फुल्लस्य यदम्भो जलजोज्झितम्।
तत्कोटरस्थं मदिरा संजायत मनोहरा।।
तां तु तृष्णाभिभूतात्मा पिबन्नार्त इवसकृत्।
मोहाच्च चलिताकारः समजायत स प्रभु।।

વૈશમ્પાયનજી કહે છેઃ ''એ સમયે બલરામને વારુણી (મદિરા)ની તલપ લાગી. પછી તો બીજા દિવસે દારૂડિયા પુરુષની જેમ તેમનું મોઢું સુકાવા લાગ્યું. તેમને *પૂર્વકાળમાં* કરવામાં આવેલા મદિરાપાનની યાદ આવી ગઈ. તેઓ તરસ્યા બનીને એ મદિરાની શોધ કરવા લાગ્યા. ત્યારે જ તેમણે એક વૃક્ષ તરફ જોયું. વરસાદની મોસમમાં એ ખીલેલી ડાળીઓ ઉપર મેઘ દ્વારા વરસેલું જે પાણી પડ્યું હતું, એ ઝાડની બખોલોમાં અમૃત જેવું દેખાવા લાગ્યું. બલરામનું હૃદય તરસથી ગભરાઈ ગયું હતું, તેઓ પિયક્કડ પુરુષની જેમ એ પીણાને વારંવાર પીવા લાગ્યા. વધારે પી લેવાના કારણે તેમના પર નશો છવાઈ ગયો જેનાથી બલરામનું હૃષ્ટપુષ્ટ શરીર પણ લથડવા લાગ્યું.''

(હરિવંશ પુરાણ, વિષ્ણુપર્વ, અધ્યાય-૪૧, શ્લોક-૮-૧૧)

હકીકતમાં જે ગોમંત ટેકરી ઉપર કૃષ્ણ અને બલરામે જરાસંધથી ભાગીને આશરો લીધો હતો, એજ ગોમંતની ટેકરી ઉપર મહુવો, કદંબ વગેરે નશીલા પદાર્થોવાળા વૃક્ષોની ભરમાર હતી. અને લોકોના અવર-જવરથી રહિત હોવાના કારણે એ ક્ષેત્રમાં એ વૃક્ષોનો રસ એમના જ ઝાડની બખોલોમાં જમા થઈ જતો હતો અને ચારે બાજુ પોતાની સુગંધ પ્રસરાવતો હતો. જ્યારે બલરામ જેવા મદિરાના જૂના શોખીનને આ વાતની ખબર પડી, ત્યારે તેની તરસે તેમને વ્યાકુળ કરી દીધા અને વધારે દિવસોથી પીધા વગર રહેલા દારૂડિયાની જેમ નિરંકુશ થઈને પીવા લાગ્યા. આ ઉપરાંત દ્વારકામાં નશાબંદી કરવાનું પ્રમાણ પણ મહાભારત અને ભાગવત પુરાણમાં મળે છે. આ બધી વાતોથી સ્પષ્ટ છે કે બલરામ મદિરા પીતાં હતા.

૬૭. શું દ્વારકાના લોકો દારૂ પીતાં હતાં?

બધાં ગ્રંથોમાં આ વાતના અનેક પ્રમાણ મળે છે કે દ્વારકામાં સામાન્ય લોકોથી લઈને રાજદરબાર સુધીના બધાં લોકો દારૂ પીતાં હતાં. એટલે જ તો જ્યારે હદ પાર થઈ ગઈ ત્યારે નશાબંદી લાગુ કરવી પડી હતીઃ

अघोषयंश्च नगरे वचनादाहुकस्य ते।
जनार्दनस्य रामस्य बभ्रोश्चैव महात्मनः॥
अद्य प्रभृति सर्वेषु वृष्ण्यन्धककुलेष्विह।
सुरासवो न कर्तव्यः सर्वैनगरवासिभिः॥
यश्च नोऽविदितं कुर्यात् पेयं कश्चिन्नरः क्वचित्।
जीवन् स शूलमारोहेत् स्वयं कृत्वा सबान्धवः॥

વૈશમ્પાયનજી કહે છેઃ "રાજા ઉગ્રસેન, કૃષ્ણ, બલરામ અને બભ્રુના આદેશથી રાજકર્મચારીઓએ નગરમાં આ જાહેરાત કરાવી દીધી કે આજથી આખા વૃષ્ણિવંશી અને અંધકવંશી ક્ષત્રિયોને ત્યાં કોઈપણ નગર નિવાસી મદિરા તૈયાર ન કરે. જે માણસ ક્યાંય પણ અમારાથી છૂપાવીને નશીલા પદાર્થો તૈયાર કરશે, એને આવા અપરાધ બદલ જીવતે જીવ પોતાનાં ભાઈ-બંધુઓ સમેત ફાંસીએ ચડાવી દેવામાં આવશે."

(મહાભારત, મૌસલપર્વ, અધ્યાય-૧, શ્લોક-૨૯-30)

નરકાસુરની કેદમાંથી છોડાવેલી કેટલીક સ્ત્રીઓ કૃષ્ણની ઉપપત્ની તરીકે દ્વારકામાં રહેતી હતી અને તેમાંથી ઘણી સ્ત્રીઓનાં અનૈતિક સંબંધ કૃષ્ણના જ બગડેલા પુત્ર સાંબ સાથે હતાં. તેમના મહેલોમાં શરાબ અને શબાબનો ખુલ્લમખુલ્લો દોર ચાલતો હતો *(સાંબ પુરાણ, અધ્યાય-3)*. ઉપરનાં પ્રમાણોથી સાબિત થાય છે કે દ્વારકામાં એ સમયે પણ મદિરાપાનનું પ્રચલન એટલું જોરશોરથી ચાલતું હતું કે રાજાને નશાબંદીનો આદેશ લાગુ કરાવવો પડ્યો હતો.

૬૮. શું કૃષ્ણની દ્વારકામાં વેશ્યાઓ પણ વસાવવામાં આવી હતી?

હા, આ વાતનું પ્રમાણ ભાગવત પુરાણમાં મળે છે. જ્યારે મહાભારત યુદ્ધ પછી કૃષ્ણ દ્વારકા પાછા ફર્યા હતાં ત્યારે રાજપરિવારનાં લોકોની સાથે-સાથે વેશ્યાઓ પણ કૃષ્ણનાં સ્વાગત માટે નગરમાંથી બહાર આવી હતીઃ

वारमुख्याश्च शतशो यानैर्तद्दर्शनोत्सुका।
लसत्कुंडलनिर्भात कपोलवदनश्रियः॥

શુકદેવજી કહે છેઃ "સાથે જ કૃષ્ણનાં દર્શન માટે સેંકડો શ્રેષ્ઠ વેશ્યાઓ, જેમનાં મુખ તેમનાં ગાલ ઉપર પડવાવાળા તેમનાં કુંડળોની કાંતિથી સુંદર દેખાઈ રહ્યા હતાં, તેઓ પણ પાલખીઓ ઉપર ચડીને સ્વાગત માટે આવી હતી."

(ભાગવત પુરાણ, સ્કંધ-૧, અધ્યાય-૧૧, શ્લોક-૨૦)

હરિવંશ પુરાણમાં પણ દ્વારકાની વેશ્યાઓની ચર્ચા કરવામાં આવી છેઃ

दैत्याधिवासं निर्जित्य यदुभिर्दृढविक्रमैः।
वेश्या निवेशिता वीर द्वारवत्यां सहस्रशः।।
सामान्यास्ताः कुमाराणां क्रीडानार्यो महात्मनाम्।
इच्छाभोग्या गुणैरेव राजन्या वेषयोषितः।।

વૈશમ્પાયનજી કહે છેઃ સુદ્રઢ પરાક્રમી યાદવવીરોએ દૈત્યોના નિવાસસ્થાન સમુદ્રને જીતીને ત્યાં દ્વારકાપુરીમાં હજારો વેશ્યાઓને વસાવી દીધી હતી. વિવિધ વેશ ધારણ કરનારી એ યુવતીઓ મહામનસ્વી યાદવકુમારો માટે સામાન્ય ક્રીડાનારીઓ (આનંદ-પ્રમોદની વસ્તુ) હતી. તેઓ પોતાનાં ગુણો દ્વારા બધાં કુમારોની ઈચ્છા અનુસાર તેમનાં ઉપભોગમાં આવવાની હતી. રાજકુમારો દ્વારા ઉપભોગમાં લેવાવાનાં કારણે એ બધી વેશ્યાઓ રાજકન્યા કહેવાતી હતી.

(હરિવંશ પુરાણ, વિષ્ણુપર્વ, અધ્યાય-૮૮, શ્લોક-૮-૯)

એક વખત દ્વારકામાં કૃષ્ણનાં નિર્દેશનમાં એક રાસનું આયોજન કરવામાં આવ્યું હતું જેમાં યાદવોની જળક્રીડા સમાપ્ત થયા બાદ વેશ્યાઓનું નૃત્ય શરૂ થયું હતુંઃ

कृष्णेङ्गितज्ञा जलयुद्धसङ्गाद् भैमा निवृत्ता दृढमानिनोऽपि।
नित्यं तथाऽऽनन्दकराः प्रियाणां प्रियाश्च तेषां ननृतुः प्रतीताः।।

કૃષ્ણનાં સંકેતોને સમજવાવાળા ભીમવંશી યાદવ સુદ્રઢ અભિમાનથી યુક્ત હોવા છતાં એ જળક્રીડામાંથી નિવૃત્ત થઈ ગયા. ત્યાર બાદ એ પ્રિય પુરુષોને આનંદ આપવાવાળી તેમની વેશ્યાઓ વિશ્વસ્ત થઈને નૃત્ય કરવા લાગી.

(હરિવંશ પુરાણ, વિષ્ણુપર્વ, અધ્યાય-૮૯, શ્લોક-૫૩)

૬૯. કૃષ્ણએ કાલયવનનો વધ શા માટે કર્યો હતો?

જ્યારે મથુરાનાં રાજા ઉગ્રસેન અને કૃષ્ણને પોતાનાં ગુપ્તચરો દ્વારા ખબર પડી કે જરાસંધ પોતાનાં મિત્ર રાજાગણની સાથે-સાથે એક ખૂબ જ શક્તિશાળી રાજા કાલયવનને પણ પોતાનાં પક્ષમાં કરીને કેટલીય દિશાઓમાંથી મથુરા પર આક્રમણ કરવાની યોજના બનાવી રહ્યો છે, તો તેઓ તરત જ કામે લાગી ગયા. તેમણે તાત્કાલિક અર્ધનિર્મિત દ્વારકામાં મથુરાવાસીઓને વિસ્થાપિત કરવાનો નિર્ણય લઈ લીધો. પછી ખૂબ જ ઝડપથી વધુમાં વધુ મથુરાવાસીઓને મથુરાથી રવાના પણ કરી દેવામાં આવ્યા. સાથે જ કાફલાને સુરક્ષિત રીતે પોતાનાં ગંતવ્ય સ્થાન સુધી પહોંચવાની સુનિશ્ચિતતા માટે પોતે કાલયવનની સેના તરફ અગ્રેસર થઈ ગયા. આ એટલાં માટે જરૂરી બની ગયું હતું કેમ કે કાલયવનની વિશાળ સેના બે દિવસમાં જ કાફલાને હાંકી કાઢીને સમાપ્ત કરી દે એમ હતી. તેથી તેમણે લડ્યા વગર આ

મોટી આપત્તિને ટાળવા માટે પોતાનાં દૂત દ્વારા સાંકેતિક ભાષામાં એક સંદેશ કાલયવનને મોકલાવ્યો જે ઝડપથી મથુરા તરફ આવી રહ્યો હતોઃ

घोरमाशीविषं कृष्णं कृष्णः प्राक्षेपयत् तदा।
ततस्तं मुद्रयित्वा तु स्वेन दूतेन हारयत्॥

વૈશમ્પાયનજીએ કહ્યુંઃ ''શ્રીકૃષ્ણએ એક કાળો ભયંકર અને ઝેરીલો મહા સાપ ઘડામાં મુકાવડાવ્યો અને ઘડાનું મોઢું બંધ કરીને એ ઘડો પોતાનાં દૂત દ્વારા એ રાજાને મોકલાવ્યો.''

निदर्शनार्थं गोविन्दो भीषयामास तं नृपम्।
स दूतः कालयवने दर्शयामास तं घटम्॥

''હકીકતમાં ગોવિંદે કૂટભાષામાં જ સાપ દેખાડીને એ રાજાને ડરાવવાનો પ્રયત્ન કર્યો હતો. હે રાજા જનમેજય! એ દૂતે એજ ભાવથી કે કૃષ્ણ આ સાપની જેમ જ ભયંકર છે, ઘડાનું મોઢું ખોલીને કાલયવનને દેખાડ્યું.''

कालसर्पोपमः कृष्ण इत्युक्त्वा भरतर्षभ।
तत्कालयवनो बुद्ध्वा त्रासनं यादवैः कृतम्॥

''કાલયવને એમ વિચાર્યું કે આ યાદવોએ સાપની ઉપમા આપીને આપણને ડરાવવાનો પ્રયત્ન કર્યો છે.''

पिपीलिकानां चण्डानां पूरयामास तं घटम्।
स सर्पो बहुभिस्तीक्ष्णैः सर्वतस्तैः पिपीलिकैः।
भक्ष्यमाणः किलांगेषु भस्मीभूतोऽभवत् तदा॥

''જવાબમાં કાલયવને એ ઘડાને ભયાનક કીડીઓથી ભરી દીધો. એ બહુસંખ્યક તીખી કીડીઓએ બધી બાજુથી એ સાપના શરીરને ચટકા ભરવાનું શરૂ કરી દીધું, જેનાથી એ કાળો સાપ તરત જ કાળની ગર્તામાં સમાઈ ગયો.''

तं मुद्रयित्वा तं घटं तथैव यवनाधिपः।
प्रेषयामास कृष्णाय बाहुल्यमुपवर्णयन्॥

''પછી એ ઘડાને એવીજ રીતે બંધ કરીને કાલયવને પોતાની સૈન્ય શક્તિનાં બાહુલ્યનું વર્ણન કરતાં કૃષ્ણ પાસે મોકલી દીધો.''

(હરિવંશ પુરાણ, વિષ્ણુપર્વ, અધ્યાય-૫૭, શ્લોક-૩૩-૩૭)

वासुदेवस्तु तं दृष्ट्वा योगं विहतमात्मनः।
उत्सृज्य मथुरामाशु द्वारकामभिजग्मिवान्॥
वैरस्यान्तं विधित्संस्तु वासुदेवो महायशाः।
निवेश्य द्वारकां राजन्वृष्णीनाश्वास्य चैव ह॥

पदातिः पुरुषव्याघ्रो बाहुप्रहरणस्तदा।
आजगाम महावीर्यो मथुरां मधुसूदनः।।

વૈશમ્પાયનજીએ કહ્યુંઃ "હે રાજન! શ્રીકૃષ્ણએ પોતાનો પ્રયોગ નિષ્ફળ થયેલો જોઈને તરત જ કાફલાને મથુરાથી દ્વારકા તરફ પોતાની દેખરેખમાં મોકલી દીધો અને પછી એ મધુસૂદન ફક્ત પોતાના બાહુબળનાં ભરોસે મથુરા તરફ પાછા ફર્યા."

(હરિવંશ પુરાણ, વિષ્ણુપર્વ, અધ્યાય-૫૭, શ્લોક-૩૮-૪૦)

અને ત્યાર પછી કૃષ્ણએ કાલયવનને ગુફામાં લઈ જઈને ખૂબ જ ચતુરાઈથી મારી નાંખ્યો. કૃષ્ણની કાલયવન સાથે ઉપર્યુક્ત કૂટનીતિક ષડયંત્રનું વર્ણન મહાભારત કે બીજા કોઈપણ પુરાણમાં ઉપલબ્ધ નથી. આવું વર્ણન ફક્ત હરિવંશ પુરાણમાં જ મળે છે.

૭૦. શું કૃષ્ણનાં પુત્ર સાંબ ખરેખર અતિ ઉપદ્રવી હતા?

જો પુરાણોની વાતોને આધાર માનવામાં આવે તો એમ કહી શકાય કે સાંબનું ચરિત્ર ખૂબ જ ઉપદ્રવી હતું. પુરાણોનાં વર્ણન અનુસાર સાંબનું શરીર ખૂબ જ આકર્ષક હતું, પણ તે કુષ્ઠ રોગથી પીડિત પણ હતો. ઉદ્ધતાઈ અને શેતાની તેનું એકમાત્ર કાર્ય હતું. રાજકુટુંબના કુલીન રાજકુમારનું એક પણ લક્ષણ તેનામાં ન હતું. ત્યાં સુધી કે તે કૃષ્ણને મળવા આવનાર ઋષિ-મુનિઓને પણ હેરાન કરવામાંથી ઊંચો નહોતો આવતો. છતાં પણ તે પોતાના મોટા કાકા બલરામનો લાડકો હતો કેમ કે એક લતનાં બંને શિકાર હતાં - મદિરા. મદિરાએ આ કાકા-ભત્રીજાની જોડીને આખા દ્વારકામાં ચર્ચિત બનાવી દીધી હતી. બાકી તો એ એટલો ઉપદ્રવી હતો કે પોતાનાં પિતા કૃષ્ણ સાથે પણ અવિવેક કરવામાંથી ઊંચો નહોતો આવતો. તેની આ શેતાની દ્વારકા સુધી જ સીમિત ન હતી, પણ બીજાં રાજ્ય પણ તેના ઉપદ્રવથી પરેશાન હતાં. જ્યારે દુર્યોધને પોતાની દીકરી લક્ષ્મણાનો સ્વયંવર યોજ્યો ત્યારે તેણે પોતાનાં ગદા-ગુરુ બલરામને પણ આમંત્રણ મોકલ્યું. ત્યારે બલરામે પોતાના માનેલાં ભત્રીજા સાંબને સ્વયંવરમાં સામેલ થવા માટે મોકલી દીધો. અતિ સુંદરી લક્ષ્મણાને જોતાં જ સાંબ તેના માટે બેબાકળો થઈ ગયો. પેલી બાજુ લક્ષ્મણાએ જયમાળા વખતે સાંબ તરફ જોયું પણ નહીં અને તેની સામેથી આગળ પસાર થઈ ગઈ. હકીકતમાં લક્ષ્મણાને સાંબના કુષ્ઠરોગથી પીડિત હોવાની અને તેના શેતાની અને શરાબી હોવાની વાત ખબર હતી, એટલે તેણે તેને કોઈ મહત્ત્વ ન આપ્યું. ઉદ્દંડ સાંબથી આ અનાદર સહન ન થયો અને તેણે ભરી સભામાંથી તેનું અપહરણ કરી લીધું. પણ હસ્તિનાપુરના સૈનિકોએ તરત જ તેના પર કાબૂ મેળવીને તેને કેદ કરી લીધો અને આ વાતની સૂચના જ્યારે દ્વારકા પહોંચી તો મહામુશ્કેલીએ બલરામની દખલગીરી બાદ આ નાટક પર પડદો પડ્યો અને પરિણામે સાંબના લગ્ન લક્ષ્મણા સાથે કરાવી

દેવામાં આવ્યા. *(હરિવંશ પુરાણ, વિષ્ણુપર્વ, અધ્યાય-૬૨)*

કૃષ્ણએ નરકાસુરની કેદમાંથી જે સોળ હજાર એક સો સ્ત્રીઓને આઝાદ કરાવી હતી, એમાંથી ઘણી બધી સ્ત્રીઓ દ્વારકામાં કૃષ્ણની ઉપપત્ની તરીકે રહેતી હતી. એમાંની ઘણી સ્ત્રીઓ સાથે સાંબના સંબંધો હતા અને એ સ્ત્રીઓમાં નંદિની નામની સ્ત્રી મુખ્ય હતી *(મત્સ્ય પુરાણ, અધ્યાય-૭૦); (સાંબ પુરાણ, અધ્યાય-૩) (ભવિષ્ય પુરાણ, પરિસર્ગપર્વ, અધ્યાય-૩૧)*. પ્રભાસમાં વિશ્વામિત્ર, કણ્વ અને નારદ સાથે મશ્કરી કરનારા યાદવોનો સૂત્રધાર પણ આજ સાંબ હતો.

૭૧. શું સાચે જ કૃષ્ણના પહેલાં પુત્ર પ્રદ્યુમ્નના પહેલાં લગ્ન એક રાક્ષસી સાથે થયાં હતાં જે ઉંમરમાં તેમના કરતાં ઘણી મોટી હતી?

પુરાણોના વિવરણ પ્રમાણે કૃષ્ણના પ્રથમ પુત્ર પ્રદ્યુમ્નના પહેલાં લગ્ન એક રાક્ષસ કુળની યુવતી સાથે થયાં હતાં જે ઉંમરમાં તેના કરતાં ઘણી મોટી હતી. પ્રદ્યુમ્નના જન્મના સાતમાં દિવસે સૌરગૃહથી શંબર નામક એક અસુરે તેનું અપહરણ કરી લીધું હતું અને દૂર દરિયાના કિનારે પોતાનાં કબીલામાં લઈ જઈને ઉછેરવા માટે એક સ્ત્રીને સોંપી દીધો હતો. એ સ્ત્રીનું નામ માયાવતી હતું અને તે માછલી વેચતી હતી. રુક્મિણી અને કૃષ્ણનો આ પુત્ર દેખાવમાં ખૂબ જ સુંદર હતો, એટલે માયાવતી તેના રૂપ પર આકર્ષિત હતી અને ખૂબ જ ધ્યાનથી તેનું પાલન-પોષણ કરતી હતી. યુવાન થયા પછી માયાવતીએ એક દિવસ તેને શંબર દ્વારા અપહરણ કરવાની અને કૃષ્ણનો પુત્ર હોવાની વાત કહી દીધી. પરિણામસ્વરૂપે પ્રદ્યુમ્નએ જલ્દી જ મોકો જોઈને શંબરનો વધ કરી દીધો અને માયાવતી સાથે લગ્ન રચાવ્યા. અને ત્યાર પછી તે માયાવતીને લઈને દ્વારકા આવી ગયો.

(હરિવંશ પુરાણ, વિષ્ણુપર્વ, અધ્યાય-૧૦૪-૧૦૮)

૭૨. શું કૃષ્ણએ ગાયો હડપવા માટે કોઈ રાજા પર આક્રમણ કર્યું હતું?

હરિવંશમાં આવી એક વાર્તા આપવામાં આવી છે. કૃષ્ણના સમય સુધીમાં ભારતનો ઘણી હદ સુધી વિકાસ થઈ ચૂક્યો હતો અને સંપત્તિના રૂપમાં હીરા-મોતી-ઝવેરાત વગેરેનું મહત્ત્વ વધી ગયું હતું, પરંતુ ત્યારે પણ સંપત્તિનાં રૂપમાં ગાયોનું મહત્ત્વ ઓછું નહોતું થયું. એ વખતે એક-બીજાની ગાયો હાંકી લેવી એ રોજબરોજની વાત હતી. વૈદિક શ્રૃંખલાનાં ગ્રંથોમાં સેંકડો જગ્યાએ આનાં પ્રમાણ મળે છે. તો અહીં વર્તમાન પ્રશ્ન કૃષ્ણના પૌત્ર અનિરુદ્ધ અને બાણાસુરની પુત્રી ઉષાના વિવાહ સાથે જોડાયેલો છે. જ્યારે કૃષ્ણને ખબર પડી કે તેમનો પૌત્ર અનિરુદ્ધ ઉષાના પ્રેમના ચક્કરમાં બાણાસુર દ્વારા કેદ કરી લેવામાં આવ્યો છે, ત્યારે

તેમણે અનિરુદ્ધના પિતા એટલે કે પોતાનાં પુત્ર પ્રદ્યુમ્ન સાથે લગભગ સો સૈનિકોને લઈને બાણાસુરની નગરી શોણિતપુર (વર્તમાનમાં આસામનો એક જિલ્લો) ઉપર આક્રમણ કર્યું. ત્યાં ભયંકર યુદ્ધ થયું અને છેવટે બાણાસુરનો પરાજય થયો અને ત્યાર પછી અનિરુદ્ધ અને ઉષાનાં લગ્ન પણ થઈ ગયા. લગ્ન પછી કૃષ્ણએ શોણિતપુરનું રાજ્ય બાણાસુરનાં એક યોગ્ય મંત્રી કુષ્માંડને સોંપી દીધું અને તેને ત્યાંનો રાજ્યાધ્યક્ષ બનાવી દીધો. લગ્ન બાદ ઘણાં દિવસો સુધી કૃષ્ણએ પોતાનાં પુત્ર, પુત્રવધૂ, પૌત્ર અને સૈનિકો સાથે ત્યાંના મહેમાન બનીને મહેમાનગીરીનો આનંદ લીધો. ત્યારે જ કુષ્માંડે એક દિવસ કૃષ્ણને કહ્યું કે બાણાસુરે ખૂબ જ ઉત્તમ નસ્લની હજારો ગાયો સુરક્ષા માટે વરુણને આપી રાખી હતી જે ખૂબ જ મીઠું અને પૌષ્ટિક દૂધ આપતી હતી. ત્યારે પાછા ફરતી વખતે કૃષ્ણએ વરુણનાં રાજ્ય ઉપર હુમલો કરી દીધો અને વરુણના સૈનિકો સાથે ઘણાં દિવસો સુધી યુદ્ધ ચાલ્યું.

છેવટે વરુણ પોતે પોતાના પુત્રો સાથે મોરચો સંભાળવા આવ્યો ત્યારે તેણે સૌથી પહેલાં કૃષ્ણ સાથે વાત કરીને જાણવું યોગ્ય માન્યું કે તેમનાં આક્રમણનો વાસ્તવિક ઉદ્દેશ શું છે? જવાબમાં કૃષ્ણએ બાણાસુર દ્વારા આપવામાં આવેલી ગાયો આપવાની માંગણી કરી ત્યારે વરુણે કહ્યું કે તેણે બાણાસુર આગળ એવી પ્રતિજ્ઞા કરી હતી કે તેનાં દ્વારા આપવામાં આવેલી ગાયોને છેલ્લા શ્વાસ સુધી કોઈને છીનવવા નહીં દે. સાથે જ તેણે એમ પણ કહ્યું કે જો તમે (કૃષ્ણ) નિષ્પક્ષ થઈને ધર્મની નવી સ્થાપના માટે ખરેખર પ્રયત્નશીલ હોવ તો મને મારી પ્રતિજ્ઞાનું પાલન કરવામાં મદદ કરો. અને જો તમને ગાયોની જ લાલચ હોય તો મને મારીને આ ગાયો લઈ જાવ. તમે એ પણ ધ્યાન રાખજો કે હું તમારા કરતાં જ્યેષ્ઠ છું અને મેં ક્યારેય કોઈ અનીતિનું કાર્ય નથી કર્યું. ત્યારે કૃષ્ણ વરુણની વાતો ઉપર નિરુત્તર થઈ ગયા અને તેમણે ગાયો લેવાનો વિચાર છોડી દીધો.

(હરિવંશ પુરાણ, વિષ્ણુપર્વ, અધ્યાય-૧૨૭, શ્લોક-૧-૯૭)

૭૩. ભારતમાં ઈન્દ્રપૂજાની શરૂઆત ક્યારે થઈ હતી?

ઈન્દ્ર વૈદિક સભ્યતાનાં એક મુખ્ય દેવ રહ્યા છે અને ઋગ્વેદમાં સૌથી વધુ મંત્ર ઈન્દ્રનાં જ મળે છે. વાજપેય યજ્ઞ, અશ્વમેધ યજ્ઞ, રાજસૂય યજ્ઞ જેવાં ક્ષત્રિયો દ્વારા સંપન્ન કરવામાં આવતા યજ્ઞમાં મુખ્ય રીતે ઈન્દ્રની જ પૂજા કરવામાં આવતી હતી. સાથે જ બ્રાહ્મણો દ્વારા સંપન્ન કરવામાં આવતાં સોમયજ્ઞમાં પણ ઈન્દ્રને મુખ્ય રીતે પૂજવામાં આવતાં હતાં. પણ ઈન્દ્રની આ બધી પૂજાઓ યજ્ઞો સુધી જ સીમિત હતી અને વર્ષનાં કોઈપણ સમયમાં યોગ્ય મુહૂર્ત જોઈને આવા યજ્ઞોનું આયોજન કરવામાં આવતું હતું. વર્ષની કોઈપણ તિથિ ઈન્દ્રપૂજાનાં તહેવાર માટે નિશ્ચિત ન હતી. ભારતમાં આ સ્થિતિ જરાસંધનાં દાદા અને ઉત્તર-મધ્ય ભારતનાં

મુખ્ય રાજા ઉપરિચર વસુનાં જીવન સુધી બનેલી હતી. પછી મહાભારતમાં એવું પ્રમાણ મળે છે કે ચેદિ દેશનાં રાજા ઉપરિચર વસુએ ઈન્દ્રને ખુશ કરવા માટે પોતાનાં રાજ્યમાં આ પૂજા શરૂ કરાવી હતી. તેમનાં જીવનકાળમાં નવા વર્ષની શરૂઆત આશ્વિન (સપ્ટેમ્બર-ઑક્ટોબર) મહિનાથી થતી હતી એટલે તેમણે આશ્વિન મહિનાના કૃષ્ણપક્ષની પહેલી તિથિએ આ પૂજા નક્કી કરી દીધી હતી. જો કે એ સમયે આ પૂજા ફક્ત નાના-મોટાં રાજાઓ દ્વારા જ સંપન્ન કરવામાં આવતી હતી, સામાન્ય લોકોને આનો ભાર નહોતો ઉઠાવવો પડતો.

ખેર, ઉપરિચર વસુને પાંચ પુત્ર થયા અને એ પાંચેયએ પોતાની યોગ્યતાથી રાજ્યનો વિસ્તાર કર્યો. આજ પાંચ ભાઈઓમાંથી એક બૃહદ્રથે મગધને પોતાને આધીન કરીને તેના પર શાસન શરૂ કર્યું. પછીથી આજ બૃહદ્રથને ત્યાં કંસના સસરા અને કૃષ્ણના સૌથી મોટા શત્રુ જરાસંધનો જન્મ થયો હતો. અહીં મુખ્ય વાત એ કે બૃહદ્રથ સમેત એ પાંચેય ભાઈઓએ ભારતના અનેક ભૂભાગો ઉપર પોતાનું પ્રભુત્વ સ્થાપિત કર્યું અને એ બધાં જ ક્ષેત્રોમાં ઈન્દ્રપૂજાનાં તહેવારનો એટલો જોરશોરથી પ્રચાર કર્યો કે આ રાજસી તહેવાર મટીને નાગરિક તહેવાર બની ગયો. સામાન્ય પ્રજામાંથી દરેક વર્ગનાં લોકો આ તહેવારને પોત-પોતાનાં સામર્થ્ય પ્રમાણે ઉજવવા લાગ્યા. છતાં પણ એ સમયે આ તહેવાર પારિવારિક સ્તર પર નહીં પણ સામૂહિક સ્તર પર જ સંપન્ન કરવામાં આવતો હતો.

(મહાભારત, આદિપર્વ, અધ્યાય-૬૩)

આ રીતે હિન્દુ ધર્મશાસ્ત્રમાં ઈન્દ્રોત્સવનાં આ એકમાત્ર સાક્ષ્યનાં આધારે એમ કહી શકાય કે કૃષ્ણનાં સમય સુધી આ ઉત્સવ વધારે જૂનો નહીં પણ માંડ બસો-ત્રણસો વર્ષ જૂનો રહ્યો હશે. અને કેમ કે હિન્દુઓની હજારો પરંપરાઓ વચ્ચે ઈન્દ્રોત્સવની આ પરંપરા સરખામણીમાં તાજી હતી એટલે એમાં લોકોનો ઉત્સાહ પણ વધારે હતો. અને જ્યારે કૃષ્ણએ તેને અટકાવી દીધી ત્યારે લોકોને આશ્ચર્ય પણ વધારે થયું હતું. પછી અલગ-અલગ સ્વાર્થ અને ઉદ્દેશ્યવાળા લોકો દ્વારા અલગ-અલગ રીતે તેનો મૌખિક પ્રચાર થવા લાગ્યો અને જુદાં-જુદાં સંપ્રદાયોનાં શાસ્ત્રોમાં આ નોંધાવા પણ લાગ્યું.

૭૪. શું કૃષ્ણએ શિક્ષણ લીધું હતું?

બધાં ગ્રંથોમાં કૃષ્ણ અને બલરામનાં સાંદીપનિ મુનિનાં ગુરુકુળમાં શિક્ષિત હોવાનાં પ્રમાણ ઉપલબ્ધ છે. જો કે તેમનો આ ગુરુકુળ પ્રવાસ સામાન્ય કરતાં ખૂબ જ ઓછા દિવસનો રહ્યો હતો. પ્રમાણસ્વરૂપે કેટલાક શાસ્ત્રોનાં શ્લોક અહીં પ્રસ્તુત છેઃ

अथो गुरुकुले वासमिच्छन्तावुपजग्मतुः।
काश्यं सांदीपनिं नाम ह्यवन्तिपुरवासिनम्॥

શુકદેવજી કહે છે "હવે તેઓ બંને ગુરુકુળમાં નિવાસ કરવાની ઈચ્છાથી કાશ્યપગોત્રી સાંદીપનિ મુનિ પાસે ગયા, જેઓ અવન્તિ (ઉજ્જૈન)માં રહેતાં હતાં."

(ભાગવત પુરાણ, સ્કંધ-૧૦, અધ્યાય-૪૫, શ્લોક-૩૧)

कस्यचित् त्वथ कालस्य सहितौ रामकेशवौ।
गुरुं सान्दीपनिं काश्यमवन्तिपुरवासिनम्।।

વૈશમ્પાયનજીએ કહ્યું: "થોડાંક સમય બાદ બલરામ અને કૃષ્ણ એક સાથે અવન્તિપુરના નિવાસી ગુરુ સાંદીપનિને ત્યાં ગયા, જે કાશીમાં ઉત્પન્ન થયા હતા."

(હરિવંશ પુરાણ, વિષ્ણુપર્વ, અધ્યાય-૩૩, શ્લોક-૩)

ઉપરનાં બંને પુરાણોના બંને શ્લોકોમાં સંસ્કૃત શબ્દ 'કાશ્ય'ના અર્થમાં જુદાપણું બતાવવામાં આવ્યું છે, જે ભારતીય સમાજના જાતિવાદ તરફ વધારે આગ્રહી હોવાનો સંકેત આપે છે. જૂનાં હરિવંશ પુરાણમાં ઉપરનાં શબ્દનો અર્થ કાશી પ્રદેશ એટલે કે સ્થાનનાં રૂપમાં લેવામાં આવ્યો છે, જ્યારે એજ શબ્દ પાંચ સો કે હજાર વર્ષ પછી ભાગવત પુરાણમાં જાતિગત ગોત્ર માટે પ્રયુક્ત થયો છે. ખેર, સાંદીપનિ મુનિનો વૃતાંત અન્ય પુરાણોમાં આ પ્રકારે છેઃ

तत्सान्दीपनिं काश्यमवन्तिपुरवासिनम्।
विद्यार्थं जग्मतुर्बालौ कृतोपनयनक्रमौ।।

પરાશરજીએ કહ્યું: "ત્યાર પછી ઉપનયન સંસ્કાર સંપન્ન થઈ ગયા પછી એ બંને બાળક (કૃષ્ણ અને બલરામ) કાશીમાં જન્મેલાં અવંતિપુરવાસી સાંદીપનિ મુનિને ત્યાં વિદ્યા અધ્યયન માટે ગયા."

(વિષ્ણુ પુરાણ, અંશ-૫, અધ્યાય-૨૧, શ્લોક-૧૯)

कृष्णः सांदीपनेर्गेहं गत्वा च सबलो मुदा।
ननमश्चकार स्वगुरुं गुरुपत्नीं पतिव्रताम्।।

નારાયણ કહે છે- "હે નારદ! શ્રીકૃષ્ણએ બલરામ સાથે હર્ષપૂર્વક સાંદીપનિ મુનિનાં ઘેર જઈને પોતાનાં ગુરુ અને તેમની પત્નીને નમસ્કાર કર્યા."

(બ્રહ્મવૈવર્ત પુરાણ, શ્રીકૃષ્ણજન્મખંડ, અધ્યાય-૧૦૨, શ્લોક-૧)

દક્ષિણ ભારતમાં પ્રચલિત મહાભારતમાં કૃષ્ણનાં વિદ્યાધ્યયન વિષે નીચેની વાતો મળે છેઃ

ततस्तौ जग्मतुस्तात गुरुं सान्दीपनिं पुनः।
गुरुः शुश्रूषया युक्तौ धर्मज्ञौ धर्मचारिणौ।।

ભીષ્મપિતામહે કહ્યું: "હે યુધિષ્ઠિર! ત્યાર પછી એ બંન્ને ધર્મજ્ઞ ભાઈ ગુરુ સાંદીપનિને ત્યાં ઉજ્જયિનીમાં વિદ્યાધ્યયન માટે ગયા."

(મહાભારત, સભાપર્વ, અધ્યાય-૫૪, શ્લોક-૧)

આ રીતે સાંદીપનિ મુનિનાં આશ્રમમાં કૃષ્ણ અને બલરામના વિદ્યાધ્યયનની ચર્ચા સર્વત્ર કરવામાં આવી છે.

૭૫. કૃષ્ણ અને દ્રૌપદી વચ્ચે શું સંબંધ હતો?

મહાભારત તથા અન્ય પુરાણોમાં એવી ઘણી વાતો જોવા મળે છે જેના આધારે લોકો અનેક અનુમાન લગાવતા રહ્યા છે અને તેમને મૌખિક રીતે સમાજમાં પ્રચારિત પણ કરવામાં આવી છે. મહાભારત કે કોઈપણ પુરાણમાં કૃષ્ણ અને દ્રૌપદી વચ્ચે પ્રેમ-સંબંધનું કોઈ પ્રમાણ નથી મળતું. પણ હા, દ્રૌપદી અને કૃષ્ણનાં સંબંધને સમજવા માટે મહાભારતમાં દ્રૌપદી વિષે કહેવામાં આવેલી વાતોના બે-ત્રણ બિંદુઓ ઉપર ધ્યાન આપવું જરૂરી છેઃ

1) દ્રુપદની દ્રોણાચાર્ય અને અર્જુન સાથે દુશ્મનીઃ ભરદ્વાજ અને ઘૃતાચી અપ્સરાના પુત્ર દ્રોણ અને પાંચાલના રાજકુમાર દ્રુપદ બાળપણમાં ભરદ્વાજના જ આશ્રમમાં રમતા અને ભણતાં હતા. બંનેને ખૂબ બનતું હતું, પણ જેમ-જેમ ઉંમર વધી તેમ-તેમ એ બંનેની વ્યસ્તતા પણ વધતી ગઈ અને તેઓ ઘણાં સમય માટે વિખૂટા પડી ગયા. પિતાના મૃત્યુ પછી દ્રુપદ રાજકાજમાં વ્યસ્ત થઈ ગયા તો દ્રોણ પણ આગળનું શિક્ષણ મેળવવા માટે પરશુરામના આશ્રમમાં જતાં રહ્યા. શિક્ષણ પૂરું થયા પછી જ્યારે દ્રોણ દ્રુપદને તેમનાં દરબારમાં મળ્યા ત્યારે તેમણે કહ્યુંઃ મિત્ર! હું તારો બાળપણનો મિત્ર દ્રોણ. ઓળખ. ત્યારે દ્રુપદે ખૂબ જ રુક્ષતાથી કહ્યુંઃ

નાશ્રોત્રિયઃ શ્રોત્રિયસ્ય ના રથી રથિનઃ સખા।
ના રાજા પાર્થિવસ્યાપિ સખિપૂર્વં કિમિષ્યતે॥

"જે ક્ષોત્રિય નથી તે ક્ષોત્રિયનો; જે રથી નથી તે રથી વીરનો અને જે રાજા નથી તે કોઈ રાજાનો મિત્ર કેવી રીતે હોઈ શકે?"

(મહાભારત, આદિપર્વ, અધ્યાય-૧૬૫, શ્લોક-૧૫)

દ્રોણ, દ્રુપદની આ રુક્ષતાથી ખૂબ જ નિરાશ થયા અને આશરાની શોધમાં અહીં-તહીં ભટકતા-ભટકતા છેવટે હસ્તિનાપુર પહોંચી ગયા. ત્યાં ભીષ્મપિતામહે તેમને આશરો આપ્યો અને કૌરવ-પાંડવ રાજકુમારોનાં શિક્ષણ માટે તેમને નિયુક્ત કરી લીધા. શિક્ષણ સમાપ્ત થયા પછી જ્યારે ગુરુ-દક્ષિણા આપવાનો સમય આવ્યો, ત્યારે દ્રોણે એ બધાં રાજકુમારોને દ્રુપદને બંદી બનાવીને તેમનાં પગમાં પાડવાની માંગણી કરી. ત્યારે અર્જુને પોતાનાં ગુરુની આ ઈચ્છા પૂરી કરી દીધી. ત્યારે દ્રુપદને પોતાની સામે બંદી જોઈને દ્રોણે કહ્યુંઃ તે એમ જ કહ્યું હતું ને કે જે રાજા નથી, તે રાજાનો મિત્ર ન હોઈ શકે. જો! મેં તારું રાજ્ય જીતી લીધું છે પણ, તેમ છતાં હું તને અડધું રાજ્ય આપીને આઝાદ કરું છું. ગંગાની ઉત્તર-પશ્ચિમ બાજુએ તું

રહેજે અને પૂર્વ-દક્ષિણ બાજુ હું રહીશ. ત્યારે દ્રુપદ પાસે શરત મંજૂર રાખવા સિવાય બીજો કોઈ વિકલ્પ ન હતો, તેથી તેમણે એ વખતે દ્રોણની વાત માની તો લીધી પણ અપમાનની આગમાં બળતા રહ્યા.

(મહાભારત, આદિપર્વ, અધ્યાય-૧૬૫, શ્લોક-૨૮)

આ આખી ઘટનાથી એ વાત સ્પષ્ટ છે કે દ્રોણ અને અર્જુન સાથે બદલો લેવા માટે દ્રુપદ ખૂબ જ વ્યાકુળ બની ગયા હતાં. પણ મહાભારતમાં ભેળસેળ કરવાવાળાઓએ આ વાતને બાજુમાં રાખીને ઊલટું એમ દેખાડવાનો પ્રયત્ન કર્યો છે કે દ્રુપદ અર્જુનને પોતાનાં જમાઈ બનાવવા માટે આતુર હતાં. મહાભારતની આ વાત સદીઓથી કોઈ વિદ્વાનને પસંદ નથી પડતી. એટલે આ વિદ્વાનોએ ઘટનાની સત્યતાની નજીક એક સમાનાંતર વાર્તાનો પ્રસ્તાવ મૂક્યો કે કેમ કે કૃષ્ણ એ વખતે આર્યાવર્તનાં સૌથી ઉભરતા તારલા હતાં અને કેમ કે કૃષ્ણ ઘણાં અશક્ય લાગવાવાળાં કામ કરી ચૂક્યા હતાં તેથી દ્રુપદની નજરમાં એક કૃષ્ણ જ એવા હતાં જેઓ દ્રોણ અને અર્જુન પાસે તેમનું વેર વળાવી શકે એમ હતાં. આ માટે દ્રુપદે એક એવી વ્યક્તિ મારફતે પોતાની દીકરીનાં લગ્નનો પ્રસ્તાવ મોકલાવ્યો હતો જેને ના પાડવાનું કૃષ્ણ માટે અઘરુ થઈ શકતું હતું. દ્રુપદે આ કાર્ય માટે આચાર્ય સાંદીપનિને દ્વારકા મોકલ્યા હતાં. એજ કારણે કૃષ્ણની મુલાકાત દ્રુપદ અને દ્રૌપદી, બંને સાથે થઈ હતી અને દ્રૌપદીએ સ્પષ્ટ રીતે પોતાનો પ્રેમ પ્રગટ કર્યો હતો. પણ કૃષ્ણ દ્રૌપદીની વિદ્વત્તાનાં પ્રશંસક હોવાં છતાં પણ તેનાં અહંકારનાં કારણે તેનાથી પાછળ હટી ગયાં હતાં. હા, વિદ્વત્તાનાં આધારે બંનેની મિત્રતા ચોક્કસ સુદ્રઢ બનવા લાગી હતી.

2) મહાભારતમાં અન્ય જગ્યાઓએ દ્રૌપદી દ્વારા કૃષ્ણ પ્રત્યે પોતાનો પ્રેમ પ્રગટ કરવો અને ખુદને એમની સખીનાં રૂપમાં સંબોધિત કરવીઃ જુગાર અને વસ્ત્રાહરણની ઘટના પછી જ્યારે પહેલી વાર જંગલમાં કૃષ્ણ તેમને મળ્યા ત્યારે ત્યાં દ્રૌપદીનો ભાઈ ધૃષ્ટદ્યુમ્ન અને બીજા ઘણાં સામાન્ય અને ખાસ લોકો બેઠેલા હતાં. એ બધાંની વચ્ચે દ્રૌપદી સ્પષ્ટ રીતે કહે છે કે હું તમને પ્રેમ કરું છું તો મારું દુઃખ બીજા કોને સંભળાવુંઃ

सा तेऽहं दुःखमाख्यास्ये प्रणयान्मधुसूदनः।

''મધુસૂદન! મને તમારા પ્રત્યે પ્રેમ છે એટલે હું તમને જ મારું દુઃખ કહીશ.''

कथं नु भार्या पार्थानां तव कृष्ण सखी विभो।
धृष्टद्युम्नस्य भगिनी सभां कृष्येत मादृषी।।

દ્રૌપદી બોલીઃ ''હે કૃષ્ણ! કુંતીનાં વીર કહેવાતા પુત્રોની પત્ની, કૃષ્ણની સખી અને ધૃષ્ટદ્યુમ્નની બહેનને એ સભામાં વાળ પકડીને ખેંચી લાવવામાં આવી.''

(મહાભારત, વનપર્વ, અધ્યાય-૧૨, શ્લોક-૬૦-૬૧)

चतुर्भिः कारणैः कृष्ण त्वया रक्ष्यास्मि नित्यशः।
संबंधाद् गौरवात् सख्यात् प्रभुत्वेनैव केशवः॥

દ્રૌપદીએ કહ્યુંઃ "હે કૃષ્ણ! ચાર કારણોથી તમારે મારી રક્ષા કરવી જોઈએ - એક તો તમે મારાં સંબંધી છો, બીજું હું ઉત્તમ કુળની દીકરી અને વહુ છું, ત્રીજું એ કે હું તમારી સખી (મિત્ર) છું અને ચોથું કે તમે મારી રક્ષા કરવા માટે સમર્થ પણ છો."

(મહાભારત, વનપર્વ, અધ્યાય-૧૨, શ્લોક-૧૨૭)

સ્પષ્ટીકરણઃ ટૂંકમાં બંને વચ્ચે સારી મિત્રતા હતી. સાથે જ એ પણ કહી શકાય કે બંને એકબીજાને સારી રીતે સમજતાં પણ હતાં.

૭૬. દ્રૌપદીનો કૃષ્ણ પર આટલો ભરોસો કરવાનું કારણ શું હતું?

દ્રૌપદીને આજીવન કૃષ્ણ પર આશ્રિત જોઈ શકાય છે. અને દ્રૌપદી જ કેમ, તેનાં પાંચે પાંડવ પતિ પણ કૃષ્ણ પર આશ્રિત હતાં. જો કે આ વિશ્વાસને અનુભવવો બહુ ઊંચી વાત છે કેમ કે આ રીતના વિશ્વાસને શબ્દોમાં વ્યક્ત કરવો અધૂરો પ્રયત્ન કરવા સમાન છે. કુંતી અને દ્રૌપદી સમેત પાંચેય પાંડવોની રગે-રગ કૃષ્ણની કૃતજ્ઞ છે, આ વાત કુંતીનાં જ મોઢે ભાગવત પુરાણનાં શબ્દોમાં વાંચોઃ

यथा हृषीकेश खलेन देवकी कंसेन रुद्धातिचिरं शुचार्पिता।
विमोचिताहं च सहात्मजा विभो त्वयैव नाथेन मुहुर्विपद्गणात्॥
विषान्महाग्नेः पुरुषाददर्शनादसत्सभाया वनवासकृच्छ्तः।
मृधे मृधेऽनेकमहारथास्त्रतो द्रौण्यस्त्रतश्चास्म हरेऽभिरक्षिताः॥
विपदः सन्तु ताः शश्वत्तत्र तत्र जगद्गुरो।
भवतो दर्शनं यत्स्यादपुनर्भवदर्शनम्॥

કુંતી વિનંતીસભર સ્વરમાં કહે છેઃ "હે કૃષ્ણ! જેવી રીતે તમે કંસની કેદમાંથી તમારી માતા દેવકીની રક્ષા કરી હતી એવીજ રીતે તમે પુત્રો સમેત મારી પણ વારંવાર રક્ષા કરી છે. કૃષ્ણ, ક્યાં સુધી ગણાવું - વિષ અને લાક્ષાગૃહની ઘટનાથી, વનવાસી રાક્ષસોથી, વનવાસની વિપત્તિઓથી, અનેક યુદ્ધોમાં અનેક મહારથીઓથી અને હમણાં-હમણાં અશ્વત્થામાનાં ઘાતક હથિયારથી તમે અમારા વંશનું રક્ષણ કર્યું છે. હું તો એજ ઈચ્છું છું કે અમે હંમેશા વિપત્તિઓથી ઘેરાયેલા રહીએ જેથી કરીને અમને કાયમ તમારું સાન્નિધ્ય મળતું રહે."

(ભાગવત પુરાણ, સ્કંધ-૧, અધ્યાય-૮, શ્લોક-૨૩-૨૫)

કૃષ્ણ પર લોકોનો આટલો વિશ્વાસ હોવો એ કોઈ ચમત્કાર નથી, પરંતુ એ કૃષ્ણનો નિઃસ્વાર્થ સ્વભાવ છે, જે દોસ્ત તો દોસ્ત, દુશ્મનને પણ તેમના પર ભરોસો કરવા માટે મજબૂર

કરી દેતો હતો. જો કે જ્યાં સુધી દ્રૌપદીનાં ભરોસાની વાત છે, તો દ્રૌપદી પોતાનાં લગ્ન સમયે જ કૃષ્ણના વ્યક્તિત્વની પ્રશંસક બની ચૂકી હતી. દ્રૌપદીએ સીધે-સીધું પ્રેમ-નિમંત્રણ આપ્યું હતું, પણ કૃષ્ણએ તેને ટાળીને નાગકૂટની ભદ્રા અને જંગલી જાંબવતી સાથે લગ્ન કર્યા હતાં. પણ દ્રૌપદી પ્રત્યે પોતાનાં કર્તવ્યોથી તેઓ ક્યારેય પાછા નહોતા હટ્યા. તેમણે દરેક પરિસ્થિતિમાં જવાબદારીપૂર્વક પોતાની ફરજો નિભાવી હતી. પછી એ ઈન્દ્રપ્રસ્થની સ્થાપના હોય કે રાજસૂય યજ્ઞ, કૃષ્ણનાં યોગદાનને માપવું અશક્ય હતું. પોતાનું અને પોતાની પત્નીનું અભૂતપૂર્વ અપમાન થવાં છતાં એક પણ પાંડવ દુર્યોધન અને તેની ટુકડી સાથે મુકાબલો કરવા માટે તૈયાર ન હતાં, એ તો એક કૃષ્ણ જ હતાં જેઓ આ અપમાનનો બદલો સુનિશ્ચિત કરી ચૂક્યા હતાં. એટલે જ દ્રૌપદી પોતાનાં આવા સખા પર ભરોસો કરતી હતી.

૭૭. પ્રભાસ ક્ષેત્રની યાદવાસ્થળીની ઘટનામાં કૃષ્ણનાં પરિવારમાંથી કયા-કયા લોકો સામેલ થયાં હતાં?

આ વિષે અલગ-અલગ ગ્રંથોમાં એકાદ અંતર ચોક્કસ જોવા મળે છે, પણ કુલ વિવરણ લગભગ સમાન છે. કૃષ્ણના પિતા વસુદેવ, પ્રપૌત્ર વજ્ર અને કેટલાક નાગરિક યાદવાસ્થળીની ઘટનાથી દૂર હતાં. અને ઉદ્ધવ આ ઘટના પહેલાં જ કૃષ્ણની સંમતિથી બદરિકાશ્રમ તરફ નીકળી ગયાં હતાં. બાકીનાં મોટાં ભાગના પુરુષ યાદવાસ્થળીમાં સામેલ હતાં. મહાભારતમાં આ વિવરણ આ પ્રકારે છેઃ

યાદવાસ્થળીમાં સામેલ કૃષ્ણના પરિવારજનઃ

કૃષ્ણ	-	પોતે
બલરામ	-	ભાઈ
ગદ	-	નાનો ભાઈ
ગદ	-	પુત્ર
પ્રદ્યુમ્ન	-	પુત્ર
સાંબ	-	પુત્ર
ચારુદેષ્ણ	-	પુત્ર
અનિરુદ્ધ	-	પૌત્ર
સાત્યકિ	-	મિત્ર

મહાભારતમાં કૃષ્ણના પરિવારનાં ઉપરનાં નામોના ઉલ્લેખ સિવાય એકસાથે બધાં યાદવગણોની ચર્ચા કરવામાં આવી છે. ભાગવત પુરાણ પ્રમાણે કૃષ્ણના પુત્ર પ્રદ્યુમ્ન તેમનાં

બીજા પુત્ર સાંબ સાથે, ગદ નામક ભાઈ તેમનાં ગદ નામક પુત્ર સાથે અને અનિરુદ્ધ સાત્યકિ સાથે લડવા લાગ્યા હતાં. મહાભારત તથા ભાગવત પુરાણ બંનેમાં એક વાત સરખી છે કે ત્યાં મોટાં ભાગના યાદવગણ કૃષ્ણના હાથે જ મરાયા હતાં:

भगवन्निहताः सर्वे त्वया भूयिष्ठशो नराः।

બભ્રુએ કહ્યું: ''હે કૃષ્ણ! હવે બધાંનો વિનાશ થઈ ગયો. આમાંથી મોટાં ભાગના તો તમારા દ્વારા જ હણાયા છે.''

(મહાભારત, મૌસલપર્વ, અધ્યાય-૩, શ્લોક-૪૭)

प्रत्यनीकं मन्यमाना बलभद्रं च मोहिताः।
हन्तुं कृतधियो राजन्नापन्ना आततायिनः।।
अथ तावपि संक्रुद्धावुद्यम्य कुरुनन्दन।
एरकामुष्टिपरिघौ चरन्तौ जघ्नतुर्युधि।।
ब्रह्मशापोपसृष्टानां कृष्णमायावृतात्मनाम्।
स्पर्धाक्रोधः क्षयं निन्ये वैणवोऽग्निर्यथा वनम्।।

શુકદેવજી કહે છે: ''જ્યારે કૃષ્ણએ એ ઝગડતાં યાદવોને ઝગડવાની ના પાડી તો એ લોકો તેમને તથા બલરામને પણ પોતાના શત્રુ માની બેઠા અને મારવાં માટે તેમની તરફ દોડ્યા. હે કુરુનંદન પરીક્ષિત! ત્યારે કૃષ્ણ અને બલરામ પણ ક્રોધે ભરાઈને યુદ્ધભૂમિમાં અહીં-તહીં ફરવા લાગ્યા અને મુટ્ઠી ભરી-ભરીને દાભડો ઉખાડીને તેમને મારવા લાગ્યા. જેવી રીતે વાંસનાં ઘર્ષણમાંથી ઉત્પન્ન થનારી અગ્નિ વાંસને જ ભસ્મ કરી દે છે, એવીજ રીતે યદુવંશીઓનાં સ્પર્ધામૂલક ક્રોધે તેમનો ધ્વંસ કરી દીધો.''

(ભાગવત પુરાણ, સ્કંધ-૧૧, અધ્યાય-૩૦, શ્લોક-૨૨-૨૪)

૭૮. શું દ્વારકાનાં લોકો વ્યભિચારી હતાં?

મહાભારતમાં એવા પ્રમાણ મળે છે કે અંતિમ સમયમાં દ્વારકાનાં યદુવંશી મોટાં-મોટાં વ્યભિચારમાં લિપ્ત રહેવા લાગ્યા હતાં:

नापत्रपन्त पापानि कुर्वन्तो वृष्णयस्तदा।
प्राद्वियन्ब्राह्मणांश्चापि पितृन्देवांस्तथैव च।।
गुरूंश्चाप्यवमन्यन्ते न तु रामजनार्दनौ।
पत्न्यः पतीनुच्चरन्ति पत्नीश्च पतयस्तथा।।

''એ દિવસોમાં વૃષ્ણવંશી ખુલ્લેઆમ પાપ કરતાં અને એમાં શરમ પણ ન અનુભવતા. તેઓ બ્રાહ્મણો, દેવતાઓ અને પિતૃઓ પ્રત્યે પણ દ્વેષભાવ રાખવા લાગ્યા હતાં. એ લોકો ન કેવળ

કૃષ્ણ અને બલરામનું, પરંતુ ગુરૂજનોનું પણ અપમાન કરવા લાગ્યા હતાં. પત્નીઓ પોતાનાં પતિઓને અને પતિઓ પોતાની પત્નીઓને દગો આપવા લાગ્યા હતાં.''

(ગીતાપ્રેસ મહાભારત, મૌસલપર્વ, અધ્યાય-૨, શ્લોક-૧૦-૧૧)

૭૯. યુટ્યુબના એક વિડીયોમાં બતાવવામાં આવ્યું છે કે રાધાથી છૂટા પડ્યા પછી કૃષ્ણએ બાકીના આખા જીવનમાં ક્યારેય વાંસળી ન વગાડી. આ વાતની હકીકત શું છે?

મહાભારત અને હરિવંશ પુરાણમાં કૃષ્ણની વાંસળી વિષે કોઈ વાત કરવામાં નથી આવી - ન તો બાળપણમાં અને ન તો દ્વારકાનાં રાજનીતિક જીવનમાં. કૃષ્ણ અને તેમની વાંસળી વિષે ભાગવત પુરાણ અને બ્રહ્મવૈવર્ત પુરાણ જેવાં પૌરાણિક ગ્રંથોમાં વર્ણન મળે છે. ગર્ગ સંહિતામાં કૃષ્ણનું જીવનભર વાંસળી વગાડવાનું વર્ણન મળે છે. આ રીતે કેમ કે મોટાં ભાગના ગ્રંથોમાં આ વાત જોવા મળે છે કે કૃષ્ણએ વાંસળી વગાડી હતી, તેથી તેમની વાંસળી પર શંકા કરવાનું કોઈ કારણ નથી રહેતું. અને સાથે જ એ પણ ન વિચારી શકાય કે કૃષ્ણ જેવા સચ્ચિદાનંદ, જે દરેક ક્ષણનો યોગ્ય ઉપયોગ કરવાનું જાણતા હતા, તેમનાથી તેમની વાંસળી ક્યારેય અલગ થઈ હોય. તેથી આવી વાતોના દાવા કરવાવાળા ખોટા છે.

૮૦. કૃષ્ણએ ક્યાં-ક્યાં રાસલીલા રચાવી હતી?

મહાભારતમાં તો કૃષ્ણની રાસલીલાનું વર્ણન જ નથી મળતું. બીજી બાજુ ભાગવત પુરાણમાં એક જ રાસલીલાનું વર્ણન મળે છે. આ *ભાગવત પુરાણમાં દસમાં સ્કંધનાં ૨૯-૩૩માં અધ્યાય* દરમિયાન વિસ્તારપૂર્વક રાસલીલાનું વર્ણન થયું છે. આ પુરાણનાં આ પાંચ અધ્યાયોને ''રાસ પંચાધ્યાયી'' કહેવામાં આવે છે અને તેનું અલગથી પણ પ્રકાશન કરવામાં આવ્યું છે. જ્યારે *હરિવંશ પુરાણમાં વિષ્ણુપર્વનાં ૨૦માં અધ્યાયમાં* સંક્ષેપમાં રાસલીલાનું વર્ણન કરવામાં આવ્યું છે. અને આજ *હરિવંશ પુરાણનાં વિષ્ણુપર્વના ૮૮-૮૯ માં અધ્યાયમાં* દ્વારકામાં સંપન્ન થયેલી રાસલીલાનું વર્ણન પણ કરવામાં આવ્યું છે જેને તુલનાત્મક રીતે મહારાસ કહી શકાય. આ સિવાય રાધાને કેન્દ્રમાં રાખીને લખવામાં આવેલા બ્રહ્મવૈવર્ત પુરાણના શ્રીકૃષ્ણજન્મખંડમાં પણ બે રાસલીલાઓનું વર્ણન મળે છે - વૃંદાવનની મુખ્ય રાસલીલા - *અધ્યાય-૨૮* તથા વિરજા નદીનાં તટ પર રાધા સાથે રાસલીલા - *અધ્યાય-૧૨૮*. ગર્ગ સંહિતામાં પણ એકથી વધારે રાસલીલાઓનું વર્ણન મળે છે:

i) વૃંદાવનની મુખ્ય રાસલીલા - વૃંદાવનખંડ, અધ્યાય-૧૯-૨૨;

ii) ઉદ્ધવ જ્યારે વિરહથી વ્યાકુળ ગોપીઓનો સંદેશ લઈને મથુરા આવે છે ત્યારે કૃષ્ણનું ઉદ્ધવ સાથે વૃંદાવન જવું અને ફરીથી રાસ રચાવવો - મથુરાખંડ, અધ્યાય-૨૦;

iii) સિદ્ધાશ્રમમાં રાધા અને બધી રાણીઓ સાથે રાસલીલા-દ્વારકાખંડ, અધ્યાય-૧૮;
iv) દ્વારકામાંથી નીકળીને અજ્ઞાત સ્થાને ગોપીઓ તથા રાધા સાથે રાસલીલા-અશ્વમેધખંડ, અધ્યાય-૪૩-૪૬.

૮૧. શું બલરામે પણ ક્યારેય રાસલીલા રચાવી હતી?

ભાગવત પુરાણના દસમા સ્કંધના ૬૫માં અધ્યાયમાં એવું વર્ણન આવ્યું છે કે બલરામ દ્વારકાથી વૃંદાવન ગયા હતા અને ત્યાં નંદ-યશોદાની સાથે-સાથે બધા ગોપ-ગોપીઓને પણ મળ્યા હતા. બે મહિના દરમિયાન બલરામે ત્યાં મનભરીને દારૂ પીધો અને ગોપીઓ સાથે દિલ ખોલીને રાસલીલા કરી.

(ભાગવત પુરાણ, સ્કંધ-૧૦,
અધ્યાય-૬૫, શ્લોક-૧૭-૩૭)

ગર્ગ સંહિતામાં પણ ભાગવત પુરાણની જેમ બલરામની રાસલીલાનું વર્ણન કરવામાં આવ્યું છે. આ સંહિતામાં પણ વસંત ઋતુમાં વૃંદાવનમાં પૂરા બે મહિના સુધી બલરામ દ્વારા બરાબર દારૂ પીવાનું અને ગોપીઓ સાથે રાસ રચાવવાનું વર્ણન મળે છે.

(ગર્ગ સંહિતા, બલભદ્રખંડ, અધ્યાય-૯)

વિષ્ણુ પુરાણના પાંચમા અંશનાં ૨૪માં અધ્યાયમાં પણ બલરામ દ્વારા વૃંદાવન જઈને રાસ-વિલાસ કર્યાનું વર્ણન કરવામાં આવ્યું છે.

૮૨. શું કૃષ્ણ ફરી ક્યારેય વૃંદાવન નહોતા ગયા?

બ્રહ્મવૈવર્ત પુરાણમાં એક જગ્યાએ આવું વર્ણન છેઃ

इत्याकणर्य ययौ गेहमुद्धवश्च महायशाः।
हरिर्जगाम स्वप्ने च गोकुलं विरहाकुलम्।।
स्वप्ने राधां समाश्वास्य दत्त्वा ज्ञानं सुदुर्लभम्।
संतोष्य क्रीडया तां च गोपिकाश्च यथोचितम्।।

કૃષ્ણએ કહ્યુંઃ ''હે ઉદ્ધવ! હું તારાં દ્વારા આપવામાં આવેલાં વચનને ચોક્કસ સફળ કરીશ. હું સ્વપ્નમાં માતા યશોદા અને ગોપીઓની નજીક જઈશ. આ સાંભળીને ઉદ્ધવ પોતાનાં ઘેર ચાલ્યા ગયા અને કૃષ્ણ સપનામાં વિરહથી વ્યાકુળ ગોકુળમાં ચાલ્યા ગયા. ત્યાં તેમણે સપનામાં રાધાને સારી રીતે આશ્વાસન આપીને પરમ દુર્લભ જ્ઞાન આપ્યું. પછી ક્રીડા કરીને એ ગોપિકાઓને યોગ્ય સંતોષ આપ્યો.''

(બ્રહ્મવૈવર્ત પુરાણ, શ્રીકૃષ્ણજન્મખંડ, અધ્યાય-૯૮, શ્લોક-૪૨-૪૩)

૮૩. શું કૃષ્ણએ પોતાનાં પહેલાં પુત્ર પ્રદ્યુમ્નને પહેલી વાર તેમની યુવાવસ્થામાં જ જોયા હતાં?

જી હા, કેમ કે કૃષ્ણનાં સૌથી મોટાં પુત્ર પ્રદ્યુમ્નનો જન્મ તેમની ગેરહાજરીમાં થયો હતો. અને જન્મનાં સાતમા દિવસે સૌરગૃહમાંથી જ શમ્બર નામક એક રાક્ષસે તેનું અપહરણ કરી લીધું હતું. પછી શમ્બરે એ નવજાત શિશુને લઈ જઈને પોતાની માયાવતી નામક દાસીને ઉછેરવા માટે સોંપી દીધો હતો. કૃષ્ણ-રુક્મિણીનો આ પુત્ર દેખાવમાં ખૂબ જ સુંદર હતો, તેથી જેમ-જેમ પ્રદ્યુમ્ન મોટો થતો ગયો, તેમ-તેમ તેનાં પ્રત્યે માયાવતીનો પ્રેમ વધવા લાગ્યો. છેવટે માયાવતી પાસેથી પોતાની હકીકત જાણ્યા પછી પ્રદ્યુમ્ને શમ્બરને મારી નાંખ્યો અને માયાવતી ને લઈને દ્વારકા પાછો આવ્યો. જ્યારે તે દ્વારકા પાછો આવ્યો ત્યાં સુધીમાં તે યુવાન પણ થઈ ગયો હતો અને લગ્ન પણ કરી ચૂક્યો હતોઃ

तमृक्षवन्ते नगरे निहत्यासुरसत्तमम्।।
गृह्यं मायावती देवीमागच्छन्नगरं पितुः

વૈશમ્પાયનજીએ કહ્યું: ''ઋક્ષવંત નામક નગરમાં મહાઅસુર શમ્બરનો વધ કરીને દેવી માયાવતીને સાથે લઈને પ્રદ્યુમ્ન પોતાનાં પિતાનાં નગરમાં આવ્યાં.''

(હરિવંશ પુરાણ, વિષ્ણુપર્વ,
અધ્યાય-૧૦૮, શ્લોક-૨)

जीवपुत्रा त्वयापुत्र कासौ भाग्यसमन्विता।।
किमर्थं चाम्बुदश्यामः सभार्यस्त्वमिहागतः।
अस्मिन वयसि सुव्यक्तं प्रद्युम्नो मम पुत्रकः।।

જ્યારે પ્રદ્યુમ્ન અને માયાવતી રુક્મિણીનાં મહેલમાં સામ-સામે આવ્યા ત્યારે રુક્મિણી પોતાનાં પુત્રને ન ઓળખી શકી અને પૂછવા લાગી - ''બેટા! એ કોણ ભાગ્યશાળી માતા છે જે તારાં જેવા ચિરંજીવી પુત્રથી પુત્રવતી બની છે? મેઘ સમાન શ્યામ શરીરવાળો તું પોતાની પત્ની સાથે કેમ અહીં પધાર્યો છે?''

(હરિવંશ પુરાણ, વિષ્ણુપર્વ, અધ્યાય-૧૦૮, શ્લોક-૧૫-૧૬)

પેલી બાજુ જ્યારે કૃષ્ણને ખબર પડી કે રુક્મિણીનાં મહેલમાં એક આકર્ષક પરંતુ અજાણ યુવક એક યુવતી સાથે આવ્યો છે, તો તેઓ ત્યાં દોડી આવ્યાઃ

सोऽपश्यत् तं सुतं ज्येष्ठं सिद्धं मन्मथ लक्षणैः।
स्नुषां मायावतीं चैव हृष्टचेता जनार्दनः।।
सोऽब्रवीत् सहसा देवीं रुक्मिणीं देवतामिव।
अयं स देवि सम्प्राप्तः सुतश्चापधरस्तव।।

વૈશમ્પાયનજી કહે છેઃ "કૃષ્ણએ કામદેવનાં લક્ષણોથી સંપન્ન પોતાનાં જ્યેષ્ઠ પુત્ર પ્રદ્યુમ્ન તથા પુત્રવધૂ માયાવતીને પણ જોઈ. એનાથી તેમનાં હૃદયમાં ખૂબ જ આનંદ થયો. પછી તેઓ રુક્મિણીદેવીને કહેવા લાગ્યા - દેવી! આ એજ તારો પુત્ર છે, જે અત્યારે ધનુષ ધારણ કરીને તારી પાસે આવ્યો છે."

(હરિવંશ પુરાણ, વિષ્ણુપર્વ,
અધ્યાય-૧૦૮, શ્લોક-૨૧, ૨૨)

सती चेयं शुभा साध्वी भार्या वै तनयस्य ते।
मायावतीति विख्याता शम्बरस्य गृहोषिता।

કૃષ્ણએ કહ્યુંઃ "આ તમારા પુત્રની સતી સાધ્વી શુભ લક્ષણવાળી પત્ની છે. તેનું નામ માયાવતી છે અને શમ્બરાસુરના ઘરમાં બહું દિવસો સુધી રહી છે."

(હરિવંશ પુરાણ, વિષ્ણુપર્વ,
અધ્યાય-૧૦૮, શ્લોક-૨૪)

થોડીક અલગ રીતે આજ કથા *ભાગવત પુરાણ (સ્કંધ-૧૦, અધ્યાય-૫૫)*માં પણ મળે છે.

૮૪. મથુરાની કુબ્જા શું સાચે જ કૃષ્ણની પ્રેમિકા હતી?

કુબ્જાનું કોઈપણ પ્રત્યક્ષ વર્ણન મહાભારતમાં નથી મળતું. પણ હરિવંશ પુરાણ, ભાગવત પુરાણ તથા બ્રહ્મવૈવર્ત પુરાણ અને ગર્ગ સંહિતા વગેરે બધાં પૌરાણિક ગ્રંથોમાં કુબ્જાનું વર્ણન ચોક્કસ મળે છે. આ પૌરાણિક વર્ણનો અનુસાર કુબ્જા કંસનાં રાજમહેલ અંતઃપુરમાં સૈરંધ્રીનું કામ કરતી હતી. તેનું કામ રાજપરિવારનાં સભ્યો માટે માળા, ઉબટન, ગંધ-લેપ વગેરે વસ્તુઓને તૈયાર કરવાનું અને લગાવવાનું હતું. અને આ પૌરાણિક વર્ણનો પ્રમાણે, કૃષ્ણ અને તેની વચ્ચે ઘણાં ગાઢ સંબંધો હતાં. એટલે સુધી કે એ થોડાક વર્ષો પછી દ્વારકા રહેવા પણ જતી રહી હતી.

૮૫. ગોવાળોને ગોકુળથી સ્થળાંતરિત થઈને વૃંદાવન જવાની સલાહ કોણે આપી હતી?

ગોવાળોને ગોકુળથી બીજે ક્યાંક સ્થળાંતર કરવાની સલાહ સૌથી પહેલાં કૃષ્ણે જ આપી હતી. હકીકતમાં ગોકુળની હરિયાળી ઓછી થવાનો અનુભવ સૌથી પહેલાં કૃષ્ણને જ થયો હતો. હરિવંશ પુરાણમાં ખૂબ જ વિસ્તારપૂર્વક કારણ દર્શાવતાં કૃષ્ણ પોતાનાં મોટાં ભાઈ બલરામને કહે છેઃ

अथ दामोदरः श्रीमान् संकर्षणमुवाच ह।
आर्य नस्मिन वने शक्यं गोपालैः सहक्रीडितुम्।।

વૈશમ્પાયનજીએ કહ્યું: ''ત્યાર પછી એક દિવસ દામોદર શ્રીકૃષ્ણએ પોતાનાં ભાઈ બલરામ અને અન્ય ગોવાળો ને કહ્યું - આર્ય! હવે આ વનમાં ગોવાળ-બાળકો સાથે રમવાનું શક્ય નથી.''

अवगीतमिदं सर्वमावाभ्यां भुक्तकाननम्।
प्रक्षीण तृणकाष्ठं च गोपैर्मथित पादपम्।।

તેમણે કહ્યું: ''આપણે લોકોએ આ આખા વનને ઉપભોગમાં લઈને તેની શોભા-સંપત્તિ નષ્ટ કરી દીધી છે. અહીંનું ઘાસ ચરી લેવામાં આવ્યું છે અને કાષ્ઠ તોડી લેવામાં આવ્યા છે. ગોવાળોએ અહીંનાં એક-એક વૃક્ષમાંથી તેનું તત્વ કાઢી નાખ્યું છે.''

घनीभूतानि यान्यासन् काननानि वनानि च।
तान्याकाशनिकाशानि दृश्यन्तेऽद्य यथाऽसुखम्।।

''જે વન અને જંગલ પહેલાં ઘનઘોર હતાં, એ હવે આકાશ જેવા સૂનાં દેખાઈ રહ્યા છે. તેમને જોઈને હવે સુખ નથી મળતું.''

XXX XXX XXX

संनिकृष्टानि यान्यासन् काष्ठानि च तृणानि च।
तानि दूरावकृष्टासु मार्गितव्यानि भूमिषु।।

''જે ઘાસ અને કાષ્ઠ ખૂબ જ નજીક હતાં, તે દૂર સુધીની ખેડેલી જમીનમાં હવે શોધવા-યોગ્ય રહી ગયા છે.''

अरण्यमिदमल्पोदमल्पकक्षं निराश्रयम्।
अन्वेषितव्यविश्रामं दारुणं विरलद्रुमम्।।

''આ વનમાં હવે પાણી બહુ ઓછું છે, સૂખા કાષ્ઠ અને ઘાસ પણ બહુ ઓછું છે, આ હવે આશ્રય લેવા યોગ્ય સ્થાન નથી. અહીં વિશ્રામ માટે જગ્યા શોધવી પડે છે, વિરલા જ વૃક્ષ બચી ગયા છે, તેથી તેમની ખૂબ જ ખરાબ દશા થઈ ગઈ છે.''

अकर्मण्येषु वृक्षेषु स्थितविप्रस्थितद्विजम्।
संवासस्यास्य महतो जनेनोत्सादितद्रुमम्।।

''અહીંના વૃક્ષો હવે કામનાં નથી રહ્યા. એમની ઉપર જે પક્ષીઓ રહેતાં હતાં, એ હવે બીજે ક્યાંક જતાં રહ્યા છે. આ વિશાળ વસ્તીનાં લોકોએ અહીંના વૃક્ષોને ઉજ્જડ બનાવી નાંખ્યા છે.''

XXX XXX XXX

शैलानां भूषणं घोषो घोषानां भूषणं वनम्।
वनानांभूषणं गावस्ताश्चास्माकं परा गतिः।।

''પર્વતોની શોભા છે - ઘોષ એટલે કે ગોષ્ઠ એટલે કે નાના-નાના ગામ, ઘોષોની શોભા છે - વન અને વનોંની શોભા છે - ગાયો. આ ગાયો જ આપણાં લોકોનો એકમાત્ર સહારો છે.''

तस्मादन्यद् वनं यामः प्रत्यग्रयवसेन्धनम्।
इच्छन्त्यनुपभुक्तानि गावो भोक्तु तृणानि च।।

તેથી કૃષ્ણ છેલ્લે સલાહ આપતાં બોલ્યાઃ "તેથી હવે આપણે બીજા વનમાં જઈએ જ્યાં નવું-નવું ઘાસ અને વધારે બળતણ હોય. અમારી ગાયો એ નવું-નવું ઘાસ ચરવા ઈચ્છે છે જે અત્યાર સુધી ચરાયું નથી."

(હરિવંશ પુરાણ, વિષ્ણુપર્વ, અધ્યાય-૮, શ્લોક-૮-૧૮)

ઉપરનાં બધાં શ્લોક કૃષ્ણની બાળપણમાં જ પ્રકટ થનારી પ્રજ્ઞા દર્શાવે છે. આ એ વાતનું પ્રમાણ છે કે પરિસ્થિતિઓને સમયસર ઓળખી લેવાની પ્રજ્ઞા તેમનામાં બાળપણથી જ વિકસિત થવા લાગી હતી.

૮૬. કૃષ્ણને 'રણછોડ' કેમ કહેવામાં આવતાં હતાં?

કેમ કે તેઓ જરાસંઘ સાથે થયેલાં યુદ્ધ વખતે જરાસંઘે રચેલા રણને છોડીને ભાગ્યા હતાં. જો કે અહીં રણ છોડવા પાછળનું કારણ જાણવું ખૂબ જરૂરી છે. આખરે એ કયું કારણ હતું, શું પરિસ્થિતિ મથુરામાં ઉત્પન્ન થઈ ગઈ હતી, જેનાં પરિણામસ્વરૂપે કૃષ્ણને રણ છોડવાનો નિર્ણય લેવો પડ્યો હતો?

તો મથુરાનાં જાસૂસોએ જ્યારે જરાસંઘનાં આક્રમણની સૂચના આપી તો રાજમહેલ એકદમ હચમચી ગયો. આમ તો જરાસંઘ ફક્ત કૃષ્ણને મારવા માટે જ આક્રમણ કરી રહ્યો હતો. બાકી તેની મથુરા સાથે કોઈ દુશ્મની ન હતી. પણ આક્રમણ તો આક્રમણ હોય છે અને એ પણ જરાસંઘ જેવા શક્તિશાળી રાજાનું. પણ તેમ છતાં મથુરાનાં સૈનિક અને નાગરિક કૃષ્ણની પહેલાંની કરતબ યાદ કરી-કરીને આશ્વસ્ત હતાં, પણ રાજમહેલે તો તૈયારી કરવાની જ હતી. છેવટે યુદ્ધ તો...યુદ્ધ હોય છે. પેલી બાજુ મથુરાનાં મોટાં ભાગનાં રસૂખદાર યાદવપ્રમુખ કૃષ્ણને પોતાનાં પ્રતિદ્વંદ્વી માનતા હતાં. એટલે તેઓ આ બંને ભાઈઓને મથુરામાંથી હાંકી કાઢવા માંગતા હતાં. ...જેથી કરીને ઝગડાનું મૂળ જ ન રહે. કેટલાકનું તો એમ પણ કહેવું હતું કે આ બંને ભાઈઓને કેદ કરીને જરાસંઘને સોંપી દેવામાં આવે જેથી કરીને મથુરામાં હંમેશને માટે સુખ-શાંતિ થઈ જાય. ત્યાં સુધી કે કૃષ્ણનાં પિતા વસુદેવજી પણ કૃષ્ણ-બલરામને મથુરામાંથી બહાર કરી દેવા માંગતા હતાં. એવી પરિસ્થિતિમાં કૃષ્ણએ વિચાર્યું કે ભલાઈ એમાં જ છે કે એજ રણ છોડીને ભાગી જાય. જો એજ નહીં હોય તો જરાસંઘ આક્રમણ પણ નહીં કરે. આજ તેમનું રણ છોડવા પાછળનું કારણ હતું.

(હરિવંશ પુરાણ, વિષ્ણુપર્વ, અધ્યાય-૩૮,
શ્લોક-૫૬-૬૧; અધ્યાય-૩૯, શ્લોક-૨-૩)

આજ વાતને હરિવંશ પુરાણનાં આ શ્લોક દ્વારા કૃષ્ણની ભાષામાં સમજોઃ

अरथौ पत्तिनौ युद्धे निस्तनुत्रौ निरायुधौ।
जरासंधोद्यमभयात् पुराद् द्वावेव निःसृतौ॥

કૃષ્ણએ કહ્યુંઃ ''અમારા બંને ભાઈઓ પાસે યુદ્ધ માટે રથ નથી એટલે અમે પગપાળા જ છીએ. અમારાં શરીર ઉપર કવચ અને હાથમાં અસ્ત્ર-શસ્ત્ર પણ નથી. અમે જરાસંધના આક્રમણના ભયથી નગર છોડીને ફક્ત બે જ જણ ત્યાંથી આવતા રહ્યા છે.''

(હરિવંશ પુરાણ, વિષ્ણુપર્વ, અધ્યાય-૩૯, શ્લોક-૪૨)

ભાગવત પુરાણમાં કૃષ્ણ-બલરામનું મથુરામાંથી ભાગવાનું વર્ણન આ રીતે કરવામાં આવ્યું છેઃ

विलोक्य वेगरभसं रिपुसैन्यस्य माधवौ।
मनुष्यचेष्टामापन्नौ राजन्दुद्रुवतुर्द्रुतम्॥
विहाय वित्तं प्रचुरमभीतौ भीरुभीतवत्।
पद्भ्यां पलाशाभ्यां चेलतुर्बहुयोजनम्॥

શુકદેવજી કહે છેઃ ''હે પરીક્ષિત! શત્રુસેનાનો પ્રબળ વેગ જોઈને કૃષ્ણ અને બલરામ તેની સામેથી ખૂબ જ સ્ફૂર્તિથી ભાગી નીકળ્યા. નીડર હોવા છતાં પણ ભયનું નાટક કરીને બધું ધન ત્યાંજ છોડીને એ બંને ભાઈ પગપાળા જ કેટલાય યોજન *(૧ યોજન = લગભગ ૧૨ કિમી.)* સુધી ભાગતા રહ્યા.''

(ભાગવત પુરાણ, સ્કંધ-૧૦, અધ્યાય-૫૨, શ્લોક-૭-૮)

વિષ્ણુ પુરાણમાં આ વાત અત્યંત સંક્ષેપમાં પણ અલગ અંદાજમાં કહેવામાં આવી છેઃ

साम चोपप्रदानं च तथा भेदं च दर्शयन्।
करोति दण्डपातं च क्वचिदेव पलायनम्॥

પરાશર મુનિ કહે છેઃ ''તેઓ ક્યાંક સામ, ક્યાંક દામ, ક્યાંક ભેદનીતિનો વ્યવહાર કરતાં અને ક્યાંક દંડ આપતા અને ક્યાંકથી જાતે પણ ભાગી જતાં હતાં.''

(વિષ્ણુ પુરાણ, અંશ-૫, અધ્યાય-૨૨, શ્લોક-૧૭)

૮૭. શું પ્રદ્યુમ્ન અને સાત્યકિને યાદવોનાં વિનાશનું કારણ માનવામાં આવ્યા હતા?

કૃષ્ણનાં જીવન વિષે સૌથી પ્રામાણિક માહિતી આપવાવાળા ગ્રંથ મહાભારતમાં આ વિષે નીચેની વાત કહેવામાં આવી છેઃ

यो तावर्जुनशिष्यौ ते प्रियौ बहुमतौ सदा।
तयोरपनयात्पार्थ वृष्णयो निधनं गताः॥

વસુદેવજી બોલ્યાઃ ''અર્જુન! જે તારા પ્રિય શિષ્ય હતાં, અને જેમનું તું ખૂબ જ સન્માન કરતો હતો, એજ બંને (પ્રદ્યુમ્ન અને સાત્યકિ) નાં અન્યાયથી સમસ્ત વૃષ્ણિવંશી મૃત્યુને પ્રાપ્ત થઈ ગયા છે.''

यौ तौ वृष्णिप्रवीराणां द्वावेवातिरथौ मतौ।
प्रद्युम्नो युयुधानश्च कथयन् कत्थसे च यौ॥

''હે અર્જુન! વૃષ્ણિવંશીનાં મુખ્ય વીરોમાં જે બે ને જ અતિરથી માનવામાં આવતા હતાં તથા ચર્ચા ચલાવીને તું પણ જેમની પ્રશંસાનાં ગીત ગાતો હતો.''

तौ सदा कुरुशार्दूल कृष्णस्य प्रियभाजनौ।
तावुभौ वृष्णिनाशस्य मुखमास्तां धनंजय॥

''હે કુરુશ્રેષ્ઠ ધનંજય! જેઓ તારા અને કૃષ્ણનાં પણ પ્રિય હતાં, એ બંને જ આ સમયે વૃષ્ણિવંશનાં વિનાશનાં કારણ બન્યા છે.''

(મહાભારત, મૌસલપર્વ, અધ્યાય-૬, શ્લોક-૬-૮)

સ્પષ્ટીકરણઃ ઉપરના શ્લોકોમાં વસુદેવજી પોતાનાં હૃદયની વ્યથા ઠાલવી રહ્યા છે. એ દિવસોમાં દ્વારકાની એવી સ્થિતિ થઈ ચૂકી હતી કે બધાં દ્વારકાવાસી ઉદ્દંડ થઈ ચૂક્યા હતાં અને તેમનાં પુત્ર-પૌત્ર પણ કોઈનું સાંભળતા ન હતાં. અને આ કારણે જ્યારે સર્વનાશ થયો ત્યારે વસુદેવજીનો ગુસ્સો સૌથી પહેલાં પોતાનાઓ પર જ ઉતર્યો હતો. એજ ઉપરના શ્લોકોનો ભાવ છે. જ્યારે હકીકત તો એ છે કે એ સર્વનાશ માટે બધાં દ્વારકાવાસી જવાબદાર હતાં. બધાંની નશાખોરી અને કામચોરીએ જ દ્વારકાનો વિનાશ નોતર્યો હતો.

૮૮. પાંચજન્ય શંખ કૃષ્ણને ક્યાંથી મળ્યો હતો?

કૃષ્ણનો પ્રસિદ્ધ પાંચજન્ય નામક શંખ હકીકતમાં એક સમુદ્રી દૈત્ય રાજા પંચજનની સંપત્તિ હતો, જેને તેમણે પોતાનાં ગુરુપુત્રને પાછો લાવવા માટે માર્યો હતો અને એ રાક્ષસનાં મૃત્યુ પછી તેમણે એ શંખ મેળવ્યો હતોઃ

न चाहर्षमहं देव दैत्यः पंचजनो महान्।
अन्तर्जलचरः कृष्ण शंखरूपधरोऽसुरः॥
आस्ते ते नाहतो नूनं तच्छ्रुत्वा सत्वरं प्रभुः।
जलमाविश्य तं हत्वा नापश्यदुदरेऽर्भकम्॥
तदंगप्रभवं शंखमादाय रथमागमत्।

મનુષ્યવેશધારી સમુદ્રએ કહ્યું: ''હે કૃષ્ણ! મેં એ બાળકને નથી લીધું. સમુદ્રની અંદર પંચજન નામનો એક ખૂબ જ ભારે દૈત્ય જાતિનો અસુર શંખ સ્વરૂપે રહે છે. ચોક્કસ તેણે જ એ

બાળક ચોરી લીધું હશે. તેની વાત સાંભળીને કૃષ્ણ સમુદ્રની અંદર ગયા અને એ અસુરને મારી નાંખ્યો. પછી તેનો શંખ લઈને કૃષ્ણ રથપર આવી ગયા.''

(ભાગવત પુરાણ, સ્કંધ-૧૦, અધ્યાય-૪૬, શ્લોક-૪૦-૪૨)

स तु पंचजनं हत्वा शंखे लेभे जनार्दनः।
यस्तु देवमनुष्येषु पांचजन्य इति श्रुतः।।

વૈશમ્પાયનજીએ કહ્યુંઃ ''પંચજનને મારીને શ્રીકૃષ્ણએ એક શંખ હસ્તગત કર્યો, જે દેવતાઓ અને મનુષ્યોમાં 'પાંચજન્ય' નામથી વિખ્યાત છે.''

(હરિવંશ પુરાણ, વિષ્ણુપર્વ, અધ્યાય-૩૩, શ્લોક-૧૭)

મહાભારતમાં આ ઘટનાનો કોઈ ઉલ્લેખ ઉપલબ્ધ નથી. જો કે આખા મહાભારતમાં અનેક જગ્યાએ કૃષ્ણ દ્વારા પાંચજન્ય શંખ વગાડવાનું વર્ણન ચોક્કસ મળે છે.

૮૯. કૃષ્ણનાં મૃત્યુ પછી તેમનાં પરિવારનું શું થયું હતું?

યાદવાસ્થળીની દુર્ભાગ્યપૂર્ણ ઘટના બાદ અર્જુનનાં દ્વારકા પહોંચ્યા પછી બીજા દિવસે વસુદેવજીનું મૃત્યુ થઈ ગયું જેઓ કેટલાય દિવસથી અન્નનો ત્યાગ કરી ચૂક્યા હતાં. ત્યારે અર્જુને વસુદેવજીનાં અગ્નિ-સંસ્કાર વજનાં હાથે સંપન્ન કરાવ્યા પછી બીજા બધાં યાદવો જેમણે પ્રભાસમાં પોતાનાં જીવ ગુમાવ્યા હતાં તેમનો સામૂહિક અગ્નિ-સંસ્કાર કરાવ્યોઃ

यथाप्रधानतश्चैव चक्रे सर्वास्तथा क्रियाः।
ये हता ब्रह्मशापेन मुसलैरेरकोद्भवैः।।

વૈશમ્પાયનજીએ કહ્યુંઃ ''પછી અર્જુન એ જગ્યાએ ગયા જ્યાં એ ભીષણ મારકાપ થઈ હતી. ત્યાં તેમણે બ્રહ્મશાપના કારણે એરકાથી ઉત્પન્ન થયેલા સાંબેલાથી મારવામાં આવેલા યાદવોનો મોટા-નાનાનાં ક્રમમાં અંત્યેષ્ટિ સંસ્કાર કર્યો.''

(મહાભારત, મૌસલપર્વ, અધ્યાય-૭, શ્લોક-૩૦)

ततः शरीरे रामस्य वासुदेवस्य चोभयोः।
अन्वीक्ष्य दाहयामास पुरुषैराप्तकारिभिः।।
स तेषां विधिवत्कृत्वा प्रेतकार्याणि पाण्डवः।
सप्तमे दिवसे प्रायाद्रथमारुह्य सत्वरः।।

વૈશમ્પાયનજી પછી કહે છેઃ ''ત્યાર બાદ વિશ્વસ્ત પુરુષો દ્વારા બલરામ અને કૃષ્ણનાં શરીરની શોધ કરાવીને અર્જુને તેમનો પણ અગ્નિ-સંસ્કાર કર્યો. ત્યાર પછી અર્જુન સાતમા દિવસે દ્વારકાથી નીકળી પડ્યા.''

(મહાભારત, મૌસલપર્વ, અધ્યાય-૭, શ્લોક-૩૨-૩૩)

अश्वयुक्तै रथैश्चापि... x ...समन्ताज्जनमेजय॥

વૈશમ્પાયનજીએ આગળ કહ્યું: ''તેમની સાથે ઘોડા, બળદ, ગધેડા, ઊંટ વગેરે સાથે જોડેલા રથ ઉપર બેસીને વૃષ્ણિવંશી વીરોની સ્ત્રીઓ રડતી-રડતી ચાલી નીકળી. અર્જુનની આજ્ઞાથી અંધક અને વૃષ્ણિઓના નોકર, રથી, સૈનિક બધાં વડીલો, સ્ત્રીઓ તથા બાળકોને ઘેરીને ચાલવા લાગ્યા. તે બધાં લોકો કૃષ્ણનાં પ્રપૌત્ર વજ્રને આગળ રાખીને ચાલી રહ્યા હતાં. તેમની સંખ્યા હજારોમાં હતી. એ લોકો જેમ-જેમ દ્વારકાની ભૂમિ ખાલી કરતાં જઈ રહ્યા હતાં, તેમ-તેમ સમુદ્રનું જળ દ્વારકાને ડૂબાડી રહ્યું હતું. આ જોઈને અનાયાસ જ લોકોનાં મોઢામાંથી નીકળી ગયું - દૈવની લીલા વિચિત્ર છે. ખેર, અર્જુન થોડા-થોડા અંતરે વિસામો લઈને એ બધાં લોકોને લઈને જઈ રહ્યો હતો. આ રીતે ચાલતા-ચાલતા અર્જુન પંચનદ (પંજાબ) પહોંચ્યા અને ત્યાં જગ્યા જોઈને તેમણે રોકાણ કર્યું. પછી ત્યાંનાં લૂંટારાઓએ જ્યારે જોયું કે એકમાત્ર અર્જુનનાં સંરક્ષણમાં આટલી સ્ત્રીઓ અને સંપત્તિ લઈ જવામાં આવી રહી છે, તો તેમનાં મનમાં લોભ જાગ્યો. પછી એ લોકોએ અંદરોઅંદર વિચાર કર્યો- ભાઈઓ! જુઓ આ એકલો અર્જુન અને આ હતોત્સાહિત સૈનિક આપણને ઓળંગીને આ અનાથ સમુદાયને લઈને જઈ રહ્યો છે; તેથી તેમના પર આક્રમણ કરવું જોઈએ. એવું વિચારીને એ લૂંટારાઓએ એકસાથે હજારોની સંખ્યામાં અર્જુનના કાફલા પર પાછળથી હુમલો કરી દીધો.

ત્યારે અર્જુન પણ નોકરો અને સૈનિકોને લઈને પાછળ આવ્યા અને એ લૂંટારાઓને પડકાર ફેંકીને તેમના પર વળતો પ્રહાર કરવા માંગતા હતા, પણ આજે એ લૂંટારાઓની આગળ તેઓ લાચાર દેખાતા હતા. પછી તો અર્જુનની સામે જ એ ડાકૂઓ એ સુંદર સ્ત્રીઓને ચારે બાજુથી ખેંચી-ખેંચીને લઈ જવા લાગ્યા. કેટલીક સ્ત્રીઓ તેમના સ્પર્શના ભયથી તેમની ઈચ્છા અનુસાર તેમની સાથે જતી રહી. જનમેજય! આ રીતે અર્જુન જોતાં રહી ગયા અને એ પાપી ડાકૂઓ બધી બાજુથી એ અંધક અને વૃષ્ણિવંશી તથા કૃષ્ણના પરિવારની બધી સુંદર સ્ત્રીઓને લૂંટીને લઈ ગયા.''

(મહાભારત [ગીતાપ્રેસના સંસ્કરણમાં], મૌસલપર્વ, અધ્યાય-૭, શ્લોક-૩૪-૬૩)

एवं कलत्रमानीय वृष्णिनां हृतशेषितम्।
अन्यवेशयत कौरव्यस्तत्र तत्र धनंजयः॥

''અને છેલ્લે જે થોડી ઘણી સ્ત્રીઓ અપહરણથી બચી ગઈ હતી, તેમને કુરુનંદન અર્જુને જ્યાં-ત્યાં વસાવી દીધી.''

(મહાભારત, મૌસલપર્વ, અધ્યાય-૭, શ્લોક-૬૮)

हार्दिक्यतनयं पार्थो नगरे... x ...संविभज्यैनान् वज्रे पर्यददज्जयः॥

''કૃતવર્માના પુત્ર અને ભોજરાજના પરિવારની સ્ત્રીઓને માર્તિકાવત નગરમાં તથા વીરવિહીન

સમસ્ત વૃદ્ધ, બાળક અને બાકી વધેલી સ્ત્રીઓને ઈન્દ્રપ્રસ્થમાં વસાવી દીધી. સાત્યકિના પુત્રને સરસ્વતી નદીના તટિય ક્ષેત્રનો અધિકારી બનાવી દીધો અને તેમની સાથે પણ કેટલાક વૃદ્ધ અને સ્ત્રીઓને રાખી દીધી. પછી અર્જુને વજ્રને ઈન્દ્રપ્રસ્થનો રાજા બનાવી દીધો. ત્યાં વજ્રદ્વારા ખૂબ રોકવા છતાં અક્રૂરની સ્ત્રીઓ તપસ્યા કરવા વનમાં જતી રહી. કૃષ્ણની પત્ની રુક્મિણી, ભદ્રા તથા જાંબવતીએ અગ્નિમાં પ્રવેશ કરી લીધો અને સત્યભામા સાથે અન્ય પત્નીઓ તપસ્યા કરવા માટે વન તરફ નીકળી પડી. આ રીતે જે-જે દ્વારકાવાસી મનુષ્ય અર્જુનની સાથે આવ્યા હતા એ બધાનો યથાયોગ્ય વિભાગ કરીને તેમણે તેમને વજ્રને સોંપી દીધાં.''

(મહાભારત, મૌસલપર્વ, અધ્યાય-૭, શ્લોક-૬૯-૭૫)

ભાગવત પુરાણમાં ડાકૂઓ દ્વારા સ્ત્રીઓને લૂંટવાની વાત નથી કહેવામાં આવી અને આ આખા ઘટનાક્રમને માત્ર એક શ્લોકમાં કહી દેવામાં આવ્યો છેઃ

स्त्रीबालवृद्धानादाय हतशेषान् धनञ्जयः।
इंद्रप्रस्थं समावेश्य वज्रं तत्राभ्यषेचयत्।।

શુકદેવજી કહે છેઃ ''પ્રિય પરીક્ષિત! પિંડદાન પછી બાકી રહેલી સ્ત્રીઓ, બાળકો અને વડીલોને લઈને અર્જુન ઈન્દ્રપ્રસ્થ આવ્યા અને ત્યાં તેમણે બધાને યોગ્ય રીતે વસાવીને અનિરુદ્ધનાં પુત્ર વજ્રનો રાજ્યાભિષેક કરી દીધો.''

(ભાગવત પુરાણ, સ્કંધ-૧૧, અધ્યાય-૩૧, શ્લોક-૨૫)

વિષ્ણુ પુરાણનાં પાંચમા અંશનાં ૩૮માં અધ્યાયમાં થોડા-ઘણાં અંતર સિવાય મહાભારતની જેમ જ આ ઘટનાનું વર્ણન કરવામાં આવ્યું છે. અંતર એ છે કે આ પુરાણ પ્રમાણે કૃષ્ણ અને બલરામ તથા ઉગ્રસેન અને વસુદેવજીની બધી પત્નીઓ પોત-પોતાના પતિ સાથે સતી થઈ ગઈ હતી.

ગર્ગ સંહિતા કે બ્રહ્મવૈવર્ત પુરાણમાં આ ઘટનાનું સહેજ પણ વર્ણન નથી કરવામાં આવ્યું, પરંતુ જેટલા પણ પ્રમાણ ગ્રંથોમાં મળે છે, તેના આધારે એજ ખબર પડે છે કે કૃષ્ણની વિદાય પછી તેમનાં પરિવારની ઓછી કે વધારે દુર્ગતિ જ થઈ હતી.

૯૦. કુરુક્ષેત્રની યુદ્ધભૂમિમાં શું કૃષ્ણએ નિયમોને નેવે મૂકીને ચાલબાજીઓ દેખાડી હતી?

કુરુક્ષેત્રનાં મેદાનમાં કૃષ્ણનાં જે કાર્યોને તેમની ચાલબાજીઓ કહેવામાં આવે છે તે આ છેઃ

1) એવું કહેવાય છે કે કૃષ્ણએ જ પાંડવોને એ વાત માટે ઉશ્કેર્યા હતા કે ભીષ્મપિતામહને મારવાનો ઉપાય તેમને જ પૂછવામાં આવે. પણ મહાભારતમાં હકીકત કંઈક જુદી છેઃ

समयस्तु कृतः कश्चिन्मम भीष्मेण संयुगे।
मन्त्रयिष्ये तवार्थाय न तु योत्स्ये कथंचन।।

दुर्योधनार्थं योत्स्यामि सत्यमेतदिति प्रभो।
स हि राज्यस्य मे दाता मन्त्रस्यैव च माधव॥
तस्माद्देवव्रतं भूयो वधोपायार्थमात्मनः।
भवता सहिताः सर्वे प्रयाम मधुसूदन॥
तद्वयं सहिता गत्वा भीष्ममाशु नरोत्तमम्।
रुचिते तव पृच्छामि मन्त्रं वार्ष्णेय माचिरम्॥
स वक्ष्यति हितं वाक्यं सत्यमस्माज्जनार्दन।
यथा च वक्ष्यते कृष्ण तथा कर्तास्मि संयुगे॥

યુધિષ્ઠિર બોલ્યાઃ ''હે કૃષ્ણ! મારી ભીષ્મજી સાથે એક શરત થઈ ચૂકી છે. તેમણે વચન આપ્યું છે કે 'હું યુદ્ધમાં તારા હિતની સલાહ આપી શકું છું પણ તારા તરફથી કોઈપણ રીતે યુદ્ધ નહીં કરું. યુદ્ધ તો હું દુર્યોધન માટે જ કરીશ.' પ્રભુ! આ સાચી વાત છે. તેથી માધવ! ભીષ્મજી મને રાજ્ય અને મંત્ર (હિતકારક સલાહ), બંને આપશે. એટલે હે મધૂસૂદન! આપણે બધા ભીષ્મપિતામહ પાસે તેમને જ તેમના વધનો ઉપાય પૂછવા જઈએ તો? જનાર્દન! પૂછીશું તો તેઓ આપણને સત્ય અને હિતકારક વાત કહેશે. તેઓ જેવું કહેશે, એવું જ હું યુદ્ધમાં કરીશ.'' *(મહાભારત, ભીષ્મપર્વ, અધ્યાય-૧૦૭, શ્લોક-૪૫-૪૯)*

સ્પષ્ટીકરણઃ તેથી ઉપરના શ્લોકોથી એ વાત સંપૂર્ણ રીતે સ્પષ્ટ થઈ જાય છે કે ભીષ્મને જ તેમને મારવાનો ઉપાય પૂછવાવાળી વાત કૃષ્ણએ નહોતી કરી. આ તો ખુદ યુધિષ્ઠિરની યોજના હતી.

2) મહાભારત યુદ્ધમાં નરકાસુરનાં પુત્ર ભગદત્તને મારવા માટે પૂર્વ ભેદને અર્જુન આગળ ખોલવો અને તેમને છળથી મરાવવાઃ

ततो गाण्डीवधन्वानमभ्यभाषत केशवः।
अयं महत्तरः पार्थ पलितेन समावृतः॥
वलीसंछन्ननयनः शूरः परमदुर्जयः।
अक्ष्णोरुन्मीलनार्थाय बद्धपट्टो ह्यसौ नृपः॥
देववाक्यात्प्रचिच्छेद शरेण भृशमर्जुनः।
छिन्नमात्रेंऽशुके तस्मिन्रुद्धनेत्रो बभूव सः॥
तमोमयं जगन्मेने भगदत्तः प्रतापवान्।
ततश्चन्द्रार्धबिम्बेन बाणेन नतपर्वणा॥
बिभेद हृदयं राज्ञो भगदत्तस्य पाण्डवः।
स भिन्नहृदयो राजा भगदत्तः किरीटिना॥

ત્યારે કૃષ્ણએ ગાંડીવધારી અર્જુનને કહ્યું: ''કુંતીનંદન! આ ભગદત્ત ખૂબ જ મોટી ઉંમરનો છે, તેના બધાં વાળ સફેદ થઈ ગયા છે અને કપાળ વગેરે અંગોમાં કરચલી પડી જવાના કારણે પાંપણ મિંચાયેલી રહેવાથી તેની આંખો ઘણીવાર બંધ રહે છે. તે શૂરવીર અને અત્યંત દુર્જય છે. એ રાજાએ પોતાની બંને આંખો ખુલ્લી રાખવા માટે પાંપણને કપડાંની પટ્ટીથી કપાળમાં બાંધી રાખી છે. કૃષ્ણએ આટલું કહેતા જ અર્જુને બાણોંથી તેની પટ્ટી કાપી નાખી જે કારણે ભગદત્તની આંખો બંધ થઈ ગઈ. તેને કંઈપણ દેખાવાનું બંધ થઈ ગયું. એવા સમયે એક અર્ધચંદ્રાકાર બાણ દ્વારા અર્જુને ભગદત્તના હૃદયને વીંધી નાખ્યું.''

(મહાભારત, દ્રોણપર્વ, અધ્યાય-૨૯, શ્લોક-૪૪-૪૮)

સ્પષ્ટીકરણઃ યુદ્ધના મેદાનમાં સારથિની જવાબદારી બહુઆયામી હોય છે. તેણે ન કેવળ પોતાનાં રથીની આજ્ઞાનું પાલન કરવાનું હોય છે, પરંતુ તેની સુરક્ષા, સેવા અને માર્ગદર્શન પણ કરવાનું હોય છે. આજ કારણ છે કે મહારથીઓના સારથિ કોઈ રાજા જ રહેતા, જે પોતે વીર યોદ્ધા તથા સૈન્યનીતિના જાણકાર રહેતા. ઉદાહરણસ્વરૂપે એજ મહાભારતના યુદ્ધમાં જ્યાં અર્જુનના સારથિ દ્વારકાના રાજા કૃષ્ણ હતા, તો કર્ણના સારથિ મદ્રદેશના રાજા શલ્ય હતા. એ યુદ્ધમાં બીજા પણ કેટલાય રાજાગણ અન્ય મહાયોદ્ધાઓના સારથિ બન્યા હતા. તેથી કૃષ્ણએ અર્જુનને યુદ્ધ સાથે જોડાયેલી કોઈ સૂચના કે સલાહ આપી હતી, તો તેમણે પોતાનાં કર્તવ્યનું જ પાલન કર્યું હતું, કોઈ છળ નહીં.

૯૧. કૃષ્ણ ભીષ્મપિતામહને મારવા માટે કેમ દોડ્યા હતા?

મહાભારત પ્રમાણે કુરુક્ષેત્રનાં યુદ્ધમાં બે દિવસ એવું થયું જ્યારે કૃષ્ણ ભીષ્મપિતામહને મારવા માટે પોતાની હથિયાર ન ઉઠાવવાની પ્રતિજ્ઞા તોડવા માટે તૈયાર થયા હતાઃ
ત્રીજા દિવસનાં યુદ્ધમાં –

पार्थस्य दृष्ट्वा मृदुयुद्धतां च।
भीष्मं च संख्ये समुदीर्यमाणम्।।

સંજય કહે છેઃ ''જ્યારે કૃષ્ણએ જોયું કે અર્જુન ભીષ્મપિતામહ સાથે કોમળતાથી લડી રહ્યા છે જ્યારે સામે ભીષ્મપિતામહ આ સંગ્રામમાં વધારેમાં વધારે પ્રચંડ થતાં જઈ રહ્યા છે.''

(મહાભારત, ભીષ્મપર્વ, અધ્યાય-૫૯, શ્લોક-૮૨)

तमाद्रवंतं प्रगृहीतचक्रं दृष्ट्वा देवं शान्तनवस्तदानीम्।
असम्भ्रमं तद् विचकर्ष दोर्भ्यो महाधनुर्गाण्डिवतुल्यघोषम्।।

સંજય કહે છેઃ ''હે રાજન! શ્રીકૃષ્ણને સુદર્શન ચક્ર લઈને પોતાની તરફ આવતા જોઈને શાંતનુનંદન ભીષ્મ એ સમયે સહેજ પણ ભય અથવા ગભરાટનો અનુભવ કર્યા વિના બંને

હાથે ગાંડીવ ધનુષની જેમ ગંભીર નાદ કરવાવાળા પોતાનાં ધનુષને ખેંચવા લાગ્યા.''

(મહાભારત, ભીષ્મપર્વ, અધ્યાય-૫૯, શ્લોક-૯૫)

નવમાં દિવસના યુદ્ધમાં -

वासुदेवस्तु संप्रेक्ष्य पार्थस्य मृदुयुद्धताम्।
भीष्मं च शरवर्षाणि सृजन्तमनिशं युधि।।

સંજયે કહ્યું: ''વાસુદેવ કૃષ્ણએ જોયું કે અર્જુન મન લગાવીને યુદ્ધ નથી કરી રહ્યા અને તેઓ ભીષ્મપિતામહ પ્રત્યે કોમળતા દેખાડી રહ્યા છે. જ્યારે ભીષ્મ સેનાની વચ્ચે ઊભા રહીને નિરંતર બાણોંની વર્ષા કરતાં જાણે સૂર્યની જેમ તપી રહ્યા છે.''

(મહાભારત, ભીષ્મપર્વ, અધ્યાય-૧૦૬, શ્લોક-૫૩)

उत्सृज्य रजतप्रख्यान्हयान्पार्थस्य मारिष।
वासुदेवस्ततो योगी प्रचस्कन्द महारथात्।।
अभिदुद्राव भीष्मं स भुजप्रहरणो बली।
प्रतोदपाणिस्तेजस्वी सिंहवद्विनदन्मुहुः।।

સંજય કહે છે: ''જ્યારે કૃષ્ણથી આ સહન ન થયું તો તેઓ ચાંદી જેવા સફેદ રંગવાળા અર્જુનના ઘોડાઓને છોડીને એ વિશાળ રથ પરથી કૂદી પડ્યા અને ફક્ત ભૂજાઓનુ જ હથિયાર લઈને હાથમાં ચાબૂક લઈને વારંવાર સિંહનાદ કરતાં ભીષ્મપિતામહ તરફ ખૂબ જ વેગપૂર્વક દોડ્યા.''

(મહાભારત, ભીષ્મપર્વ, અધ્યાય-૧૦૬, શ્લોક-૫૬-૫૭)

સ્પષ્ટીકરણ: એટલે કે ટૂંકમાં કહી શકાય કે કૃષ્ણએ અનેક વખત ન ફક્ત પોતાનાં વચન પરંતુ યુદ્ધના નિયમ પણ નેવે મૂકી દીધા હતા.

૯૨. શું રાધા અને કુબ્જા સિવાય બીજી કોઈ સ્ત્રી કૃષ્ણની નજીક આવી હતી?

પુરાણો, સંહિતાઓ અને મહાભારતમાં કૃષ્ણનાં જીવનમાં તેમની પત્નીઓ, રાધા તથા કુબ્જા સિવાય બીજી કોઈપણ સ્ત્રીની ચર્ચા નથી મળતી. તથ્ય તો એ છે કે મહાભારત જેવા વિશાળ ગ્રંથમાં, જેમાં શિશુપાલ કૃષ્ણનાં જીવનની નાનામાં નાની વાતો માટે પણ તેમની નિંદા કરે છે; તે એક વાર પણ રાધા કે કુબ્જાનું નામ નથી લેતો. આગળ જતાં જે પુરાણ લખાયા, તેમાંથી હરિવંશ પુરાણને મહાભારતનું જ પરિશિષ્ટ કહેવાય છે, આ પુરાણમાં કુબ્જાનું નામ મળે છે પણ રાધાનું નામ નથી મળતું. કૃષ્ણ ભક્તિનું આંદોલન ચલાવવાવાળા ભાગવત પુરાણમાં પણ આજ સ્થિતિ છે. આ ગ્રંથમાં પણ કુબ્જાનું નામ તો મળે છે, પણ રાધાનું નામ નથી મળતું. તેથી ટૂંકમાં આ પ્રશ્નનો ઉત્તર એ છે કે અત્યાર સુધીમાં ઉપલબ્ધ બધાં ગ્રંથોના આધારે

એજ નિષ્કર્ષ નીકળે છે કે કૃષ્ણનાં જીવનમાં તેમની પત્નીઓ, રાધા તથા કુબ્જા સિવાય બીજી કોઈ સ્ત્રી નહોંતી આવી.

૯૩. શું કૃષ્ણને પણ અર્જુનની જેમ ક્યારેય લક્ષ્યવેધ કરવો પડ્યો હતો?

હા, કૃષ્ણને પણ એકવાર લક્ષ્યવેધ કરવો પડ્યો હતો. કૃષ્ણની આઠ મુખ્ય રાણીઓમાંથી એક લક્ષ્મણા દ્રૌપદીને એમ કહે છે કે કેવી રીતે તેમના લગ્ન કૃષ્ણ સાથે થયા હતાઃ

यथा स्वयंवरे राज्ञि... x ...सूर्ये चाभिजिति स्थिते॥

લક્ષ્મણા કહે છેઃ ''મહારાણી દ્રૌપદી! જે રીતે તમારા પિતાજીએ સ્વયંવરમાં મત્સ્યવેધનું આયોજન કર્યું હતું એજ રીતે મારા પિતાજીએ પણ કર્યું હતું. પણ તફાવત એ હતો કે અમારે ત્યાં માછલી બહારથી ઢંકાયેલી હતી અને ફક્ત પાણીમાં જ તેનો પડછાયો દેખાતો હતો. દેશ-વિદેશના રાજાઓએ મને મેળવવાની ઈચ્છાથી ધનુષ્ય-બાણ ઉઠાવીને નિષ્ફળ પ્રયત્ન કર્યો. મહારાણી! એ રાજાઓમાં તમારા પતિ ગાંડીવધારી અર્જુન, કર્ણ, જરાસંધ, અંબષ્ઠનરેશ, ભીમ, દુર્યોધન વગેરે સામેલ હતાં. તમારા પતિ ગાંડીવધારી અર્જુનને જળમાં સ્થિત માછલીની સ્થિતિની તો ખબર પડી ગઈ હતી, પણ તેમનું બાણ માછલીને અડીને નીકળી ગયું હતું. રાણી! આ રીતે જ્યારે મોટા-મોટા અભિમાનીઓના માનનો ધ્વંસ થઈ ગયો ત્યારે શ્રીકૃષ્ણ ઉઠ્યા અને રમતા-રમતા ધનુષ પર પણછ ચડાવી દીધી અને પાણીમાં ફક્ત એક વાર માછલીનો પડછાયો જોઈને બાણ માર્યું અને માછલીને પાડી દીધી. એ વખતે બરાબર બપોરનો સમય હતો અને અભિજિત મુહૂર્ત ચાલી રહ્યું હતું.''

(ભાગવત પુરાણ, સ્કંધ-૧૦, અધ્યાય-૮૩, શ્લોક-૧૯-૨૬)

સ્પષ્ટીકરણઃ ઉપરના શ્લોકો પરથી એ વાતની ખબર પડે છે કે કૃષ્ણ ધનુરવિદ્યાનાં માત્ર જાણકાર જ નહીં, પરંતુ તેમાં સંપૂર્ણ રીતે દક્ષ પણ હતા. તેઓ પોતાનાં સમકાલીન વિખ્યાત ધનુર્ધરોથી કમ ન હતાં.

૯૪. કૃષ્ણને કયા-કયા આભૂષણ પ્રિય હતાં?

આ વાત ન તો મહાભારતમાં કે ન તો કોઈ પુરાણમાં વર્ણવાયેલી છે કે કૃષ્ણને કોઈ ખાસ આભૂષણ કે કોઈ ખાસ પરિધાન સાથે લગાવ હતો. તેમને ગોકુળમાં ફળ-ફૂલો અને મોરપંખનો શૃંગાર પણ એટલો જ પ્રિય હતો જેટલા દ્વારકાના ભંડારનાં સ્વર્ણાભૂષણ. એવું કોઈ ગ્રંથમાં નથી લખ્યું કે કૃષ્ણ હંમેશા કોઈ ખાસ આભૂષણ ચોક્કસ પહેરતા જ હતાં. બીજી વાત એ કે જેટલાં પ્રાચીન ગ્રંથ છે, તેમાં કૃષ્ણનાં આભૂષણોનું વર્ણન ખૂબ જ સીમિત છે, જ્યારે મધ્યકાળમાં રચવામાં આવેલા પુરાણો તથા ભક્ત કવિઓની રચનાઓની શરૂઆત જ

આભૂષણોથી લદાયેલાં કૃષ્ણથી થાય છે. તેથી કૃષ્ણનાં મનપસંદ આભૂષણ કયા-કયા હતાં, તેની શોધ કરવી એ સમયની બરબાદી છે. અને આનાથી જ ખબર પડે છે કે કૃષ્ણ વિષે પ્રચલિત મોટા ભાગની વાતો તથ્યહીન છે. અને આજ ખોટું અને દુઃખદ છે.

૯૫. શું કૃષ્ણએ મથુરામાં વ્યાપાર પણ કર્યો હતો?

હરિવંશ પુરાણમાં એવો એક શ્લોક મળે છે જે મુજબ ગોમંતની ટેકરી તરફ ભાગતી વખતે કૃષ્ણ પરશુરામને પોતાનાં ભાગવાનું કારણ જણાવતા કહે છેઃ

पितरं तस्य तत्रैव स्थापयित्वा जनेश्वरम्।
स्वमेव कर्म चारब्धौ गवां व्यापारकारकौ।।

''કંસને માર્યા પછી તેના પિતાને ગાદી પર સ્થાપિત કરી દીધા. ત્યાર પછી હંમેશાથી પશુપાલન સંબંધી કાર્ય કરવાવાળા અમે બંને ભાઈઓએ પછી મથુરામાં જ પોતાનો વ્યવસાય શરૂ કરી દીધો.''

(હરિવંશ પુરાણ, વિષ્ણુપર્વ, અધ્યાય-૩૯, શ્લોક-૩૯)

એવાં પ્રમાણ, જે પ્રાચીન ગ્રંથોમાં યત્ર-તત્ર નોંધાયેલા તો છે પણ સદીઓથી ઉપેક્ષિત રહ્યા છે, એ હકીકતમાં ખૂબ જ કામનાં છે કેમ કે તેનાથી મહાપુરુષોનાં જીવનની સાચી તસ્વીર ઉભરીને સામે આવે છે. ઉદાહરણ તરીકે ઉપરનો શ્લોક જ લઈએ તો એ વાત સામે આવે છે કે કૃષ્ણ અને બલરામ મથુરામાં વ્યાપાર કરીને જીવનવ્યાપન કરતાં હતાં.

૯૬. શું કૃષ્ણ આંખ મીંચીને પાંડવોનો પક્ષ લઈ રહ્યા હતાં?

કૃષ્ણએ જીવનભર પાંડવોનો જે રીતે સાથ આપ્યો તેના જ આધારે લોકો આવી શંકા કરે છે. આ ઉપરાંત મહાભારતમાં બે-ચાર એવા શ્લોક પણ આવ્યા છે જેના કારણે આવા શંકાશીલ લોકો કૃષ્ણને ભલું-બૂરું કહેવાનો મોકો નથી છોડતાઃ

यः शत्रुः पाण्डुपुत्राणां मच्छत्रुः स न संशयः।
मदर्था भवदर्था ये ये मदीयास्तवैव ते।।

કૃષ્ણ કહે છેઃ ''જે પાંડવોનો શત્રુ છે, તે મારો પણ શત્રુ છે, એમાં કોઈ સંદેહ નથી. જે તમારા મિત્ર છે, તે મારા છે અને જે મારા મિત્ર છે, તે તમારા જ છે.''

तव भ्राता मम सखा सम्बन्धी शिष्य एव च।
मांसान्युत्कृत्य दास्यामि फल्गुनार्थे महीपते।।

કૃષ્ણ કહે છેઃ ''હે રાજા યુધિષ્ઠિર! તમારા ભાઈ અર્જુન મારા મિત્ર, સંબંધી અને શિષ્ય પણ છે, તેથી અર્જુન માટે હું મારું માંસ પણ કાપીને આપી દઈશ.''

एष चापि नरव्याघ्रो मत्कृते जीवितं त्यजेत्।
एष नः समयस्तात तारयेम परस्परम्।।

કૃષ્ણ આગળ પણ કહે છેઃ ''સિંહ સમાન પુરુષોમાં શ્રેષ્ઠ અર્જુન પણ મારા માટે પોતાનાં પ્રાણોંનો ત્યાગ કરી શકે છે. તાત! અમારી વચ્ચે એવી પ્રતિજ્ઞા થઈ ચૂકી છે કે અમે એક-બીજાને સંકટમાંથી ઉગારીશું.''

स मां नियुंक्ष्व राजेन्द्र यावत्सज्जो भवाम्यहम्।
प्रतिज्ञातमुपप्लाव्ये यत्तत्पार्थेन पूर्वतः।।
पातयिष्यामि गांगेयमित्युलूकस्य संनिधौ।
परिरक्ष्यमिदं तावद्वचः पार्थस्य धीमतः।।

કૃષ્ણ કહે છેઃ ''રાજેન્દ્ર! તમે મને યુદ્ધનાં કામમાં નિયુક્ત કરો, હું તમારો યોદ્ધા બનીશ. યુદ્ધ પહેલા ઉપપ્લવ્ય નગરમાં બધાં લોકોની સામે અર્જુને આ જે પ્રતિજ્ઞા કરી હતી કે હું ગંગાનંદન ભીષ્મપિતામહનો વધ કરીશ, બુદ્ધિમાન પાર્થનાં એ વચનનું પાલન કરવું મારા માટે જરૂરી છે.''

अनुज्ञातेन पार्थेन मया कार्यं न संशयः।

કૃષ્ણ કહે છેઃ ''અર્જુને જે વાત માટે પ્રતિજ્ઞા કરી હોય, તેની પૂર્તિ કરવી મારું કર્તવ્ય છે, એમાં શંકાને સ્થાન નથી.''

(મહાભારત, ભીષ્મપર્વ, અધ્યાય-૧૦૭, શ્લોક-૩૨-૩૭)

મહાભારત તથા પુરાણોમાં અન્ય જગ્યાએ પણ કેટલાય એવા પ્રસંગ મળે છે જ્યારે કૃષ્ણને પાંડવોનાં રક્ષક, મદદગાર તથા પક્ષધરનાં રૂપમાં જોવાનો ભ્રમ થાય છે. પણ સંપૂર્ણ મહાભારતની નિષ્પક્ષ વિવેચના કર્યા પછી લોકોનો આવો ભ્રમ દૂર થઈ જાય છે. હકીકતમાં અહીં સવાલ પ્રજ્ઞાનો છે અને કૃષ્ણની પ્રજ્ઞાને કૃષ્ણનાં સ્તર પર પહોંચ્યા વિના જાણી ન શકાય. તેથી આવા સવાલોથી લોકો દૂર રહે, એજ વધુ હિતાવહ છે. કેમ કે કૃષ્ણ જેવા પરમ પુરુષ કોઈનો બિન જરૂરી પક્ષ લે એ શક્ય જ નથી.

૯૭. મહાભારતનાં ટેલીવિઝન પ્રોગ્રામમાં બતાવવામાં આવ્યું છે કે અર્જુન સિવાય ફક્ત કૃષ્ણ જ ચક્રવ્યૂહ તોડી શકતા હતાં? શું આ સત્ય છે?

હવે ટીવીની વાત ટીવીવાળા જાણે, પણ મહાભારત પ્રમાણે તો ચાર એવી વ્યક્તિ હતી જે દ્રોણાચાર્ય દ્વારા રચેલા ચક્રવ્યૂહને ભેદવામાં સક્ષમ હતીઃ

त्वं वाऽर्जुनो वा कृष्णो वा भिन्द्यात्प्रद्युम्न एव वा।
चक्रव्यूहं महाबाहो पञ्चमो नोपपद्यते।।

યુધિષ્ઠિરે અભિમન્યુને કહ્યું: "મહાબાહો! તું, અર્જુન, કૃષ્ણ કે પ્રદ્યુમ્ન - આ ચાર પુરુષ જ ચક્રવ્યૂહનું ભેદન કરી શકો છો. પાંચમો કોઈ યોદ્ધા આ કાર્ય કરવા માટે યોગ્ય નથી."

(મહાભારત, દ્રોણપર્વ, અધ્યાય-૩૫, શ્લોક-૧૫)

સંપૂર્ણ મહાભારતમાં જે વ્યક્તિની સત્યવાદિતાના ગુણ ગાવામાં આવ્યા છે, એજ યુધિષ્ઠિરના મોઢેથી ઉપરની વાતો કહેવામાં આવી છે, એટલે ટીવીવાળાઓનો દાવો તેમની અજ્ઞાનતા જ દર્શાવે છે. આ પ્રશ્નનો સાચો જવાબ એજ છે કે મહાભારત અનુસાર કુલ ચાર લોકો ચક્રવ્યૂહ ભેદવામાં સક્ષમ હતાં.

૯૮. કૃષ્ણનાં ભાઈ બલરામનાં કેટલાં સંતાનો હતાં?

મહાભારત તથા બધા પુરાણો પ્રમાણે બલરામનાં ફક્ત બે પુત્રો હતાં: નિશઠ અને ઉલ્મૂક.

(ભાગવત પુરાણ, સ્કંધ-૧૧, અધ્યાય-૩૦, શ્લોક-૧૭)

૯૯. શું બલરામ મહાભારતનાં યુદ્ધમાં સામેલ હતાં?

ના, બલરામ મહાભારતનાં યુદ્ધથી દૂર રહ્યાં હતાં. તેમનું મહાભારત યુદ્ધમાં સામેલ ન થવાનું સૌથી મોટું કારણ ગૃહક્લેશ અને અંતર્ક્લેશ હતું. હકીકતમાં કૌરવ અને પાંડવની બાબતમાં કૃષ્ણનો પરિવાર બે ભાગમાં વહેંચાયેલો હતો અને આ અનેક અવસરોપર સ્પષ્ટ પણ થઈ ચૂક્યું હતું. હસ્તિનાપુરનાં રાજવંશ સાથે કૃષ્ણના ઘણી પેઢીઓથી ઘણાં સારા સંબંધો હતા. પણ કેમ કે ઘણાં કારણોથી કૃષ્ણનો ઝુકાવ પાંડવો તરફ વધારે હતો, એટલે બલરામ અનાયાસે જ દુર્યોધન તરફ ઝૂકી ગયા હતા. પેલી બાજુ ચતુર કૂટનીતિજ્ઞ દુર્યોધનને આ વાતનો અણસાર આવતા જ બલરામની સેવા તથા આદરમાં વૃદ્ધિ કરી રહ્યો હતો. જુદા-જુદા પ્રશ્નો હેઠળ આ બધી વાતો આ પુસ્તકમાં પણ આવી જ ચૂકી છે, તેથી તેનું પુનરાવર્તન કરવું ઠીક નથી. તેથી આપણે સીધા મૂળ પ્રશ્ન પર આવીએ તો મહાભારતમાં બતાવવામાં આવ્યું છે કે બલરામ એ યુદ્ધમાં કેમ સામેલ નહોતા થયા:

उभौ शिष्यौ हि मे वीरौ गदायुद्धविशारदौ।
तुल्यस्नेहोऽस्म्यतो भीमे तथा दुर्योधने नृपे॥

બલરામ બોલ્યા: "ભીમસેન અને દુર્યોધન આ બંને મારા શિષ્યો છે અને ગદાયુદ્ધમાં કુશળ છે; તેથી હું આ બંને પર એક-સરખો સ્નેહ રાખું છું."

(મહાભારત, ઉદ્યોગપર્વ, અધ્યાય-૧૫૭, શ્લોક-૩૩)

ध्रुवो जयः पाण्डवानामिति मे निश्चिता मतिः।
तथा ह्यभिनिवेशोऽयं वासुदेवस्य भारत॥

તેમણે આગળ કહ્યું: ''મારો પૂરો વિશ્વાસ છે કે આ યુદ્ધમાં પાંડવોનો ચોક્કસ વિજય થશે. કેમ કે હે ભારત! શ્રીકૃષ્ણનો આવો જ દ્રઢ સંકલ્પ છે.''

(મહાભારત, ઉદ્યોગપર્વ, અધ્યાય-૧૫૭, શ્લોક-૩૧)

तस्माद् याम्यामि तीर्थानि सरस्वत्या निषेवितुम्।
न हि शक्ष्यामि कौरव्यान् नश्यमानानुपेक्षितुम्।।

તેમણે એમ પણ કહ્યું કે - ''કેમ કે હું નાશ પામતાં કૌરવોને એ અવસ્થામાં જોઈને ઉપેક્ષા નહીં કરી શકું, એટલે હું સરસ્વતી નદીનાં તટીય તીર્થોનું સેવન કરવા માટે જતો રહીશ.''

(મહાભારત, ઉદ્યોગપર્વ, અધ્યાય-૧૫૭, શ્લોક-૩૪)

ઉપરનાં કારણોથી બલરામ એ મહાયુદ્ધથી દૂર થઈ ગયા હતાં. જો તેઓ લડત તો દ્વારકાની સેના સાથે લડત જે દુર્યોધનને મળી ચૂકી હતી. તેથી તેમનો કૃષ્ણ સામે પ્રત્યક્ષ સામનો થાત. જ્યારે કૃષ્ણ માટે તેમનાં હ્રદયમાં એટલો પ્રેમ હતો કે કૃષ્ણનો વાળ પણ વાંકો કરવાનું સપનું જોનારને તેઓ પાતાળ મોકલવા માટે તૈયાર રહેતા હતા. તેથી ઉપરનાં કારણોને લીધે તેમણે યુદ્ધથી દૂર રહેવું જ યોગ્ય માન્યું હતું.

૧૦૦. શું આ સાચું છે કે શિશુપાલના જન્મ સમયે કૃષ્ણએ શિશુપાલના ૯૯ અપરાધ માફ અને ૧૦૦માં અપરાધે તેનો વધ કરવાનો વાયદો તેની મા ને કર્યો હતો?

જેમ કે મહાભારતમાં શિશુપાલ વિષે કહેવાયું છે એ પ્રમાણે શિશુપાલના જન્મ સમયે ચાર હાથ અને ત્રણ આંખો હતી જે જોઈને તેના માતા-પિતા ખૂબ જ ડરી ગયા હતાં. માતા-પિતાને શંકા થઈ હતી કે આ વિચિત્ર બાળક જીવતું રહેશે કે નહીં? પણ હજી માતા-પિતા તથા પૂરો રાજપરિવાર ચિંતામાં ડૂબેલો જ હતો કે એવામાં આકાશવાણી થઈ કે આ બાળકને મારવાવાળો કોઈ બીજી જગ્યાએ પેદા થઈ ચૂક્યો છે અને એક એના સિવાય તે બીજી કોઈપણ વ્યક્તિના હાથે મરી નહીં શકે. ત્યારે માતા-પિતાને સંતોષ થવાની સાથે ઉત્સુકતા પણ થઈ કે આખરે એ કોણ છે જેના હાથે તેમનો પુત્ર મરશે? એવામાં જ ફરી આકાશવાણી થઈ:

अन्तर्भूतं ततो भूतमुवाचेदं पुनर्वचः।
यस्योत्संगे गृहीतस्य भुजावभ्याधिकावुभौ।।
पतिष्यतः क्षितितले पंचशीर्षाविवोरगौ।
तृतीयमेतद्बालस्य ललाटस्थं तु लोचनम्।।
निमज्जिष्यति यं दृष्ट्वा सोऽस्य मृत्युर्भविष्यति।

''જેના ખોળામાં જતાં જ આ બાળકનાં દસ આંગળીઓથી યુક્ત વધારાના બે હાથ ખરી

પડશે અને તેના લલાટ પરનું ત્રીજું નેત્ર લલાટમાં જ વિલીન થઈ જશે, તેના જ હાથે આનું મૃત્યુ થશે.''

(મહાભારત, સભાપર્વ, અધ્યાય-૪૩, શ્લોક-૯-૧૧)

પછી તો આ વિચિત્ર બાળકને જોવા માટે લોકો દૂર-દૂરથી આવવા લાગ્યા અને એટલું ઓછું હોય એમ રાજા દમઘોષના આમંત્રણ પર રાજા-મહારાજા પણ તેને જોવા માટે આવવા લાગ્યા. દમઘોષ અને તેમની પત્ની ખૂબ જ ચતુરાઈથી બાળકને દરેક રાજાના ખોળામાં આપતા, પણ જે વાતની રાહ જોવાતી હતી, એ કોઈના ખોળામાં નહોતું થઈ રહ્યું.

एतदेव तु संश्रुत्य द्वारवत्यां महाबलौ।।
ततश्चेदिपुरं प्राप्तौ संकर्षणजनार्दनौ।
यादवौ यादवीं द्रुष्टुं स्वसारं तौ पितुस्तदा।।

''પછી આ સમાચાર જ્યારે દ્વારકા પહોંચ્યા તો ત્યાંથી કૃષ્ણ અને બલરામ, બંને એ બાળકને જોવા માટે આવ્યા.''

(મહાભારત, સભાપર્વ, અધ્યાય-૪૩, શ્લોક-૧૪-૧૫)

સ્પષ્ટીકરણઃ અહીં ધ્યાન આપવા જેવી વાત એ છે કે જ્યારે દ્વારકાની સ્થાપના પહેલાં જ રુક્મિણીનાં સ્વયંવરમાં શિશુપાલ એક ઉમેદવાર વરરાજા તરીકે સામેલ થઈ ચૂક્યો હતો, તો પછી તે દ્વારકાની સ્થાપના પછી કેવી રીતે જન્મ્યો? હરિવંશ પુરાણ, જેને મહાભારતનો જ ખિલભાગ કહેવાય છે તેમજ જેના સોળ હજાર શ્લોકોને મહાભારતના શ્લોકો સાથે જ ગણવામાં આવે છે, એ મહત્ત્વપૂર્ણ ગ્રંથમાં જે વિવરણ આપવામાં આવ્યું છે તે આ કથાથી વિપરીત છે. હરિવંશ પુરાણ પ્રમાણે જ્યારે દ્વારકાની કોઈ ચર્ચા પણ ન હતી, એજ વખતે રુક્મિણીનો સ્વયંવર રચાવવામાં આવ્યો હતો અને રુક્મિણીનો ભાઈ રૂક્મી તેનાં લગ્ન શિશુપાલ સાથે કરાવવા માટે દ્રઢતાપૂર્વક પ્રતિબધ્ધ હતો. આ પુરાણમાં આ આખો ઘટનાક્રમ પાંચ અધ્યાયોમાં વર્ણવાયેલો છે. મથુરાનાં રાજકીય અનાદર વિરુદ્ધ આપત્તિ વ્યક્ત કરવા માટે કૃષ્ણ ત્યાં વગર આમંત્રણે જ પહોંચ્યા હતાં અને તેમનાં ઘણા પ્રયત્નો પછી એ સ્વયંવર રદ થઈ શક્યો હતો. આ બધી વાતો *હરિવંશ પુરાણનાં વિષ્ણુપર્વ અંતર્ગત ૪૭ થી ૫૧માં અધ્યાયમાં* ઉપલબ્ધ છે. ખેર, આ વાતને ધ્યાનમાં રાખીને મહાભારતની આગળની કથા વાંચોઃ

न्यस्तमात्रस्य तस्यांके भुजावभ्यधिकावुभौ।
पेततुस्तच्च नयनं न्यमज्जत ललाटजम्।।
तद्दृष्ट्वा व्यथिता त्रस्ता वरं कृष्णमयाचत।
ददस्व मे वरं कृष्ण भयार्ताया महाभुज।।

त्वं ह्यार्तानां समाश्वासो भीतानामभयप्रदः।
एवमुक्तस्ततः कृष्णः सोऽब्रवीद्यदुनन्दनः।।
मा भैस्त्वं देवि धर्मज्ञे न मत्तोऽस्ति भयं तव।
ददामि कं वरं किं च करवाणि पितृष्वसः।।
शक्यं वा यदि वाऽशक्यं करिष्याणि वचस्तव।
एवमुक्ता ततः कृष्णमब्रवीद्यदुनन्दनम्।।
शिशुपालस्यापराधान्क्षमेथास्त्वं महाबल।
मत्कृते यदुशार्दूल विद्ध्येनं मे वरं प्रभो।।
कृष्ण उवाच।
अपराधशतं क्षाम्यं मया ह्यस्य पितृष्वसः।
पुत्रस्य ते वधार्हस्य मा त्वं शोके मनः कृथाः।।

ભીષ્મપિતામહ કહે છેઃ ''પછી શિશુપાલની મા શ્રુતશ્રવાએ પોતાનાં આ વિચિત્ર પુત્રને સીધો કૃષ્ણના ખોળામાં મૂકી દીધો. ત્યાં કૃષ્ણના ખોળામાં જતાં જ બાળકનાં બંને હાથ ખરી પડ્યા અને ત્રીજું નેત્ર પણ લલાટમાં ગાયબ થઈ ગયું. આ જોઈને બાળકની માતા ભયભીત થઈ ગઈ અને કૃષ્ણ પાસે વરદાન માંગવા લાગી. તે બોલી - કૃષ્ણ! હું ભયથી વ્યાકુળ થઈ રહી છું, તેથી આ બાળકનાં જીવન માટે કોઈ વરદાન આપો. કૃષ્ણ બોલ્યા - ફોઈ! મારાથી ડરવાની કોઈ જરૂર નથી. તમે જ કહો - હું તમને શું વરદાન આપું? શ્રુતશ્રવા બોલી - મહાબલી યદુકુલતિલક કૃષ્ણ! તું તારી આ ફોઈ માટે આ બાળકનાં બધાં અપરાધ માફ કરી દેજે. ત્યારે કૃષ્ણએ કહ્યું- ''ફોઈ! તમારો આ પુત્ર પોતાનાં દોષોને કારણે જો મારા દ્વારા વધને યોગ્ય હશે, તો પણ હું તેના સો અપરાધ માફ કરી દઈશ.''

(મહાભારત, સભાપર્વ, અધ્યાય-૪૩, શ્લોક-૧૮-૨૪)

સ્પષ્ટીકરણઃ હવે આ બધું કૃષ્ણનાં શિશુપાલ-વધને યોગ્ય સાબિત કરવા માટે કહેવામાં આવ્યું છે કે બીજા કોઈ કારણથી, એ કહી ન શકાય. હકીકતમાં મહાભારતમાં પાછળથી એટલું બધું લખી દેવામાં આવ્યું છે કે ઘણી વસ્તુઓનો છેડો જ નથી મળતો. અહીં શિશુપાલ અને કૃષ્ણને લઈને જે કંઈપણ ઉપલબ્ધ છે, એ બધું જણાવી દેવામાં આવ્યું. આગળ વિવેક પોતાનો, સમજ પોતાની.

૧૦૧. કૃષ્ણ કર્ણથી કઈ વાત માટે નારાજ હતા?

કૃષ્ણના કર્ણ પર ક્રોધિત થવાના સ્પષ્ટ કારણોની ઝાંખી કુરુક્ષેત્રની યુદ્ધભૂમિમાં મળે છે જ્યાં કૃષ્ણ તેની એક-એક કરતૂતોને ગણાવે છે. કર્ણનો રથ મેદાનનાં કીચડમાં ફસાઈ જાય છે

અને તેને કાઢવા માટે તે રથ પરથી નીચે ઉતરે છે, પણ કૃષ્ણ અર્જુનને આદેશ આપે છે કે તે બાણ ચલાવવાનું ચાલુ રાખે. એ વાત ઉપર કર્ણ અર્જુનને નીતિ અને ધર્મનો હવાલો આપતા કહે છેઃ

प्रकीर्णकेशे विमुखे ब्राह्मणेऽथ कृतांजलौ।
शरणागते न्यस्तशस्त्रे याचमाने तथाऽर्जुन॥
अबाणे भ्रष्टकवचे भ्रष्टभग्नायुधे तथा।
न विमुंचन्ति शस्त्राणि शूराः साधुव्रते स्थिताः॥
त्वं च शूरतमो लोके साधुवृत्तश्च पाण्डव।
अभिज्ञो युद्धधर्माणां तस्मात्क्षममुहूर्तकम्॥
दिव्यास्त्रविदमेयात्मा कार्तवीर्यसमो युधि।

કર્ણ બોલ્યાઃ ''અર્જુન! જે કેશ ખોલીને ઊભો હોય, યુદ્ધથી વિમુખ થયો હોય, બ્રાહ્મણ હોય, હાથ જોડીને શરણે આવ્યો હોય, હથિયાર હેઠા મૂકી ચૂક્યો હોય, પ્રાણોની ભીખ માંગતો હોય, જેનું બાણ, કવચ અને બીજાં-બીજાં હથિયાર નષ્ટ થઈ ચૂક્યાં હોય; એવા પુરુષ પર ઉત્તમ વ્રતનું પાલન કરનારા શૂરવીરથી શસ્ત્રોનો પ્રહાર ન કરાય. પાંડુનંદન! તું લોકમાં મહાન શૂર અને સદાચારી મનાય છે. યુદ્ધના ધર્મને જાણો છો અને વેદાંતોનું અધ્યયન કરી ચૂક્યા છો. તમને દિવ્યાસ્ત્રોનું જ્ઞાન છે, તમે આત્મબળથી પણ સંપન્ન છો અને કાર્તવીર્ય અર્જુનની જેમ પરાક્રમી પણ છો.''

(મહાભારત, કર્ણપર્વ, અધ્યાય-૯૦ ગીતાપ્રેસ, શ્લોક-૧૧૧-૧૧૪)

કર્ણને ધર્મનો હવાલો આપતાં સાંભળીને કૃષ્ણને ખૂબ જ ગુસ્સો આવે છે અને તેઓ તેની એક-એક કરતૂત તેની સામે મૂકે છેઃ

संजय उवाच

अथाब्रवीद्वासुदेवो... x ...धर्माभिगुप्तैः सततं नृसिंहैः॥

સંજયે કહ્યુંઃ ''રાજન! એ સમયે રથ ઉપર બેઠેલાં શ્રીકૃષ્ણએ કહ્યું કે હે રાધાનંદન! સૌભાગ્યની વાત છે કે હવે તને અહીં ધર્મની યાદ આવી રહી છે. પરંતુ એવું બને છે કે નીચ મનુષ્ય વિપત્તિમાં પડે ત્યારે દૈવની જ નિંદા કરે છે, પોતાનાં કરેલા કુકર્મોની નહીં.''

- કર્ણ! જ્યારે તે, દુર્યોધન, દુઃશાસન અને સુબલપુત્ર શકુનિએ એક વસ્ત્ર ધારણ કરવાવાળી રજઃસ્વલા દ્રૌપદીને સભામાં બોલાવડાવી હતી, એ સમયે તારા મનમાં ધર્મનો વિચાર નહોતો ઉઠ્યો?
- જ્યારે કૌરવસભામાં જુગારની રમતનું જ્ઞાન ન ધરાવવાવાળા રાજા યુધિષ્ઠિરને શકુનિએ જાણી-જોઈને છળપૂર્વક હરાવ્યા હતા, એ સમયે તારો ધર્મ ક્યાં જતો રહ્યો હતો?

• કર્ણ! વનવાસનું તેરમું વર્ષ વીતી જવા છતાં પણ જ્યારે તે પાંડવોનું રાજ્ય તેમને પાછું ન આપ્યું, ત્યારે તારો ધર્મ ક્યાં ચાલ્યો ગયો હતો?

• જ્યારે રાજા દુર્યોધને તારી જ સલાહ લઈને ભીમસેનને ઝેર મેળવેલું અન્ન ખવડાવ્યું અને તેમને સાપ પાસે ડંખ મરાવ્યો, ત્યારે તારો ધર્મ ક્યાં ગયો હતો?

• વારણાવતનગરમાં સૂતેલા પાંડવોને લાક્ષાગૃહમાં બાળવાનો પ્રયત્ન કર્યો હતો, ત્યારે ધર્મ ક્યાં હતો?

• કર્ણ! ભરી સભામાં દુ:શાસનના વશમાં પડેલી રજ:સ્વલા દ્રૌપદીને લક્ષ્ય કરીને જ્યારે તે મજાક ઉડાવી હતી, ત્યારે ધર્મ ક્યાં હતો?

• રાધાનંદન! નીચ કૌરવો દ્વારા ક્લેશ પામેલી દ્રૌપદી પર જ્યારે તું નજીકથી કુદ્રષ્ટિ નાખી રહ્યો હતો, ત્યારે તારો ધર્મ ક્યાં હતો?

• તે દ્રૌપદીને શું કહ્યું હતું, યાદ છે ને? તે જ કહ્યું હતું ને કે હે કૃષ્ણે! પાંડવ તો હવે નષ્ટ થઈ ગયા, તેઓ હંમેશને માટે નરકમાં પડી ગયા. એટલે હવે તું કોઈ બીજો પતિ પસંદ કરી લે. જ્યારે તું આવી વાત કહેતી વખતે ગજગામિની દ્રૌપદીને નજીકથી આંખો ફાડી-ફાડીને જોઈ રહ્યો હતો, એ વખતે તારો ધર્મ ક્યાં જતો રહ્યો હતો?

• કર્ણ! પછી રાજ્યના લોભમાં પડીને તે શકુનિની સલાહ પ્રમાણે જ્યારે પાંડવોને ફરીવાર જુગાર માટે બોલાવડાવ્યા, ત્યારે તારો ધર્મ ક્યાં જતો રહ્યો હતો?

• જ્યારે બહુ-બધાં વીરો સાથે મળીને તે એક અબોધ બાળક અભિમન્યુને યુદ્ધમાં મારી નાખ્યો હતો, ત્યારે તારો ધર્મ ક્યાં જતો રહ્યો હતો?

• જો એ અવસરો પર આ ધર્મ ન હતો, તો આજે અહીં પણ ધર્મની આણ આપીને જીવ બાળવાથી શું લાભ? સૂત! હવે અહીં ધર્મના ચાહે ગમે તેટલા કાર્ય કેમ ન કરી નાખ તો પણ જીવતા જીવ તારો છુટકારો નહીં થઈ શકે.

• જે રીતે રાજા નળે પોતાનાં પરાક્રમથી પોતાનું ખોવાયેલું રાજપાટ પાછું મેળવી લીધું હતું એવીજ રીતે લોભશૂન્ય પાંડવ પણ પોતાની ભુજાઓના બળથી પોતાનું રાજ્ય મેળવી લેશે. પાંડવ હંમેશા પોતાનાં ધર્મથી સુરક્ષિત છે, તેમની આગળ ધર્મનો રાગ ન આલાપીશ. ધૃતરાષ્ટ્રના પુત્રોનો નાશ ચોક્કસ થશે.

(મહાભારત, કર્ણપર્વ, અધ્યાય-૯૧ ગીતાપ્રેસ, શ્લોક-૧-૧૪)

સ્પષ્ટીકરણ: કૃષ્ણ કર્ણની વીરતા, દાનશીલતા વગેરે ગુણોની ઘણીવાર ઘણી જગ્યાએ પ્રશંસા કરી ચૂક્યા હતાં. પણ દ્રૌપદીનાં અપમાનમાં કર્ણનો હોંશે-હોંશે ભાગ લેવો અને દુર્યોધનના બધાં ખોટા કાર્યોમાં હામી ભરવી પરંતુ સક્રિય રૂપે તેમાં સહયોગ કરવો; આ બધાં કેટલાક એવાં કાર્ય હતા જેણે તેનાં બધાં સદ્ગુણો ઉપર પાણી ફેરવી દીધું

હતું. પછી આવા "નામ મોટાં દર્શન ખોટાં" વાળા કર્ણ પર કૃષ્ણનો ગુસ્સો તો ઉતરવાનો જ હતો.

૧૦૨. મહાભારત યુદ્ધની ચર્ચા સમયે બર્બરીકનું નામ કેમ આવે છે?

હકીકતમાં બર્બરીકની કથા એક લોકકથા છે જેને પાછળથી સ્કંદ પુરાણમાં સ્થાન આપી દેવામાં આવ્યું હતું. આ સ્કંદ *પુરાણનાં બાળમાહેશ્વરખંડ અંતર્ગત કુમારિકાખંડના ૫૯માં અધ્યાયથી લઈને ૬૬માં અધ્યાય* સુધીમાં આ વાતનો ઉલ્લેખ છે. આ પુરાણમાં ઘટોત્કચના મૌર્વી નામની એક યુવતી સાથે લગ્ન તથા તેનાથી જન્મેલા પુત્ર બર્બરીકની કથા ખૂબ જ વિસ્તારપૂર્વક ઘડી કાઢવામાં આવી છે. આ આઠ મોટા-મોટા અધ્યાયોમાં જેવી કથા ઘડવામાં આવી છે, તેને એક જ વાર વાંચીને કોઈપણ માણસ કહી શકે છે કે આ આખે-આખી વાર્તા ભેળસેળવાળી છે, નકલી છે. ફક્ત આ પુરાણમાં જ બર્બરીકના નામની ચર્ચા કરવામાં આવી છે, આ સિવાય કોઈપણ પુરાણ તથા મહાભારતમાં આ વાતની ક્યાંય કોઈ ચર્ચા જોવા નથી મળતી. બીજી વાત એ કે આ આઠ અધ્યાયો વચ્ચે ૬૧માં અધ્યાયમાં એક દિગંબર જૈન મુનિ દ્વારા અહિંસાની ચર્ચા કરવાથી પણ એ વાત પ્રમાણિત થાય છે કે આ જૈન ધર્મની પ્રસિદ્ધિ પછી રચેલી વાર્તા છે. અને બીજા કોઈપણ શાસ્ત્રમાં બર્બરીકના નામ સુદ્ધાનો ઉલ્લેખ ન હોવાના કારણે એ સો ટકા નક્કી થઈ જાય છે કે કૃષ્ણની ઘણી ચમત્કારિક વાર્તાઓની જેમ જ આને પણ પાછળથી ઘડી કાઢવામાં આવી છે, જેને વાસ્તવિકતા સાથે દૂર-દૂર સુધી કોઈ લેવા-દેવા નથી.

૧૦૩. અશ્વત્થામા વિષે કૃષ્ણનું શું મંતવ્ય હતું જ્યારે તેણે બ્રહ્માસ્ત્રનો પ્રયોગ કરીને ઉત્તરાના ગર્ભને નષ્ટ કરવાનો પ્રયત્ન કર્યો હતો?

આ વિષે ભાગવત પુરાણ અને મહાભારતના વિવેચનમાં જુદાપણું છે, તેથી એક-એક કરીને બંને ગ્રંથોની વાતોની પરીક્ષા કરવી જરૂરી છે. તો સૌથી પહેલાં ભાગવત પુરાણને જોઈએઃ
જ્યારે સૂતેલાં સૈનિકો અને દ્રૌપદીનાં પુત્રોને અશ્વત્થામાએ મારી નાખ્યા, ત્યારે અર્જુન અને કૃષ્ણ તેને શોધવા નીકળી પડ્યા. અને શોધતા જ તેની સાથે એક મોટી લડાઈ પછી અર્જુને તેને પકડી લીધો અને બાંધીને પોતાના શિવિર તરફ લઈ જવા લાગ્યો. ત્યારે કૃષ્ણએ અર્જુનને કહ્યુંઃ

मैनं पार्थार्हसि त्रातुं ब्रह्मबंधुमिमं जहि।
यो असौ अनागसः सुप्तान् अवधीन्निशि बालकान्।।
मत्तं प्रमत्तमुन्मत्तं सुप्तं बालं स्त्रियं जडम्।
प्रपन्नं विरथं भीतं न रिपुं हन्ति धर्मवित्।।

स्वप्राणान्यः परप्राणैः प्रपुष्णात्यघृणः खलः।
तद् वधस्तस्य हि श्रेयो यद् दोषाद्यात्यधः पुमान्॥
प्रतिश्रुतं च भवता पांचाल्यै शृण्वतो मम।
आहरिष्ये शिरस्तस्य यस्ते मानिनि पुत्रहा॥
तदसौ वध्यतां पाप आतताय्यात्मबंधुहा।
भर्तुश्च विप्रियं वीर कृतवान् कुलपांसनः॥
सूत उवाच।
एवं परीक्षता धर्मं पार्थः कृष्णेन चोदितः।
नैच्छद् हन्तुं गुरुसुतं यद्यप्यात्महनं महान्॥

કૃષ્ણએ કહ્યું: ''અર્જુન! આ અધમ બ્રાહ્મણને છોડી દેવો ઠીક નથી, આને તો મારી જ નાખ. તેણે રાત્રે ઊંઘી રહેલાં બાળકોની હત્યા કરી છે. કોઈપણ ધાર્મિક મનુષ્ય અસાવધાન, સૂતેલાં, દારૂ પીધેલા, પાગલ, બાળક, સ્ત્રી, જ્ઞાનશૂન્ય, શરણાગત, રથહીન અને ભયભીત શત્રુને ક્યારેય નથી મારતો. પણ જે પુરુષ બીજાને મારીને પોતાનાં પ્રાણોનું પોષણ કરે છે, તેનો વધ તો તેના માટે જ કલ્યાણકારી છે. અર્જુન! તે દ્રૌપદી આગળ પણ પ્રતિજ્ઞા કરી છે, એટલે આ કપૂતને મારી જ નાખ. સૂતજી કહે છે – *હકીકતમાં શ્રીકૃષ્ણે અર્જુનના ધર્મની પરીક્ષા લેવા માટે આ પ્રકારની પ્રેરણા આપી, પણ અર્જુનનું હૃદય મહાન હતું. જો કે અશ્વત્થામાએ તેમના પુત્રોની હત્યા કરી હતી પણ તેમ છતાં અર્જુનના મનમાં ગુરુપુત્રને મારવાની ઈચ્છા ન થઈ.''*

(ભાગવત પુરાણ, સ્કંધ-૧, અધ્યાય-૭, શ્લોક-૩૫-૪૦)

ઉપરના સંદર્ભમાં ચિન્હિત વાતને વાંચવાથી એ સ્પષ્ટ ખબર પડે છે કે આ ભાગવત પુરાણ બ્રાહ્મણોની પ્રાથમિકતાની કેટલી પરિપુષ્ટિ કરે છે. એટલું જ નહીં, આ પુરાણમાં આગળ દ્રૌપદી શું કહે છે, જરા એ પણ જોઈ લો:

उवाच चासहन्त्यस्य बंधनानयनं सती।
मुच्यतां मुच्यतां एष ब्राह्मणो नितरां गुरुः॥

સૂતજી કહે છેઃ ''ગુરુપુત્રને આ રીતે બાંધીને લાવવામાં આવેલો જોઈને દ્રૌપદીથી સહન ન થયું. તેથી તેમણે કહ્યું – ''છોડી દો એમને, છોડી દો. આ બ્રાહ્મણ છે અને આપણાં લોકોનાં અત્યંત પૂજનીય છે.''

(ભાગવત પુરાણ, સ્કંધ-૧, અધ્યાય-૭, શ્લોક-૪૩)

ઉપરનાં પ્રમાણોથી એ વાત એકદમ સ્પષ્ટ છે કે કૃષ્ણના સ્પષ્ટ ગુસ્સાને પણ પરીક્ષા બતાવવો અને માતૃત્વનાં દર્દને પણ તુચ્છ બતાવવું એ બ્રાહ્મણવાદની પુષ્ટિ કરવા માટેનું એક કુટિલ ષડયંત્ર છે.

તેથી આજ પ્રસંગનું વિવરણ મહાભારતમાં જોવું પણ જરૂરી છે જ્યાં દ્રૌપદી પોતાનાં પુત્રોનાં હત્યારાનું મોત જોવા માટે ઉપવાસ પર ઉતરી જાય છેઃ

तस्य पापकृतो द्रौणेर्न... x ...पुमानस्तीह कश्चन॥

દ્રૌપદી, યુધિષ્ઠિર સમેત બધાં પાંડવોને કહે છે – ''જો તમે પરાક્રમ પ્રકટ કરીને સંબંધીઓ સમેત પાપાચારી દ્રોણપુત્રના પ્રાણ નહીં હરી લો, તો હું અહીં જ ઉપવાસ કરીને મારા પ્રાણોનો અંત કરી દઈશ. તમે બધાં કાન ખોલીને સાંભળી લો કે જો અશ્વત્થામા પોતાનાં પાપકર્મનું ફળ નહીં ભોગવે, તો હું અહીં જ પ્રાણ ત્યજી દઈશ. એવું કહીને તે યુધિષ્ઠિરની સામે ઉપવાસ પર બેસી ગઈ. ત્યારે યુધિષ્ઠિરે કહ્યું કે તારા બધાં પુત્ર તથા સંબંધી ધર્મયુદ્ધમાં વીરગતિને પ્રાપ્ત થયા છે, એટલે તારે આ રીતે શોક ન કરવો જોઈએ. દ્રૌપદી! એ પાપી તો બધાંને મારીને જંગલમાં ભાગી ગયો છે, જો ત્યાં તેને મારી પણ નાખવામાં આવે તો તને કેવી રીતે વિશ્વાસ આવશે? ત્યારે દ્રૌપદીએ કહ્યું કે મેં સાંભળ્યું છે કે એ પાપીનાં મસ્તકમાં એક મણિ છે જે તેના જન્મ સાથે જ પેદા થયો છે. તેથી જો તેને મારીને એ મણિ મને આપી દેવામાં આવે, તો હું માની લઈશ. પછી તે ભીમને કહે છે કે જે રીતે ઇન્દ્રએ શંબરાસુરને માર્યો હતો, એવીજ રીતે તમે પણ એ પાપી અશ્વત્થામાનો વધ કરીને મને સંતોષની પ્રાપ્તિ કરાવો.''

(મહાભારત, સૌપ્તિકપર્વ, અધ્યાય-૧૧, શ્લોક-૧૪-૨૩)

પછી ભીમ સાથે કૃષ્ણ અને અર્જુન પણ જંગલ તરફ જાય છે અને ત્યાં બ્રહ્માસ્ત્રો અને દિવ્યાસ્ત્રોથી લડાઈ થાય છે. છેલ્લે આશ્ચર્યજનક રીતે ત્યાં વેદવ્યાસ અને નારદ પહોંચી જાય છે અને ઉપર મુજબનાં મણિની કીમતે અશ્વત્થામાનાં પ્રાણનો સોદો થાય છે. એટલું જ નહીં, જે મણિને ઉપર જન્મજાત ઉત્પન્ન થવાનું જણાવવામાં આવ્યું છે, અહીં તેને બાંધવાની વાત થઈ રહી છેઃ

यमाबध्य भयं नास्ति शस्त्रव्याधिक्षुधाश्रयम्।
देवेभ्यो दानवेभ्यो वा नागेभ्यो वा कथंचन॥
न च रक्षोगणभयं न तस्करभयं तथा।
एवंवीर्यो मणिरयं न मे त्याज्यः कथंचन॥

''આને બાંધી લેવાથી શસ્ત્ર, વ્યાધિ, ક્ષુધા, દેવતા, દાનવ અથવા નાગ કોઈનાથી પણ કોઈપણ પ્રકારનો ભય નથી રહેતો. ન રાક્ષસોનો ભય રહે છે, ન ચોરોનો. મારા આ મણિનો એવો અદ્‌ભુત પ્રભાવ છે. એટલે તેનો ત્યાગ તો મારે કોઈપણ પ્રકારે ન કરવો જોઈએ.''

(મહાભારત, સૌપ્તિકપર્વ, અધ્યાય-૧૪, શ્લોક-૨૯-૩૦)

તેથી સ્પષ્ટ છે કે બ્રાહ્મણવાદ એટલે કે વર્ણાશ્રમ વ્યવસ્થાને કાયમ રાખવા માટે મહાભારતમાં આ કાલ્પનિક મણિનો ગરબડ ગોટાળો ઊભો કરવામાં આવ્યો છે. કોઈએ આ લખવાવાળાઓને

પૂછ્યું જ નહીં કે જો મણિનાં કારણે તે અજેય હતો તો તેને ડરીને જંગલમાં ભાગી જવાની શું જરૂર હતી? એટલે ટૂંકમાં, ઘણી કથાઓ ખાસ કરીને નવા શાસ્ત્રોમાં એવી રીતે ઘડી કાઢવામાં આવી છે કે કંઈ સમજી શકવું જ મુશ્કેલ છે. તેથી ભલાઈ એમાં જ છે કે શાસ્ત્રોમાં નોંધાયેલી જીવનનો ઊંડો અર્થ સમજાવવાવાળી વાતોને જ મહત્ત્વ આપો અને બાકીની વાતોને સાંભળીને પણ અવગણો.

૧૦૪. કૃષ્ણનો પાંડવો સાથે શું સંબંધ હતો?

કૃષ્ણ યદુવંશી હતાં અને પાંડવ કુરુવંશી હતાં અને બંનેનું મૂળ, એટલે કે પિતા એક જ હતાં - રાજા યયાતિ. જેમ-જેમ પેઢીઓ આગળ વધતી ગઈ, તેમ-તેમ બંને વચ્ચે ગોત્રનો ભેદ પણ વધતો ગયો અને તેમની વચ્ચે વૈવાહિક સંબંધ પણ બંધાવા લાગ્યા. હસ્તિનાપુરનાં રાજા શાંતનુના એક મોટાં ભાઈ હતાં જે બહ્લિક ક્ષેત્ર (આજનું પશ્ચિમી અફઘાનિસ્તાન)માં રાજ કરતાં હતાં અને ગ્રંથોમાં તેઓ બાહ્લિક નામથી જ પ્રસિદ્ધ છે. આ બાહ્લિકનાં પરિવારની પાંચ દીકરીઓ કૃષ્ણની સાવકી માતાઓ હતી જેમાંથી બલરામની મા રોહિણી સૌથી મોટી હતી. આજ સંબંધના આધારે વિદૂરજી વસુદેવજીને બનેવી કહેતા હતાંઃ

कच्चित् कुरूणां परमः सुहृन्नो
भामः स आस्ते सुखमंग शौरिः।
यो वै स्वसृणां पितृवद् ददाति
वरान् वदान्यो वरतर्पणेन॥

વિદૂરજી ઉદ્ધવને પૂછે છેઃ "અમારા કુરુવંશીઓના બનેવી વસુદેવજી કુશળ તો છે ને? જે કુંતી વગેરે પોતાની બહેનોનું પિતાની જેમ ધ્યાન રાખે છે, એ આદરણીયોમાં શ્રેષ્ઠ વસુદેવજી કુશળ તો છે ને?"

(ભાગવત પુરાણ, સ્કંધ-૩, અધ્યાય-૧, શ્લોક-૨૭)

પાંડવોની માતા કુંતી વસુદેવજીની સગી બહેન હતી. મથુરા ગણરાજ્યનાં પૂર્વ રાજા શૂરસેનના વસુદેવજી સમેત દસ પુત્ર તથા કુંતી સમેત પાંચ પુત્રીઓ હતી. આનું આખું વિવરણ પાછળના એક પ્રશ્નના ઉત્તરમાં આપવામાં આવ્યું છે, તેથી અહીં તેનું પુનરાવર્તન કરવાની જરૂર નથી. રાજા શૂરસેને પોતાનાં નિઃસંતાન મિત્ર રાજા કુંતિભોજને પોતાની મોટી દીકરી, જેનું નામ પૃથા હતું, દત્તક પુત્રી તરીકે આપી દીધી હતી. કુંતિભોજના ઘરમાં આજ પૃથા કુંતી કહેવાવા લાગી. યુવાવસ્થામાં તેમના લગ્ન રાજા ધૃતરાષ્ટ્રના નાના ભાઈ પાંડુ સાથે થયા અને પછી તે ત્રણ પાંડવોની માતા બની. પ્રસિદ્ધ ગ્રંથ ગીતા તથા મહાભારતમાં કૃષ્ણ એટલે જ અર્જુનને વારંવાર પૃથાપુત્ર કહે છે.

કુરુવંશની દીકરી રોહિણીની પુત્રી સુભદ્રાને કુરુવંશના જ એક વંશજ અર્જુન સાથે પરણાવવામાં આવી હતી. એટલું જ નહીં, જો દક્ષિણ ભારતમાં પ્રચલિત લોકકથાને માનીએ તો સુભદ્રાના પુત્ર અભિમન્યુએ વિરાટની પુત્રી ઉત્તરા સિવાય પોતાનાં સગા મામા બલરામની દીકરી શશિરેખા સાથે પણ લગ્ન કર્યા હતા.

અર્જુનના કાકાના દીકરા દુર્યોધનની દીકરી લક્ષ્મણાના લગ્ન ખૂબ જ ધામધૂમથી કૃષ્ણના પુત્ર સાંબ સાથે થયા હતા. આ વિવરણ આ બંને વંશના ગણમાન્ય લોકોના સંબંધના છે, પણ એમના સિવાય આ બંને પરિવારના ઓછા પ્રસિદ્ધ લોકો વચ્ચે પણ કોણ જાણે કેટલાં વૈવાહિક સંબંધ બંધાયા હશે જેનું વિવરણ આજે ઈતિહાસમાં ઉપલબ્ધ નથી. એટલે કે ટૂંકમાં એમ કહી શકાય કે કૃષ્ણ અને પાંડવોનો અનેક પ્રકારે સંબંધ હતો.

૧૦૫. શું કૃષ્ણ અર્જુન-પુત્ર અભિમન્યુના ગુરુ હતા?

એવું કોઈ વિવરણ મહાભારત કે પુરાણોમાં ઉપલબ્ધ નથી કે જેના આધારે એમ કહી શકાય કે કૃષ્ણએ ક્યારેય એક ગુરુની ભૂમિકાથી અભિમન્યુને શિક્ષિત કર્યો હોય. હા, મહાભારતમાં એ વાતનું વર્ણન ઉપલબ્ધ છે કે અભિમન્યુનું બાળપણ દ્વારકામાં જ વીત્યું હતું અને ત્યાંજ તેનાં ભણવા-ગણવાની વ્યવસ્થા કરવામાં આવી હતી. તેઓ પોતાનાં નાના વસુદેવજીના લાડકા હતા અને તેમના આચરણ અને શીખવાની ધગશથી કૃષ્ણ પણ ખૂબ જ પ્રભાવિત હતાં, પરંતુ ક્યાંય પણ એવું નથી બતાવવામાં આવ્યું કે કૃષ્ણએ પોતાનાં તરફથી તેમને કંઈ શીખવાડવાનો ક્યારેય કોઈ પ્રયત્ન કર્યો હતો.

જો અભિમન્યુ પોતાની ઉચ્ચ કોટિની જિજ્ઞાસાને કારણે પોતાનાં મામા કૃષ્ણ પાસેથી એની મેળે કંઈ શીખ્યો હોય તો અલગ વાત છે, બાકી કૃષ્ણ તો પાંડવોના વનવાસ તથા આર્યાવર્તની અન્ય રાજનીતિમાં ફસાયેલા હોવાનાં કારણે માંડ ક્યારેક બે-ચાર મહિના એકસાથે દ્વારકામાં ટકી શકતાં હતાં. જે લોકો કૃષ્ણનાં જીવનને જાણે છે, તેમને ખબર હશે કે કૃષ્ણએ ક્યારેય કોઈને ઔપચારિક રીતે કંઈ શીખવાડવાનો પ્રયત્ન નથી કર્યો. તેમણે પોતાનાં જીવનમાં જે કંઈપણ શીખ્યું એ પોતાની અંતરદ્રષ્ટિથી શીખ્યું અને જે કંઈ કહ્યું, એ પરિસ્થિતિની માંગને લીધે કહ્યું. કોઈને કશું શીખવાડવા માટે વિશેષ રૂપે આગ્રહ કરવો એ કૃષ્ણની માનસિકતા જ ન હતી.

૧૦૬. ટીવી સિરીયલમાં બતાવવામાં આવ્યું છે એ રીતે શું કંસ ખરેખર ટાલિયા એટલે કે વાળ વગરના હતાં?

આ વાત ન તો હિન્દુ ધર્મના મહાભારત કે કોઈ પુરાણમાં લખેલી છે અને ન તો જૈન ધર્મના

હરિવંશ પુરાણ, પદ્મ પુરાણ, ત્રેસઠ શલાકા પુરુષ જેવા ગ્રંથોમાં ઉદ્ધૃત છે જેમાં કૃષ્ણ તથા તેમની સાથે જોડાયેલા ઐતિહાસિક પુરુષોનો વિસ્તારપૂર્વક ઉલ્લેખ કરવામાં આવ્યો છે. બૌદ્ધ ધર્મના ગ્રંથોમાં પણ આ વાતની કોઈ ચર્ચા નથી મળતી. તેથી આ વાત આજકાલના લોકોની ઘડી કાઢેલી કલ્પના છે. બાકી હકીકત તો એ છે કે મથુરાની રંગશાળામાં જ્યારે કૃષ્ણ-બલરામ દ્વારા કંસના અનેક પહેલવાન મારી નાખવામાં આવ્યા તો એ ગાંડો થઈ ગયો. અને એજ વિક્ષિપ્તાવસ્થામાં તેણે નંદ, વસુદેવ, દેવકી તથા અન્ય યાદવોને મારવાની અને બંદી બનાવવાની આજ્ઞા આપી દીધી. પછી તરત જ કૃષ્ણ એટલાં લોકોનો જીવ બચાવવા માટે કૂદીને મંચ પર ચડી ગયા અને કંસના વાળ પકડીને તેમણે તેને સિંહાસન પરથી નીચે પાડી દીધોઃ

स कृष्णेनायतं कृत्वा बाहुं परिघ संनिभम्।
मूर्धजेषु परामृष्टः कंसो वै रंगसंसदि॥

વૈશમ્પાયનજી કહે છેઃ "કૃષ્ણએ પોતાના હાથ લાંબા કરીને રંગશાળામાં કંસના વાળ પકડી લીધા."

(હરિવંશ પુરાણ, વિષ્ણુપર્વ, અધ્યાય-૩૧, શ્લોક-૭૬)

भ्रंशितेनोत्तरीयेण सहसा वलितानन:।
चेष्टमान: समाक्षिप्त: कंस: कार्ष्णेन तेजसा॥

"કૃષ્ણ દ્વારા એક ઝાટકે ફંગોળી નાખવામાં આવેલો કંસ પૃથ્વી ઉપર પડીને તરફડવા લાગ્યો."

(હરિવંશ પુરાણ, વિષ્ણુપર્વ, અધ્યાય-૩૧, શ્લોક-૮૧)

चकर्ष च महारंगे मंचान्निष्क्रम्य केशव:।
केशेषु तं बलाद् गृह्य कंसं क्लेशार्हतां गतम्॥

"કંસ અત્યંત પીડાયુક્ત વિચારણીય અવસ્થામાં પડી ગયો હતો. કૃષ્ણ ફરીથી બળપૂર્વક તેનાં માથાના વાળ પકડીને એ વિશાળ પ્રાંગણમાં તેને ઢસડવા લાગ્યાં."

(હરિવંશ પુરાણ, વિષ્ણુપર્વ, અધ્યાય-૩૧, શ્લોક-૮૨)

समाजवाटे क्रीडित्वा विकृष्य च गतायुषम्।
कृष्णो विसर्जयामास कंसदेहमदूरत:

"રંગશાળામાં રમત કરતાં ઢસડીને નિર્જીવ બનેલા કંસનાં શરીરને કૃષ્ણએ નજીકમાં જ છોડી દીધું."

(હરિવંશ પુરાણ, વિષ્ણુપર્વ, અધ્યાય-૩૧, શ્લોક-૮૪)

ભાગવત પુરાણમાં પણ કહેવામાં આવ્યું છે કે કૃષ્ણ કંસના વાળ પકડીને ઢસડીને તેને સિંહાસન પરથી નીચે પાડી દે છેઃ

प्रगृह्य केशेषु चलत्किरीटं
निपात्य रंगोपरितुंगमंचात्।
तस्योपरिष्टात् स्वत्स्वयमब्जनाभः
पपात विश्वाश्रय आत्मतंत्रः॥

શુકદેવજી કહે છેઃ ''એજ સમયે કંસનો મુગટ પડી ગયો અને કૃષ્ણએ તેનાં વાળ પકડીને તેને પણ ઊંચા મંચપરથી રંગભૂમિ પર પાડી દીધો. પછી પરમ સ્વતંત્ર અને આખા વિશ્વના આશ્રય એવા કૃષ્ણ જાતે તેનાં પર કૂદી પડ્યા.''

(ભાગવત પુરાણ, સ્કંધ-૧૦, અધ્યાય-૪૪, શ્લોક-૩૭)

આ રીતે ઉપરનાં પ્રમાણોથી સ્પષ્ટ છે કે કંસ ટાલિયો ન હતો. કૃષ્ણએ કંસનો વધ કરવા માટે તેનાં વાળને જ પહેલું હથિયાર બનાવ્યું હતું. તેથી આ બાબતમાં ટીવીવાળાઓની વાત એકદમ ખોટી છે.

૧૦૭. કૃષ્ણ કઈ વાત માટે યુધિષ્ઠિર પર ગુસ્સે થઈ ગયા હતાં?

આ પ્રસંગ મહાભારત યુદ્ધની સમાપ્તિ પછી ભીમ-દુર્યોધનના ગદાયુદ્ધ પહેલાનો છે. સંપૂર્ણ મહાભારતમાં આ વાતને વિશેષ રીતે ઉપસાવવામાં આવી છે કે યુધિષ્ઠિર સત્યવાદી હતાં અને પરમ નિષ્ઠાવાન હતાં. સત્ય અને નીતિનું પાલન કરવાવાળા એ કાળમાં એમના જેવું બીજું કોઈ ન હતું. અને આ વાતનું ખૂબ જ ગર્વ સાથે અનેક જગ્યાએ વર્ણન કરવામાં આવ્યું છે. પણ મહાન આત્મજ્ઞાની તથા સમયના પ્રખર ગણિતનાં જ્ઞાતા કૃષ્ણની નજરમાં આ વાતોનું કોઈ મહત્ત્વ ન હતું. તેમની નજરમાં તો જ્યારે જે થવું જોઈએ, એજ થવું જોઈએ અને જે ન થવું જોઈએ એ ન જ થવું જોઈએ.

તેથી જ્યારે યુદ્ધ હારી ચૂકેલો દુર્યોધન નિઃશસ્ત્ર બનીને તળાવમાં છુપાયેલો હતો અને પાંડવગણ તેને શોધી રહ્યા હતાં... એ સમયે જ્યારે માર્ગમાં વિપરીત દિશામાંથી આવી રહેલાં ભીલ-વ્યાધો પાસેથી જાણવા મળ્યું કે દુર્યોધન એક તળાવમાં છુપાયેલો છે, તો એ બધાં પાંડવ પાંચાલના કેટલાક ગણમાન્ય સૈનિકો, સાત્યકિ તથા કૃષ્ણ સાથે એ તળાવ પર પહોંચી ગયા અને દુર્યોધનને બહાર નીકળીને યુદ્ધ કરવા માટે પડકાર ફેંકવા લાગ્યા. આ સાંભળીને દુર્યોધને તળાવની અંદરથી જ કહ્યું કે તે રથહીન અને શસ્ત્રહીન છે, એટલે અત્યારે એ પડકારનો કોઈ અર્થ નથી. ત્યારે સત્ય અને નીતિનું પાલન કરવાનાં અભિમાનમાં ચૂર યુધિષ્ઠિરે કહ્યુંઃ

आमुंच कवचं वीर मूर्धजान्यमयस्व च।
यच्चान्यदपि ते नास्ति तदप्यादत्स्व भारत॥

इममेकं च ते कामं वीर भूयो ददाम्यहम्।
पंचानां पाण्डवेयानां येन त्वं योद्धुमिच्छसि।।
तं हत्वा वै भवाराजा हतो वा स्वर्गमाप्नुहि।
ऋते च जीविताद्वीर युद्धे किं कुर्म ते प्रियम्।।

યુધિષ્ઠિર બોલ્યાઃ ''વીર ભરતનંદન દુર્યોધન! તું કવચ ધારણ કરી લે અને પોતાનાં વાળ સરખી રીતે બાંધી લે. કોઈ જરૂરી સામગ્રી તારી પાસે ન હોય તો એ પણ લઈ લે. વીર! હું તને એ પણ એક વચન આપું છું કે તું અમારાં પાંચેય પાંડવોમાંથી જેની સાથે યુદ્ધ કરવા ઈચ્છે, તે એકનો જ વધ કરી દેવાથી તું રાજા બની શકે છે અથવા જો તું પોતે માર્યો જઈશ તો સ્વર્ગ પ્રાપ્ત કરીશ. શૂરવીર! કહે કે યુદ્ધમાં જીવનની રક્ષા સિવાય તારું બીજું કયું પ્રિય કાર્ય અમે કરી શકીએ?'' *(મહાભારત, શલ્યપર્વ, અધ્યાય-૩૨, શ્લોક-૬૦-૬૨)*

યુધિષ્ઠિરની આજ વાત પર કૃષ્ણ ગુસ્સે થઈ ગયા કે પાંડવોમાંથી કોઈ એકને પસંદ કરીને અને તેને મારી નાખવાથી હસ્તિનાપુરનું રાજ મેળવવાનું વચન આપવું એ મૂર્ખામી નહીં તો બીજું શું છે?

युधिष्ठिरस्य संक्रुद्धो... x ...सृष्टा भैक्ष्याय वा पुनः।।

- ''કૃષ્ણએ ધમકાવતાં કહ્યુંઃ યુધિષ્ઠિર! જો આ દુર્યોધન યુદ્ધમાં તમને, અર્જુનને કે નકુલ કે સહદેવને પસંદ કરી લે તો શું થશે?
- તમે આવી દુસ્સાહસપૂર્ણ વાત કેવી રીતે કરી નાખી કે તું અમારાંમાંથી કોઈ એકને મારીને જ હસ્તિનાપુરનો રાજા બની જઈશ?
- હું નથી માનતો કે તમે લોકો યુદ્ધમાં ગદાધારી દુર્યોધનનો સામનો કરી શકો છો. રાજન! તેણે ભીમસેનનો વધ કરવાની ઈચ્છાથી તેની લોખંડની મૂર્તિ સાથે તેર વર્ષ સુધી ગદાયુદ્ધનો અભ્યાસ કર્યો છે.
- હવે અમે લોકો કેવી રીતે કાર્ય કરીએ? તમે અભિમાનવશ આ દુસ્સાહસપૂર્ણ કામ કરી નાંખ્યું છે.
- હું ભીમસેન સિવાય કોઈને પણ દુર્યોધનને લાયક નથી સમજતો અને પરેશાની એ છે કે તેમણે પણ વધારે અભ્યાસ નથી કર્યો.
- અત્યારે તમે ફરી જુગારની રમત શરૂ કરી દીધી છે. પણ તમારો આ જુગાર શકુનિનાં જુગાર કરતાં ઘણો વધારે ભયંકર છે.
- માન્યું કે ભીમસેન ખૂબ જ બળવાન છે, પણ દુર્યોધને બહુ વધારે અભ્યાસ કર્યો છે. અને એ વાત તો બધાં જાણે છે કે એક બાજુ બળવાન હોય અને બીજી બાજુ યુદ્ધનો અભ્યાસુ, તો એવામાં અભ્યાસુનાં ત્રાજવાનું પલ્લું જ વધારે ભારે રહે છે.

● તમે પોતાનાં શત્રુને પણ પોતાની જેમ મજબૂત સ્થિતિમાં લાવી દીધો છે. તમે ખુદને તો સંકટમાં ફસાવ્યા જ છે, ઉપરાંત અમને લોકોને પણ મુશ્કેલીમાં મૂકી દીધા છે.

● ભલા કોણ એવું મૂર્ખ હોય, જે બધાં શત્રુઓને જીતી લીધાં પછી જ્યારે એક જ બાકી રહી જાય અને એ પણ સંકટમાં પડ્યો હોય તો તેની સાથે પોતાનાં હાથમાં આવેલાં રાજ્યને હોડમાં મૂકીને હારી જાય? કોણ એવું મૂર્ખ હોય જે આવી પરિસ્થિતિમાં એકની સાથે યુદ્ધ કરવાની શરત મૂકીને લડવાનું પસંદ કરે?

● મને સંસારમાં કોઈપણ શૂરવીર એવો નથી દેખાતો જે આજે દુર્યોધનને ગદાયુદ્ધમાં હરાવી શકે, ભલેને પછી એ દેવતા જ કેમ ન હોય.

● તમે, ભીમ, અર્જુન, નકુલ કે સહદેવ કોઈપણ ભાઈ ન્યાયપૂર્વક (નિયમ અનુસાર) ગદાયુદ્ધ કરીને દુર્યોધનને નહીં હરાવી શકો કેમ કે તેણે ખૂબ જ વધારે અભ્યાસ કરેલો છે.

● યુધિષ્ઠિર! જ્યારે આવી સ્થિતિ છે, ત્યારે તમે એમ કેવી રીતે કહી દીધું કે તું ગદા દ્વારા યુદ્ધ કર અને અમારાંમાંથી કોઈ એકને મારીને રાજા બની જા?

● જો ગદાયુદ્ધનો ભાર ભીમસેન પર જ નાંખવામાં આવે તો પણ મને શંકા છે કેમ કે દુર્યોધનનો અભ્યાસ વધારે છે.

● છતાં પણ તમે એક વાર નહીં પણ વારંવાર પુનરાવર્તન કરીને કહ્યું છે કે 'તું અમારામાંથી એકને મારીને પણ રાજા બની જા.' તેથી હવે એ વાત નિશ્ચિત રીતે સિદ્ધ થઈ ચૂકી છે કે રાજા પાંડુ અને કુંતીદેવીનાં સંતાનો રાજ્ય ભોગવવાનાં અધિકારી જ નથી. વિધાતાએ તેમને અનંત કાળ સુધી વનવાસ કરવા અને ભીખ માંગવા માટે જ જન્મ આપ્યો છે.''

(મહાભારત, શલ્યપર્વ, અધ્યાય-૩૩, શ્લોક-૧-૧૭)

ત્યાર પછી ભીમ પોતાની વીરતા અને દુર્યોધન સાથે જૂની શત્રુતાનો ભરોસો અપાવીને કૃષ્ણને શાંત કરવાનો પ્રયત્ન કરે છે.

૧૦૮. ગાંધારીની નજરથી અદ્રશ્ય રહીને દુર્યોધનનાં કમરથી કાચા રહી જવાની વાતની હકીકત શું છે?

આ વાર્તા એક દંતકથા છે. મહાભારત કે કોઈપણ પુરાણમાં આ પ્રકારની કોઈપણ વાત કરવામાં આવી નથી. જે વાર્તા લોકકથા રૂપે પ્રચલિત છે, તે આ પ્રકારે છે કે ગાંધારીએ મહાભારત યુદ્ધનાં અંતે અને ભીમ સાથે ગદાયુદ્ધ શરૂ થયા પહેલાં જ પોતાનાં પુત્ર દુર્યોધનને સંપૂર્ણ રીતે નગ્ન બનીને સામે આવવાનો સંદેશ મોકલ્યો હતો. પણ એ પહેલાં જ કૃષ્ણને આ વાતની ખબર પડી ગઈ અને તેમણે દુર્યોધનને તેની ઉંમરનો હવાલો આપીને કમ-સે-કમ કમરમાં કેળાંનાં પાંદડાં લપેટવાની સલાહ આપી. કૃષ્ણની વાતોમાં આવીને દુર્યોધને એમજ

કર્યું અને એજ કારણે ગાંધારીની નજર ન પડવાનાં કારણે તેની કમર વજ્ર બનતાં રહી ગઈ અને છેલ્લે એજ તેનાં મૃત્યુનું કારણ બની. જ્યારે મહાભારતમાં આ વિષે કંઈક અલગ વાત મળે છેઃ

त्वां च प्राप्य रणे पापो धार्तराष्ट्रो विनंक्ष्यति।
त्वमस्य सक्थिनी भंक्त्वा प्रतिज्ञां पालयिष्यसि।।

કૃષ્ણએ કહ્યુંઃ "ચોક્કસપણે રણભૂમિમાં તારી સાથે ટક્કર લઈને પાપી દુર્યોધન નષ્ટ થઈ જશે અને તું એની બંને જાંઘ તોડીને પોતાની પ્રતિજ્ઞાને પૂરી કરીશ."

(મહાભારત, શલ્યપર્વ, અધ્યાય-૩૩, શ્લોક-૨૭)

જાહેર છે કે કૃષ્ણ અહીં દ્રૌપદીનાં અપમાન વખતે લેવામાં આવેલી ભીમની પ્રતિજ્ઞાની વાત કરી રહ્યા છે. આજ પર્વનાં સાઈઠમાં અધ્યાયમાં મૈત્રેય મુનિનાં શાપને દુર્યોધનની જાંઘ તૂટવાનું કારણ માનવામાં આવે છેઃ

मैत्रेयेणाभिशप्तश्च पूर्वमेव महर्षिणा।
ऊरू ते भेत्स्यते भीमो गदयेति परन्तप।।

કૃષ્ણ બોલ્યાઃ "શત્રુઓને સંતાપ આપવાવાળા બલરામજી! મહર્ષિ મૈત્રેયે પણ દુર્યોધનને પહેલેથી જ શાપ આપેલો હતો કે ભીમસેન પોતાની ગદાથી તારી બંને જાંઘ તોડી નાખશે."

(મહાભારત, શલ્યપર્વ, અધ્યાય-૬૦, શ્લોક-૧૮)

આ રીતે ઉપરનાં પ્રમાણોથી સ્પષ્ટ છે કે ગાંધારીની દ્રષ્ટિથી દુર્યોધનનું શરીર વજ્ર બનવાવાળી વાત માત્ર એક કિંવદંતી છે. આનો ન તો કોઈ ઐતિહાસિક આધાર છે અને ન તો આ માટે કોઈ રોકટોક શક્ય છે. પણ જેઓ ઐતિહાસિક ઘટનાઓની હકીકત જાણવાનાં ઈચ્છુક છે, તેમના માટે યોગ્ય એજ છે કે તેઓ માત્ર પ્રાચીન ઐતિહાસિક સંદર્ભો પર જ વિશ્વાસ કરે.

૧૦૯. શું કૃષ્ણ અનાર્ય હતાં?

ભારતમાં આર્ય અને અનાર્ય વચ્ચે ખૂબ જ પ્રાચીન કાળથી સંઘર્ષ રહ્યો છે. સંભવ છે કે મહાભારત કાળની પણ પહેલાંથી આ સંઘર્ષ ચાલતો આવી રહ્યો છે. આર્યોની મુખ્ય ઓળખ તેમની વર્ણ-વ્યવસ્થા તેમજ જાત-જાતનાં યજ્ઞ રહ્યાં છે. ઈન્દ્ર તેમના મુખ્ય દેવતા રહ્યા છે, જ્યારે અનાર્ય અર્થાત્ આર્યાવર્તનાં પ્રાચીન નિવાસી પ્રકૃતિવાદી રહ્યા છે. કૃષ્ણ અને ઈન્દ્ર વચ્ચે ચાલનારા દ્વંદ્વનાં કારણે જ કુરુક્ષેત્રનાં મેદાનમાં મરણ પથારીએ પડેલો દુર્યોધન તેમને અનાર્ય કહે છેઃ

त्वया पुनरनार्येण जिह्ममार्गेण पार्थिवाः।
स्वधर्ममनुतिष्ठन्तो वयं चान्ये च घातिताः।।

''તારા જેવા અનાર્યએ કુટિલ માર્ગનો આશ્રય લઈને સ્વધર્મ-પાલનમાં લાગેલા અમારાં લોકોનો તથા બીજા રાજાઓનો વધ કરાવ્યો છે.''

(મહાભારત, શલ્યપર્વ, અધ્યાય-૬૧, શ્લોક-૩૮)

૧૧૦. શું અભિમન્યુ કૃષ્ણને વિશેષ રૂપે પ્રિય હતાં?

અભિમન્યુનાં ગુરુ કૃષ્ણ હતાં એ વાતનું પ્રમાણ તો નથી મળતું, પણ તે કૃષ્ણ અને પોતાનાં પિતા અર્જુન, બંનેનો ખૂબ જ પ્રિય હતો, એ વાતનું પ્રમાણ મહાભારતમાં મોજૂદ છેઃ

दयितो वासुदेवस्य बाल्यात् प्रभृति चाभवत्।
पितॄनामिव सर्वेषां प्रजानामिव चन्द्रमा।।

''જેવી રીતે સમસ્ત પિતૃઓ અને પ્રજાઓને ચંદ્રમા પ્રિય લાગવા લાગે છે, એવીજ રીતે અભિમન્યુ બાળપણથી જ શ્રીકૃષ્ણનાં અત્યંત પ્રિય બની ગયા હતાં.''

जन्मप्रभृति कृष्णश्च चक्रे तस्य क्रिया शुभाः।
स चापि ववृधे बालः शुक्लपक्षे यथा शशीः।।

''કૃષ્ણએ જન્મથી જ તેનાં ઉછેરની સુંદર વ્યવસ્થાઓ કરી હતી. બાળક અભિમન્યુ શુક્લપક્ષનાં ચંદ્રની જેમ મોટો થવા લાગ્યો.''

(મહાભારત, આદિપર્વ, અધ્યાય-૨૨૧,
શ્લોક-૭૦-૭૧)

અભિમન્યુએ અસ્ત્ર-શસ્ત્રનું શિક્ષણ પોતાનાં પિતા અર્જુન પાસેથી જ મેળવ્યું હતુંઃ

चतुष्पादं दशविधं धनुर्वेदमरिन्दमः।
अर्जुनाद्वेद वेदज्ञः सकलं दिव्यमानुषम्।।
विज्ञानेष्वपि चास्त्राणां सौष्ठवे च महाबलः।
क्रियास्वपि च सर्वासु विशेषानभ्यशिक्षयत्।।
आगमे च प्रयोगे च चक्रे तुल्यमिवात्मना।
तुतोष पुत्रं सौभद्रं प्रेक्षमाणो धनंजयः।।

''એ બાળકે પોતાનાં પિતા અર્જુન પાસેથી ચાર પદો અને દસવિધ અંગોથી યુક્ત દિવ્ય અને માનુષ સમેત બધાં પ્રકારનાં ધનુર્વેદનું જ્ઞાન મેળવી લીધું હતું. અસ્ત્રોનું વિજ્ઞાન, સૌષ્ઠવ (પ્રયોગોમાં દક્ષતા) તથા સંપૂર્ણ ક્રિયાઓમાં પણ અર્જુને તેને વિશેષ શિક્ષણ આપ્યું હતું. અર્જુને અભિમન્યુને અસ્ત્રશસ્ત્રોનાં આગમ અને પ્રયોગોમાં પણ પોતાનાં જેવો બનાવી દીધો હતો. તેઓ સુભદ્રાકુમાર અભિમન્યુને જોઈને ખૂબ જ સંતુષ્ટ રહેતા હતાં.''

(મહાભારત, આદિપર્વ, અધ્યાય-૨૨૧, શ્લોક-૭૨-૭૪)

ઉપરના સાક્ષ્યોથી સ્પષ્ટ છે કે અભિમન્યુ જેવો પ્રતિભાશાળી ભાણેજ કૃષ્ણને વિશેષરૂપે પ્રિય હતો.

૧૧૧. શું યુધિષ્ઠિર જુગારનાં વ્યસની હતાં?

મહાભારતમાં અનેક જગ્યાએ આવેલા વર્ણનોનાં આધારે આ વાત નીકળીને સામે આવે છે કે યુધિષ્ઠિર જુગારી હતાં અને આ વાત તેમના દુશ્મનોને પણ ખબર હતીઃ

द्यूतप्रियश्च कौन्तेयो न च जानाति देवितुम्।
आहूतश्चैष्यति व्यक्तं नित्यमेवाह्वयत्स्वयम्।।

શકુનિએ કહ્યુંઃ ''કુંતીનંદન યુધિષ્ઠિરને જુગાર ખૂબ જ પ્રિય છે પણ તેમને રમતા નથી આવડતું અને ખૂબ જ અણસમજુ છે. જુગાર અથવા યુદ્ધ માટે જો તેમને બોલાવવામાં આવે તો તેઓ દોડતાં-દોડતાં ચાલ્યા આવશે.''

(મહાભારત, સભાપર્વ, અધ્યાય-૪૯, શ્લોક-૩૯)

દ્રૌપદી પણ યુધિષ્ઠિરનાં જુગારનાં વ્યસનથી દુઃખી રહેતી હતીઃ

ऋजोर्मृदोर्वदान्यस्य ह्रीमतः सत्यवादिनः।
कथमक्षव्यसनजा बुद्धिरापतिता तव।।

અને દ્રૌપદીએ એક વાર યુધિષ્ઠિરને કહ્યું પણ હતું કે ''તમે સરળ, કોમળ, લજ્જાશીલ અને સત્યવાદી છો. કોણ જાણે કેવી રીતે તમારી બુદ્ધિમાં જુગાર રમવાનું વ્યસન આવી ગયું?''

(મહાભારત, વનપર્વ, અધ્યાય-૩૦, શ્લોક-૧૯)

૧૧૨. કૃષ્ણનો તેમના સસરા અને રુક્મિણીનાં પિતા વિદર્ભરાજ ભીષ્મક સાથે કેવો રાજનીતિક સંબંધ હતો?

કૃષ્ણની પ્રથમ પત્ની રુક્મિણીનાં પિતા રાજા ભીષ્મક અને તેમનો આખો પરિવાર જરાસંધનો અનુગામી હતો. રાજસૂય યજ્ઞ પહેલાં કૃષ્ણ યુધિષ્ઠિરને ભારતના પક્ષ અને વિપક્ષના રાજાઓનું વિવરણ આપતાં કહે છેઃ

चतुर्थभाग् महाराज भोज इन्द्रसखो बली।
विद्याबलाद्यो व्यजयत्स पाण्ड्यक्रथकैशिकान्।।
भ्राता तस्याकृतिः शूरो जामदग्न्यसमोऽभवत्।
स भक्तो मागधं राजा भीष्मकः परवीरहा।।
प्रियाण्याचरतः प्रह्वान्सदा सम्बन्धिनस्ततः।
भजतो न भजत्यस्मानप्रियेषु व्यवस्थितः।।

કૃષ્ણ કહે છે – ''રાજન! જે પૃથ્વીના એક ચતુર્થાંશ ભાગના સ્વામી છે, ઈન્દ્રના મિત્ર છે, બળવાન છે, જેમણે અસ્ત્ર-વિદ્યાનાં બળથી પાંડ્ય, ક્રથ અને કૈશિક દેશો પર વિજય મેળવ્યો છે, જેમનો ભાઈ આકૃતિ જમદગ્નિનંદન પરશુરામની જેમ શૌર્યસંપન્ન છે, તે ભોજવંશી શત્રુહંતા રાજા ભીષ્મક મારા સસરા હોવા છતાં પણ રાજા જરાસંધના ભક્ત છે. અમે કાયમ તેમને ગમતું કરીએ છીએ, તેમના પ્રત્યે નમ્ર રહીએ છીએ અને તેમનાં સગા-સંબંધી છીએ; તો પણ તેઓ અમારા જેવા તેમનાં ભક્તોને નથી અપનાવતા અને અમારા શત્રુઓ સાથે હળી-મળીને રહે છે.'' *(મહાભારત, સભાપર્વ, અધ્યાય-૧૪, શ્લોક-૨૧-૨૩)*

કૃષ્ણના જેટલી રાજકુમારીઓ સાથે લગ્ન થયા હતાં, તેમાંથી રુક્મિણીનાં પિતા રાજા ભીષ્મક સૌથી શક્તિશાળી હતાં, પણ જરાસંધને કારણે કૃષ્ણ સાથે તેમનો રાજનૈતિક સંબંધ કડવો હતો. ઉપરના શ્લોક એ વાતનું પ્રમાણ છે. આ વિષે મહાભારતનાં સાક્ષ્યોથી વિપરીત પુરાણોમાં જે પણ વાતો કહેવાઈ છે કે રાજા ભીષ્મક અને તેમનો પરિવાર કૃષ્ણનો ભક્ત હતો, તે ખોટી છે અને વિશ્વાસ કરવાલાયક નથી.

૧૧૩. કૃષ્ણએ મુખ્ય કયા-કયા વધ કર્યા હતાં?

આ પ્રશ્નનો યોગ્ય ઉત્તર આપવા માટે કૃષ્ણનાં સંપૂર્ણ જીવન-ચરિત્રને બે ભાગોમાં વહેંચીને અધ્યયન કરવું યોગ્ય છે. કૃષ્ણનાં મથુરા-આગમન પહેલાનું જીવન અલગ પ્રકારનું છે અને મથુરા-આગમન તથા ત્યાર પછીનું જીવન અલગ પ્રકારનું છે. એ બંને કાળમાં કૃષ્ણએ જે પણ કાર્ય કર્યા અને એ ક્રમમાં તેમનાં હાથે જે-જે લોકોનો વધ થયો; એ બંનેમાં એક સ્પષ્ટ અંતર છે. અહીં બીજી એક વાત પર પણ ધ્યાન આપવાની જરૂર છે અને તે એ છે કે પુરાણોમાં ઘટનાઓનાં વર્ણનમાં અતિશયોક્તિ જ નહીં, મહા-અતિશયોક્તિ કરવામાં આવી છે. અને એ વાતથી લગભગ બધાં લોકો પરિચિત પણ છે. ઉદાહરણ તરીકે બગલાને મારવાને પણ પૌરાણિક લોકોએ બકાસુર-વધનું નામ આપી દીધું છે અને તેને કંસ દ્વારા મોકલેલો એક બહુરૂપી રાક્ષસ ગણાવવામાં આવ્યો છે. એવીજ અતિશયોક્તિ અજગરને અઘાસુર, ગધેડાને ગદર્ભાસુર, આખલાને અરિષ્ટાસુર કહીને કરવામાં આવી છે. તેથી વર્તમાન ઉત્તરમાં કૃષ્ણ દ્વારા કરવામાં આવેલા એ વધની ગણતરી નથી કરવામાં આવી રહી.

કૃષ્ણનાં જીવનનાં પ્રારંભિક કાળમાં થયેલા વધઃ

1) પૂતનાઃ તેના વિષે અલગ-અલગ પુરાણો તથા સંહિતાઓમાં અલગ-અલગ પરિચય મળે છે. કોઈ તેને કંસની બહેન તો કોઈ તેની દાસી કહે છે. તેથી પરિચય ભલેને ગમે તે હોય, એ વાત સાચી છે કે પૂતના નામની કોઈ સ્ત્રી નવજાત કૃષ્ણનાં જીવનમાં આવી હતી અને તેમનાં દ્વારા તેનો વધ પણ થયો હતોઃ

पूतना लोकबालघ्नी राक्षसी रुधिरासना।
जिघांसयापि हरये स्तनं दत्त्वाप सद्गतिम्।।

શુકદેવજીએ કહ્યું: ''પૂતના એક રાક્ષસી હતી. લોકોનાં બાળકોને મારી નાખવા અને તેમનું લોહી પી જવું, એજ એનું કામ હતું. કૃષ્ણને પણ તેણે મારી નાખવાની ઈચ્છાથી જ સ્તનપાન કરાવ્યું હતું.''

(ભાગવત પુરાણ, સ્કંધ-૧૦, અધ્યાય-૬, શ્લોક-૩૫)

2) તૃણાવર્તઃ તે મથુરાના રાજા કંસનો અંગત સેવક હતો, ભાગવત પુરાણમાં એવું વર્ણન મળે છે:

दैत्यो नाम्ना तृणावर्तः कंसभृत्यः प्रणोदितः।

''તૃણાવર્ત નામનો એક દાનવ હતો. અને તે કંસનો અંગત સેવક હતો. કંસની પ્રેરણાથી જ તે ગોકુળમાં આવ્યો હતો.''

(ભાગવત પુરાણ, સ્કંધ-૧૦, અધ્યાય-૭, શ્લોક-૨૦)

હરિવંશ પુરાણમાં તેનું નામ જોવા નથી મળતું.

3) પ્રલંબઃ તે અસુર બાળક હતો અને ખૂબ જ ઝડપી ગતિથી દોડનારો હતો. તેને કંસે કૃષ્ણનું હરણ કરીને લાવવા માટે વૃંદાવન મોકલ્યો હતો:

पशूंश्चारयतोर्गोपैस्तद्वने रामकृष्णयोः।
गोपरूपी प्रलम्बोऽगादसुरस्तज्जिहीर्षया।।

શુકદેવજીએ કહ્યું: ''એક દિવસ બલરામ અને કૃષ્ણ જ્યારે ગ્વાલ બાળકો સાથે વનમાં ગાયો ચરાવી રહ્યાં હતાં, ત્યારે ગ્વાલબાળકનાં વેશમાં પ્રલંબ નામનો એક અસુર આવ્યો. તે કૃષ્ણ અને બલરામને હરીને લઈ જવાની ઈચ્છાથી આવ્યો હતો.''

(ભાગવત પુરાણ, સ્કંધ-૧૦, અધ્યાય-૧૮, શ્લોક-૧૭)

સ્પષ્ટીકરણઃ તેનો વધ કૃષ્ણએ નહીં, પરંતુ બલરામે કર્યો હતો.

4) કેશીઃ ગોવર્ધનની ટેકરીઓમાં વૃંદાવનની આસપાસ આ નરભક્ષી રાક્ષસ રહેતો હતો, પણ વૃંદાવનવાસીઓને કોઈ નુકસાન નહોતો પહોંચાડતો. તે કંસનો એક સંરક્ષિત રાક્ષસ હતો અને કંસ ખાસ અવસરો પર જ તેની પાસેથી કામ લેતો હતો:

प्रागेव च नरेन्द्रेण माथुरेणौग्रसेनिना।
केशिनः प्रेषितो दूतो वधायोपेन्द्रकारणात्।।
स च दूतवचः श्रुत्वा क्लेशी क्लेशकरो नृणाम्।
वृन्दावनगतो गोपान् बाधते स्म दुरासदः।।

વૈશમ્પાયનજી કહે છે: ''અક્રૂરને વૃંદાવન મોકલતા પહેલાં જ મથુરાના રાજા ઉગ્રસેનના

પુત્ર કંસે કેશી પાસે દૂત મોકલ્યો અને કહેવડાવ્યું કે તું કૃષ્ણનો વધ કરી નાખ. દૂતની વાત સાંભળીને મનુષ્યોને ક્લેશ આપવાવાળો દુર્જય દૈત્ય કેશી વૃંદાવનમાં જઈને ગોપોને સતાવવા લાગ્યો.''

(હરિવંશ પુરાણ, વિષ્ણુપર્વ, અધ્યાય-૨૪, શ્લોક-૫-૬)

व्यादितास्यो महारौद्रः सोऽसुरः कृष्णबाहुना।
निपपात यथा कृत्तो नागो हि द्विदलीकृतः।।

વૈશમ્પાયનજીએ કહ્યું: ''શ્રીકૃષ્ણની ભૂજાથી જેનું મોઢું ફાટી ગયું હતું, એ બે ભાગોમાં વહેંચાયેલો મહાભયંકર અસુર બે ટુકડામાં કપાયેલા હાથીની જેમ પૃથ્વી પર ઢળી પડ્યો.''

(હરિવંશ પુરાણ, વિષ્ણુપર્વ, અધ્યાય-૨૪, શ્લોક-૪૭)

મથુરા આવ્યા પછી કૃષ્ણ દ્વારા કરવામાં આવેલા વધ:

5) રજક: તે મથુરાનો ઉદ્ધત ધોબી અને રંગારો હતો:

तलेनाशनिकल्पेन स तं मूर्द्धन्यताडयेत्।
स गतासुः पपातोर्व्यां रजको व्यस्तमस्तकः।।

વૈશમ્પાયનજીએ કહ્યું: ''શ્રીકૃષ્ણએ તેના માથા પર એક તમાચો ચોડી દીધો. એ તમાચો શું હતો, વજ્ર હતો. એ વાગતા જ રજકનું મસ્તક ફાટી ગયું અને તે પ્રાણહીન થઈને પૃથ્વી પર ઢળી પડ્યો.''

(હરિવંશ પુરાણ, વિષ્ણુપર્વ, અધ્યાય-૨૭, શ્લોક-૧૬)

6) કંસ: તેઓ કૃષ્ણના સગા મામા હતાં જેમના અત્યાચારોથી કૃષ્ણ પોતે તથા સમગ્ર મથુરા રાજ્યના યાદવગણ અને વનવાસી ગ્વાલ-બાળ ત્રાસી ગયા હતાં. તેઓ કૃષ્ણ દ્વારા ભરી સભામાં ઢસડી-ઢસડીને મારવામાં આવ્યા હતાં:

तस्य तद् वदनं श्यामं सुप्ताक्षं मुकुटं विना।
न विभाति विपर्यस्तं विपलाशं यथाम्बुजम्।।
असंग्राम हतः कंसः स बाणैरपरिक्षतः।
केशग्राहान्निरस्तासुः वीरमार्गान्निराकृतः।।

વૈશમ્પાયનજીએ કહ્યું: ''ગરદન તૂટી જવાથી તેનું શરીર અસ્ત-વ્યસ્ત થઈ ગયું હતું. તેની આંખો મીંચાઈ ગઈ હતી અને તેનું શ્યામ રંગનું મોઢું મુગટ વગર એવું જ ફીકું લાગી રહ્યું હતું જેવી રીતે પાંખડી વગર કમળ ફીકું લાગે છે. કંસ યુદ્ધ વગર માર્યો ગયો હતો. તેના શરીર પર બાણથી ઘા નહોતા થઈ શક્યા. તેને વાળ પકડીને ઢસેડવામાં આવ્યો હતો, આવી સ્થિતિમાં તેના પ્રાણ નીકળ્યા અને તે વીરોચિત માર્ગથી ભ્રષ્ટ થઈ ગયો.''

(હરિવંશ પુરાણ, વિષ્ણુપર્વ, અધ્યાય-૩૦, શ્લોક-૮૬-૮૭)

7) પંચજનઃ ગુરુ-દક્ષિણા રૂપે આચાર્ય સાંદીપનિ મુનિના પુત્રને લાવવા માટે કૃષ્ણ પંચજન રાક્ષસના રાજ્યમાં ગયા અને ત્યાં તેમણે એ રાક્ષસને મારીને ગુરુપુત્રને તેના બંદી ગૃહમાંથી છોડાવ્યો. અને તેની સાથે-સાથે કૃષ્ણએ પાંચજન્ય નામક પ્રસિદ્ધ શંખ પણ મેળવ્યો જે જીવનભર માટે તેમના વ્યક્તિત્વનું એક અંગ બની ગયોઃ

स तु पंचजनं हत्वा शंखं प्रेभे जनार्दनः।
यस्तु देवमनुष्येषु पांचजन्य इति श्रुतः।।

વૈશમ્પાયનજીએ કહ્યુંઃ ''પંચજનને મારીને જનાર્દન શ્રીકૃષ્ણએ એક શંખ પોતાને હસ્તક કર્યો જે દેવતાઓ અને મનુષ્યોમાં પાંચજન્યના નામથી વિખ્યાત છે.''

(હરિવંશ પુરાણ, વિષ્ણુપર્વ, અધ્યાય-૩૩, શ્લોક-૧૭)

8) શૃગાલ અથવા શૃંગલવઃ તે દક્ષિણ ભારતીય ક્ષેત્રમાં ગોમંતની ટેકરી પાસે વસેલા કરવીરપુર રાજ્યનો રાજા હતો અને કૃષ્ણના હાથે મૃત્યુ પામ્યો હતોઃ

तं रथस्य प्रमाणस्थं शृगालं युद्धदुर्मदं।
जघान समरे चक्रं जातदर्पं महाबलम्।।
ततः सुदर्शनं चक्रं पुनरायाद् गुरोः करे।
चक्रेणोरसि निर्भिन्नः स गतासुर्गतोत्सवः।
प्रपात क्षतजस्रावी शृगालोऽद्रिरिवाहतः।।

વૈશમ્પાયનજીએ કહ્યુંઃ ''જબરદસ્તી ઝગડો કરવાવાળો મહાબલી શૃગાલ ઘમંડમાં ભરાઈને રથમાં જ બેસી રહ્યો, પોતાની જગ્યાએથી ખસ્યો નહીં. બરાબર એજ સમયે કૃષ્ણ દ્વારા ચલાવવામાં આવેલા ચક્રએ સમભૂમિમાં તેના પર ઊંડો આઘાત કર્યો તથા ફરીથી પાછું ગુરૂ કૃષ્ણના હાથમાં આવી ગયું. એ ચક્રથી ઘવાઈને શૃગાલની છાતી ફાટી ગઈ અને તે લોહીનો પ્રવાહ વહાવતો પ્રાણશૂન્ય થઈને પૃથ્વી પર ઢળી પડ્યો અને આ રીતે તેના જીવનનો બધો આનંદોત્સવ સમાપ્ત થઈ ગયો.''

(હરિવંશ પુરાણ, વિષ્ણુપર્વ,
અધ્યાય-૪૪, શ્લોક-૨૮-૨૯)

9) કાલયવનઃ દ્વારકા-પ્રયાણ વખતે મથુરા નગરની બહાર એક ગુફામાં આ રાજા કૃષ્ણના હાથે મૃત્યુ પામ્યો હતો. ગુફાની અંદર મુચકુંદની નજર પડતાં જ કાલયવન બળીને રાખ થઈ ગયો હતો, એવું પુરાણોમાં કહેવાયું છે. આ કથામાં કાલ્પનિકતા વધારે છે.

10) નરકાસુરઃ પ્રાગ્જ્યોતિષપુરનો આ રાજા પોતાના રાજ્ય તથા આસપાસના રાજ્યોની હજારો સુંદર સ્ત્રીઓને બંદિની બનાવીને તેમના પર અમાનવીય અત્યાચાર કરી રહ્યો હતો. કૃષ્ણએ તેના રાજ્યમાં જઈને તેને માર્યો હતોઃ

अथोग्रचक्रश्चक्रेण प्रदीप्तेनाकरोद् द्विधा।
चक्र द्विधाकृतं तस्य शरीरमपतद् भुवि।।

વૈશમ્પાયનજીએ કહ્યું: ''ઉગ્ર ચક્રધારી શ્રીકૃષ્ણએ બે ઘડી સુધી નરકાસુર સાથે યુદ્ધ કર્યું. ત્યાર બાદ પ્રજ્જ્વલિત ચક્ર દ્વારા તેના શરીરના બે ટુકડા કરી નાખ્યા. ચક્રથી બે ટુકડામાં વહેંચાયેલા નરકાસુરનું શરીર પૃથ્વી પર ઢળી પડ્યું.''

(હરિવંશ પુરાણ, વિષ્ણુપર્વ, અધ્યાય-૬૩, શ્લોક-૧૨૧)

11) શિશુપાલ: તે કૃષ્ણના ફોઈનો દીકરો તથા ચેદિ દેશનો રાજા હતો અને યુધિષ્ઠિરના રાજસૂય યજ્ઞમાં કૃષ્ણના હાથે મૃત્યુ પામ્યો હતો.

12) શાલ્વ: મધ્યદેશનો રાજા અને જરાસંધનો અનુયાયી હતો. જરાસંધ તથા શિશુપાલના મૃત્યુનો બદલો લેવા માટે તેણે કૃષ્ણની ગેરહાજરીમાં દ્વારકા પર આક્રમણ કર્યું હતું અને ત્યાં જાનમાલને ભારે હાનિ પહોંચાડી હતી. કૃષ્ણના આવ્યા પછી છેવટે તે તેમનાં હાથે મૃત્યુ પામ્યો હતો.

13) દંતવક્ર: કૃષ્ણના ફોઈનો દીકરો અને કામરૂપનો રાજા હતો. કૃષ્ણ દ્વારા પ્રત્યક્ષ કે પરોક્ષ રૂપે એક-એક કરીને જરાસંધના જૂથના બધાં રાજાઓના થઈ રહેલા નાશથી તે ખૂબ દુઃખી હતો અને એક દિવસ પોતાની નાની એવી સેના લઈને લડવા આવી ગયો હતો. કૃષ્ણએ તેમનું પણ કામ તમામ કરી નાખ્યું હતું.

14) પૌન્ડ્રક: પુંડ્ર દેશનો રાજા હતો અને કાશી નરેશનો મિત્ર હતો. તેણે એકલવ્યને સાથે લઈને દ્વારકા પર આક્રમણ કરી દીધું હતું, પણ કૃષ્ણના હાથે મૃત્યુ પામ્યો હતો.

15) એકલવ્ય: મહાભારત યુદ્ધ શરૂ થતાં પહેલાં જ કૃષ્ણએ તેને મારી નાખ્યો હતો. કૃષ્ણ ગમે તે સ્થિતિમાં અર્જુનની જીત સુનિશ્ચિત કરવા માંગતા હતા, પણ એકલવ્ય તેમાં નડતરરૂપ બને તેમ હતો. તેથી તેમણે તેને અર્જુનના માર્ગમાંથી હટાવી દીધો હતો.

ઉપરના બધાં વધ કૃષ્ણએ પોતાના હાથે કર્યા હતા, પણ આ ઉપરાંત એ સમયે બીજા પણ ઘણા વધ થયા હતા, જેના માટે ઈતિહાસ અને પુરાણમાં તેમને પ્રેરક કહેવામાં આવે છે. હકીકતમાં તેઓ એક વિશેષ પ્રકારનું આર્યાવર્ત જોવા માંગતા હતા, અને તેમના એ માર્ગમાં જે પણ અવરોધરૂપ લાગ્યા તેઓનો કાં તો તેમણે ખુદ ખાતમો કર્યો હતો અથવા બીજાઓ પાસે કરાવ્યો હતો.

૧૧૪. રાજસૂય યજ્ઞ શું છે?

મહાભારત અનુસાર અન્ય વૈદિક યજ્ઞોની સરખામણીમાં રાજસૂય યજ્ઞ નવો હતો અને તેની શરૂઆત પરશુરામ દ્વારા કરવામાં આવેલા વ્યાપક નરસંહાર પછી થઈ હતી:

जामदग्न्येन रामेण क्षत्रं यदवशेषितम्।
तस्मादवरजं लोके यदिदं क्षत्रसंज्ञितम्।।
कृतोऽयं कलुसंकल्पः क्षत्रियैर्वसुधाधिप।
निदेशवाग्भिस्तत्तेह विदितं भरतर्षभ।।

કૃષ્ણ બોલ્યાઃ "જમદગ્નિનંદન પરશુરામે જ્યારે પૂર્વકાળમાં ક્ષત્રિયોનો વ્યાપક સંહાર કર્યો હતો, એ સમયે સંતાઈ-છૂપાઈને જે ક્ષત્રિય બાકી રહી ગયા, એ બધાં પોતાના પૂર્વવર્તી ક્ષત્રિયોની અપેક્ષાએ નિમ્નસ્તરનાં છે. આ રીતે અત્યારે નામમાત્રનાં ક્ષત્રિય બાકી રહ્યા છે. આ ક્ષત્રિયોએ પૂર્વજોનાં કથન અનુસાર સામૂહિક રીતે એવો નિયમ બનાવી લીધો છે કે આપણાંમાંથી જે બધાં ક્ષત્રિયોને જીતી લેશે, એજ સમ્રાટ બનશે. હે ભરતશ્રેષ્ઠ યુધિષ્ઠિર! આ વાત તમને પણ ખબર જ હશે."

(મહાભારત, સભાપર્વ, અધ્યાય-૧૪, શ્લોક-૨-૩)

મહાભારત અંતર્ગત કૃષ્ણનાં ઉપરના રહસ્યોદ્‌ઘાટનથી સ્પષ્ટ થઈ જાય છે કે રાજસૂય યજ્ઞ વર્ચસ્વ અને આધિપત્ય જમાવવા માટે કરવામાં આવતું એક તથાકથિત ધાર્મિક કૃત્ય હતું. પણ તેનો સદુપયોગ ઓછો અને દુરુપયોગ જ વધારે થતો હતો.

૧૧૫. કૃષ્ણનો પાક્કો દુશ્મન જરાસંધ કેટલો શક્તિશાળી રાજા હતો?

યુધિષ્ઠિરના ચક્રવર્તી સમ્રાટ બનવાના માર્ગમાં સૌથી મોટો અવરોધ કૃષ્ણનો દુશ્મન જરાસંધ હતો કેમ કે એકંદરે ત્રણ-ચતુર્થાંશ આર્યાવર્ત પર તેનો દબદબો હતો. અને આના પરથી જ અંદાજ લગાવી શકાય છે કે તે અતિ-શક્તિશાળી હતો. તેનો નાશ કર્યા વિના યુધિષ્ઠિરના રાજસૂય યજ્ઞનું સફળ થવું શંકાસ્પદ જ નહીં, અશક્ય હતું. મહાભારતનાં સભાપર્વમાં તેનું આખું વિવરણ કંઈક આ રીતે છેઃ

इदानीमेव वै राजन् जरासन्धो महीपतिः... x
...सर्वे स्म प्रतीचीं दिशमाश्रिताः।।

કૃષ્ણ કહે છેઃ "રાજા યુધિષ્ઠિર! હમણાં-હમણાં જ રાજા જરાસંધ એ સમસ્ત ક્ષત્રિયકૂળોની રાજ્યલક્ષ્મીને ઓળંગીને રાજાઓ દ્વારા સમ્રાટના પદ પર અભિષિક્ત થયો છે અને તે પોતાનાં બળ-પરાક્રમથી બધાં પર આક્રમણ કરીને બધાં રાજાઓનો શિરમોર બની રહ્યો છે. જરાસંધ અંદરો અંદર ભાગલા પડાવવાની નીતિ પસંદ કરે છે. આજે આખું આર્યાવર્ત તેના જ વશમાં છે. શિશુપાલ, દંતવક્ર તેના શિષ્ય છે. મહાબળશાળી હંસ અને ડિંભક પણ તેના શરણે જઈ ચૂક્યા છે. પશ્ચિમી દેશના યવનાધિપતિ રાજા ભગદત્ત તમારા પ્રત્યે સ્નેહ તો રાખે છે પણ તેમનો ઝુકાવ જરાસંધ તરફ જ રહે છે. પશ્ચિમમાં ફક્ત તમારા મોસાળના રાજા

કુંતીભોજ પુરુજીત જ સંપૂર્ણ રીતે તમારી સાથે છે. બંગ, પુંડ્ર, કિરાત વગેરે બધાં રાજાગણ તેના વશમાં છે. મારા સસરા રાજા ભીષ્મક પણ તેના જ અનુગામી છે. શૂરસેન, ભદ્રકાર, બોધ વગેરે રાજા તેના ડરથી દક્ષિણ દિશામાં ભાગી ગયા છે. તેના જમાઈ અને મારા મામા કંસને મારવાને કારણે તે મારી અને ભાઈની પાછળ પણ હાથ ધોઈને પડ્યો છે. જ્યારે ઘણીવાર હારવા છતાં તેણે અમારાં પર આક્રમણ કરવાનું બંધ ન કર્યું ત્યારે અમે લોકોએ ડરીને મથુરા જ છોડી દીધું અને દ્વારકામાં આશરો લીધો. અમે જરાસંધના અપરાધી છીએ, તેથી શક્તિશાળી હોવા છતાં પણ અમે તેનાથી ડરીને પીછેહઠ કરી લીધી છે.''

(મહાભારત, સભાપર્વ, અધ્યાય-૧૪, શ્લોક-૭-૪૯)

न तु शक्यं जरासन्धे... X ...कात्स्येंन कर्तुं मतिमतां वर॥

કૃષ્ણએ કહ્યુંઃ ''એટલે હે રાજન! મારી સંમતિ એ છે કે જ્યાંસુધી મહાબલી જરાસંધ જીવિત છે, ત્યાં સુધી તમે રાજસૂય યજ્ઞ પૂરો નહીં કરી શકો. તેણે બધાં રાજાઓને જીતીને તેમને ગિરિવ્રજમાં કેદ કરી રાખ્યા છે અને એ બધાંની એક યજ્ઞમાં બલિ આપવાનો છે. મહારાજ, અમે પણ તેના જ ભયથી મથુરા છોડીને દ્વારકાપુરી ચાલ્યા ગયા છીએ. તેથી જો તમે રાજસૂય યજ્ઞ પૂરો કરવા ઈચ્છતા હોવ તો એ કેદી રાજાઓને છોડાવવાનો અને જરાસંધને મારવાનો પ્રયત્ન કરો. એવું કર્યા વિના રાજસૂય યજ્ઞ સંપન્ન નહીં થઈ શકે.''

(મહાભારત, સભાપર્વ, અધ્યાય-૧૪, શ્લોક-૬૨-૬૯)

મહાભારતના ઉપરના શ્લોકોથી એ ખબર પડે છે કે કુરુવંશમાં જો ભીષ્મપિતામહ, દ્રોણ, દુર્યોધન, કર્ણ, અર્જુન, ભીમ વગેરે અજેય યોદ્ધા હતા, તો પૂર્વી આર્યાવર્તમાં મગધરાજ જરાસંધ પણ અતુલ બળશાળી, કુશળ રાજનીતિજ્ઞ તથા સંપૂર્ણ આર્યાવર્ત અને તેના આસપાસના ક્ષેત્રોમાં સૌથી વધારે પ્રભાવશાળી રાજા મનાતો હતો. આ રીતે હસ્તિનાપુર અને ઈન્દ્રપ્રસ્થ માટે તે પ્રથમ પ્રતિદ્વંદ્વી હતો. અહીં કૃષ્ણના કથનનો એજ અર્થ છે.

૧૧૬. જુગારમાં હાર્યા પછી દ્રૌપદીની મનોદશા શું હતી?

મહાભારતમાં આપવામાં આવેલા વિવરણોને સાચા માનીએ તો દ્રૌપદી એ બીભત્સ ઐતિહાસિક જુગારના અત્યાચારને ક્યારેય ભૂલી ન હતી અને તે હંમેશા પોતાનાં પતિઓને એ અત્યાચાર વિરુદ્ધ પુરુષાર્થ દેખાડવા માટે ઉત્તેજિત કરતી રહેતી હતીઃ

न निर्मन्युः क्षत्रियोऽस्ति लोके निर्वचनं स्मृतम्।
तदद्य त्वयि पश्यामि क्षत्रिये विपरीतवत्॥
यो न दर्शयते तेजः क्षत्रियः काल आगते।
सर्वभूतानि तं पार्थ सदा परिभवन्त्युत॥

દ્રૌપદી યુધિષ્ઠિરને કહે છેઃ ''સંસારમાં કોઈપણ ક્ષત્રિય ક્રોધરહિત નથી હોતો, ક્ષત્રિય શબ્દની રચના જ એવી થઈ છે, જેનાથી તેનું સક્રોધ હોવાનું સૂચિત થાય છે. પણ તમારામાં સમય આવવા છતાં ક્રોધનો અભાવ જોઈને મને તમારા ક્ષત્રિય હોવા પર જ શંકા થાય છે. કુંતીનંદન! જે ક્ષત્રિય સમય આવ્યે પોતાનો પ્રભાવ નથી દેખાડતો, તેનો બધાં પ્રાણી હંમેશા તિરસ્કાર કરે છે.'' *(મહાભારત, વનપર્વ, અધ્યાય-૨૭, શ્લોક-૩૭-૩૮)*

नमो धात्रे विधात्रे च यौ मोहं चक्रतुस्तव।
पितृपैतामहे वृत्ते वोढव्ये तेऽन्यथा मतिः।।

દ્રૌપદીએ થોડા દિવસ પછી ફરી પોતાનાં પતિ યુધિષ્ઠિરને કહ્યુંઃ ''હે રાજા! એ ધાતા (ઈશ્વર) અને વિધાતા (પ્રારબ્ધ) ને નમસ્કાર છે જેમણે તમારી બુદ્ધિને ભ્રષ્ટ કરી નાખી છે. હવે તો બાપ-દાદાનાં આચરણનો ભાર વહન કરવામાં પણ તમારો વિચાર વિપરીત લાગે છે.''

(મહાભારત, વનપર્વ, અધ્યાય-૩૦, શ્લોક-૧)

यदिदं वैश्वदेवान्ते सायम्प्रातः प्रदीयते।
तद्दत्त्वातिथिभृत्येभ्यो राजञ्शेषेण जीवसि।।
इष्टयः पशुबन्धाश्च काम्यनैमित्तिकाश्च ये।
वर्तन्ते पाकयज्ञाश्च यज्ञकर्म च नित्यदा।।
अस्मिन्नपि महारण्ये विजने दस्युसेविते।
राष्ट्रादपेत्य वसतो धार्मस्ते नावसीदति।।
अश्वमेधो राजसूयः पुण्डरीकोऽथ गोसवः।
एतैरपि महायज्ञैरिष्टं ते भूरिदक्षिणैः।।
राजन्परीतया बुद्ध्या विषमेऽक्षपराजये।
राज्यं वसून्यायुधानि भ्रातॄन्मां चासि निर्जितः।।

દ્રૌપદીએ ખૂબ જ ખીજાઈને ફરી કહ્યુંઃ ''હે રાજન! તમે ધર્મકાર્ય કરવામાં ક્યારેય ન ચૂક્યા. તમે હંમેશા પોતાના ઘરમાં અતિથિઓ અને અન્ય પ્રાણીઓને ખવડાવ્યા પછી ભોજન કરતાં હતા; પૂજા, પશુબલિ, કામ્યયજ્ઞ, નૈમિત્તિક યજ્ઞ, પાકયજ્ઞ તથા નિત્યયજ્ઞ તમારે ત્યાં બરાબર ચાલતા રહેતા હતા; એટલે સુધી કે તમે રાજ્યમાંથી નીકળીને લૂંટારાઓ દ્વારા સેવિત આ નિર્જન મહાવનમાં નિવાસ કરી રહ્યા છો, ત્યારે પણ તમારું એક પણ ધર્મકાર્ય શિથિલ નથી થયું; પણ મહારાજ! આટલાં ધર્મ-કર્મનો શું ફાયદો જે એ કપટપૂર્ણ જુગારનાં સમયે તમારી બુદ્ધિને ભ્રષ્ટ કરતાં રોકી ન શક્યાં? અને જેનાં કારણે તમે રાજ્ય, ધન, હથિયાર તથા ભાઈઓને જ નહીં, પણ ત્યાં સુધી કે મને પણ દાવપર લગાડીને હારી ગયાં?

(મહાભારત, વનપર્વ, અધ્યાય-૩૦, શ્લોક-૧૪-૧૮)

आर्ताहं प्रलपामीदमिति मां विद्धि भारत।
भूयश्च विलपिष्यामि सुमनास्तन्निबोध मे।।
कर्म खल्विह कर्तव्यं जातेनामित्रकर्शन।
अकर्माणो हि जीवन्ति स्थावरा नेतरे जनाः।।

દ્રૌપદી સ્ત્રીસહજ વ્યાકુળતા પ્રકટ કરતાં કહે છેઃ "ભારત! હું શોકથી વિહ્‌વળ બનીને આ બધું કહી રહી છું. અને હું આટલું કહીને જ ચૂપ નથી રહેવાની, મારા દિલનો ગુસ્સો ઠાલવતી જ રહીશ અને તમારે ધીરજપૂર્વક મારી વાતો સાંભળવી જ પડશે. હે શત્રુનાશન! જ્ઞાની પુરુષે પણ આ સંસારમાં કર્મ ચોક્કસ કરવું જોઈએ. પર્વત અને વૃક્ષ જેવા સ્થાવર જીવ જ કર્મ કર્યા વિના જીવી શકે છે, બીજા લોકો નહીં."

(મહાભારત, વનપર્વ, અધ્યાય-૩૨, શ્લોક-૨-૩)

દ્રૌપદીનાં કથનોંની આ કેટલીક મુખ્ય ઝાંખીઓ છે, આનાથી તેમની મનોવૃત્તિ ખબર પડે છે.

૧૧૭. યુધિષ્ઠિરની જેમ શું દુર્યોધને પણ રાજસૂય યજ્ઞ કર્યો હતો?

હા, દુર્યોધને પણ રાજસૂય યજ્ઞ કર્યો હતો પણ તેનો અનાદર જ્યારે મહાભારત ગ્રંથમાં જ કરવામાં આવ્યો છે તો લોકો વચ્ચે તેનો પ્રચાર કેવી રીતે થાત? મહાભારત પ્રમાણે દ્રૌપદી સમેત પાંડવ જ્યારે પોતાના વનવાસકાળમાં હિમાલયની ઘાટીઓમાં ભ્રમણ કરી રહ્યા હતા, તો તેની સૂચના મેળવીને દુર્યોધને તેમને જંગલમાં જ મારી નાખવાનો વિચાર કર્યો. અને આ બાબતે પોતાના શુભચિંતકો જેમ કે શકુનિ, કર્ણ, દુઃશાસન વગેરે સાથે વિચાર-વિમર્શ કર્યો તો એ બધાંએ તેને સમર્થન આપ્યું. પછી એ બધાં જંગલ-ભ્રમણનું બહાનું બનાવીને દળ-બળ સાથે હસ્તિનાપુરથી નીકળ્યા અને હિમાલયની દુર્ગમ ઘાટીઓમાં પહોંચી ગયા. પણ ત્યાં તેમનો સામનો પાંડવોની જગ્યાએ ગંધર્વો સાથે થઈ ગયો અને એવું ભયંકર યુદ્ધ છેડાઈ ગયું કે કર્ણ જેવા યોદ્ધાને પણ મેદાન છોડીને ભાગવું પડ્યું અને છેલ્લે દુર્યોધનને બંદી બનાવી દેવામાં આવ્યો. જ્યારે આ સમાચાર નજીકમાં જ ભ્રમણ કરી રહેલા પાંડવોને મળ્યા, ત્યારે યુધિષ્ઠિરે અર્જુનને આદેશ આપ્યો કે તે જેટલી જરૂર હોય એટલી દુર્યોધનની મદદ કરીને તેને કેદમાંથી મુક્ત કરાવે. પછી અર્જુન ત્યાં ગયા અને યુદ્ધ કરીને એ ગંધર્વોને હરાવ્યા અને દુર્યોધનને આઝાદ કરાવ્યો.

આ ઘટનાથી દુર્યોધન એટલો લજાયો કે તેણે જંગલમાં જ દુઃશાસનને રાજા બનાવવાનો આદેશ આપીને પોતે આમરણ ઉપવાસ કરીને પ્રાણ ત્યજી દેવાનો નિશ્ચય કરી લીધો. પણ કર્ણ, શકુનિ, ભૂરિશ્રવા વગેરેના ખૂબ સમજાવ્યા પછી છેવટે તે હસ્તિનાપુર પાછા ફરવા માટે રાજી થઈ ગયો. હસ્તિનાપુર પાછા ફરીને કર્ણએ પોતાનાં મિત્રની શરમ દૂર કરવા માટે

દિગ્વિજયનો નિશ્ચય કર્યો અને દ્વારકા છોડીને આખા આર્યાવર્તને પોતાને આધીન કરીને હસ્તિનાપુર પાછો આવી ગયો.

(મહાભારત, વનપર્વ, અધ્યાય-૨૪૮-૨૫૪)

પણ આટલું કરવા છતાં પણ જ્યારે કર્ણના મિત્ર દુર્યોધનની શરમ દૂર ન થઈ ત્યારે તેમણે પોતાના મિત્રને પુછ્યું કે તેઓ તેના માટે બીજું શું કરી શકે? ત્યારે દુર્યોધને પોતાની ઈચ્છા જણાવતા કહ્યું:

राजसूयं पाण्डवस्य दृष्ट्वा क्रतुवरं तदा।
मम स्पृहा समुत्पन्ना तां संपादय सूतज।।

દુર્યોધને કહ્યું: ''હે સૂતનંદન! પાંડુપુત્ર યુધિષ્ઠિરનાં એ ક્રતુશ્રેષ્ઠ મહાન રાજસૂય યજ્ઞને જોઈને મારા મનમાં પણ એ યજ્ઞ કરવાની ઈચ્છા જાગી ઉઠી છે. તું મારી આ ઈચ્છા પૂરી કર.''

एवमुक्तस्ततः कर्णो राजानमिदमब्रवीत्।
तवाद्य पृथिवीपाला वश्याः सर्वे नृपोत्तम।।
आहूयन्तां द्विजवराः संभाराश्च यथाविधि।
संभ्रियन्तां कुरुश्रेष्ठ यज्ञोपकरणानि च।।

દુર્યોધનની વાત સાંભળીને કર્ણએ તેને કહ્યું: ''નૃપશ્રેષ્ઠ! અત્યારે બધાં રાજાગણ તમારા વશમાં છે. કુરુકુલશ્રેષ્ઠ! ઉત્તમ બ્રાહ્મણોને બોલાવડાવો અને વિધિપૂર્વક યજ્ઞની સામગ્રીઓ તથા સાધનો ભેગા કરો.''

(મહાભારત, વનપર્વ, અધ્યાય-૨૫૫, શ્લોક-૬-૭-૮)

આ પછી માત્ર એક અધ્યાય (૨૫૬)માં આખા રાજસૂયયજ્ઞનું વર્ણન કરવામાં આવ્યું છે. મહાભારતનો આ અંશ ભેળસેળવાળો નહીં પણ મૌલિક લાગે છે, પણ કેમ કે રચનાકારોનો પૂર્વાગ્રહ પાંડવો તરફ રહ્યો છે એટલે દુર્યોધનનાં રાજસૂય યજ્ઞને નજીવું મહત્ત્વ આપીને તેને માત્ર એક અધ્યાયમાં પૂરો કરી દેવામાં આવ્યો છે.

૧૧૮. શું કૃષ્ણએ ક્યારેય ગાયત્રી મંત્રનો જાપ કર્યો હતો?

મહાભારત કે કોઈપણ પુરાણમાં કૃષ્ણ દ્વારા ગાયત્રી મંત્રનો જાપ કરવાનું વર્ણન જોવા નથી મળતું. આજ પુસ્તકનાં અન્ય પ્રશ્નોના ઉત્તરમાં એ વિસ્તારપૂર્વક જણાવવામાં આવ્યું છે કે કૃષ્ણ વૈદિક માન્યતાઓ તથા તેમની સ્થાપનાઓની વિરુદ્ધ હતા અને એજ કારણે તેમનો વારંવાર ઈન્દ્ર સાથે સંઘર્ષ થતો હતો. તેથી કૃષ્ણનાં વૈદિક મંત્રોનાં સમર્થક હોવાનો પ્રશ્ન જ નથી ઉઠતો.

૧૧૯. શું કૃષ્ણ મદિરા પીતા હતા?

મુખ્ય પુરાણોમાં તો આ વાતની ચર્ચા હોવાનો કોઈ સવાલ જ નથી ઉદ્ભવતો કેમ કે તેમાં કૃષ્ણને વિશુદ્ધતઃ વૈષ્ણવ અવતારનાં રૂપ બતાવવામાં આવ્યા છે. મહાભારતમાં પણ જે અંશ વેદવ્યાસ પછી ઉમેરવામાં આવ્યા છે, તેમાં પણ કૃષ્ણને વિષ્ણુનાં અવતાર જ બતાવવામાં આવ્યા છે. પણ કેટલાક મૌલિક અંશ હજી પણ જેમના તેમ મોજૂદ છે, જેનાથી કૃષ્ણ વિષે કેટલીક સાચી વાતો જાણવા મળે છે. એવા જ એક અંશ ઉદ્યોગપર્વના કેટલાક અધ્યાય છે. આ સંપૂર્ણ મહાભારતમાં માત્ર એક જગ્યાએ કૃષ્ણને અર્જુન સાથે મદિરા પીતા બતાવવામાં આવ્યા છે જ્યાં એ બંનેની પત્ની ક્રમશઃ સત્યભામા તથા દ્રૌપદી પણ હાજર હતી.

પાંડવોનો અજ્ઞાતવાસ પૂરો થયા પછી જ્યારે ધૃતરાષ્ટ્રનો સંદેશ લઈને સંજય પાંડવો પાસે ગયો હતો ત્યારે તેણે ત્યાં જે કંઈ જોયું હતું, તેનું વર્ણન પાછા હસ્તિનાપુર આવીને ધૃતરાષ્ટ્રને સંભળાવે છે; તેમાં આ વાતનો ઉલ્લેખ મળે છેઃ

पादांगुलिरभिप्रेक्षण् प्रयतोऽहं कृतांजलिः।
शुद्धान्तं प्राविशं राजन्नाख्यातो नरसिंहयोः।।
न चाभिमन्युर्न यमौ तं देशमभिजग्मतुः।
यत्र कृष्णौ च कृष्णा च सत्यभामा च भामिनी।।
उभौ मध्वासवक्षीबा वुभौ वरचन्दनरूषितौ।
स्त्रग्विणौ वरवस्त्रौ तौ दिव्याभरणभूषितौ।।
नैकरत्नविचित्रं च कांचनं च वरासनम्।
नानास्तरणसंस्तीर्णं यत्रासाते नरर्षभौ।।
अर्जुनांकगतौ पादौ केशवस्योपलक्षये।
अर्जुनस्य च कृष्णायाः शुभायाश्चांकगावुभौ।।
कांचनं पादपीठं तु पार्थो वै प्रादिशन्मुदा।
दासीभ्यामाहृतं मह्यं स्पृष्ट्वा भूमावुपाविशम्।।

સંજયે ધૃતરાષ્ટ્રને કહ્યુંઃ ''હે રાજન! હું નરદેવ શ્રીકૃષ્ણ અને અર્જુનને તમારો સંદેશ સંભળાવવા માટે મનને સંપૂર્ણ રીતે સંયમમાં રાખીને પોતાના પગની આંગળીઓ પર જ નજર માંડીને અને હાથ જોડીને તેમના અંતઃપુરમાં ગયો જ્યાં શ્રીકૃષ્ણ, અર્જુન, દ્રૌપદી અને માનવતી સત્યભામા બિરાજેલી હતી. આ એ સ્થાન હતું જ્યાં અભિમન્યુ તથા નકુલ-સહદેવ પણ નહોતા જઈ શકતા. એ સમયે ત્યાં એ બંને મિત્ર મદિરા પીને આનંદવિભોર થઈ રહ્યા હતા. એ બંનેના શરીર પર ચંદનનો લેપ હતો. તેઓ સુંદર વસ્ત્ર, મનોહર પુષ્પમાળા તથા આભૂષણોથી શોભાયમાન હતાં. શત્રુઓનું દમન કરનારા એ બંને વીર જે આસન પર બેઠા

હતા, એ સોનાનું બનેલું હતું અને તેના પર જાત-જાતના પાથરણાં પાથરેલા હતા. મેં જોયું કે શ્રીકૃષ્ણના બંને પગ અર્જુનના ખોળામાં હતા અને અર્જુનનો એક પગ દ્રૌપદી તથા બીજો પગ સત્યભામાના ખોળામાં હતો. કુંતીકુમાર અર્જુને એ સમયે મને બેસવા માટે એક સોનાના આસન તરફ સંકેત કરી દીધો, પણ હું હાથથી તેનો સ્પર્શમાત્ર કરીને જમીન પર જ બેસી ગયો.''

(મહાભારત, ઉદ્યોગપર્વ, અધ્યાય-૫૯, શ્લોક-૩-૮)

આ ઉપરાંત સૂર્યને કેન્દ્રમાં રાખીને એક પુરાણ લખવામાં આવ્યું છે - સાંબ પુરાણ. આ પુરાણમાં પણ કૃષ્ણના પોતાની રાણીઓ સાથે શરાબ-સૌંદર્યમાં ડૂબીને વિલાસિતાપૂર્ણ જીવનની ચર્ચા કરવામાં આવી છેઃ

तत्रास्मिन् दीयते तासाम् श्रेष्ठं पानं सुरासवम्।
मणिकांचनपात्रेषु नानापुष्पाधिवासितम्।।
वृत्तैश्च सहकाराणां भग्नैर्नीलोत्पलैरपि।
एतस्मिन्नन्तरे बुद्ध्वा मद्यमत्ता इति स्त्रियः।।

વશિષ્ટ મુનિ રાજા બૃહદ્બલને કહે છેઃ ''એમાંથી અનેક સુંદર અંગોવાળી સ્ત્રીઓએ કામક્રીડા માટે પોતાનાં વસ્ત્ર ઉતારીને કમળના પાંદડાઓથી પોતાનાં અંગોને ઢાંકી લીધા હતાં. એ બધાંને નશામાં ઉન્મત્ત થવા માટે સોનાના પાત્રોમાં મદિરા આપવામાં આવી રહી હતી.''

(સાંબ પુરાણ, અધ્યાય-૨, શ્લોક-૩૦-૩૧)

૧૨૦. વસુદેવ-દેવકી કેવા દેખાતા હતાં?

હરિવંશ પુરાણમાં વસુદેવજીના રૂપના વખાણ કરતાં આ વાત કહેવામાં આવી છેઃ

मनुष्यलोके कृत्स्नेऽपि रूपे नास्ति समो भुवि।
यस्यासीत्पुरुषाग्र्यस्य कान्तिश्चन्द्रमसो यथा।।

વૈશમ્પાયનજીએ કહ્યુંઃ ''પુરુષોમાં અગ્રણીય વસુદેવજીના શરીરની ચમક ચંદ્રમા સમાન હતી. તેમના જેવું રૂપવાન સંપૂર્ણ મનુષ્યલોકમાં બીજું કોઈ ન હતું.''

(હરિવંશ પુરાણ, હરિવંશપર્વ, અધ્યાય-૩૪, શ્લોક-૨૦)

દેવકીના રૂપ વિષે ક્યાંય કશું નથી લખાયું.

૧૨૧. વનવાસ વખતે પાંડવગણ કેવા પ્રકારનાં ભોજન પર નિર્ભર રહેતાં હતાં?

મહાભારતમાં તેનું સંક્ષિપ્ત પણ વિશેષ રીતે વર્ણન કરવામાં આવ્યું છેઃ

वानेयं च मृगांश्चैव शुद्धैर्बाणैर्निपातितान्।
ब्राह्मणानां निवेद्याग्रमभुञ्जता महारथाः।

तांस्तु शूरान्महेष्वासांस्तदा निवसतो वने।
अन्वयुर्ब्राह्मणा राजन्साग्नयोऽनग्नयस्तथा।।
ब्राह्मणानां सहस्राणि स्नातकानां महात्मनाम्।
दश मोक्षविदां तद्वद्यान्बिभर्ति युधिष्ठिरः।।
रुरून्कृष्णमृगांश्चैव मेध्यांश्चान्यान्मनोरमान्।
बाणैरुन्मथ्य विविधैर्ब्राह्मणेभ्यो न्यवेदयत्।।

''મૃગ તથા અન્ય વનચરોને ફક્ત બાણથી મારીને તેનું માંસ, કંદમૂળ-ફળ તથા ગામડાંમાં ખેતીમાંથી ઉત્પન્ન થનારું અનાજ; આ બધાં પ્રકારનો આહાર પાંડવગણ લેતા હતાં. તેઓ જે ક્ષેત્રમાં ભ્રમણ કરતાં, એ ક્ષેત્રના જંગલોમાં રહેવાવાળા અગ્નિહોત્રી (આગ પ્રગટાવવાવાળા) તથા અનાગ્નિહોત્રી (આગ ન પ્રગટાવવાવાળા) બ્રાહ્મણ તેમની સાથે રહેવા લાગતા હતા. એ પાંડવગણ પોતાનાં માટે તથા એ બ્રાહ્મણો માટે પણ રુરુ મૃગ, કાળું મૃગ તથા અન્ય વધ કરવા યોગ્ય જંગલી જાનવરોને મારીને ભોજન માટે લાવતા હતા. એ સિવાય તેમના ચામડાનો પણ તેઓ વિવિધ કાર્યો માટે ઉપયોગ કરતાં રહેતા હતા.''

(મહાભારત, વનપર્વ, અધ્યાય-૫૦, શ્લોક-૪-૭)

૧૨૨. શું યુધિષ્ઠિર અને શકુનિ વચ્ચે રમવામાં આવેલો જુગાર નિયમને અનુરૂપ હતો?

બિલકુલ નહીં, અને ખુદ યુધિષ્ઠિરે જ આ નિયમ વિરુદ્ધ રમાઈ રહેલા જુગાર ઉપર પ્રશ્ન ઉઠાવ્યો હતો. એ સર્વમાન્ય નિયમ છે કે જુગારની રમત ધન હોડમાં મૂકવાવાળાઓ દ્વારા ખુદ રમવામાં આવે છે, કોઈપણ જુગારી કોઈ બીજાના મારફતે જુગાર ન રમી શકે. પણ હસ્તિનાપુરના એ કાળા જુગારમાં એવું જ થયું અને કોઈએ યુધિષ્ઠિરની વાતનું ન તો સમર્થન કર્યું કે ન તો દુર્યોધનની વાતનો વિરોધ કર્યો, જ્યારે તેમણે કહ્યુંઃ

अहं दातास्मि रत्नानां धनानां च विशाम्पते।
मदर्थे देविता चायं शकुनिर्मातुलो मम।।

દુર્યોધને કહ્યુંઃ ''મહારાજ યુધિષ્ઠિર! દાંવપર લગાવવા માટે ધન અને રત્ન તો હું આપીશ, પણ મારાં તરફથી રમશે આ મારાં મામા શકુનિ.'' તો યુધિષ્ઠિરે આ વાતનો વિરોધ કરતાં કહ્યુંઃ

अन्येनान्यस्य वै द्यूतं विषमं प्रतिभाति मे।
एतद् विद्वन्नुपादत्स्व काममेवं प्रवर्तताम्।।

''બીજાઓ માટે બીજાનો જુગાર રમવો મને તો ખૂબ જ અયોગ્ય લાગે છે. તેથી હે ઉપસ્થિત સમસ્ત વિદ્વાનો! પહેલા આ વાતને સમજી લો પછી જ આ જુગારની રમત શરૂ કરો.''

(મહાભારત, સભાપર્વ, અધ્યાય-૫૯ ગીતાપ્રેસ, ૮૪ દાક્ષિણાત્ય, શ્લોક-૨૦-૨૧)

પરંતુ કોઈએ પણ યુધિષ્ઠિરની વાતને મહત્ત્વ ન આપ્યું અને એ વિનાશકારક જુગારની રમત શરૂ થઈ ગઈ.

૧૨૩. શું મથુરાના યાદવ શ્રેષ્ઠીઓએ કંસનો બહિષ્કાર કર્યો હતો?

મહાભારતમાં ઉપલબ્ધ પ્રમાણો અનુસાર યાદવ-શ્રેષ્ઠીઓએ મથુરામાં કંસનો બહિષ્કાર કરેલો હતો. હકીકતમાં કંસ પોતાનાં સસરા અને આર્યાવર્તના અત્યંત શક્તિશાળી રાજા જરાસંધના બળ પર ખૂબ જ ઉદ્દંડ થઈ ગયો હતો અને રસ્તે જતાં ગમે તેનું અપમાન કરી દેતો હતો. અને એટલે જ યાદવોએ શક્ય હોય ત્યાંસુધી પોતાની આંતરિક બાબતોમાં તેની પૂછપરછ બંધ કરી દીધી હતી. મહાભારતમાં તેનું વર્ણન નીચે પ્રમાણે છેઃ

विदितं मे महाप्राज्ञ भोजेष्वेवासमंजसम्।
पुत्रं संत्यक्तवान्पूर्वं पौराणां हितकाम्यया।।
अन्धका यादवा भोजाः समेताः कंसमत्यजन्।
नियोगात्तु हते तस्मिन्कृष्णेनामित्रघातिना।।

વિદુરજીએ કહ્યુંઃ "હે મહારાજ ધૃતરાષ્ટ્ર! મને ખબર છે કે ભોજવંશના એક નરેશને પૂર્વકાળમાં પુરવાસીઓનાં હિતની ઈચ્છાથી પોતાનાં કુમાર્ગગામી પુત્રનો પરિત્યાગ કરી દીધો હતો. અંધકો, યાદવો અને ભોજોએ મળીને કંસનો ત્યાગ કર્યો હતો અને તેમના જ આદેશથી શત્રુઘાતી શ્રીકૃષ્ણએ તેને મારી નાંખ્યો."

(મહાભારત, સભાપર્વ, અધ્યાય-૫૨, ગીતાપ્રેસ, ૮૬ દાક્ષિણાત્ય, શ્લોક-૭-૮)

હરિવંશ પુરાણમાં યાદવો દ્વારા કંસની ઉપેક્ષાનું વર્ણન આ પ્રકારે છેઃ

एवं भवत्सु युक्तेषु मम चित्तानुवर्तिषु।
वर्धमानो ममानर्थो भवद्भिः किमुपेक्षितः।।

"તમે લોકો એવા સુયોગ્ય છો અને હંમેશા મને અનુકૂળ થઈને ચાલો છો, પણ અત્યારે તમારા લોકોનાં હોવાં છતાં પણ મારા અનર્થોમાં વૃદ્ધિ થઈ રહી છે, ખબર નહીં કેમ તમે લોકોએ મારી ઉપેક્ષા કરી દીધી છે." *(હરિવંશ પુરાણ, વિષ્ણુપર્વ, અધ્યાય-૨૨, શ્લોક-૨૦)*

ભયભીત કંસ યાદવોની એક સભા બોલાવીને પોતાનાં સંકટ અને વસુદેવજી દ્વારા કરવામાં આવેલા વિશ્વાસઘાતની વાત કરીને મથુરાના યાદવોને પોતાની તરફ કરવાનો પ્રયત્ન કરે છે. ઉપરના શ્લોક એજ સભામાં કંસનું કથન છે.

૧૨૪. શું કૃષ્ણ સારા રથચાલક હતા?

આજથી પાંચ હજાર વર્ષ પહેલાં ઝડપી સવારીના રૂપમાં લોકો પાસે બે જ વિકલ્પ હતા-

ઘોડા અને રથ. ઘોડા તો સામાન્ય લોકો પાસે પણ ઉપલબ્ધ હતા, પણ રથ ફક્ત મોટા-મોટા ધનિકો, શ્રેષ્ઠીઓ અને રાજાઓ પાસે જ ઉપલબ્ધ હતા. જ્યારે કૃષ્ણએ મથુરામાં કંસને મારી નાંખ્યો, તો એ પછી તેમનું જીવન ભાગદોડવાળું બની ગયું હતું. એવામાં તેમનું ઉત્તમ કોટિનું રથચાલક બનવું સ્વાભાવિક જ હતું. અને અર્જુન કદાચ કૃષ્ણની અદ્‌ભુત રથચાલનની કળાથી ઘણાં પ્રભાવિત હતા, એટલે તેમણે કૃષ્ણને પોતાનાં સારથિ બનાવવાનું સપનું જોયું હતું:

सारथ्यं तु त्वया कार्यमिति मे मानसं सदा।
चिररात्रेप्सितं कामं तद् भवान् कर्तुमर्हति।।

અર્જુને કહ્યું: ''મારાં મનમાં ઘણાં દિવસોથી એ અભિલાષા હતી કે તમને મારાં સારથિ બનાવું - મારાં જીવનની લગામ તમારા હાથમાં સોંપી દઉં. મારી આ લાંબા સમયની અભિલાષાને તમે પૂરી કરો.''

उपपन्नमिदं पार्थ मत् स्पर्धसि मया सह।
सारथ्यं ते करिष्यामि कामः सम्पद्यतां तव।।

કૃષ્ણ બોલ્યા: ''પાર્થ! તું જે મારી સાથે સ્પર્ધા કરે છે, એ તારાં માટે બરાબર જ છે. હું તારો સારથી બનીશ. તારી આ મનોકામના પૂરી થાય.''

(મહાભારત, ઉદ્યોગપર્વ, અધ્યાય-૭, શ્લોક-૩૭-૩૮)

ઉપરના બીજા શ્લોકમાં 'સ્પર્ધા' શબ્દ પર વિશેષ ધ્યાન આપવાની જરૂર છે. મહાભારતકારો અનુસાર કદાચ કૃષ્ણ એવું અનુભવ કરતાં હતા કે અર્જુન જે વિશ્વાસથી ખુદને શ્રેષ્ઠ ધનુર્ધર સમજતા હતા, કૃષ્ણની અદ્‌ભુત રથચાલનની કળાથી પ્રભાવિત હોવા છતાં, તેમનાં ઉત્તમ રથચાલન પર શંકા કરી રહ્યા હતાં. એટલે જ તેમણે (કૃષ્ણે) આવી વાત કહી હતી.

૧૨૫. ધૃતરાષ્ટ્રે જુગારનાં ષડયંત્ર માટે દુર્યોધનને મન મારીને આજ્ઞા આપી હતી કે તેઓ સરખા ભાગે એ ષડયંત્રમાં સામેલ હતા?

મહાભારત અનુસાર ધૃતરાષ્ટ્ર પણ એ જુગારનાં ષડયંત્રમાં પોતાનાં પુત્ર દુર્યોધન અને સાળા શકુનિ સાથે પૂરા મનથી સામેલ હતાં. યુધિષ્ઠિર જ્યારે દરેક દાવ વખતે વધુ પ્રમાણમાં સંપત્તિ હારી રહ્યા હતા ત્યારે ધૃતરાષ્ટ્ર વારંવાર ઉત્સાહિત થઈને વિદુરને પૂછતાં કે આ વખતનાં દાવમાં અમે લોકો શું જીત્યા?

किं ते तद्विस्मृतं पार्थ यदेष कुलपांसनः।
दुर्बुद्धिर्विदुरं प्राह द्यूते किं जितमित्युत।।

ભીમે અર્જુનને કહ્યું: ''પાર્થ! શું તું એ વાત ભૂલી ગયો જ્યારે આ કુળનાશી દુર્બુદ્ધિ ધૃતરાષ્ટ્ર

જુગાર શરૂ કરાવીને વિદુરજીને વારંવાર ઉછળી-ઉછળીને પૂછતો હતો કે આ દાવમાં અમે લોકો શું જીત્યા છીએ?''

(મહાભારત, આશ્રમવાસિકપર્વ, અધ્યાય-૧૧, શ્લોક-૨૪)

૧૨૬. ભીમ અને જરાસંધની કુશ્તી પહેલાં શું કૃષ્ણએ પોતાની તથા બંને પાંડવોની ઓળખાણ પ્રગટ કરી દીધી હતી?

મહાભારત અનુસાર આ વાત સાચી છે કે કુશ્તી પહેલાં જ કૃષ્ણએ જરાસંધને પોતાની અને ભીમ તથા અર્જુનની ઓળખાણ કરાવી દીધી હતીઃ

युयुक्षमाणास्त्वत्तो हि न वयं ब्राह्मणा ध्रुवम्।
शौरिरस्मि हृषीकेशो नृवीरौ पाण्डवाविमौ।
अनयोर्मातुलेयं च कृष्णं मां विद्धि ते रिपुम्।।

કૃષ્ણએ જરાસંધને કહ્યુંઃ ''તમારી સાથે યુદ્ધની ઈચ્છા કરવાવાળા અમે લોકો ચોક્કસપણે બ્રાહ્મણ નથી. હું વસુદેવપુત્ર હૃષીકેશ છું અને આ બંને વીર પાંડુપુત્ર ભીમ અને અર્જુન છે. હું આ બંનેનાં મામાનો પુત્ર અને તમારો પ્રસિદ્ધ શત્રુ કૃષ્ણ છું. મને બરાબર ઓળખી લો.''

(મહાભારત, સભાપર્વ, અધ્યાય-૨૨, શ્લોક-૨૫)

ભાગવત પુરાણમાં પણ આ વાતની ચર્ચા મળે છેઃ

असौ वृकोदरः पार्थस्तस्य भ्रातार्जुनो ह्ययम्।
अनयोर्मातुलेयं मां कृष्णं जानीहि ते रिपुम्।।

કૃષ્ણ બોલ્યાઃ ''જુઓ, આ પાંડુપુત્ર ભીમસેન છે અને આ તેમનો ભાઈ અર્જુન છે અને હું આ બંનેનાં મામાનો દીકરો તથા તમારો જૂનો શત્રુ કૃષ્ણ છું.''

(ભાગવત પુરાણ, સ્કંધ-૧૦, અધ્યાય-૭૨, શ્લોક-૨૯)

આ વેશ બદલીને મગધમાં પ્રવેશ કરવાની અને જરાસંધ આગળ પોતાની ઓળખાણ ઉજાગર કરવાની કથા ફક્ત આજ બે ગ્રંથોમાં ઉપલબ્ધ છે. હરિવંશ પુરાણ, ગર્ગ સંહિતા અથવા બીજા કોઈ ગ્રંથોમાં આવી કોઈ ઘટનાનું વર્ણન નથી મળતું.

૧૨૭. શું રાજા વિરાટ યુધિષ્ઠિરનાં રાજસૂય યજ્ઞમાં આવ્યા હતાં? જો હા, તો અજ્ઞાતવાસ સમયે તેમણે પાંડવોને કેમ ન ઓળખ્યા?

મહાભારત અનુસાર રાજા વિરાટ પોતાનાં બે પુત્રો સાથે યુધિષ્ઠિરનાં રાજસૂય યજ્ઞમાં આવ્યા હતાઃ

बाह्लिकाश्चापरे शूरा राजानः सर्व एव ते।
विराटः सह पुत्राभ्यां मावेल्लश्च महाबलः।।

''બાહ્લિક, બીજા વીર રાજાગણ, બે પુત્રો સમેત રાજા વિરાટ, માવેલ્લ તથા અન્ય કેટલાય પ્રદેશોનાં શાસક અને રાજાગણ ત્યાં પધાર્યા હતા.''

(મહાભારત, સભાપર્વ, અધ્યાય-૩૪. શ્લોક-૧૩)

અહીં સ્પષ્ટ રીતે વર્ણન કરવામાં આવ્યું છે કે યુધિષ્ઠિરનાં રાજસૂય યજ્ઞમાં ફક્ત રાજા વિરાટ જ નહીં પણ તેમનાં બે પુત્ર પણ સામેલ થયા હતા. એ યજ્ઞ મહિનાઓ સુધી ચાલ્યો હતો અને પાંચેય પાંડવભાઈ બધાં મહેમાન રાજાઓને વ્યક્તિગત રીતે પણ વખતોવખત મળીને તેમનાં સ્વાગત-સત્કારનું ધ્યાન રાખતા હતા. વળી બીજી બાજુ પાંડવગણ પણ એક-બે દિવસ કે અઠવાડિયું નહીં, પરંતુ આખું વર્ષ રાજા વિરાટ અને તેમનાં પરિવાર સાથે રહ્યાં હતાં. તેમ છતાં એ પાંડવગણ કેવી રીતે ઓળખ છૂપાવીને એ સખત સુરક્ષાવાળા રાજમહેલમાં રહ્યાં, એ પ્રશ્નનો ઉત્તર કદાચ મહાભારતનાં લેખકોને જ ખબર હોય.

૧૨૮. કૃષ્ણના ભાઈ બલરામ શું પાંડવોને જ દોષી માનતાં હતાં?

જી હા, ખાસ કરીને બલરામ યુધિષ્ઠિરને બધી તકરારનું મૂળ કારણ સમજતા હતાં. મહાભારતનાં ઉદ્યોગપર્વમાં આ વાતનો ઉલ્લેખ છે. અજ્ઞાતવાસ પૂરો થયા પછી અભિમન્યુ અને ઉત્તરાનાં લગ્નના ઉપલક્ષ્યમાં કૃષ્ણની સંમતિથી આર્યાવર્તના કેટલાય ગણમાન્ય રાજાઓને બોલાવવામાં આવે છે. ત્યાં લગ્ન પછી એ રાજાગણ જ્યારે ભેગા થાય છે ત્યારે એ સભામાં બલરામ નીચે પ્રમાણેની વાતો કહે છેઃ

सर्वास्ववस्थासु च ते न कोप्या ग्रस्तो हि सोऽर्थो बलमाश्रितैस्तैः।
प्रियाभ्युपेतस्य युधिष्ठिरस्य द्यूते प्रसक्तस्य हतं च राज्यम्॥
निवार्यमाणश्च कुरुप्रवीरः सर्वैः सुहृद्भिर्ह्यमप्यतंज्ञः।
स दीव्यमानः प्रतिदीव्य चैनं गान्धारराजस्य सुतं मताक्षम्॥
हित्वा हि कर्णं च सुयोधनं च समाह्वयद्देवितुमाजमीढः।
दुरोदरास्तत्र सहस्रशोऽन्ये युधिष्ठिरो यान्विषहेत जेतुम्॥
उत्सृज्य तान्सौबलमेव चायं समाह्वयत्तेन जितोऽक्षवत्याम्।
स दीव्यमानः प्रतिदेवनेन अक्षेषु नित्यं स्वपराङ्मुखेषु॥
संरम्भमाणो विजितः प्रसह्य तत्रापराधः शकुनेर्न कश्चित्।
तस्मात्प्रणम्यैव वचो ब्रवीतु वैचित्रवीर्यं बहुसामयुक्तम्॥
तथा हि शक्यो धृतराष्ट्रापुत्रः स्वार्थे नियोक्तुं पुरुषेण तेन।
अयुद्धमाकांक्षत कौरवाणां साम्नैव दुर्योधनमाश्वसध्वम्॥

''કોઈપણ સ્થિતિમાં કૌરવોને ઉત્તેજિત ન કરવા જોઈએ કેમ કે તેઓ બળવાન છે અને

એટલે જ તો તેમણે પાંડવોનાં રાજ્ય ઉપર અધિકાર જમાવ્યો છે. બીજી વાત એ કે, આ યુધિષ્ઠિર પણ એકદમ નિર્દોષ છે, એવી વાત નથી. તેઓ જુગારમાં આસક્ત થઈ ગયા હતાં, એટલે જ તેમનાં રાજ્યનું અપહરણ થયું છે. આ યુધિષ્ઠિર જુગારની રમત બરાબર રીતે નહોતા જાણતા, એટલે તેમનાં બધાં શુભચિંતકોએ તેમને જુગાર રમવાની ના પાડી હતી. પણ તેમણે કોઈની વાત ન માની. પેલી બાજુ શકુનિ જુગારની રમતમાં નિપુણ હતો. છતાં પણ યુધિષ્ઠિર વારંવાર તેની જ સાથે રમતા રહ્યા. તેમણે કર્ણ અને દુર્યોધનને છોડીને શકુનિને જ પોતાની સાથે જુગાર રમવા વારંવાર પડકાર ફેંક્યો હતો. એ સભામાં બીજા પણ હજારો જુગારી હાજર હતાં, જેમને તેઓ જીતી શકતા હતાં. પણ એ બધાંને છોડીને તેમણે સુબલપુત્ર શકુનિને જ બોલાવ્યા. એટલે જ તેઓ જુગારમાં હારી ગયા. જ્યારે તેઓ (યુધિષ્ઠિર) રમવા લાગ્યા અને તેમના પાસા અવળા પડવા લાગ્યા તો તેઓ રોષે ભરાઈને વધારે રમવા લાગ્યા. તેમણે હઠપૂર્વક રમત ચાલુ રાખી અને ખુદ હાર્યા, એમાં શકુનિનો કોઈ દોષ નથી. એટલે જે દૂત મોકલવામાં આવે તે ફક્ત સામનીતિયુક્ત વચન કહે. કૌરવ-પાંડવમાં યુદ્ધ થાય, એવી આશંકા ન કરો. સંધિ અથવા સમાધાનની ભાવનાથી જ દુર્યોધનને આમંત્રિત કરો.''

(મહાભારત, ઉદ્યોગપર્વ, અધ્યાય-૨, શ્લોક-૮-૧૩)

ઉપરનાં શ્લોકો દ્વારા કૌરવો અને પાંડવો પ્રત્યે બલરામનો દ્રષ્ટિકોણ સ્પષ્ટ થાય છે.

૧૨૯. શું સાત્યકિ અને બલરામ વચ્ચે કૌરવ-પાંડવો બાબતે ક્યારેય ઝઘડો થયો હતો?

જી હા, જ્યારે રાજા વિરાટનાં દરબારમાં બલરામે જુગાર માટે યુધિષ્ઠિરને જ દોષી ઠેરવ્યા, ત્યારે સાત્યકિએ તેમને જબરદસ્ત જવાબ આપ્યો હતોઃ

यादृशः पुरुषस्यात्मा तादृशं संप्रभाषते।
यथारूपोऽन्तरात्मा ते तथारूपं प्रभाषते।।
सन्ति वै पुरुषाः शूराः सन्ति कापुरुषास्तथा।
उभावेतौ दृढौ पक्षौ दृश्येते पुरुषान्प्रति।।
एकस्मिन्नेव जायेते कुले क्लीबमहाबलौ।
फलाफलवती शाखे यथैकस्मिन्वनस्पतौ।।

સાત્યકિએ કહ્યુંઃ ''બલરામજી! જેવું મનુષ્યનું હૃદય હોય છે, એવીજ વાત તેના મોઢેથી નીકળે છે. તમારું પણ જેવું અંતઃકરણ છે, એવું જ ભાષણ તમે આપી રહ્યા છો. સંસારમાં વીર પુરુષ પણ છે અને કાયર પુરુષ પણ છે. પુરુષોમાં આ બંને પક્ષ નિશ્ચિત રીતે જોવા મળે છે. જેવી રીતે એક જ વૃક્ષની કોઈ શાખા ફળ આપવાવાળી હોય છે અને કોઈ ખાલી ઠૂંઠું. બરાબર એવીજ રીતે એક જ કુળમાં બે પ્રકારનાં સંતાનો ઉત્પન્ન થાય છે, એક નપુંસક અને

એક બળવાન. જેવી રીતે તમે અને કૃષ્ણ.''

(મહાભારત, ઉદ્યોગપર્વ, અધ્યાય-૩, શ્લોક-૧-૩)

ઉપરના શ્લોકોથી એ સ્પષ્ટ થાય છે કે બલરામ દ્વારા દુર્યોધનની તરફદારી કરવાનું સાત્યકિને પસંદ નહોતું પડ્યું, એટલે જ તેણે આટલી તીખી વાત કહી હતી.

૧૩૦. કૃષ્ણ પર સ્યમંતક-મણિની ચોરી તથા સત્રાજિતની હત્યાનાં આરોપ પાછળ શું રહસ્ય હતું? કૃષ્ણ આ આરોપથી કેવી રીતે મુક્ત થયા?

ભાગવત પુરાણ અનુસાર કૃષ્ણ જ્યારે કોઈક કામથી હસ્તિનાપુર ગયા હતાં, ત્યારે અક્રૂર અને કૃતવર્માએ સત્રાજીત પર પોતાનો ગુસ્સો ઉતારવા માટે એક યોજના બનાવી અને શતધન્વાને પોતાનાં પક્ષમાં લેવા માટે તેને કહ્યુંઃ

लब्ध्वैतदन्तरं राजन्शतधन्वानमूचतुः।
अक्रूरकृतवर्माणौ मणिः कस्मान्न गृह्यते॥
योऽस्मभ्यं सम्प्रतिश्रुत्य कन्यारत्नं विगर्ह्य नः।
कृष्णायादान्न सत्राजित्कस्माद्भ्रातरमन्वियात्॥
एवं भिन्नमतिस्ताभ्यां सत्राजितमसत्तमः।
शयानमवधील्लोभात्स पापः क्षीणजीवितः॥
स्त्रीणां विक्रोशमानानां क्रन्दन्तीनामनाथवत्।
हत्वा पशून्सौनिकवन्मणिमादाय जग्मिवान्॥

એ લોકો (અક્રૂર અને કૃતવર્મા) એ શતધન્વાને કહ્યુંઃ ''તું સત્રાજીત પાસેથી મણિ કેમ નથી છીનવી લેતો? સત્રાજીતે પોતાની દીકરી સત્યભામાનાં લગ્ન અમારી સાથે કરવાનું વચન આપ્યું હતું અને હવે અમારો તિરસ્કાર કરીને તેણે પોતાની દીકરી કૃષ્ણ સાથે પરણાવી દીધી છે. હવે સત્રાજીત પણ પોતાનાં ભાઈ પ્રસેનની જેમ યમલોક શું કામ ન જાય? એ લોકોની ઉશ્કેરણીથી શતધન્વા એ લોકોની વાતોમાં આવી ગયો અને મોકો જોઈને ઊંઘી રહેલાં સત્રાજીતને જાનવરોની જેમ મારી નાંખ્યો અને મણિ લઈને ત્યાંથી ભાગી ગયો.''

(ભાગવત પુરાણ, સ્કંધ-૧૦, અધ્યાય-૫૭, શ્લોક-૩-૬)

કૃષ્ણ જ્યારે દ્વારકા આવ્યા ત્યારે આખાં નગરનો માહોલ બદલાયેલો હતો. અંદરોઅંદર બધાં એજ ચર્ચા કરી રહ્યા હતાં કે મણિનાં લોભમાં કૃષ્ણએ જ ષડયંત્રપૂર્વક સત્રાજીતની હત્યા કરાવી છે. એટલે સુધી કે ભાઈ બલરામ અને પત્ની સત્યભામાને પણ કૃષ્ણ પર શંકા હતી. આ બધું જોઈને કૃષ્ણએ હત્યારા મણિચોરની શોધખોળ કરવાનું શરૂ કરાવ્યું. ત્યારે તપાસ કડક થતી જોઈને શતધન્વાએ અક્રૂર અને કૃતવર્મા પાસે મદદ માંગી. પણ કૃષ્ણનાં ડરથી

કોઈએ તેની મદદ ન કરી. પછી લાચાર શતધન્વા મણિ અક્રૂર પાસે મૂકીને દ્વારકા છોડીને ભાગી નીકળ્યો. કૃષ્ણ અને બલરામે તેનો પીછો કર્યો અને જતાં-જતાં મિથિલામાં તેને મોતને ઘાટ ઉતાર્યો પણ મણિ તેની પાસે મળ્યો નહીંઃ

पदातेर्भगवांस्तस्य पदातिस्तिग्मनेमिना।
चक्रेण शिर उत्कृत्य वाससोर्व्यचिनोन्मणिम्।।
अलब्धमणिरागत्य कृष्ण आहाग्रजान्तिकम्।
वृथा हतः शतधनुर्मणिस्तत्र न विद्यते।।

શુકદેવજી કહે છેઃ ''કૃષ્ણએ પોતાનાં ચક્ર વડે પગપાળા ભાગી રહેલાં શતધન્વાનું માથું ઉતારી લીધું અને તેનાં વસ્ત્રોમાં મણિ શોધ્યો, પણ જ્યારે મણિ ન મળ્યો ત્યારે તેઓ પાછા બલરામ પાસે આવ્યા અને બોલ્યા - આપણે તેને નકામો મારી નાંખ્યો કેમ કે મણિ તો તેની પાસે હતો જ નહીં.''

(ભાગવત પુરાણ, સ્કંધ-૧૦, અધ્યાય-૫૭, શ્લોક-૨૧-૨૨)

अक्रूरः कृतवर्मा च श्रुत्वा शतधनोर्वधम्।
व्यूषतुर्भयवित्रस्तौ द्वारकायाः प्रयोजकौ।।

શુકદેવજી કહે છેઃ જ્યારે મુખ્ય ષડયંત્રકારી અક્રૂર અને કૃતવર્માએ સાંભળ્યું કે કૃષ્ણએ શતધન્વાને મારી નાંખ્યો છે, ત્યારે આ બંને પણ બીકનાં માર્યા દ્વારકા છોડીને ભાગી ગયા.

(ભાગવત પુરાણ, સ્કંધ-૧૦, અધ્યાય-૫૭, શ્લોક-૨૯)

ननु दानपते न्यस्तस्त्वय्यास्ते शतधन्वना।
स्यमन्तको मणिः श्रीमान्विदितः पूर्वमेव नः।।
सत्राजितोऽनपत्यत्वाद्गृह्णीयुर्दुहितुः सुताः।
दायं निनीयापः पिण्डान्विमुच्यर्णं च शेषितम्।।
तथापि दुर्धरस्त्वन्यैस्त्वय्यास्तां सुव्रते मणिः।
किन्तु मामग्रजः सम्यङ्न प्रत्येति मणिं प्रति।।
दर्शयस्व महाभाग बन्धूनां शान्तिमावह।
अव्युच्छिन्ना मखास्तेऽद्य वर्तन्ते रुक्मवेदयः।।
एवं सामभिरालब्धः श्वफल्कतनयो मणिम्।
आदाय वाससाच्छन्नः ददौ सूर्यसमप्रभम्।।

શુકદેવજી કહે છે કે કૃષ્ણએ પછી અક્રૂરને દ્વારકા બોલાવ્યા અને ખૂબ જ પ્રેમથી તેમને ફોસલાવતાં કહ્યુંઃ ''કાકાજી! અમને ખબર છે કે મણિ તમારી પાસે જ છે કેમ કે આજકાલ તમે એવા-એવા યજ્ઞ કરી રહ્યા છો જેમાં સોનાની વેદીઓ બને છે. આમ પણ તમે ખૂબ

દાની છો. તમે તો જાણો જ છો કે સત્રાજીતને કોઈ પુત્ર નથી, એટલે તેમનું પિંડદાન વગેરે કર્મ તેમની દીકરીના દીકરા જ કરશે અને તેમની સંપત્તિ પર પણ તેમનો જ હક હશે. પણ તેમ છતાં આ મણિ તમે જ રાખી લો, બસ તેને એકવાર ભાઈ બલરામ, સત્યભામા અને જાંબવતીને દેખાડી દો, કેમ કે એ લોકો મારાં પર શંકા કરી રહ્યા છે. તેઓ મારી વાત પર વિશ્વાસ જ નથી કરી રહ્યા. તમે આ મણિ દેખાડીને તેમને શાંતિ પહોંચાડો. કૃષ્ણએ જ્યારે સાંત્વના આપીને સારી રીતે સમજાવ્યા ત્યારે અક્રૂરે વસ્ત્રમાં લપેટેલો સૂર્ય સમાન પ્રકાશમાન એ સ્યમંતક મણિ કૃષ્ણને આપી દીધો.''

(ભાગવત પુરાણ, સ્કંધ-૧૦,
અધ્યાય-૫૭, શ્લોક-૩૬-૪૦)

स्यमन्तकं दर्शयित्वा ज्ञातिभ्यो रज आत्मनः।
विमृज्य मणिना भूयस्तस्मै प्रत्यर्पयत्प्रभुः।।

શુકદેવજીએ કહ્યુંઃ ''કૃષ્ણએ તે સ્યમંતક મણિ પોતાનાં જાતિ-ભાઈઓને બતાવીને પોતાનું કલંક દૂર કર્યું અને પછી એ મણિ અક્રૂરને પાછો આપી દીધો.''

(ભાગવત પુરાણ, સ્કંધ-૧૦, અધ્યાય-૫૭, શ્લોક-૪૧)

સ્પષ્ટીકરણઃ ભાગવત પુરાણ સિવાય મહાભારત કે અન્ય કોઈપણ પુરાણમાં આ ઘટનાનું વર્ણન નથી મળતું.

૧૩૧. કૃષ્ણની કેટલી મામીઓ હતી અને તેઓ કોની પુત્રી હતી?

કૃષ્ણની બે મામીઓ હતી અને તેઓ મગધના રાજા તથા આર્યાવર્તના શક્તિશાળી રાજાઓમાંથી એક જરાસંધની પુત્રીઓ હતી. એ બંનેના નામ અસ્તિ અને પ્રાપ્તિ હતાઃ

अस्तिः प्राप्तिश्च नाम्ना ते मागधस्य सुतेनृप।।
जरासंधस्य कल्याण्यौ पीनश्रोणिपयोधरे।
उभे कंसस्य ते भार्ये प्रादाद् बार्हद्रथो नृपः।।

વૈશમ્પાયનજીએ કહ્યુંઃ ''હે રાજા જનમેજય! મગધરાજ જરાસંધની બે કલ્યાણમયી કન્યાઓ હતી, જેમના નામ અસ્તિ અને પ્રાપ્તિ હતા. તેમની આ બંને દીકરીઓ ખૂબ જ સુંદર હતી. બૃહદ્રથ પુત્ર જરાસંધે પોતાની એ બંને કન્યાઓ કંસને આપી દીધી હતી. એ બંને કંસની પત્નીઓ હતી.''

(હરિવંશ પુરાણ, વિષ્ણુપર્વ, અધ્યાય-૩૫, શ્લોક-૫-૬)

મહાભારત, ભાગવત તથા અન્ય પુરાણોમાં પણ કોઈપણ જાતના તફાવત વિના આજ વાત કહેવાઈ છે.

૧૩૨. કૃષ્ણની એક પત્ની સત્યભામા શું બહુ અભિમાની હતી?

ગર્ગ સંહિતા સમેત અનેક પુરાણો અનુસાર સત્યભામાને પોતાનાં રૂપ, પિયરમાંથી મળેલાં ધન અને પતિને વશમાં કરવાની પ્રતિભા પર ખૂબ અભિમાન હતું. ગર્ગ સંહિતામાં સત્યભામાનાં અભિમાનની ઝાંખી આ પ્રકારે મળે છે, જેમાં સત્યભામા પોતાનાં મોઢે પોતાનું વર્ણન કરતી દર્શાવવામાં આવી છેઃ

श्रीकृष्णस्य वचः श्रुत्वा सत्यभामाऽथ भामिनी... x
...चैद्याद्या अनेन युयुधुर्युधि॥

● "કૃષ્ણની વાત સાંભળીને પોતાનાં અનુપમ રૂપ અને યૌવન ઉપર ગર્વ કરવાવાળી સત્યભામાએ પોતાની શોક્યોને કહ્યુંઃ

● શું રાધા જ રૂપવતી છે? હું રૂપવાન નથી? જ્યારે હું કુંવારી હતી, ત્યારે કોણ જાણે કેટલાં લોકોએ મારો હાથ માંગ્યો હતો. હું મારાં રૂપ અને ઉદારતા વગેરે ગુણોને કારણે કાયમ પૂજ્ય ગણાઈ છું.

● સખીઓ! મારાં રૂપનાં કારણે જ શતધન્વા માર્યો ગયો હતો અને અક્રૂર અને કૃતવર્માને દ્વારકા છોડીને ભાગવું પડ્યું હતું.

● જે સ્યમંતક મણિ પ્રતિદિન આપોઆપ આઠ ભાર સોનું પેદા કરે છે, મારાં પિતાએ એજ સ્યમંતક મણિ મારાં દહેજમાં આપ્યો હતો.

● એ મણિથી મારા ઘરમાં પણ અદ્ભુત વૈભવ પ્રગટ થઈ ગયો છે. હું મારાં મહાન પ્રેમથી કૃષ્ણને વશમા રાખું છું.

● પ્રાગ્જ્યોતિષપુરમાં નરકાસુરની કેદમાં નરકની યાતના ભોગવનારી તમે બધી સ્ત્રીઓ મારાં કારણે જ દ્વારકાનું મોઢું જોઈ શકી હતી.

● ભૌમાસુરની ગજશાળામાંથી ઐરાવત જેવા મોટા-મોટા હાથી મારાં કહેવાથી જ કૃષ્ણ દ્વારકા લાવ્યા હતાં.

● મેં મારાં પાતિવ્રત્ય ધર્મથી કૃષ્ણને મારાં વશમાં કરી રાખ્યાં છે.

● મેં બધી સામગ્રીઓ સાથે નારદજીના હાથે કૃષ્ણનું દાન કરી દીધું હતું. મારાં જેવો ગૌરવ અને વૈભવ કોઈપણ સ્ત્રીને નહીં મળી શકે.

● રૂપ અને ઉદારતા પણ મારાં જેટલાં કોઈપણ સ્ત્રીમાં નથી. પછી રાધાની તો વાત જ શી કરવી?"

(ગર્ગ સંહિતા, દ્વારકાખંડ, અધ્યાય-૧૬, શ્લોક-૧૬-૨૮)

એટલે કે એકંદરે એ વાત સાચી છે કે સત્યભામાને પોતાનાં અસ્તિત્વ પર ઘમંડ હતું. સાથે જ કૃષ્ણને વશમાં રાખવાનું અભિમાન પણ તેનામાં ખૂબ જ હતું.

૧૩૩. કૃષ્ણના પુત્ર પ્રદ્યુમ્ને કેટલાં લગ્ન કર્યા હતા?

કૃષ્ણના સૌથી મોટા પુત્રનું નામ પ્રદ્યુમ્ન હતું જેનું જન્મના સાતમાં દિવસે જ અપહરણ થઈ ગયું હતું. અપહરણ કરવાવાળા શંબર નામક અસુરે એ બાળકને ઉછેરવા માટે પોતાની નોકરાણીને આપી દીધો હતો જેનું નામ માયાવતી હતું. બાળક પ્રદ્યુમ્ન જેમ-જેમ યુવાન થતો ગયો, તેમ-તેમ તેની સુંદરતા પણ વધતી ગઈ અને તેના તરફ માયાવતીનું આકર્ષણ પણ એટલું જ વધવા લાગ્યું. શંબરાસુરને માર્યા પછી યુવાન પ્રદ્યુમ્ન આ માયાવતીની સાથે જ દ્વારકા પાછા ફર્યા અને ત્યાં એ બંનેના વિધિસર લગ્ન થયા. આ પ્રદ્યુમ્નની પહેલી પત્ની થઈ. ત્યાર પછી તેમના લગ્ન તેમના મામા રૂક્મીની પુત્રી રૂક્મવતી (શુભાંગી) સાથે પણ થયા.

(કૃષ્ણના જીવન સાથે સંબંધિત બધાં પુરાણોમાં આ વાત ઉપલબ્ધ છે)

પછી જ્યારે પ્રદ્યુમ્ને વજ્રનાભ નામક અસુરની દીકરી પ્રભાવતીનાં અનુપમ સૌંદર્ય વિષે સાંભળ્યું ત્યારે તેમણે પોતાના કાકા ગદ (બલરામનો ભાઈ) અને ભાઈ સાંબને પોતાનાં દિલની વાત જણાવી. અને પછી એ બધાંને ભેગા કરીને એક નૌટંકી પાર્ટી બનાવી. પછી એ નૌટંકી પાર્ટીએ વજ્રનાભના નગરમાં ધામા નાખ્યા અને જાત-જાતના ખેલ દેખાડવા લાગ્યા. ત્યાં પ્રભાવતીની સહેલીઓની મદદથી પ્રદ્યુમ્નએ મહેલ સુધી પોતાની પહોંચ બનાવી અને ત્યારે એ રાજકુમારી સાથે લગ્ન કર્યા. આ તેમની ત્રીજી પત્ની હતી.

(હરિવંશ પુરાણ, વિષ્ણુપર્વ, અધ્યાય-૯૪)

આ રીતે પ્રદ્યુમ્નએ કુલ ત્રણ લગ્ન કર્યા હતા. પૌરાણિક ગ્રંથોને આધાર બનાવીને કહેવામાં આવે તો પ્રદ્યુમ્નમાં કોઈપણ પ્રકારનું ઉછાંછળાપણું ન હતું. પરંતુ ઘણીવાર તો તેમણે પોતાનાં પિતા કૃષ્ણ દ્વારા આપવામાં આવેલા કાર્યોને જવાબદારીપૂર્વક પૂરા પણ કર્યા હતા.

૧૩૪. રુક્મિણીનાં હરણ પછી કૃષ્ણની પ્રતિક્રિયા શું હતી?

કૃષ્ણ રુક્મિણી-હરણ પછી ખૂબ જ ખુશ હતા. અને રુક્મિણી દ્વારા તેમને પતિ તરીકે સ્વીકારવામાં આવવા બદલ તેમણે આશ્ચર્યમિશ્રિત આનંદ વ્યક્ત કરતાં કહ્યું પણ હતુંઃ

राजपुत्रीप्सिता... x ...पूर्णा गेहयोर्ज्योतिरक्रियाः।।

- કૃષ્ણ બોલ્યાઃ ''રાજકુમારી! આર્યાવર્તના મોટા-મોટા સંપત્તિશાળી રાજાગણ, જેઓ સન્માનિત પણ છે અને સુંદરતા, ઉદારતા તથા બળમાં પણ બહુ આગળ છે, તેઓ તમારી સાથે લગ્ન કરવા ઈચ્છતા હતાં.''
- તમારા પિતા અને ભાઈ પણ એમાંથી જ કોઈ એક સાથે તમારા લગ્ન કરાવવા માંગતા

હતા. ત્યાં સુધી કે તેમણે શિશુપાલને વચન પણ આપી દીધું હતું. છતાં પણ તમે બધાંને છોડીને મારાં જેવી વ્યક્તિને પતિ તરીકે સ્વીકારી કે જે કોઈપણ રીતે તમારા યોગ્ય નથી. આવું તમે શા માટે કર્યું?

• સુંદરી! જો, અમે જરાસંધ વગેરે રાજાઓથી ડરીને સમુદ્ર કિનારે આવીને વસ્યા છીએ. મોટાં-મોટાં બળવાનો સાથે અમે દુશ્મની કરેલી છે અને લગભગ રાજસિંહાસનનાં અધિકારથી પણ અમે વંચિત છીએ. સુંદરી! અમે કયા માર્ગના અનુયાયી છીએ, અમારો માર્ગ કયો છે, એ અમને પણ નથી ખબર. અમે લોકો લૌકિક વ્યવહારનું પણ બરાબર પાલન નથી કરતાં. સ્ત્રીઓને ખુશ કરતા પણ અમને નથી આવડતું. જે સ્ત્રીઓ અમારા કુળમાં લગ્ન કરે છે, તેમને મોટા ભાગે દુઃખ જ સહન કરવું પડે છે.

• અમે તો કાયમના અકિંચન છીએ. અમારી પાસે ક્યારેય કંઈ હતું પણ નહીં અને ક્યારેય હશે પણ નહીં. આજ કારણ છે કે ખુદને ધનિક સમજવાવાળા લોકો ન તો અમને પ્રેમ કરે છે અને ન તો અમારી સેવા કરે છે.

• કહેવાય છે કે જેમનું ધન, કુળ, ઐશ્વર્ય, સૌંદર્ય અને આવક પોતાના જેટલું હોય - તેમની સાથે લગ્ન અને મિત્રતાનો સંબંધ બાંધવો જોઈએ. જે આપણાંથી શ્રેષ્ઠ કે નીચા હોય તેમની સાથે ન બાંધવો જોઈએ.

• વિદર્ભરાજકુમારી! તમે તમારી અદૂરદર્શિતાને કારણે આ વાતો પર વિચાર જ ન કર્યો અને જાણ્યા-જોયા વિના ભિક્ષુઓ પાસેથી મારા વખાણ સાંભળીને મારા જેવા ગુણહીન સાથે લગ્ન કરી લીધા.

• જો કે હજી પણ કંઈ નથી બગડ્યું, તમે તમારા લાયક કોઈ ક્ષત્રિયને પસંદ કરીને તેની સાથે લગ્ન કરી લો, જેથી તમારી બધી આશા-અભિલાષાઓ પૂરી થઈ શકે.

• સુંદરી! તમે જાણો જ છો કે શિશુપાલ, શાલ્વ, જરાસંધ, દંતવક્ર વગેરે રાજાગણ અને તમારો ભાઈ રૂક્મી પણ મને નફરત કરે છે.

• તમે જોયું કે તમારા સ્વયંવર વખતે પણ તેઓ બધાં બળ-પૌરુષનાં મદમાં આંધળા થઈ રહ્યા હતા. પોતાની આગળ બીજાને કંઈ નહોતા ગણતા. એ બધાંનું ઘમંડ તોડવા માટે જ મેં તમારું અપહરણ કર્યું હતું, બીજું કોઈ કારણ નથી.

• પણ એ તો નિશ્ચિત છે કે અમે નિર્લોભી અને નિર્લિપ્ત છીએ. અમે સ્ત્રી, સંતાન કે ધનના લાલચી નથી. અમે નિષ્ક્રિય અને શરીર-ઘર સાથે સંબંધરહિત દીપશિખા સમાન સાક્ષીમાત્ર છીએ. અમે અમારા આત્માના સાક્ષાત્કારથી જ સંપૂર્ણ રીતે તૃપ્ત અને સંતુષ્ટ છીએ.''

(ભાગવત પુરાણ, સ્કંધ-૧૦, અધ્યાય-૬૦, શ્લોક-૧૦-૨૦)

૧૩૫. કૃષ્ણ અને રુક્મિણીની દીકરી ચારુમતીનાં લગ્ન કોની સાથે થયા હતા?

ભાગવત પુરાણ પ્રમાણેઃ

रुक्मिण्यास्तनयां राजन्कृतवर्मसुतो बली।
उपयेमे विशालाक्षीं कन्यां चारुमतीं किल।।

શુકદેવજીએ કહ્યુંઃ "દસ પુત્રો ઉપરાંત રુક્મિણીને મોટી-મોટી આંખોવાળી એક પરમ સુંદરી દીકરી પણ હતી, તેનું નામ હતું - ચારુમતી. દ્વારકામાં જ રહેવાવાળા કૃતવર્માનાં પુત્ર બલી સાથે તેનાં લગ્ન થયા હતાં."

(ભાગવત પુરાણ, સ્કંધ-૧૦,
અધ્યાય-૬૧, શ્લોક-૨૪)

૧૩૬. બલરામે કૃષ્ણના સાળા રૂક્મીને કેમ માર્યો હતો?

આ ઘટના કૃષ્ણના પૌત્ર અનિરુદ્ધનાં બીજા લગ્ન વખતની છે. અનિરુદ્ધનાં આ બીજા લગ્ન રૂક્મીની પૌત્રી રોચના સાથે નક્કી થયા હતાં. અને બલરામ તથા બીજા બધાં મુખ્ય યાદવગણ જાન લઈને ભોજકટ ગયા હતાં.

ખેર, આ લગ્ન તો કુશળ રીતે સંપન્ન થયા પણ ત્યાર પછી રૂક્મીનાં ચાંપલા મિત્ર રાજાઓએ તેને બલરામ સાથે જુગાર રમવાની સલાહ આપી. આ બાજુ રૂક્મી તો કૃષ્ણનાં ખાનદાનને નીચું દેખાડવાનો એક પણ મોકો આમ પણ છોડવા નહોતો માંગતો, તેથી તે ખુશ થઈ ગયો. કેમ કે રૂક્મીને પોતાની બહેન રુક્મિણી તો વ્હાલી હતી, પણ કૃષ્ણ સાથે તેને વેર હતું. હવે આ બાજુ બલરામ યુધિષ્ઠિરની જેમ જુગાર રમવામાં તો બિલકુલ અનાડી હતાં જ, પણ સાથે જ તેઓ યુધિષ્ઠિરની જેમ જ જુગારનાં પાક્કા વ્યસની પણ હતાં. જે કોઈ કહી દે, તેની સાથે જુગાર રમવા બેસી જતાં હતાં.

હવે, રમત શરૂ થઈ અને બલરામ એક પછી એક દાવ હારવા લાગ્યા. અને આ ઓછું હોય એમ બલરામની પ્રત્યેક હાર પર કલિંગનો રાજા દાંત દેખાડી-દેખાડીને બલરામની હાંસી ઉડાડવા લાગ્યો. પેલી બાજુ પોતાની જીતથી ઉત્સાહિત રૂક્મીએ આગળનો દાવ એક લાખ મોહરનો લગાવ્યો, પણ આ દાવ બલરામ જીતી ગયા. આમ થવાથી રૂક્મી બેઈમાની પર ઉતરી આવ્યો અને તેને પણ પોતાની જીત કહેવા લાગ્યો.

ત્યાર પછી તો સતત બાજી પલટાતી ગઈ અને દરેક દાવ બલરામ જીતવા લાગ્યા અને આ સાથે જ હાહાકાર પણ વધવા લાગ્યો. કેમ કે ત્યાં ઉપસ્થિત મોટા ભાગનાં રાજા રૂક્મીનાં અનુયાયી હતાં, તેથી તેઓ તેના જ પક્ષમાં હો-હા કરી રહ્યાં હતાં. પછી સભા પોતાના પક્ષમાં છે એમ જાણીને ઉત્સાહિત રૂક્મીએ બલરામને એક ખૂંચે એવી વાત કહી દીધી -

બલરામજી! છેવટે તમે લોકો વન-વન ભટકવાવાળા ગોવાળ જ તો છો ને? પાસાઓ અને બાણોથી રમવાનું તમે લોકો શું જાણો? આ તો અમારા જેવા રાજાઓની રમત છે. બસ, ભરી સભામાં થયેલા આ અપમાનથી બલરામ ખૂબ જ ગુસ્સે થઈ ગયા અને ત્યાંજ પડેલી એક મગદળ ઉઠાવીને એક જ વારમાં રૂક્મીનું કામ તમામ કરી નાંખ્યું. એ પછી તો તેમણે હાંસી ઉડાડવાવાળા બીજા રાજાઓનાં પણ અંગ-ભંગ કરી નાખ્યાં. આ રીતે બલરામના હાથે કૃષ્ણનો સગો સાળો રૂક્મી મૃત્યુ પામ્યો.

(ભાગવત પુરાણ, સ્કંધ-૧૦,
અધ્યાય-૬૧, શ્લોક-૨૫-૩૭)
(હરિવંશ પુરાણ, વિષ્ણુપર્વ, અધ્યાય-૬૧, શ્લોક-૧૨-૪૮)

૧૩૭. કૃષ્ણએ પાંડવો માટે મય દાનવ દ્વારા જે ઈન્દ્રપ્રસ્થનું નિર્માણ કરાવ્યું હતું, એ કેટલું વિશાળ હતું?

મહાભારતમાં ઈન્દ્રપ્રસ્થની સ્થાપનાનું વર્ણન આ પ્રકારે મળે છેઃ

अभिप्रायेण पार्थानां कृष्णस्य च महात्मनः।
पुण्येऽहनि महातेजाः कृतकौतुकमंगलः॥
तर्पयित्वा द्विजश्रेष्ठान्पायसेन सहस्रशः।
धनं बहुविधं दत्त्वा तेभ्य एव च वीर्यवान्॥
सर्वर्तुगुणसम्पन्नां दिव्यरूपां मनोरमाम्।
दशकिष्कुसहस्रां तां मापयामास सर्वतः॥

વૈશમ્પાયનજી કહે છેઃ ''તેણે (મય દાનવે) કુંતીપુત્રો અને શ્રીકૃષ્ણની ઈચ્છા અનુસાર સભા બનાવવાનો નિર્ણય કર્યો. આ માટે તેણે સૌથી પહેલાં ભૂમિ-પૂજન સંબંધી કાર્ય સંપન્ન કરાવ્યું અને ત્યાર પછી બધી ઋતુઓનાં ગુણોથી સંપન્ન અનુપમ રૂપવાળા મનોરમ ભવનનું નિર્માણ કરવા માટે બધી બાજુથી દસ હજાર હાથ વર્ગાકાર ભૂમિ મપાવડાવી.''

(મહાભારત, સભાપર્વ, અધ્યાય-૧, શ્લોક-૧૯-૨૧)

મહાભારતનાં અન્ય વર્ણનો તથા વિભિન્ન પૌરાણિક સ્રોતોનાં આધારે એમ માનવામાં આવે છે કે કૃષ્ણનાં જીવનકાળમાં ભારત પોતાનાં સર્વોચ્ચ શિખર પર હતું. પ્રગતિનાં એક પછી એક શિખર એ સમયના મનુષ્યએ સર કર્યા હતાં. એ આધારે મહાભારતનાં ઉપર મુજબનાં ઈન્દ્રપ્રસ્થનાં વર્ણનમાં કોઈ અતિશયોક્તિ નથી લાગતી. પાંચ-સવા પાંચ હજાર વર્ગ કિલોમીટરવાળા ક્ષેત્રફળની રાજધાની કે રાજ્ય હોવું એ કોઈ મોટી વાત નથી.

૧૩૮. શું કૃષ્ણએ પણ રાજસૂય યજ્ઞ વખતે દ્વારકાને યુધિષ્ઠિરનાં સામ્રાજ્યને આધીન હોવાનું સ્વીકાર કર્યું હતું?

આ પ્રસંગમાં મહાભારતની વાતો ઉલ્લેખનીય છે. યુધિષ્ઠિરના રાજસૂય યજ્ઞના એક વર્ષ પહેલાં ભીમ, અર્જુન, નકુલ અને સહદેવ - ચારે ભાઈ ચારેય દિશાઓમાં દિગ્વિજય માટે જાય છે અને આ ક્રમમાં નકુલ પશ્ચિમ દિશામાં નીકળે છે. અનેક રાજાઓને જીતીને તેઓ દ્વારકા પાસે પહોંચે છે પણ અન્ય રાજ્યોથી વિપરીત, તેઓ દ્વારકા નગરીમાં સીધો પ્રવેશ કરવાની જગ્યાએ એક દૂતને મોકલે છે:

द्वारपालं च तरसा वशे चक्रे महाद्युतिः।
रामठान्हारहूणांश्च प्रतीच्याश्चैव ये नृपाः।।
तान्सर्वान्स वशे चक्रे शासनादेव पाण्डवः।
तत्रस्थः प्रेषयामास वासुदेवाय भारत।।
स चास्य गतभी राजन्प्रतिजग्राह शासनम्।
ततः शाकलमभ्येत्य मद्राणां पुटभेदनम्।।

વૈશમ્પાયનજી કહે છેઃ "દ્વારપાલપુરને નકુલે તરત જ પોતાને આધીન કરી લીધું. રામઠ, હાર, હૂણ તથા અન્ય જે પશ્ચિમી દેશ હતા, એ બધાંને પાંડુકુમાર નકુલે આજ્ઞામાત્રથી જ પોતાનાં વશમાં કરી લીધા. હે જનમેજય! ત્યાંજ રહીને નકુલે વસુદેવનંદન શ્રીકૃષ્ણ પાસે દૂત મોકલ્યો. અને હે રાજન! કૃષ્ણએ પણ ફક્ત પ્રેમના કારણે નકુલનું શાસન સ્વીકાર કરી લીધું, જેથી કરીને રાજસૂય યજ્ઞમાં વિધ્ન ન આવે. ત્યાર પછી નકુલે શાકલ દેશને જીતીને પોતાનાં મોસાળ મદ્રદેશમાં પ્રવેશ કર્યો."

(મહાભારત, સભાપર્વ, અધ્યાય-૩૨, શ્લોક-૧૨-૧૪)

એટલે કે ઔપચારિકતાવશ જ ભલે, પરંતુ દ્વારકાએ પણ ઈન્દ્રપ્રસ્થની અધીનતા સ્વીકાર કરી હતી.

૧૩૯. યુધિષ્ઠિરના રાજસૂય યજ્ઞમાં કૃષ્ણની અગ્રપૂજા પર હોબાળો થવાનું કારણ શું હતું?

મહાભારતમાં ભારતની સનાતન પરંપરાનો હવાલો આપતાં કહેવામાં આવ્યું છે કે છ પ્રકારનાં લોકો વિશેષ સન્માનને પાત્ર હોય છે અને કોઈ સભામાં સાર્વજનિક રૂપે તેમનો વિશેષ સત્કાર અનિવાર્ય હોય છે. એટલે ભીષ્મપિતામહે યજ્ઞની સમાપ્તિ પછી યુધિષ્ઠિરને આજ્ઞા આપી કે હવે તું બધાં પધારેલા રાજાઓને અર્ધ્ય આપીને પૂજન (વિશેષ સત્કાર) કરઃ

ततो भीष्मोऽब्रवीद्राजन्धर्मराजं युधिष्ठिरम्।
क्रियतामर्हणं राज्ञां यथार्हमिति भारत।।

आचार्यमृत्विजं चैव संयुजं च युधिष्ठिर।
स्नातकं च प्रियं प्राहुः षडर्घार्हान्नृपं तथा॥
एतानर्घ्यानभिगतानाहुः संवत्सरोषितान्।
त इमे कालपूगस्य महतोऽस्मानुपागताः॥
एषामेकैकशो राजन्नर्घ आनीयतामिति।
अथ तैषां वरिष्ठाय समर्थायोपनीयताम्॥

વૈશમ્પાયનજી કહે છેઃ હે રાજન! ત્યાર બાદ ભીષ્મપિતામહે યુધિષ્ઠિરને કહ્યું કે હે ''ભારતકુળ ભૂષણ યુધિષ્ઠિર! હવે તું અહીં પધારેલાં રાજાઓનો યથાયોગ્ય સત્કાર કર. આચાર્ય, પુરોહિત, સંબંધી, સ્નાતક, પ્રિય મિત્ર તથા રાજા - આ છ ને અર્ઘ્ય આપીને પૂજવા યોગ્ય મનાય છે. આ જો એક વર્ષ વિતાવીને આપણે ત્યાં આવે, તો એમના માટે અર્ઘ્ય નિવેદન કરીને તેમની પૂજા કરવી જોઈએ, એવું વિદ્વાન પુરુષોનું કથન છે. આ બધાં રાજાગણ આપણે ત્યાં ઘણાં લાંબા સમય પછી આવ્યા છે. એટલે હે યુધિષ્ઠિર! તું એક પછી એક આ બધાં માટે અર્ઘ્ય આપ અને આ બધાંમાં જે શ્રેષ્ઠ અને શક્તિશાળી હોય, તેમને સૌથી પહેલાં અર્ઘ્ય આપ.''

(મહાભારત, સભાપર્વ, અધ્યાય-૩૬, શ્લોક-૨૨-૨૫)

ત્યારે યુધિષ્ઠિરે ભીષ્મપિતામહને કહ્યું કે આ બધાં રાજાઓમાં તમે કોને શ્રેષ્ઠ અને શક્તિશાળી માનો છો, એ મને કહોઃ

ततो भीष्मः शान्तनवो बुद्ध्यानिश्चित्य वीर्यवान्।
अमन्यत तदा कृष्णमर्हणीयतमं भुवि॥

''શાંતનુના પરાક્રમી પુત્ર ભીષ્મપિતામહે પોતાની બુદ્ધિથી નિર્ણય કરીને શ્રીકૃષ્ણને ભૂમંડલમાં સૌથી વધારે પૂજનીય માન્યા.''

(મહાભારત, સભાપર્વ, અધ્યાય-૩૬, શ્લોક-૩૦)

ત્યારે ભીષ્મપિતામહની રજા મેળવીને સહદેવે વિધિપૂર્વક કૃષ્ણની અગ્રપૂજા કરી. એ સમયે કૃષ્ણની અગ્રપૂજા તો સંપન્ન થઈ ગઈ પણ ત્યાંજ રાજનીતિક જૂથની ખેંચતાણ પણ સ્પષ્ટ રીતે ઉભરીને સામે આવી ગઈ. ઉંમર, ધન અને રાજનીતિક વર્ચસ્વને શ્રેષ્ઠતાનો આધાર માનવાવાળા રાજાગણ કૃષ્ણની અગ્રપૂજાને પચાવી ન શક્યા. કૃષ્ણનાં જ ફોઈનાં દીકરા ભાઈ શિશુપાલ જે તેમનો રાજનીતિક પ્રતિદ્વંદ્વી પણ હતો અને વિરોધી જરાસંધના પક્ષનો આગેવાન પણ હતો તેણે તેમની અગ્રપૂજાનો જાહેર રીતે વિરોધ કર્યોઃ

त्वादृशो धर्मयुक्तो हि कुर्वाणः... x ...राजभिरिहानीतैरवमानाय भारत॥

શિશુપાલે કહ્યુંઃ ''ભીષ્મ! તમારા જેવાં ધર્માત્મા પુરુષ જ્યારે આંખ આડા કાન કરવા લાગે છે ત્યારે તે સજ્જનોના સમાજમાં અપમાનિત થાય છે. એ તો બધાં જાણે છે કે યદુવંશી કૃષ્ણ

રાજા નથી, તો આટલાં રાજાઓ ઉપસ્થિત હોવા છતાં તમે તેની અગ્રપૂજા શું કામ કરાવી? તમારા જ પ્રમાણે જોઃ

- "તમે મોટા-વડીલોની અગ્રપૂજા કરાવવા માંગતા હતાં તો એવામાં વસુદેવજીની સામે તેમના પુત્રની પૂજા શું કામ કરાવી?"
- "તમારે કોઈ પ્રિય હિતેચ્છુની પૂજા કરાવવી હતી તો પાંડવોનાં સૌથી મોટા હિતેચ્છુ રાજા દ્રુપદ પણ અહીં જ બિરાજમાન હતાં, જેમણે ખરાબ સમયમાં તેમને સાચવ્યા અને તેમનું રાજનૈતિક કદ વધાર્યું."
- "તમારે કોઈ આચાર્યની પૂજા કરાવવી હતી તો સર્વમાન્ય અને શ્રેષ્ઠ આચાર્ય દ્રોણાચાર્ય પણ અહીં હાજર હતાં."
- "તમારે કોઈ ઋત્વિજ (પુરોહિત)ની અગ્રપૂજા કરાવવી હતી તો આર્યાવર્તનાં સર્વશ્રેષ્ઠ ઋત્વિજ વેદવ્યાસ પણ અહીં હાજર હતાં."
- "તમારે કોઈ દૈવીગુણવાળી વ્યક્તિની અગ્રપૂજા કરાવવી હતી તો તમે પોતે ખુદની પૂજા કેમ ન કરાવી? કેમ કે તમને ઈચ્છા-મૃત્યુનું વરદાન પ્રાપ્ત છે."
- "તમારે કોઈ શાસ્ત્રોનાં જ્ઞાતાની અગ્રપૂજા કરાવવી હતી તો અશ્વત્થામાથી મોટા શાસ્ત્રનાં જાણકાર તો કૃષ્ણ ક્યારે પણ ન હોઈ શકે."

યુધિષ્ઠિર! કૃષ્ણ ન ઋત્વિજ છે, ન આચાર્ય છે અને ન તો રાજા છે, તો તે કયા આધારે તેની અગ્રપૂજા કરી? યુધિષ્ઠિર! જો આ કૃષ્ણ જ તમારા લોકોનો પ્રિય છે અને તારે એની જ પૂજા કરવી હતી તો આ રાજાઓને ખાલી અપમાનિત કરવા માટે બોલાવવાની શું જરૂર હતી?"

(મહાભારત, સભાપર્વ, અધ્યાય-૩૭, શ્લોક-૪-૧૮)

એટલે ટૂંકમાં, કૃષ્ણનો રાજનૈતિક સ્તરે વિરોધ કરવો એજ એ હોબાળાનું મુખ્ય કારણ હતું.

૧૪૦. શું કૃષ્ણએ જ દ્રૌપદી અને સુભદ્રાનાં પુત્રોનાં ભણવા-ગણવાની અને દેખરેખની વ્યવસ્થા કરાવી હતી?

મહાભારત અનુસાર જ્યારે જુગારમાં રાજ્ય હારીને બધાં પાંડવો દ્રૌપદી સાથે વનમાં જવા માટે નીકળી ગયા ત્યારે કુંતી, સુભદ્રા તથા બધાં નાના-નાના બાળકોનું ધ્યાન રાખવાની વ્યવસ્થા કૃષ્ણએ પોતાની દ્વારકામાં જ કરાવી હતી. જ્યારે કામ્યક વનમાં કૃષ્ણ પાંડવોને મળવા ગયા ત્યારે તેઓ દ્રૌપદીને એ બધાં બાળકોની સ્થિતિ જણાવતા કહે છેઃ

कृष्णे धनुर्वेदरतिप्रदानास्तवात्मजास्ते शिशवः शुशीलाः।
सद्भिः सदैवाचरितं समाधिं चरन्ति पुत्रास्तव याज्ञसेनि॥

राज्ये नियुक्तैश्च निमन्त्र्यमाणाः पित्रा च कृष्णे तव सोदरैश्च।
न यज्ञसेनस्य न मातुलानां गृहेषु बाला रतिमाप्नुवन्ति।।
आनर्तमेवाभिमुखाः शिवेन गत्वाधनुर्वेदरतिप्रधानाः।
तवात्मजा वृष्णिपुरं प्रविश्य न दैवतेभ्यः स्पृहयन्ति कृष्णे।।
यथा त्वमेवार्हसि तेषु वृत्तं प्रयोक्तुमार्या च यथैव कुन्ती।
तेष्वप्रमादेन तथा करोति तथैव भूयश्च तथा सुभद्रा।।
यथाऽनिरुद्धस्य यथाऽभिमन्योर्यथा सुनीथस्य यथैव भानोः।
तथा विनेता च गतिश्च कृष्णे तवात्मजानामपि रौक्मिणेयः।।
गदासिचर्मग्रहणेषु शूरानस्त्रेषु शिक्षासु रथाश्वयाने।
सम्यग्विनेता विनयेदतन्द्रीस्तांश्चाभिमन्युं च सदा कुमारान्।।
स चापि सम्यक्प्रणिधाय शिक्षां शस्त्राणि चैषां विधिवत्प्रदाय।
तवात्मजानां च तथाऽभिमन्योः पराक्रमैस्तुष्यति रौक्मिणेयः।।
यथा विहारं प्रसमीक्षमाणाः प्रयान्ति पुत्रास्तव याज्ञसेनि।
एकैकमेषामनुयान्ति यत्र रथाश्च यानानि च दन्तिनश्च।।

કૃષ્ણએ દ્રૌપદીને કહ્યું: ''કૃષ્ણે! તારા પુત્ર ખૂબ જ સુશીલ છે. ધનુર્વેદમાં તેમની ખૂબ જ રુચિ છે. એ બધાં બાળકો સદાચાર અને નિયમોનું પાલન કરનારા છે. કૃષ્ણે! તારા પિતા તથા ભાઈઓએ ઘણીવાર રાજકીય સુખ-સુવિધાઓનો લોભ દેખાડીને આમંત્રિત કર્યા. પણ તારાં બાળકોએ પોતાનાં નાના-નાનીનાં ઘેર રહેવાનું પસંદ ન કર્યું. ત્યાં તેમને ગમતું જ નથી. તેમનો ધનુર્વિદ્યા પર વિશેષ ઝુકાવ છે. તેઓ બધાં દ્વારકામાં જ રહે છે અને તેમને ત્યાંથી બીજે ક્યાંય જવાનું મન નથી થતું. કૃષ્ણે! તું તારા બાળકોને જે પ્રકારનું શિક્ષણ આપી શકે છે, એવું જ શિક્ષણ ફોઈ કુંતી પણ આપી શકે છે અને એવું જ શિક્ષણ સુભદ્રા તેમને આપી રહી છે. કૃષ્ણે! મારો દીકરો પ્રદ્યુમ્ન જે રીતે પોતાનાં દીકરા અનિરુદ્ધ, સુભદ્રાનાં દીકરા અભિમન્યુ તથા સુનીથ, ભાનુ વગેરેને ધનુર્વેદનું શિક્ષણ આપી રહ્યો છે, એવીજ રીતે તે તારાં પુત્રોનો પણ શિક્ષક અને સંરક્ષક છે. શિક્ષણ આપવામાં નિપુણ અને આળસ-રહિત અભિમન્યુ તારાં વીર પુત્રોને ગદા અને ઢાલ-તલવારના દાવ-પેચ શીખવાડે છે. એ તેમને અન્ય અસ્ત્રોની સાથે-સાથે રથ ચલાવવાની તથા ઘોડો હાંકવાની કળા પણ શીખવાડી રહ્યો છે. અભિમન્યુ કાયમ એમનાં ભણતર-ગણતરમાં વળગેલો રહે છે. તારાં પુત્રો અને અભિમન્યુનાં પરાક્રમને જોઈને પ્રદ્યુમ્ન ખૂબ જ ખુશ રહે છે. યાજ્ઞસેની! તારાં પુત્રોને નગરમાં ફરવા માટે અને બીજે ક્યાંય પણ જવા-આવવા માટે રથ, ઘોડા, પાલખી વગેરે હંમેશા ઉપલબ્ધ રહે છે.''

(મહાભારત, વનપર્વ, અધ્યાય-૧૮૩, શ્લોક-૨૪-૩૧)

ઉપરની વાતોથી સ્પષ્ટ થાય છે કે કૃષ્ણ દ્રૌપદીને બાળકો બાબતે બેફિકર કરી દેવા માંગતા હતાં અને સમયસર એ બધાં બાળકોને આત્મનિર્ભર ક્ષત્રિય પણ બનાવી દેવા ઈચ્છતા હતાં. સાથે જ ચતુર રાજનીતિજ્ઞ કૃષ્ણ દુર્યોધનને કોઈ મોકો પણ આપવા નહોતા માંગતા કે તે બાળકોને સતાવીને પાંડવોને કોઈપણ પ્રકારે મજબૂર કરી શકે.

૧૪૧. કૃષ્ણ મુખ્ય કયા-કયા મુખ્ય હથિયાર ચલાવવાનું જાણતાં હતા?

કૃષ્ણ ગુરુકુળમાં જઈને ઔપચારિક શિક્ષણ લઈ ચૂક્યા હતા. તેથી તેઓ લગભગ બધાં હથિયાર ચલાવવાનું જાણતાં હતા. જો કે તેમનું સૌથી પ્રિય હથિયાર ચક્ર હતું, પણ જરૂર પડે ત્યારે તેઓ બીજા હથિયારોનો પણ પ્રયોગ કરતાં હતા. શાસ્ત્રોમાં તેમના ચાર હથિયાર જણાવવામાં આવ્યા છે – સુદર્શન ચક્ર, સારંગ નામક ધનુષ્ય, કૌમોદકી નામક ગદા અને નંદક નામક તલવાર. દક્ષિણ ભારતના કેટલાક ભક્ત કવિઓએ પોતાની રચનાઓમાં તેમના ધનુષ્યનું નામ 'કોદંડ' પણ જણાવ્યું છે. મીરાબાઈએ પણ પોતાની રચનાઓમાં કૃષ્ણને 'કોદંડધારી' કહ્યા છે એટલે કે જેના હાથમાં કોદંડ નામક ધનુષ્ય હોય તે, એમ કહ્યાં છે.

૧૪૨. શું કૃષ્ણએ વનવાસ કાળમાં જ દુર્યોધન ઉપર ચડાઈ કરીને આખું હસ્તિનાપુર જીતીને સોંપવાનો પ્રસ્તાવ યુધિષ્ઠિરને આપ્યો હતો?

મહાભારતમાં એક જગ્યાએ એવું વર્ણન આવે છે જ્યારે કૃષ્ણ કામ્યક વનમાં પાંડવોને મળવા જાય છે. ત્યાં કૃષ્ણ યુધિષ્ઠિરને કહે છેઃ

अथाब्रवीद्धर्मराजं तु कृष्णो दशार्हयोधाः कुकुरान्धकाश्च।
एते निदेशं तव पालयन्तस्तिष्ठन्तु यत्रेच्छसि तत्र राजन्॥
आवर्ततां कार्मुकवेगवाता हलायुध प्रग्रहणा मधूनाम्।
सेना तवार्थेषु नरेन्द्र यत्ता ससादिपत्त्यश्वरथा सनागा॥
प्रस्थाप्यतां पाण्डव धार्तराष्ट्रः सुयोधनः पापकृतां वरिष्ठः।
स सानुबन्धः ससुहृद्गणश्च भौमस्य सौबाधिपतेश्च मार्गम्॥
कामं तथा तिष्ठ नरेन्द्र तस्मिन्यथा कृतस्ते समयः सभायाम्।
दाशार्हयोधैस्तु हतारियोधं प्रतीक्षतां नागपुरं प्रभग्नम्॥
व्यपेतमन्युर्व्यपनीतपाप्मा विहर् यत्रेच्छसि तत्र कामम्।
ततः समृद्धिप्रभवं विशोकः प्रपत्स्यसे नागपुरं सराष्ट्रम्॥

કૃષ્ણએ યુધિષ્ઠિરને કહ્યુંઃ "હે રાજન! દશાર્હ, કુકુર અને અંધક વંશના યોદ્ધા જ્યાં તમે ઈચ્છો, ત્યાંજ તમારી આજ્ઞાનું પાલન કરીને ઊભા રહી શકે છે. હે રાજન! ભાઈ બલરામના નેતૃત્વમાં

રથ, હાથી, ઘોડા અને પગપાળા સૈનિકોથી ભરેલી મથુરાની ચતુરંગિણી સેના તમારી ભલાઈ માટે હંમેશા તૈયાર છે. હવે તમે મહાપાપી ધૃતરાષ્ટ્રના પુત્ર દુર્યોધનને એજ યમલોકમાં મોકલી દો જ્યાં ભૌમાસુર અને શાલ્વ ગયા છે.

મહારાજ! તમે ઈચ્છો તો પોતાની પ્રતિજ્ઞા પૂરી કરવામાં ભલેને લાગેલા રહો, પણ તમારી આજ્ઞા હોય તો યદુવંશી યોદ્ધા બધાં શત્રુઓને મારી નાખે અને હસ્તિનાપુરમાં તમારા આગમનની રાહ જોતાં રહે. રાજન! તમે ક્રોધ, લાચારી અને દુઃખથી દૂર રહીને જ્યાં-જ્યાં તમારી ઈચ્છા હોય, ત્યાં-ત્યાં ફરી લો! ત્યાર પછી શોકરહિત થઈને પોતાની પ્રસિદ્ધ અને ઉત્તમ રાજધાની હસ્તિનાપુરમાં પ્રવેશ કરજો.''

(મહાભારત, વનપર્વ, અધ્યાય-૧૮૩, શ્લોક-૩૨-૩૬)

કૃષ્ણ પોતાના તરફથી આવો પ્રસ્તાવ મૂકે છે પણ યુધિષ્ઠિર એમ કહીને આ પ્રસ્તાવનો અસ્વીકાર કરે છે કે વનવાસનાં લગભગ બાર વર્ષ પૂરા થવામાં જ છે અને હવે માત્ર અજ્ઞાતવાસનું જ એક વર્ષ બચ્યું છે. એવામાં થોડી વધારે રાહ જોઈ લેવી જ શ્રેષ્ઠ છે.

૧૪૩. શું કૃષ્ણએ અર્જુનને ફરીવાર ગીતા સંભળાવી હતી?

મહાભારતના આશ્વમેધિકપર્વમાં એવી ચર્ચા કરવામાં આવી છે, જ્યાં અર્જુન કૃષ્ણ પાસેથી ફરીવાર ગીતા સંભળાવવાની વિનંતી કરે છે, પણ કૃષ્ણ ફરીવાર ગીતા એવી ને એવીજ સંભળાવવામાં અસમર્થતા વ્યક્ત કરે છે અને એક નવી કથા શરૂ કરે છે. સોળમાં અધ્યાયથી શરૂ કરીને બાવનમાં અધ્યાય સુધીના આ પ્રસંગને અનુગીતા તરીકે પ્રસિદ્ધ કરવામાં આવી છે. આની ચર્ચા આપણે આ પ્રશ્નાવલીમાં પહેલાં પણ કરી ચૂક્યા છીએ. હકીકતમાં મહાભારતનો આ આખો અંશ જ ભેળસેળવાળો છે એટલે કે આની રચના ન તો વેદવ્યાસે કરી છે અને ન તો તેમના શિષ્ય વૈશમ્પાયને કરી છે.

ખેર, વાસ્તવિકતાની તપાસ કરવાનું હું તમારા પર છોડું છું અને હાલ આ પ્રશ્નનો જવાબ આપું તો મારો જવાબ છે - ના. કૃષ્ણએ અર્જુનને ફરી ક્યારેય કોઈ ગીતા તો છોડો, સામાન્ય આધ્યાત્મિક જ્ઞાનની વાત પણ નહોતી કરી. મહાભારતની સાથે-સાથે કૃષ્ણના જીવન સાથે જોડાયેલાં અન્ય પૌરાણિક ગ્રંથોમાં ખાંખાખોળા કર્યા પછી એજ નિષ્કર્ષ નીકળે છે કે કૃષ્ણ-અર્જુનના જીવનમાં કુરુક્ષેત્ર-યુદ્ધ પછી ક્યારેય એવો મોકો જ નથી આવ્યો, જ્યારે કૃષ્ણએ કોઈ જ્ઞાન આપવું પડ્યું હોય.

હવે આ સોળમાં અધ્યાયના આ શ્લોકો પર વિચાર કરોઃ

विदितं मे महाबाहो संग्रामे समुपस्थिते।
महात्म्यं देवकीपुत्र तच्च ते रूपमैश्वरम्॥

यत्तु तद्भवता प्रोक्तं पुरा केशव सौहृदात्।
तत्सर्वं पुरुषव्याघ्र नष्टं मे व्यग्रचेतसः॥
मम कौतूहलं त्वस्ति तेष्वर्थेषु पुनः पुनः।
भवांस्तु द्वारकां गन्ता नचिरादिव माधव॥

અર્જુને કહ્યું: ''હે મહાબાહો! દેવકીનંદન! જ્યારે મહાભારતનું યુદ્ધ શરૂ થવામાં જ હતું એ સમયે મને તમારા માહાત્મ્યનું જ્ઞાન અને ઈશ્વરીય રૂપનાં દર્શન થયા હતાં. પણ કેશવ! તમે સૌહાર્દવશ પહેલા મને જે જ્ઞાનનો ઉપદેશ આપ્યો હતો, મારું એ બધું જ્ઞાન અત્યારે વિચલિત-ચિત્ત થઈ જવાના કારણે નષ્ટ (વિસ્મૃત) થઈ ગયું છે. માધવ! એ વિષયોને સાંભળવા માટે મારાં મનમાં વારંવાર ઉત્કંઠા થાય છે. આ બાજુ તમે જલ્દી જ દ્વારકા જવાના છો, તેથી ફરી એ બધાં વિષય મને સંભળાવી દો.''

(મહાભારત, આશ્વમેધિકપર્વ,
અધ્યાય-૧૬, શ્લોક-૫-૭)

ત્યારે અર્જુનની ઉપરોક્ત વાતો પર અફસોસ વ્યક્ત કરતાં કૃષ્ણ કહે છે:

श्रावितस्त्वं मया गुह्यं ज्ञापितश्च सनातनम्।
धर्मं स्वरूपिणं पार्थ सर्वलोकांश्च शाश्वतान्॥
अबुद्ध्या यन्न गृह्णीतास्तन्मे सुमहदप्रियम्।
न च साऽद्य पुनर्भूयः स्मृतिर्मे सम्भविष्यति॥
नूनमश्रद्दधानोऽसि दुर्मेधा ह्यसि पाण्डव।
न च शक्यं पुनर्वक्तुमशेषेण धनंजय॥
स हि धर्मः सुपर्याप्तो ब्रह्मणः पदवेदने।
न शक्यं तन्मया भूयस्तथा वक्तुमशेषतः॥

''અર્જુન! એ વખતે મેં તને અત્યંત ગોપનીય જ્ઞાનનું શ્રવણ કરાવ્યું હતું. મારાં સ્વરૂપભૂત ધર્મ સનાતન પુરુષોત્તમતત્વનો પરિચય આપ્યો હતો અને સંપૂર્ણ નિત્યલોકોનું પણ વર્ણન કર્યું હતું; પણ તું પોતાની અણસમજણને કારણે એ ઉપદેશને યાદ ન રાખી શક્યો, એ મને ખૂબ જ અપ્રિય લાગ્યું છે. એ વાતોનું હવે પૂરેપૂરું સ્મરણ હોવું શક્ય નથી લાગતું. પાંડુનંદન! ચોક્કસપણે તું ખૂબ જ શ્રદ્ધાહીન છે, તારી બુદ્ધિ ખૂબ જ મંદ જણાય છે. ધનંજય! હવે હું એ ઉપદેશને જેમનો તેમ નહિ કહી શકું. કેમ કે એ ધર્મ બ્રહ્મપદની પ્રાપ્તિ કરાવવા માટે પૂરતો હતો, એ આખે-આખો ધર્મ એ જ રૂપમાં ફરી પુનરાવર્તિત કરવો એ હવે મારા વશની વાત પણ નથી.''

(મહાભારત, આશ્વમેધિકપર્વ, અધ્યાય-૧૬, શ્લોક-૯-૧૨)

આમ કહીને કૃષ્ણએ ફરીથી કંઈપણ સંભળાવવામાં પોતાની સ્પષ્ટ અસમર્થતા વ્યક્ત કરી દીધી હતી.

૧૪૪. શું કૃષ્ણએ હકીકતમાં અભિમન્યુના મૃત પુત્રને જીવતો કરી દીધો હતો?

મહાભારતમાં અભિમન્યુ-પુત્ર પરીક્ષિતના જન્મની કથા આશ્વમેધિકપર્વમાં વર્ણવાયેલી છે જ્યાં 'નિશ્ચેષ્ટ' અને 'ચેષ્ટાહીન' શબ્દ પર કદાચ જ ધ્યાન આપવામાં આવ્યું છે. લગભગ બધાં લોકો અવતારવાદ અને ચમત્કારની પાછળ જ પડેલા રહે છે અને એ કારણે આ શબ્દોને જાણી-જોઈને વણજોયા કરવામાં આવે છે. મહાભારતમાં આ આખી વાત કંઈક આ રીતે છે કે જ્યારે અશ્વમેધ યજ્ઞની બાબતમાં પાંચેય પાંડવ ધન ભેગું કરવા માટે હિમાલય તરફ ચાલ્યા ગયા હતાં તો એજ દરમિયાન કૃષ્ણ હસ્તિનાપુર પહોંચ્યા હતાં. ત્યારે પાંડવ પરિવારની સ્ત્રીઓએ તેમનું સ્વાગત કર્યું હતું. ખેર, સંયોગવશ થોડાક જ દિવસ પછી અર્જુનની વિધવા વહુ ઉત્તરાને પ્રસવ-પીડા થઈ અને તેણે એક મૂર્છિત બાળકને જન્મ આપ્યો જે ન તો રડ્યો હતો અને ન તો હાથ-પગ હલાવી રહ્યો હતોઃ

स तु राजा महाराज ब्रह्मास्त्रेणावपीडितः।
शवो बभूव निश्चेष्टो हर्षशोकविवर्धनः॥

વૈશમ્પાયનજીએ કહ્યુંઃ ''મહારાજ જનમેજય! એ રાજા પરીક્ષિત બ્રહ્માસ્ત્રથી પીડિત હોવાના કારણે મરેલાની જેમ નિશ્ચેષ્ટ શિશુનાં રૂપમાં ઉત્પન્ન થયા, તેથી તેઓ સ્વજનોનો એક જ સાથે હર્ષ અને શોક વધારનારા થયા.''

(મહાભારત, આશ્વમેધિકપર્વ, અધ્યાય-૬૬, શ્લોક-૯)

સ્પષ્ટીકરણઃ હકીકતમાં લાગે તો એવું છે કે એ બાળક કુપોષિત થઈને જન્મ્યું હતું. મહાભારત યુદ્ધમાં બધાં પાંડવ-પુત્ર તથા અન્ય સ્વજનોને ગુમાવી દેવાની પીડા ગર્ભવતી ઉત્તરા પણ ભોગવી રહી હતી કેમ કે તેનો પતિ પણ માર્યો ગયો હતો. એટલે એવું લાગે છે કે માનસિક ત્રાસને કારણે અર્જુનની વહુ ઉત્તરાના ગર્ભસ્થ બાળકનો યોગ્ય વિકાસ નહોતો થયો. જો હકીકતમાં તે મરેલો જન્મ્યો હોત તો મહાભારતમાં આ વાત સ્પષ્ટ રીતે લખી હોત. પછી જ્યારે એ બાળકનાં સજીવન થવાની વાત આવે છે તો ત્યાં મહાભારતનું વર્ણન જુઓઃ

इत्युक्तो वासुदेवेन स बालो भरतर्षभ।
शनैः शनैर्महाराज प्रास्पन्दत सचेतनः॥

''મહારાજ જનમેજય! શ્રીકૃષ્ણના આવું કહેવાથી એ બાળકમાં ચેતના આવી ગઈ. તે ધીરે-ધીરે અંગ-સંચાલન કરવા લાગ્યું.''

(મહાભારત, આશ્વમેધિકપર્વ, અધ્યાય-૬૯, શ્લોક-૨૪)

ઉપરના બંને શ્લોકોથી એ સ્પષ્ટ થાય છે કે એ બાળક કૂપોષિત જન્મ્યું હતું જે કારણે જન્મતાં જ મૂર્છિત થઈ ગયું હતું, પણ તે જીવિત હતું. એ આધારે સ્પષ્ટ રીતે કહી શકાય કે ચમત્કારની વાત કરવાવાળાઓએ રાઈનો પહાડ બનાવવામાં કોઈ કસર બાકી નથી રાખી.

૧૪૫. શું કૃષ્ણએ જ અભિમન્યુના પુત્રનું નામકરણ કર્યું હતું?

ઉપરના પ્રશ્નના જવાબમાં અભિમન્યુના પુત્રના જન્મ સમયની વાસ્તવિક પરિસ્થિતિનું આખું વર્ણન કરી ચૂક્યા છીએ. એ બાળક જ્યારે જન્મ્યું હતું ત્યારે એ વખતે કોઈ કાર્યવશ બધાં પાંડવ હસ્તિનાપુરથી બહાર ગયા હતા, પણ સૌભાગ્યની વાત એ હતી કે અશ્વમેઘ યજ્ઞમાં ભાગ લેવા માટે કૃષ્ણ ત્યાં પહોંચી ગયા હતાં. તેથી સ્વાભાવિક રીતે પ્રથમ જાતકર્મ તેમની જ દેખરેખમાં કરાવવામાં આવ્યું હતું અને આ ક્રમમાં તેમણે જ બાળકનું નામકરણ પણ કર્યું હતું. હવે કૃષ્ણએ તે બાળકનું નામ પરીક્ષિત જ કેમ રાખ્યું, તેના પર મહાભારતનું કહેવું છેઃ

परिक्षीणे कुले यस्माज्जातोऽयमभिमन्युजः।
परिक्षिदिति नामास्य भवत्वित्यब्रवीत् तदा।।

વૈશમ્પાયનજી કહે છેઃ ''પાંડવવંશનું નામ પરિક્ષીણ થવા (નામનિશાન નાબૂદ થવા) જ જઈ રહ્યું હતું કે અભિમન્યુનું આ બાળક જન્મ્યું છે, એટલે તેનું નામ પરીક્ષિત હોવું જોઈએ - એમ શ્રીકૃષ્ણએ કહ્યું.''

(મહાભારત, આશ્વમેધિકપર્વ, અધ્યાય-૭૦, શ્લોક-૧૦)

૧૪૬. પોતાની જ બહેન સુભદ્રાનું હરણ કરાવ્યા પછી કૂપિત યાદવો તથા બલરામને કૃષ્ણએ કેવી રીતે મનાવ્યા?

જ્યારે અર્જુન સુભદ્રાને લઈને કૃષ્ણના જ રથથી ઈન્દ્રપ્રસ્થ તરફ ભાગી નીકળ્યા તો યાદવ સૈનિકોએ તેમનો ઘણે દૂર સુધી પીછો કર્યો, પણ તેઓ અર્જુનને પકડી ન શક્યા. ત્યારે બધાં દ્વારકાવાસી ક્રોધિત થઈને ઈન્દ્રપ્રસ્થ પર ચડાઈ કરવાની યોજના બનાવવા લાગ્યા. એ સમયે કૃષ્ણ બિનજરૂરી યુદ્ધને રોકવા માટે યાદવોને મનાવતા બોલ્યાઃ

नावमानं कुलस्यास्य गुडाकेशः... X ...वासुदेवस्य तथा कर्तुं जनाधिप।।

કૃષ્ણએ કહ્યુંઃ ''અર્જુને આ કુળનું કોઈ અપમાન નથી કર્યું. ઉલટાનું એમણે તો આ કુળનું સન્માન જ વધાર્યું છે. અર્જુન એ સારી રીતે જાણે છે કે અમે ધન લઈને અમારી દીકરી નથી આપતા. સાથે જ તેઓ એ પણ જાણે છે કે સ્વયંવરમાં તેમને કન્યા મળી જ જશે, તેની કોઈ ખાત્રી નથી. તો ભલા કોણ એવો વીર પુરુષ હોય જે સ્વયંવરની રાહ જોઈને બેસી રહે

અને કોણ એવો નીચ પુરુષ હોય જે પોતાના સંતાનને વેચે? મારા ખ્યાલથી અર્જુને આ બધી વાતો પર ધ્યાન આપ્યા પછી જ સુભદ્રાનું અપહરણ કર્યું છે.
અમારી સુભદ્રા સૌભાગ્યવતી છે અને કુંતીનો શૂરવીર પુત્ર અર્જુન પણ યશસ્વી છે. આવો સંબંધ કોણ ન ઈચ્છે? એક શંકર સિવાય અર્જુનને હરાવવાવાળું આ દુનિયામાં બીજું કોઈ નથી. અર્જુન પાસે અત્યારે મારો રથ છે જેમાં તીવ્ર ગતિથી દોડવાવાળા ઘોડા જોતરેલા છે. ત્યારે તમે લોકો તેમની સાથે લડવા જાવ અને જો તેઓ તમને લોકોને હરાવીને પોતાનાં નગર ઈન્દ્રપ્રસ્થ પહોંચી જાય તો તમારા લોકોની એટલે કે યદુકુળની આબરૂ કેટલી રહી જશે? એટલે તેમને સાંત્વનાપૂર્વક લઈ આવવામાં આપણો કોઈ પરાજય નથી. પછી કૃષ્ણની વાતો સાંભળીને યાદવોએ એમજ કર્યું.''

(મહાભારત, આદિપર્વ, અધ્યાય-૨૨૦, શ્લોક-૨-૧૦)

ભાગવત પુરાણમાં પણ આ સુભદ્રા-હરણનું વર્ણન આવે છે પણ ત્યાં માત્ર એક શ્લોકમાં ગુસ્સે થયેલા બલરામને કૃષ્ણ મનાવી લે છે *(ભાગવત પુરાણ, સ્કંધ-૧૦, અધ્યાય-૮૬, શ્લોક-૧૧)*. આ સિવાય સુભદ્રા-હરણની ચર્ચા બીજા કોઈ પુરાણમાં નથી કરવામાં આવી. આ રીતે મહાભારતનાં આ સાક્ષ્યથી ફરી એકવાર એ વાતની ખાતરી થાય છે કે પોતાની વાતોથી કૃષ્ણ ગમે તેની આગળ પોતાની વાત મનાવડાવવાની તાકાત ધરાવતા હતા.

૧૪૭. સુભદ્રાનું હરણ કરીને જ્યારે અર્જુન ઈન્દ્રપ્રસ્થ પહોંચ્યા ત્યારે ત્યાં દ્રૌપદીની પ્રતિક્રિયા શું હતી?

મહાભારતમાં આ કથા ખૂબ જ રોચક રીતે કહેવામાં આવી છે. જ્યારે અર્જુન ઈન્દ્રપ્રસ્થ પહોંચીને પોતાની મા અને ભાઈઓને મળ્યા પછી દ્રૌપદીને મળવા તેમના કક્ષમાં ગયા ત્યારે દ્રૌપદી બોલીઃ

तं द्रौपदी प्रत्युवाच प्रणयात् कुरुनन्दनम्॥
तत्रैव गच्छ कौन्तेय यत्र सा सात्वतात्मजा।
सुबुद्धस्यापि भारस्य पूर्वबन्धः श्लथायते॥
तथा बहुविधं कृष्णां विलपन्तीं धनंजयः।
सान्त्वयामास भूयश्च क्षमयामास चासकृत्॥

દ્રૌપદીએ કહ્યુંઃ ''કુંતીકુમાર! અહીં કેમ આવ્યા છો? ત્યાંજ જાઓ, જ્યાં તે સાત્વતવંશની દીકરી સુભદ્રા છે. સાચું જ છે, બોજને ગમે તેટલો ભાર દઈને બાંધવામાં આવ્યો હોય, જ્યારે તેને બીજી વખત બાંધીએ છીએ, ત્યારે પહેલી વખતનું બાંધેલું ઢીલું પડી જ જતું હોય છે. આવી જ સ્થિતિ મારા પ્રત્યે તમારા પ્રેમ-બંધનની છે. આ રીતે બીજી પણ ઘણી વાતો કરીને

કૃષ્ણા રડવા લાગી. ત્યારે અર્જુને તેને અલગ-અલગ પ્રકારે સાંત્વના આપી અને પોતાની ભૂલોની માફી પણ માંગી.''

(ગીતાપ્રેસનું મહાભારત, આદિપર્વ, અધ્યાય-૨૨૦, શ્લોક-૧૬-૧૮)

એટલું જ નહીં, દ્રૌપદીને ક્રોધાવેશમાં જોઈને અર્જુન સુભદ્રા સાથે તેની મુલાકાત કરાવવા માટે પણ ડરી રહ્યા હતા. પણ એક ઘરમાં મુલાકાત કરાવ્યા વગર પણ ચાલે એમ ન હતું. તેથી અર્જુને સુભદ્રાને અત્યંત જ સામાન્ય ગોવાલણની વેશભૂષામાં તૈયાર કરાવીને તેને કુંતીના કક્ષમાં મોકલી જ્યાં દ્રૌપદી પણ બેઠી હતીઃ

सुभद्रां त्वरमाणश्च रक्तकौशेयवासिनीम्।
पार्थं प्रस्थापयामास कृत्वा गोपालिकावपुः।।

વૈશમ્પાયનજી કહે છેઃ ''અર્જુને લાલ રેશમી સાડી પહેરીને આવેલી અનિંદ્યસુંદરી સુભદ્રાનો ગોવાલણ જેવો વેશ બનાવીને તેને ખૂબ જ ઉતાવળે મહેલમાં મોકલી.''

(ગીતાપ્રેસનું મહાભારત, આદિપર્વ, અધ્યાય-૨૨૦, શ્લોક-૧૯)

એટલે કે ચોક્કસપણે દ્રૌપદી અર્જુનના સુભદ્રા સાથેના લગ્નથી ખુશ ન હતી.

૧૪૮. શું એકલવ્ય કૃષ્ણના કાકાનો દીકરો હતો?

હરિવંશ પુરાણમાં ઉપલબ્ધ એક વર્ણન પ્રમાણે એકલવ્ય કૃષ્ણના કાકાનો દીકરો હતો, જેમને તેમના પિતાએ અપશુકન માનીને તેમને જનમતાવેંત જ ત્યજી દીધો હતો. હરિવંશ પુરાણ પ્રમાણેઃ

निवृत्त शत्रुं शत्रुघ्नं देवश्रवा व्यजायत।।
देवश्रवाः प्रजातस्तु नैषादिर्यः प्रतिश्रुतः।
एकलव्यो महाराज निषादैः परिवर्धितः।।

વૈશમ્પાયનજીએ કહ્યુંઃ ''વસુદેવજીના બીજા ભાઈ દેવશ્રવાએ શત્રુને દૂર કરવાવાળા શત્રુઘ્ન નામક પુત્રને ઉત્પન્ન કર્યા. મહારાજ! કોઈક કારણવશ બાળપણમાં જ ત્યજી દેવાના કારણે નિષાદોએ આ શત્રુઘ્ન નામક પુત્રને ઉછેરીને મોટો કર્યો હતો, તેથી આ નિષાદવંશી એકલવ્યનાં નામથી પ્રસિદ્ધ થયો.''

(હરિવંશ પુરાણ, હરિવંશપર્વ, અધ્યાય-૩૪, શ્લોક-૩૨-૩૩)

૧૪૯. ગ્રંથોમાં કંસની પત્નીઓ વિષે શું કહેવાયું છે?

હિન્દુ પુરાણો જેમ કે ભાગવત પુરાણ, હરિવંશ પુરાણ વગેરે અનુસાર કંસની બે પત્નીઓ હતી - અસ્તિ અને પ્રાપ્તિઃ

जिघांसुर्हि यदून् क्रुद्धः कंसस्यापचितिं स्मरन्।
अस्तिः प्राप्तिश्च नाम्ना ते मागधस्य सुते नृप॥
जरासंधस्य कल्याण्यौ पीनश्रोणिपयोधरे।
उभे कंसस्य ते भार्ये प्रादाद् बार्हद्रथो नृपः॥

વૈશમ્પાયનજી કહે છેઃ ''હે નરેશ્વર જનમેજય! મગધરાજ જરાસંધની બે કલ્યાણમયી કન્યાઓ હતી, જેમનાં નામ હતાં અસ્તિ અને પ્રાપ્તિ. બૃહદ્રથ પુત્ર જરાસંઘે પોતાની એ કન્યાઓ કંસને આપી દીધી હતી. એ બંને કંસની પત્નીઓ હતી.''

(હરિવંશ પુરાણ, વિષ્ણુપર્વ, અધ્યાય-૩૪, શ્લોક-૫-૬)

अस्तिः प्राप्तिश्च कंसस्य महिष्यौ भरतर्षभ।
मृते भर्तरि दुःखार्ते ईयतुः स्म पितुर्गृहान्॥

શુકદેવજીએ કહ્યુંઃ ''હે ભરતવંશી પરીક્ષિત! કંસની બે રાણીઓ હતી - અસ્તિ અને પ્રાપ્તિ. પતિના મૃત્યુથી તેમને ખૂબ દુઃખ પહોંચ્યું અને તેઓ પોતાનાં પિતાની રાજધાનીમાં જતી રહી.''

(ભાગવત પુરાણ, સ્કંધ-૧૦, અધ્યાય-૫૦, શ્લોક-૧)

પણ જૈન ધર્મના એક આચાર્ય જિનસેન દ્વારા લખવામાં આવેલા હરિવંશ પુરાણ પ્રમાણે કંસની માત્ર એક પત્ની હતી - જીવદ્યશાઃ

वाचयित्वेति विज्ञाय राजा स्वस्त्रीयमात्मनः।
दृष्टः कन्यां ददौ तस्मै सम्पन्नगुणसम्पदाम्॥

''મુદ્રિકા વાંચીને રાજા જરાસંધ સમજી ગયા કે આ કંસ અમારો ભાણિયો છે, તેથી તેમણે ખુશ થઈને તેને ગુણરૂપી સંપદાથી સંપન્ન પોતાની જીવદ્યશા નામક પુત્રી આપી દીધી.''

(જૈન હરિવંશ પુરાણ, સર્ગ-૩૩, શ્લોક-૨૪)

ઉપરના પ્રમાણોથી સાબિત થાય છે કે જરાસંધની અસ્તિ અને પ્રાપ્તિ નામની બે દીકરીઓ જ કંસની પત્નીઓ હતી. આ વિષે સાતમી-આઠમી સદીના જૈનાચાર્ય જિનસેનની ઉપરોક્ત ઉક્તિ નિરાધાર છે. એવું નથી કે જૈન ધર્મ નવો છે કે જિનસેન દ્વારા પહેલાં કંઈ લખાયું નહોતું. આ પહેલાં પણ જૈનધર્મના સાહિત્યમાં ઘણું બધું લખાઈ ચૂક્યું હતું, પણ જૈન ધર્મના કોઈપણ પૂર્વવર્તી વિદ્વાને આ વિષે કોઈ વાત જ ન કરી કે જેને પરંપરાથી લેવાયેલી એક સૂચના માનવામાં આવે. વળી આવી પરિસ્થિતિમાં પહેલેથી નક્કી કોઈ ઐતિહાસિક તથ્ય વિષે કોઈપણ જાતના પાકા આધાર વગર નવી વાત આગળ કરવી એ તુક્કો લગાવીને ભ્રમ ફેલાવવાથી વધારે કશું નથી. તેથી કંસની પત્નીઓ બાબતે પ્રાચીન હિન્દુ ગ્રંથોની વાતો જ માનવાલાયક છે.

૧૫૦. શું કૃષ્ણના સમયે પણ દિવાળીમાં જુગાર રમવામાં આવતો હતો?

આ વર્તમાન પ્રશ્નમાં બે શબ્દ છે જેમનું અલગ-અલગ સ્પષ્ટીકરણ જરૂરી છે. સૌથી પહેલાં તો જ્યાં સુધી દિવાળીની વાત છે, તો મહાભારત કે ઈસવીસન પૂર્વે રચવામાં આવેલાં કોઈપણ પુરાણ જેમ કે હરિવંશ પુરાણ, બ્રહ્મ પુરાણ, વિષ્ણુ પુરાણ, પદ્મ પુરાણ વગેરેમાં આ પર્વની કોઈ ચર્ચા નથી મળતી. એવું પણ કહેવાય છે કે અયોધ્યા નરેશ શ્રીરામચંદ્રના વનવાસમાંથી અયોધ્યા પાછા આવવાના ઉપલક્ષ્યમાં દિવાળીનો તહેવાર મનાવવામાં આવે છે, પણ રામકથાનો સૌથી પ્રાચીન અને પહેલો ગ્રંથ વાલ્મીકિ રામાયણમાં પણ દિવાળીનો પ્રત્યક્ષ કે પરોક્ષ રીતે ક્યાંય કોઈ ઉલ્લેખ મળતો નથી. વાલ્મીકિ કૃત રામાયણના યુદ્ધકાંડના છેલ્લા ૧૩૧માં સર્ગમાં રામનાં પાછા આવવાનું અને તરત જ રાજ્યાભિષેક કરી દેવાનું વિસ્તારપૂર્વક વર્ણન મળે છે; ત્યાં અન્ય તૈયારીઓનું વર્ણન તો છે પણ દિવાળી જેવું કોઈ વર્ણન નથી. એ આખી તૈયારીમાં એક દીવો સુદ્ધા પ્રગટાવવાનું વર્ણન નથી. તેથી આ વાત આધિકારિક રીતે કહી શકાય કે દિવાળીનો કોઈ પ્રાચીન આધાર નથી. આ દિપાવલીની એક નાની એવી ચર્ચા પહેલી-બીજી સદી દરમિયાન હર્ષવર્ધનના કાળમાં રચવામાં આવેલાં એક સંસ્કૃત નાટક ગ્રંથ 'નાગાનંદ'માં મળે છે. આ નાટકમાં એવું બતાવવામાં આવ્યું છે કે કેવી રીતે દીપનો તહેવાર મનાવવામાં આવે છે અને કેવી રીતે નવવિવાહિતા પત્ની સાસરીમાં પોતાનાં સંબંધીઓ પાસેથી ભેટ ગ્રહણ કરે છે. પછી મધ્યકાળમાં રચવામાં આવેલાં પુરાણોમાં જાત-જાતના કારણોની રચના કરીને અથવા જૂની લેખિત ઘટનાઓ સાથે સંબંધ જોડીને તેનું દૈવીકરણ કરવામાં આવ્યું. એટલે કે ટૂંકમાં એમ કહી શકાય કે કૃષ્ણનાં જીવન કાળમાં કોઈ દિવાળી ન હતી.

બીજી વાત, જ્યાં સુધી જુગારનો પ્રશ્ન છે તો એ હંમેશાથી રાજ-પરિવાર તથા સમાજના સંપન્ન વર્ગના લોકોનો શોખ અને વ્યસન રહ્યા હતા. અને કૃષ્ણ જેવા બે-ચાર રાજપુરુષ જ એવા હશે જેમને આનું વ્યસન ન હતું. બાકી તો જુગારના મહારથી શકુનિ અને તેની લતથી પીડાતાં પરંતુ રમતમાં અનાડીઓ જેવા કે યુધિષ્ઠિર અને બલરામની ચર્ચા આ પુસ્તકમાં પણ અન્ય જગ્યાએ કરવામાં આવી છે.

૧૫૧. કૃષ્ણ વિષે જૈન ધર્મગ્રંથોમાં શું લખ્યું છે?

જૈન ધર્મમાં કૃષ્ણને મુખ્ય રીતે સ્થાન આપવામાં આવ્યું છે, પણ આ ધર્મના અલગ-અલગ શાસ્ત્રોમાં પરસ્પર વિરોધાભાસી વાતો પણ મળે છે. આઠમી સદીના એક જૈનાચાર્ય જિનસેને પોતાનાં હરિવંશ પુરાણમાં કૃષ્ણને છળ-પ્રપંચથી ઓતપ્રોત એક વ્યાવહારિક રાજનીતિજ્ઞ ગણાવીને તેમને નરકમાં સ્થાન આપ્યું છે, જ્યારે તેમના ભાઈ બલરામને સત્યપ્રતિષ્ઠ ગણાવીને

સ્વર્ગમાં સ્થાન આપ્યું છે *(જૈન ધર્મનું હરિવંશ પુરાણ, સર્ગ-૬૫, શ્લોક-૪૯-૫૫)*. બીજી બાજુ બારમી સદીના એક જૈનાચાર્ય હેમચંદ્રએ પોતાનાં ત્રેસઠ શલાકા પુરુષમાં કૃષ્ણ એટલે કે વાસુદેવને એક માપદંડ ગણાવ્યા છે. આ ગ્રંથમાં વાસુદેવ, પ્રતિ-વાસુદેવ અને બલભદ્રને એક શ્રેણીના રૂપમાં દર્શાવવામાં આવ્યા છે. આ ગ્રંથ અનુસાર દરેક સૃષ્ટિ-ચક્રમાં કુલ ત્રેસઠ મહાન પુરુષ હોય છે જેમાંથી કેટલાક તો પોતાનાં વર્તમાન જન્મમાં જ મોક્ષ મેળવી લે છે, કેટલાક સ્વર્ગગામી હોય છે અને કેટલાક ઘણીવાર નરકનું ચક્કર લગાવ્યા પછી કોઈ મનુષ્યયોનિમાં જન્મ લઈને મોક્ષ પ્રાપ્ત કરે છે.

આચાર્ય હેમચંદ્ર અનુસાર દરેક સૃષ્ટિ-ચક્રમાં નવ-નવની સંખ્યામાં વાસુદેવ, પ્રતિ-વાસુદેવ તથા બલભદ્ર શ્રેણીના લોકો જન્મે છે. તેમના અનુસાર બધાં વાસુદેવ અને પ્રતિ-વાસુદેવ તીવ્ર કષાય હોવાના કારણે નરકમાં ગયા છે અને પછીની કોઈક મનુષ્યયોનિમાં જન્મ લઈને મોક્ષ પ્રાપ્ત કરશે. કેટલાંક બલભદ્ર સ્વર્ગ જઈ ચૂક્યા છે અને કેટલાંક આગળનાં કોઈ સૃષ્ટિ-ચક્રની રાહ જોઈ રહ્યા છે.

(ત્રેસઠ શલાકા પુરુષની ભૂમિકા, શ્રી ગૌડીજી જૈન મંદિર દ્વારા
વિજય દેવસુર સંઘ ગ્રંથમાળાની ૧૧મી શ્રૃંખલા, પૃષ્ઠ-૧૬-૧૭)

૧૫૨. કૃષ્ણનાં જીવનમાં સાચે જ કોઈ કુબ્જા નામની સ્ત્રી આવી હતી?

લગભગ બધાં પુરાણોમાં વિસ્તારપૂર્વક તથા અલગ-અલગ શૈલીમાં કુબ્જાનું વર્ણન કરવામાં આવ્યું છે. કૃષ્ણના મથુરા-પ્રવાસ દરમિયાન જે કેટલીક મુખ્ય વ્યક્તિઓનું વર્ણન ગ્રંથોમાં મળે છે, તેમાંથી કુબ્જા પણ એક છે. આ કુબ્જા સુંદર અને પાતળી રહી હોય કે ખૂંધી, યુવતી રહી હોય કે પછી વૃદ્ધા, પણ એ હતી ખરી. તેથી કુબ્જા વિષે વધુમાં વધુ જાણવાની જિજ્ઞાસા વાજબી છે. તો એ માટે સર્વપ્રથમ હરિવંશ પુરાણમાં જોઈએ:

वसुदेवसुतौ तौ च राजमार्गगतावुभौ।
कुब्जां ददृशतुर्भूयः सानुलेपनभाजनाम्।।
तामाह कृष्णः कुब्जेति कस्येदमनुलेपनम् ।
नयस्यम्बुजपत्राक्षि क्षिप्रमाख्यातुमर्हसि।।
सस्मिता सम्मुखी भूत्वा प्रत्युवाचाम्बुजेक्षणम्।
कृष्णं जलदगम्भीरं विद्युत्कुटिलगामिनी।।
राज्ञः स्नानगृहं यामि तद् गृहाणानुलेपनम्।
दृष्ट्वैव त्वारविन्दाक्ष विस्मितास्मि वरानन।।
यत्त्वमिच्छसि मे वीर त्वं गृहाणानुलेपनम्।

स्थितास्म्यागच्छ भद्रं ते हृदयस्यासि मे प्रियः॥

कुतश्चागम्यते सौम्य यन्मां त्वं नावबुध्यसे।

महाराजस्य दयितां नियुक्तामनुलेपने॥

વૈશમ્પાયનજી કહે છેઃ ''ત્યાર બાદ વસુદેવજીના એ બંને પુત્રોએ કુબ્જાને જોઈ જે હાથમાં લેપનું પાત્ર લઈને ઊભી હતી. કૃષ્ણએ કહ્યું - કુબ્જે! તું આ કોના માટે લઈ જઈ રહી છે, જલ્દી કહે. ત્યારે તેણે મેઘ સમાન ગંભીર વાણીમાં કહ્યું - હું તો રાજાના સ્નાન-ગૃહ તરફ જઈ રહી છું, તમારે જો આ જોઈતું હોય તો લઈ લો. હું તો તમને જોતાં જ મોહિત થઈ ગઈ છું. હું તમારા માટે થંભી ગઈ છું. આવો મારા ઘેર. તમે તો મારા પ્રાણવલ્લભ છો. તમે ક્યાંથી આવ્યા છો કે મને નથી ઓળખતા? હું તો રાજાની પ્રિય અને પ્રસિદ્ધ દાસી છું. તેમણે મને અંગરાગનું કાર્ય સોંપ્યું છે.''

(હરિવંશ પુરાણ, વિષ્ણુપર્વ, અધ્યાય-૨૭, શ્લોક-૨૫-૩૦)

સ્પષ્ટીકરણઃ જે વ્યક્તિની કમર વળેલી હોય, તેને સંસ્કૃતમાં 'કુબ્જ' કહે છે. ભાગવત પુરાણમાં પણ કૃષ્ણ અને કુબ્જાની પ્રથમ મુલાકાતને લગભગ આજ રીતે બતાવવામાં આવી છે. માત્ર બે વ્યક્તિઓની લેખન-શૈલીનો તફાવત છે, બાકી વર્ણન એકસમાન છે.

(ભાગવત પુરાણ, સ્કંધ-૧૦,
અધ્યાય-૪૨, શ્લોક-૧-૩)

પણ બ્રહ્મવૈવર્ત પુરાણમાં ચતુરાઈ કરવામાં આવી છે કેમ કે આ પુરાણમાં કુબ્જાને એક સુંદર યુવતીના સ્થાને એક અત્યંત વૃદ્ધા થઈ ચૂકેલી સ્ત્રી તરીકે દર્શાવવામાં આવી છે. પરંતુ કોઈપણ વૃદ્ધાને રાજાના અંગરાગનું કાર્ય સોંપવાનો સવાલ જ નથી ઊઠતો. ખેર, હમણાં આ પુરાણના શ્લોકોને જુઓઃ

एवंभूतां च मथुरां दृष्ट्वा कमललोचनः।

ददर्श पथि कुब्जां तां वृद्धामतियरादुराम्॥

यान्तो दण्डसहायेन चातिनम्रां नमद्वलीम्।

रूक्षितां विकृताकारां बिभ्रतीं चन्दनद्रवम्॥

कस्तूरीकुंकुमाक्तं च स्पर्शमात्रेण नारद।

सुगन्धिमकरन्देन गन्धाढ्यं सुमनोहरम्॥

सादृष्ट्वा सस्मिता वृद्धा श्रीकान्तं शान्तमीश्वरम्।

श्रीयुक्तं श्रीनिवासं तं श्रीबीजं श्रीनिकेतनम्॥

प्रणम्य सहसा मूधर्ना भक्तिनम्रा पुटांजलिः।

प्रददौ चन्दनं तस्य गात्रेश्यामलसुन्दरे॥

"આ રીતે મથુરાની શોભા જોતાં-જોતાં આગળ વધી રહેલા કૃષ્ણએ માર્ગમાં અત્યંત વૃદ્ધ સ્ત્રી જોઈ. તે ડંડાના સહારે ચાલી રહી હતી, તેની કમર વાંકી વળી ગઈ હતી અને શરીર પર કરચલીઓ લટકી રહી હતી. તેની આકૃતિ સૂકી અને વિકૃત હતી. તે કસ્તુરી અને કેસરથી બનાવેલો સુખડનો લેપ લઈને આવી રહી હતી. એ વૃદ્ધાએ આ બંને ભાઈઓને જોતાં જ પ્રણામ કર્યા અને તેમનાં અંગો પર સુખડ લગાવ્યું."

(બ્રહ્મવૈવર્ત પુરાણ, શ્રીકૃષ્ણજન્મખંડ, અધ્યાય-૭૨, શ્લોક-૧૫-૧૯)

બીજી બાજુ ગર્ગ સંહિતામાં કુબ્જાને અન્ય પુરાણોની જેમ એક સુંદર યુવતી જ બતાવવામાં આવી છે:

यांतीं स्त्रियं पद्मनेत्रां पाटीरालेपभाजनम्।
बिभ्रतीं युवतीं कुब्जां पथि पप्रच्छ माधवः॥

શ્રીભગવાનુવાચ

का त्वं कस्य प्रिया सुभ्रु कस्यार्थं चंदनं त्विदम्।
देह्यावयोर्येन तव चिरं श्रेयो भविष्यति॥
सैरंध्र्युवाच दास्यस्मि सुन्दरवर कुब्जानाम महामते।
मद्घस्तोत्थं च पाटीरं जातं भोजपतेः प्रियम्॥
अद्यापि कंसदास्यस्मि सांप्रतं तव चाग्रतः।
हस्तिशुण्डादण्डसमे भुजदण्डेऽस्ति मे मनः॥
युवां विना कोऽन्यतमोऽनुलेपं कर्तुमर्हति।
युवयोस्तु समं रूपं त्रैलोक्ये न हि विद्यते॥

"પછી એ બંને ભાઈ ત્યાંથી ઊઠીને બીજી ગલીમાં ગયા. ત્યાં માર્ગમાં કમળ સમાન આંખોવાળી એક યુવતી જઈ રહી હતી. તેના હાથમાં ચંદનના લેપનું પાત્ર હતું. ઉંમરમાં તે યુવતી હતી, પણ શરીરથી ખૂંધી લાગતી હતી. કૃષ્ણએ પૂછ્યું - સુંદરી! તું કોણ છે? કોની પત્ની છે? આ ચંદન કોના માટે લઈ જઈ રહી છે? અમને બંનેને પણ આ ચંદન આપ. સૈરંધ્રી બોલી - હું કંસની દાસી છું અને મારું નામ કુબ્જા છે. કંસને ઘસેલા ચંદનનો લેપ ખૂબ જ પ્રિય છે. આમ તો હું કંસની દાસી છું, પણ હાથીની સૂંઢ જેવી તમારી બાહુ જોઈને મારું મન તમારામાં લાગી ગયું છે. ભલા તમને છોડીને આ સંસારમાં બીજું કોણ છે જે આ ચંદન લગાવવાનું અધિકારી છે?" *(ગર્ગ સંહિતા, મથુરાખંડ, અધ્યાય-૬, શ્લોક-૯-૧૩)*

સ્પષ્ટીકરણ: જે સ્ત્રી શિલ્પકળા દ્વારા પોતાનું ગુજરાન ચલાવતી હતી, તેને પ્રાચીન કાળમાં સૈરંધ્રી કહેવામાં આવતી હતી. લેપ લગાવવો, મહેંદી લગાવવી, અંબોડો વાળવો, વસ્ત્ર પહેરાવવા વગેરે કાર્ય સ્ત્રીઓની શિલ્પકળા અંતર્ગત આવતા હતા.

૧૫૩. શું કંસે વૃંદાવનથી કૃષ્ણ-બલરામને બોલાવી લાવવા માટે વસુદેવજીનો ઉપયોગ કર્યો હતો?

આ વાત બ્રહ્મવૈવર્ત પુરાણમાં ત્યારે આવે છે જ્યારે કંસનો એક મંત્રી તેમને સલાહ આપે છે કે કૃષ્ણ-બલરામને વૃંદાવનથી બોલાવી લાવવા માટે અક્રૂર, ઉદ્ધવ કે વસુદેવજીને મોકલો. પછી કંસ સૌથી પહેલાં વસુદેવજીને જ વૃંદાવન જવા માટે કહે છે:

तत्तवज्ञो नीतिशास्त्राणां त्वमुपायविशारदः।
व्रज नन्दव्रजं बन्धो वसुदेव मुतालयम्॥
वृषभानं च नन्दं च बलं च नन्दनन्दनम्।
शीघ्रमानय यज्ञेऽत्र सर्वं गोकुलवासिनम्॥

કંસે કહ્યું: ''પ્રિય બંધુ વસુદેવજી! તમે નીતિશાસ્ત્રના તત્વજ્ઞ છો અને સાથે જ દરેક પ્રકારના ઉપાય શોધી કાઢવામાં ચતુર પણ છો. તેથી નંદ-વ્રજમાં પોતાનાં પુત્રના ઘેર તમે જ જાવ અને જઈને વૃષભાનુ, નંદરાય, બલરામ, કૃષ્ણ અને બધાં ગોકુળવાસીઓને યજ્ઞમાં અહીં તુરંત બોલાવી લાવો.''

(બ્રહ્મવૈવર્ત પુરાણ, શ્રીકૃષ્ણજન્મ ખંડ, અધ્યાય-૬૪, શ્લોક-૩૩-૩૪)

પણ વસુદેવજી એમ કહીને ના પાડી દે છે કે:

नियुक्तमत्र राजेन्द्र गमनं मम सांप्रतम्।
विज्ञापितुं नन्दव्रजं नन्दं वा नन्दनन्दनम्॥
यद्यायातो नन्दपुत्रो यागो ते च महोत्सवे।
अवश्यं तद्विरोधश्च भविष्यति त्वया सह॥
तमहं च समानीय कारयिष्यामि संयुतम्।
इति मे न हि भद्रं च विध्नस्तस्य तवापि च॥
पित्राऽऽनोतो मृतः कृष्ण इति सर्वो वदिष्यति।
वसुदेवः सुतद्वारा जघान नृपमेव च॥
द्वयोरेकतरस्यापि सद्यो मृत्युर्भविष्यति।
पतिष्यन्ति च शूराश्च नास्ति युद्धं निरामिषम्॥

''રાજેન્દ્ર! આ કાર્ય માટે અત્યારે મારું જવું યોગ્ય નથી. મુજ વસુદેવજીનાં પુત્ર અથવા નંદનંદનને યજ્ઞનાં સમાચાર હું જ આપું અને મારી સાથે બોલાવીને લાવું, એ કોઈપણ દ્રષ્ટિએ યોગ્ય ન કહી શકાય. જો તમારા યજ્ઞ-મહોત્સવમાં નંદપુત્રનું આગમન થયું તો ચોક્કસ તમારી સાથે તેનો વિરોધ થશે; તેથી હું એ બાળકને બોલાવીને અહીં યુદ્ધ કરાવું - એ મારી દ્રષ્ટિએ શ્રેયસ્કર નથી. એમાં એ બાળકનું અને તમારું પણ નુકસાન થઈ શકે છે. જો એ બાળક માર્યો

જાય તો બધાં એમજ કહેશે કે પિતાએ જ સાથે લઈ જઈને કૃષ્ણને મરાવી નંખાવ્યો અને જો તમને કંઈ થઈ જશે તો લોકો એમ કહેવા લાગશે કે વસુદેવજીએ પોતાનાં પુત્ર દ્વારા રાજાને જ મરાવી નંખાવ્યો. અને બંનેમાંથી એકનું તાત્કાલિક મૃત્યુ થશે, એ નિશ્ચિત છે. આ સિવાય બીજા પણ ઘણાં બધાં શૂરવીર ધરાશાયી થશે, કેમ કે યુદ્ધ ક્યારેય નિરાપદ નથી હોતું.''

(બ્રહ્મવૈવર્ત પુરાણ, શ્રીકૃષ્ણજન્મખંડ, અધ્યાય-૬૪, શ્લોક-૩૭-૪૧)

वसुदेववचः श्रुत्वा रक्तपंकजलोचनः।
खड्गं गृहीत्वा तं हन्तुं प्रययौ नृपतीश्वरः।।
हाहेति कृत्वा पुत्रं च वारयामास तत्क्षणम्।
उग्रसेनो महाराजमतीव बलवान्मुने।।
स्वपीठाद्वसुदेवश्च कोपाविष्टो गृहं ययौ।
अक्रूरं प्रेरयामास गन्तुं नन्दव्रजं नृपः।।

''વસુદેવજીની વાતો સાંભળીને કંસ ક્રોધથી લાલ થઈ ગયો અને તલવાર લઈને તેમને મારી નાંખવા માટે આગળ વધ્યો. આ જોઈને અત્યંત બળવાન ઉગ્રસેને હાય-હાય કરીને પોતાનાં પુત્રને રોકી લીધો. પછી ક્રોધે ભરાયેલાં વસુદેવજી પણ ઊઠીને પોતાનાં ઘેર જતાં રહ્યા. ત્યારે રાજા કંસે અક્રૂરને નંદ-વ્રજમાં જવા માટે કહ્યું અને બધી દિશાઓમાં નિમંત્રણ આપવા માટે દૂત મોકલ્યા.'' *(બ્રહ્મવૈવર્ત પુરાણ, શ્રીકૃષ્ણજન્મખંડ, અધ્યાય-૬૪, શ્લોક-૪૨-૪૪)*

૧૫૪. કૃષ્ણએ જ્યારે પહેલી વાર મથુરામાં પ્રવેશ કર્યો ત્યારે તેમનો એ અનુભવ કેવો હતો?

મહાભારતમાં તો આવી કોઈ ઘટનાનું વર્ણન નથી મળતું, પણ પુરાણોમાં ચોક્કસ રજકની ઘટનાનું તથા જબરદસ્તી ધનુષ્ય તોડવાનું વર્ણન મળે છે:

अनुशिष्टौ च तौ वीरौ... x ...रजको व्यस्तमस्तकः।।

''અક્રૂરની આજ્ઞા લઈને એ બંને વીરોએ નગર જોવા માટે એવી રીતે પ્રસ્થાન કર્યું જાણે યુદ્ધની ઈચ્છા કરવાવાળા બે હાથી થાંભલેથી ખૂલીને નીકળ્યા હોય. રસ્તામાં એક રજક મળ્યો જે કપડાં રંગી રહ્યો હતો. બંનેએ એની પાસે વસ્ત્ર માંગ્યા તો રજકે તેમને વઢતાં કહ્યું : ''તમે તો વનમાં જન્મ્યા છો અને જાનવરો સાથે ઉછર્યા છો. અને હવે રાજાઓનાં વસ્ત્ર જોઈને લોભ આવી ગયો છે? તમે બંને મૂરખ અને અભણ છો. પછી કૃષ્ણ એ ઝેરીલી વાત કહેવાવાળાં રજક પર કુપિત થઈ ગયા અને તેમણે રજકને એવો તમાચો માર્યો કે એનું માથું જ ફાટી ગયું.''

(હરિવંશ પુરાણ, વિષ્ણુપર્વ, અધ્યાય-૨૭, શ્લોક-૯-૧૬)

પછી કૃષ્ણ દ્વારા ધનુષ્ય તોડી નાંખવાની ઘટનાનું વર્ણન જુઓઃ

समीपं नृपतेर्गत्वा... X ...विकूजित्वा द्विधाभूतमभज्यत।।

રક્ષકગણે પોતાનાં રાજા કંસને કહ્યુંઃ "મહારાજ! ધનુષ્યશાળામાં જે આશ્ચર્યજનક ઘટના ઘટી છે, એ ધ્યાનથી સાંભળો. ત્યાં બે મનુષ્ય આવ્યા હતાં જેમનાં માથાનાં વાળ લાંબા-લાંબા હતાં. તેઓ અચાનક અંદર ધસી આવ્યા અને કોઈને ખબર ન પડી. એવું લાગ્યું જાણે તેઓ અચાનક આકાશમાંથી આવીને ધનુષશાળામાં ઊભા રહી ગયા હોય. જે ધનુષ્યને ઉઠાવી શકવાનું પણ મોટાં-મોટાં વીરો માટે શક્ય ન હતું, તેને શ્યામ રંગનાં બાળકે અનાયાસે જ ઉઠાવી લીધું. પછી એ બાળકે ઝડપથી તેનાં પર પણછ ચડાવવાનો પ્રયત્ન કર્યો અને એવામાં જ એ લોખંડનું વિશાળ ધનુષ્ય મુઠ્ઠીમાં પકડવાની જગ્યાએથી ધડાકા સાથે તૂટીને બે ટુકડા થઈ ગયું."

(હરિવંશ પુરાણ, વિષ્ણુપર્વ,
અધ્યાય-૨૭, શ્લોક-૫૧-૫૭)

ભાગવત પુરાણ *(સ્કંધ-૧૦, અધ્યાય-૪૧-૪૨)*, બ્રહ્મવૈવર્ત પુરાણ *(શ્રીકૃષ્ણજન્મખંડ, અધ્યાય-૭૧)*, ગર્ગ સંહિતા *(મથુરાખંડ, અધ્યાય-૬)* માં પણ એકસમાન કથાનું વર્ણન કરવામાં આવ્યું છે. પણ આ બંને ઘટનાઓ ઉપરાંત મથુરામાં કૃષ્ણ દ્વારા કરવામાં આવેલાં બીજા કોઈ હંગામાનું વર્ણન નથી મળતું.

૧૫૫. કૃષ્ણને પહેલી વાર રાજા બનવાનો મોકો ક્યારે મળ્યો હતો?

આ મોકો તેમને કંસ-વધ પછી મથુરામાં જ મળ્યો હતો. હરિવંશ પુરાણમાં એવી વાત આવે છે કે જ્યારે કંસનાં મૃત્યુ પછી તેની મા પદ્માવતી પોતાનાં પતિ ઉગ્રસેનને કહે છેઃ

वीर भोग्यानि राज्यानि वयं चापि पराजिताः।
गच्छ विज्ञाप्यतां कृष्णः कंससत्कारकारणात्।।

"રાજ્યનો ઉપભોગ તો વીર પુરુષ જ કરે છે. અમે લોકો તો હવે પરાજિત થઈ ગયા; તેથી જાઓ, કૃષ્ણને સૂચના આપો કે કંસનાં અંતિમ-સંસ્કારની વ્યવસ્થા થવી જોઈએ."

(હરિવંશ પુરાણ, વિષ્ણુપર્વ, અધ્યાય-૩૧, શ્લોક-૫૦)

इमं ते पितरं वृद्धं कृष्णस्य वशवर्तिनम्।
कथं द्रक्ष्यामि शुष्यन्तं कासारसलिलं यथा।।

પદ્માવતી રડતાં-રડતાં કહે છે - આ તારાં વૃદ્ધ પિતા હવે કૃષ્ણને આધીન થઈ ગયા. સૂકાતાં તળાવનાં પાણીની જેમ હવે હું તેમને પરતંત્ર દશામાં કેવી રીતે જોઈ શકીશ?

(હરિવંશ પુરાણ, વિષ્ણુપર્વ, અધ્યાય-૩૧, શ્લોક-૫૪)

ત્યારે કંસનાં પિતા ઉગ્રસેન કૃષ્ણ પાસે આવીને પ્રાર્થના કરતાં કહે છેઃ

हस्त्यश्वरथसम्पूर्ण... X ...कृष्ण गताः किल भवन्ति हि॥

''કૃષ્ણ! હાથી, ઘોડા, રથ અને પગપાળા સૈનિકોથી ભરેલી કંસની આ અક્ષય સેના ગ્રહણ કરો. જે કંઈપણ ધન, અન્ન, વસ્ત્ર, રત્ન વગેરે છે, તેનાં પર તમારા માણસો અધિકાર કરી લે. સ્ત્રી, વાહન વગેરે જે કંઈપણ છે, એ બધું પણ તમારા માણસો સંભાળી લે. આ મથુરાની પૃથ્વી પર હવે સંપૂર્ણ રીતે તમારો અધિકાર થઈ ગયો. હવે અમે બધાં યાદવોની ગતિ અને અગતિ એકમાત્ર તમે જ છો. અમે ઈચ્છીએ છીએ કે તમારી કૃપાથી કંસની અંતિમ ક્રિયા સંપન્ન થાય. એ પછી હું મારી પત્ની અને વહુઓને લઈને વનમાં જતો રહીશ.''

(હરિવંશ પુરાણ, વિષ્ણુપર્વ, અધ્યાય-૩૨, શ્લોક-૨૨-૨૮)

ભાગવત પુરાણમાં માત્ર એમ કહેવામાં આવ્યું છે કે કૃષ્ણએ ઉગ્રસેનને રાજા બનાવી દીધાઃ

एवमाश्वास्य पितरौ भगवान्देवकीसुतः।
मातामहं तूग्रसेनं यदूनामकरोन्नृपम्॥

''શ્રી કૃષ્ણએ આ રીતે પોતાના માતા-પિતાને સાંત્વના આપીને, પોતાના નાના ઉગ્રસેનને યદુવંશીઓનાં રાજા બનાવી દીધાં.''

(ભાગવત પુરાણ, સ્કંધ-૧૦, અધ્યાય-૪૫, શ્લોક-૧૨)

ગર્ગ સંહિતા *(મથુરાખંડ, અધ્યાય-૯, શ્લોક-૫)* માં પણ માત્ર એક શ્લોકમાં કહેવામાં આવ્યું છે કે કૃષ્ણએ પોતાનાં નાના ઉગ્રસેનને મથુરાનાં રાજા બનાવી દીધા. મહાભારતમાં આ વાતની કોઈ ચર્ચા જ નથી મળતી. પણ એકંદરે એમ કહી શકાય કે ગાયો ચરાવવાવાળા કૃષ્ણને માત્ર ઓગણીસ વર્ષની ઉંમરમાં જ મથુરાનાં રાજા બનવાનો મોકો મળ્યો હતો.

૧૫૬. શું કૃષ્ણને રુક્મિણીનાં સ્વયંવરમાં અપમાનિત થવું પડ્યું હતું?

હરિવંશ પુરાણમાં આ વાત થોડી વિસ્તારપૂર્વક કહેવાઈ છે, અન્ય કોઈપણ પુરાણ કે મહાભારતમાં પણ કૃષ્ણ વિષે આવું કોઈ વર્ણન જોવા નથી મળતું. વિદર્ભનાં રાજા ભીષ્મકનાં દરબારમાં કૃષ્ણનાં કટ્ટર શત્રુ જરાસંધે પોતાની દેખરેખ હેઠળ આવી કઠોર વ્યવસ્થા કરાવડાવી હતીઃ

सिंहासनमनध्यास्यं पुरं चास्य न विद्यते।
कथं राजसमाजेऽस्मिन्नास्यते देवकीसुतः॥
कृष्णोऽपि सुमहावीर्यो ह्यभिमानी महाद्युतिः।
न चागमिष्यते वास्मिन् कन्यार्थे च स्वयंवरे॥
पार्थिवेषूपविष्टेषु स्वेषु सिंहासनेषु वै।
कथमास्यति नीचेषु आसनेषु महाद्युतिः॥

''કોઈપણ સિંહાસન કૃષ્ણનાં બેસવા યોગ્ય નથી કેમ કે સિંહાસનો પર ફક્ત વિધિ-વિધાનપૂર્વક રાજ્યાભિષેક કરેલાં રાજાગણ જ બેસી શકે છે. તેનું તો કોઈ નગર કે રાજધાની જ નથી, તો પછી કૃષ્ણ રાજાઓનાં આ સમાજમાં સિંહાસન ઉપર કેવી રીતે બેસશે? કૃષ્ણ પરાક્રમી અને અભિમાની છે, તે એક કન્યા માટે વગર બોલાવ્યે ક્યારેય નહીં પધારે. જ્યારે રાજા લોકો પોત-પોતાનાં સિંહાસનો પર બેઠાં હશે, તેમની વચ્ચે કૃષ્ણ નીચે આસન પર બેસી નહીં શકે.'' *(હરિવંશ પુરાણ, વિષ્ણુપર્વ, અધ્યાય-૫૦, શ્લોક-૧૫-૧૭)*

એટલે કે કૃષ્ણ રુક્મિણી સ્વયંવરમાં ભાગ ન લઈ શકે તેની પૂરેપૂરી વ્યવસ્થા જરાસંધે પહેલાં જ કરી લીધી હતી. પણ જ્યારે કૃષ્ણ રુક્મિણીનાં સ્વયંવરમાં આવી જ ગયા ત્યારે ત્યાંજ ઉપસ્થિત કૈશિક નામક એક અન્ય રાજાએ કૃષ્ણને કહ્યું:

तव विश्रामहेतोर्हि कारितेदं गृहोत्तमम्।
देवानामादिदेवोऽसि सर्वलोकनमस्कृतः।।
मानुष्ये मर्त्यलोकेऽस्मिन् राजेन्द्रत्वं समाचर।
समाजे मनुजेन्द्राणां मा भूदासनसंकटम्।।

''તમે આ રાજાઓનાં રાજા બનીને રહો અને છોડો એમને. મેં તમારા વિશ્રામ માટે અલગ ભવનમાં વ્યવસ્થા કરવડાવી છે જેથી કરીને સિંહાસન પર બેસવાની બાબતે કોઈ વિવાદ ઊભો ન થાય.''

(હરિવંશ પુરાણ, વિષ્ણુપર્વ, અધ્યાય-૫૦, શ્લોક-૧૯-૨૦)

એટલે કે કૃષ્ણને આ ઉપાયથી વગર વિવાદે રુક્મિણીનાં સ્વયંવરથી દૂર રાખવામાં આવ્યા હતાં. અને પછી વિદર્ભમાં થોડાક દિવસ બાદ જ્યારે રુક્મિણીનાં પિતા ભીષ્મક સાથે કૃષ્ણની મુલાકાત થાય છે, ત્યારે કૃષ્ણ તેમને ઠપકો આપતાં કહે છેઃ

ममागमनमेवेह प्रायेण न हितं तव।
अतो न कृतमातिथ्यमपात्राय नरेश्वर।।

કૃષ્ણ કહે છેઃ ''હે રાજન! કદાચ મારું અહીં આવવું જ તમારે માટે હિતકારક નથી રહ્યું, એટલે જ તમે મને અયોગ્ય સમજીને મારો અતિથિ-સત્કાર ન કર્યો.''

(હરિવંશ પુરાણ, વિષ્ણુપર્વ, અધ્યાય-૫૧, શ્લોક-૧૩)

આ આખા પ્રકરણમાં નિષ્કર્ષ તરીકે એટલું જ કહી શકાય કે જરાસંધનાં પ્રભાવમાં હોવાને કારણે રાજા ભીષ્મક કૃષ્ણ સાથે સામાન્ય રાજકીય શિષ્ટાચાર પણ નહોતાં નિભાવી શક્યા.

૧૫૭. કાલયવનની કૃષ્ણ સાથે શું દુશ્મનાવટ હતી?

કાલયવનની પ્રત્યક્ષ રીતે કૃષ્ણ સાથે કોઈ દુશ્મની ન હતી. એણે તો જરાસંધ તથા સાથી

રાજાઓની પ્રેરણા મેળવીને મથુરા પર આક્રમણ કરવા માટે કૂચ કરી હતી. પુરાણોમાં આ આખો પ્રસંગ કંઈક એવી રીતે છે કે રુક્મિણી-સ્વયંવરનાં ભંગ થવાની જાહેરાત પછી જ્યારે કૃષ્ણ વિદર્ભથી મથુરા જવા માટે પાછા ફર્યા ત્યારે રાજાઓએ રાહતનો શ્વાસ લીધો. બીજા દિવસે સભામાં બધાં રાજાગણ ભેગા થયા ત્યારે ભીષ્મકે કહ્યું:

स्वयंवरकृतं दोषं विदित्वा वो नराधिपाः।
क्षन्तव्यो मम वृद्धस्य दुर्दग्धस्य फलोदयम्॥

"સ્વયંવરનાં કારણે જે કૃષ્ણ આપત્તિજનક બન્યા હતાં, એ જાણીને મેં આ સ્વયંવરને રોકી દીધો. તમે લોકો મુજ વૃદ્ધનાં અપરાધને ક્ષમા કરી દો."

(હરિવંશ પુરાણ, વિષ્ણુપર્વ, અધ્યાય-૫૨, શ્લોક-૩)

ત્યાર બાદ મોટા ભાગના રાજાગણ પોત-પોતાનાં રાજ્યમાં પાછા જતાં રહ્યા પણ શાલ્વ, શિશુપાલ, દંતવક્ર જેવા જરાસંધના પક્ષવાળા કેટલાક રાજાગણ રોકાઈ ગયા. ત્યારે ભીષ્મકે એ લોકોને કહ્યું:

पुत्रस्य चेष्टामालोक्य त्रासाकुलितलोचनः।
मन्ये बालानिमाँल्लोकान् स एष पुरुषः परः॥
कीर्तिः कीर्तिमतां श्रेष्ठो यशश्च विपुलं तथा।
स्थापितं भुवि मर्त्येऽस्मिन् स्वबाहुबलमूर्जितम्॥

"યશસ્વીઓમાં કૃષ્ણ શ્રેષ્ઠ છે એટલે કે ઓછા નથી. તેમણે જે પણ ખ્યાતિ મેળવી છે એ પોતાનાં બાહુબળે મેળવી છે. પણ મારો પુત્ર બાળબુદ્ધિ (વિવેકહીન) છે, હું તેને અને તેનાં સંગીઓને બાળક જ માનું છું."

(હરિવંશ પુરાણ, વિષ્ણુપર્વ, અધ્યાય-૫૨, શ્લોક-૧૪-૧૫)

अलं खेदेन राजेन्द्र सुताय रिपुमर्दिने।
क्षत्रियस्य रणे राजन् ध्रुवं जयपराजयौ॥

XXX XXX XXX

अद्य तस्य रणे जेता यवनाधिपतिर्नृप॥
स कालयवनो नाम अवध्यः केशवस्य ह।
तप्त्वा सुदारुणं घोरं तपः परमदुश्चरम्॥

ત્યારે શાલ્વે કહ્યું: "હે રાજા ભીષ્મક! તમે અફસોસ શા માટે વ્યક્ત કરો છો? તમારો પુત્ર શત્રુઓનું ઘમંડ તોડવાવાળો વીર છે. એને માટે અફસોસ વ્યક્ત કરવો વ્યર્થ છે, પરંતુ તેનાં પર તો તમારે ગર્વ કરવો જોઈએ."

XXX XXX XXX

''નરેશ્વર! આજકાલ યુદ્ધમાં કૃષ્ણ પર વિજય મેળવવાવાળો માત્ર કાલયવન છે, જે યવનોનો અધિપતિ છે. તે કૃષ્ણ માટે અવધ્ય છે. પોતાનાં પ્રબળ પુરુષાર્થથી તેણે આટલું બળ મેળવ્યું છે.''

(હરિવંશ પુરાણ, વિષ્ણુપર્વ, અધ્યાય-૫૨, શ્લોક-૧૯/૨૫-૨૬)

श्रुत्वा सौभपतेर्वाक्यं सर्वे ते नृपसत्तमाः ।
कुर्म इत्यब्रुवन् हृष्टा जरासंधं महाबलम्॥

''શાલ્વની વાત સાંભળીને ત્યાં હાજર બધાં રાજાગણ ખુશીથી ઉછળી પડ્યા અને જરાસંધને કહેવા લાગ્યા - અમે લોકો ચોક્કસ એમજ કરીશું.''

मां समाश्रित्य पूर्वस्मिन्... x ...तथास्माभिर्दूत्ये नः कृष्णविग्रहे॥

ત્યારે જરાસંધે કહ્યુંઃ ''આજથી પહેલાં, બધાં રાજા બીજા રાજાથી ભયભીત થાય ત્યારે મારા શરણે આવતા હતાં. અને અત્યારે બધાં રાજા મને જ બીજા રાજાની મદદ લેવાની સલાહ આપી રહ્યા છે. આ દૈવ ખૂબ પ્રબળ છે. તેને પાછું ન આપી શકાય. હું કૃષ્ણથી ડરીને તેનાથી વધારે શક્તિશાળી રાજાને શરણે જઈ રહ્યો છું. આવા જીવન કરતાં તો મારું મરી જવું જ વધુ સારું છે. રાજાઓ! હું બીજાનું શરણ નહીં લઉં. કૃષ્ણ હોય કે બલદેવ કે પછી બીજા કોઈ રાજા, જે મારા પર હુમલો કરશે તેનો હું જોરદાર સામનો કરીશ. આજ મારો નિશ્ચય છે. પણ તમારા જેવા સદાચારી રાજાઓને આ કૃષ્ણ કોઈ નુકસાન ન પહોંચાડે, એટલે રાજાઓની રક્ષાના ઉદ્દેશથી હું દૂત મોકલવાનું સ્વીકાર કરીશ. રાજાઓ! દૂતે અત્યંત ગુપ્ત રીતે કાલયવન પાસે જવું જોઈએ જેથી કરીને રસ્તામાં કૃષ્ણ કોઈ વિઘ્ન ન પહોંચાડે. મારા ખ્યાલ મુજબ શાલ્વ આ કાર્ય માટે સૌથી વધુ યોગ્ય વ્યક્તિ છે કેમ કે આપણાં લોકો તરફથી જેવી વાત કરવી જોઈએ, એવી વાત કરવામાં તે કુશળ છે. શાલ્વ એવું જ કહે, જેનાથી કૃષ્ણ સાથે આપણું યુદ્ધ થાય ત્યારે તે યવનરાજ કાલયવન આપણાં સમૂહમાં આવીને ભળી જાય.''

(હરિવંશ પુરાણ, વિષ્ણુપર્વ, અધ્યાય-૫૨, શ્લોક-૩૪-૪૩)

મહાભારત કે અન્ય પુરાણોમાં આ પ્રસંગનું કોઈ વર્ણન નથી મળતું. પણ આ એકમાત્ર પ્રાચીન પ્રમાણથી એ સ્પષ્ટ થઈ જાય છે કે કાલયવનને કૃષ્ણ સાથે બાથ ભીડવા માટે જરાસંધની ટુકડીએ જ તૈયાર કર્યો હતો.

૧૫૮. કૃષ્ણના પુત્રોએ વજ્રનાભ નામક અસુરની હત્યા કેમ કરી હતી?

વજ્રપુરના રાજાની દીકરીનું નામ પ્રભાવતી હતું જે ખૂબ જ સુંદર હતી અને તેની ચર્ચા નટો (નટીઓ) દ્વારા દ્વારકા સુધી પહોંચી હતી. પણ ત્યાં ખૂબ કડક સુરક્ષા હતી, એટલે સામાન્ય

રીતે ત્યાં જવું અશક્ય હતું. પછી નટના વેશમાં જ પ્રદ્યુમ્ન પોતાનાં ભાઈ સાંબ અને કાકા ગદની સાથે ત્યાં ગયા અને ત્રણેયએ પ્રભાવતીની સાથે-સાથે તેની બે બહેનો સાથે પણ લગ્ન કર્યા. પછી એ રાજકુમારીઓનાં પિતા વજ્રનાભે જ્યારે તેમનો વિરોધ કર્યો તો એ લોકોએ તેની હત્યા કરી નાંખી.

(હરિવંશ પુરાણ, વિષ્ણુપર્વ, અધ્યાય-૯૨-૯૭)

૧૫૯. કુબ્જા સાથે પહેલી મુલાકાત વખતે કૃષ્ણએ કયા રૂપમાં પોતાનો પરિચય આપ્યો હતો?

હરિવંશ પુરાણમાં આ વાત ત્યારે આવે છે જ્યારે કૃષ્ણની મુલાકાત કુબ્જા સાથે થાય છે અને બંને એક-બીજા સાથે પરિચયની આપ-લે કરે છેઃ

वयं हि देशातिथयो मल्लाः प्राप्ता वरानने।
द्रष्टुं धनुर्महद् दिव्यं राष्ट्रे चैव महर्द्धिमत्॥

કૃષ્ણએ કહ્યુંઃ ''હે સુમુખિ! અમે બંને ભાઈ પહેલવાન છીએ અને આ દેશમાં અતિથિ તરીકે આવ્યા છીએ. આ દેશમાં જે અત્યંત સમૃદ્ધ અને વિશાળ ધનુષ્ય છે, તેને જ જોવા માટે અમે લોકો અહીં આવ્યા છીએ.''

(હરિવંશ પુરાણ, વિષ્ણુપર્વ, અધ્યાય-૨૭, શ્લોક-૩૨)

ઉપરના શ્લોક શોધકર્તાઓ માટે એક મહત્ત્વપૂર્ણ સંકેત છે જેમાં એ બતાવવામાં આવ્યું છે કે કૃષ્ણ અને બલરામ પહેલવાનોની હેસિયતથી મથુરાનાં રાજા દ્વારા બોલાવવામાં આવ્યા હતા.

૧૬૦. શું કૃષ્ણએ બાળપણમાં જ અનેક રાક્ષસોને માર્યા હતાં?

આ પ્રશ્નનો જવાબ જાણવા પહેલા એ સમજી લેવું જરૂરી છે કે કૃષ્ણ મનુષ્ય હતાં કે કોઈ ચમત્કારી અવતાર? જો કોઈ વ્યક્તિ અવતાર અને ચમત્કારનાં પક્ષધર છે, તો તેણે આવો પ્રશ્ન પૂછવાની જરૂર જ નથી. આવા લોકો માટે પુરાણોમાં જે લખ્યું છે, એ બધું સત્ય છે. પણ કેમ કે આ પ્રકારની માન્યતા રાખવાવાળા લોકો પણ શંકાશીલ રહે છે, પુરાણોની દરેક વાત તેમના પણ ગળે નથી ઉતરતી, એટલે સત્યની શોધ જરૂરી થઈ જાય છે. તુલનાત્મક અધ્યયન જરૂરી બની જાય છે. સ્વ-વિવેકથી કામ લેવાનું અત્યંત જરૂરી બની જાય છે.

આ પ્રશ્નના ઉત્તર માટે અહીં આપણે સૌથી પહેલાં મહાભારતની વાત કરીએ. મૂળ મહાભારત માત્ર આઠ હજાર આઠ સો શ્લોકોનું હતું જે વેદવ્યાસજીએ લખ્યું હતું, પછી તેમનાં શિષ્ય વૈશમ્પાયનજીએ ચોવીસ હજાર શ્લોક પોતાનાં તરફથી તેમાં જોડ્યા અને

પછી કેટલાય સો વર્ષો પછી ઉગ્રશ્રવા નામક એક વિદ્વાને પણ હજારો શ્લોક જોડ્યા. અહીં સમજવાનું એ છે કે આટલી ભેળસેળ થવા છતાં પણ એટલી અસત્ય વાતો મહાભારતમાં નથી મળતી જેટલી પુરાણોમાં મળે છે. અને દુર્ભાગ્યવશ પુરાણોની વાતો જ લોકોના મન-મસ્તિષ્કમાં ભરાયેલી છે. પૌરાણિક કાળથી લઈને આજ સુધી ભક્તિ-ભાવનાં નામે કૃષ્ણ વિષે હજારો ઘડી કાઢેલી વાર્તાઓ અસ્તિત્વમાં લાવવામાં આવી છે, જેનો વાસ્તવિકતા સાથે દૂર-દૂર સુધી કોઈ સંબંધ નથી. *મહાભારતના સભાપર્વના ૩૮-૪૦માં અધ્યાય* દરમિયાન ભીષ્મપિતામહ તથા શિશુપાલ દ્વારા કૃષ્ણના જીવનમાં રાજસૂય યજ્ઞના સમય સુધી ઘટેલી ઘટનાઓનું વર્ણન કરવામાં આવ્યું છે. ત્યાં ન તો રાધાનું વર્ણન મળે છે, ન રાસલીલાનું અને ન તો કૃષ્ણ દ્વારા ધેનુકાસુર, અઘાસુર, બકાસુર વગેરેના વધનું વર્ણન મળે છે. જે ગોવર્ધન પૂજન, કાલિયા નાગ વગેરેની કથા મળે પણ છે, એ પણ એ રૂપમાં તો નથી જ મળતી જે રૂપમાં તેમનું પુરાણોમાં વર્ણન કરવામાં આવ્યું છે. તો આટલી ભેળસેળ પછી પણ જ્યારે એ કાલ્પનિક ઘટનાઓનો સમાવેશ મહાભારતમાં નથી કરવામાં આવ્યો, તો પછી એ બધું પુરાણોમાં આવી ક્યાંથી ગયું? એટલે એ બધી ઘટનાઓ અસત્ય જ છે.

૧૬૧. કંસ કોના પુત્ર હતાં?

આ વાત ફક્ત હરિવંશ પુરાણમાં કહેવાઈ છે. આ પુરાણ પ્રમાણેઃ

न चायमुग्रसेनः स पिता... x ...दिव्येनाप्रतिगामिना॥

નારદજીએ કંસને કહ્યુંઃ ''આ ઉગ્રસેન તારા પિતા નથી પરંતુ સૌભ વિમાનના માલિક તેજસ્વી રાક્ષસ દ્રુમિલ તારા પિતા છે. કંસે ક્રોધિત થઈને પૂછ્યુંઃ એ કેવી રીતે? તમે સાચી વાત કહો. ત્યારે નારદજીએ કંસને કહ્યું કે જ્યારે તારી માતા સુયામુન પર્વત પર ફરવા ગઈ હતી, એ વખતે દાનવ રાજ દ્રુમિલે તારી માતા સાથે સંપર્ક કર્યો હતો જેનાથી તું પેદા થયો છે. તેથી તારા કાયદેસરના પિતા ઉગ્રસેન નથી, તું દ્રુમિલનો પુત્ર છે.''

(હરિવંશ પુરાણ, વિષ્ણુપર્વ,
અધ્યાય-૨૮, શ્લોક-૫૩-૧૦૯)

આ પુરાણમાં ઉપરની કથા બિનજરૂરી વિસ્તાર સાથે કહેવાઈ છે જેનું મેં સંક્ષેપમાં વર્ણન કર્યું છે. ઉપરનો અધ્યાય વાંચ્યા પછી કોઈપણ વ્યક્તિ એ સહેલાઈથી સમજી શકે છે કે આ કથા ભેળસેળવાળી છે, વાસ્તવિક નથી. કંસ ખુદ એક હાથીનાં મહાવતને કહે છે કે નારદજીએ તેને ચેતવણી આપતાં આ રહસ્ય પરથી પડદો ઉઠાવ્યો હતો. હકીકતમાં કંસની મથુરાનાં યાદવો સાથે ચાલવાવાળી વૈમનસ્યતાને ચમત્કારિક અને રહસ્યમય રૂપ આપવા માટે તથા

કંસનાં નીચ સ્તર પર થયેલાં જન્મને દર્શાવવા માટે આ કથાની રચના કરવામાં આવી હોય એવું લાગે છે.

૧૬૨. કંસ દ્વારા આયોજિત મલ્લ-યુદ્ધ મહોત્સવમાં કૃષ્ણ-બલરામે કોની-કોની સાથે લડવું પડ્યું હતું?

ભાગવત પુરાણ અનુસાર કંસે એકસાથે બહુ બધાં પહેલવાનોને પ્રાંગણમાં બેસાડી રાખ્યા હતાં જેથી કરીને કોઈને કોઈના હાથે કૃષ્ણ અને બલરામનું મૃત્યુ સુનિશ્ચિત થઈ શકે. પણ ચાણુર અને મુષ્ટિક સમેત પાંચ પહેલવાનોનું મોત જોઈને બાકીનાં બધાં પહેલવાન મેદાન છોડીને જ ભાગી ગયાઃ

चाणूरे मुष्टिके कूटे शले तोशलके हते।
शेषाः प्रदुद्रुवुर्मल्लाः सर्वे प्राणपरीप्सवः॥

શુકદેવજી કહે છેઃ ''જ્યારે ચાણુર, મુષ્ટિક, કૂટ, શલ અને તોશલ - આ પાંચેય પહેલવાન મરી ચૂક્યા, ત્યારે બાકી વધેલાં બધાં પહેલવાન પોતાનો જીવ બચાવવા માટે જાતે જ ત્યાંથી ભાગી છૂટ્યા.''

(ભાગવત પુરાણ, સ્કંધ-૧૦, અધ્યાય-૪૪, શ્લોક-૨૮)

હરિવંશ પુરાણ તથા વિષ્ણુ પુરાણમાં માત્ર ત્રણ પહેલવાનોનાં નામ આપવામાં આવ્યા છેઃ

अन्ध्रतोशलकौ हत्वा कृष्णसंकर्षणावुभौ।
क्रोधसंरक्तनयनौ रंगमध्ये ववल्गतुः॥
समाजवाटो निर्मल्लः सोऽभवद् भीमदर्शनः।
अन्ध्रे तदा महामल्ले मुष्टिके च निपातिते॥

''આંન્ધ્રદેશીય મુષ્ટિક અને તોશલને મારીને કૃષ્ણ અને બલરામ ક્રોધથી લાલ આંખ કરીને અખાડામાં ઉછળ-કૂદ કરવા લાગ્યા. એ સમયે એ મહામલ્લ ચાણુર અને મુષ્ટિકના મૃત્યુને લીધે એ પ્રાંગણ પહેલવાનો વગર સૂનું થઈ ગયું અને ભયાનક લાગવા લાગ્યું.''

(હરિવંશ પુરાણ, વિષ્ણુપર્વ, અધ્યાય-૩૦, શ્લોક-૫૫-૫૬)

कृष्णस्तोशलकं भूयो मल्लराजं महाबलम्।
वाममुष्टिप्रहारेण पातयामास भूतले॥
चाणूरे निहते मल्ले मुष्टिके विनिपातिते।
नीते क्षयं तोशलके सर्वे मल्लाः प्रदुद्रुवुः॥

પરાશર મુનિ કહે છેઃ ''ત્યાર બાદ શ્રીકૃષ્ણએ મહાબલી મલ્લરાજ તોશલને ડાબા હાથથી મુક્કો મારીને જમીન પર પાડી દીધો. મલ્લશ્રેષ્ઠ ચાણુર અને મુષ્ટિકનાં મોતને લીધે તથા મલ્લરાજ

તોશલના નષ્ટ થવાને કારણે બધાં જ મલ્લગણ ભાગી ગયા.''

(વિષ્ણુ પુરાણ, પાંચમો અંશ, અધ્યાય-૨૦, શ્લોક-૭૯-૮૦)

૧૬૩. શું કુરુક્ષેત્ર યુદ્ધને લઈને બલરામ કૃષ્ણથી નારાજ હતા?

જ્યારે કુરુક્ષેત્રના મેદાનમાં કૌરવ અને પાંડવનું દળ પોત-પોતાનાં શિવિરોમાં ગુપ્ત વિચાર-વિમર્શ તથા રણનીતિ બનાવવામાં વ્યસ્ત હતાં એજ દરમિયાન તીર્થયાત્રા પર જવાના ક્રમમાં બલરામ પાંડવોના શિવિરમાં પહોંચ્યા. પછી વાતચીત દરમિયાન તેમણે પોતાનાં દિલની વાત કહીઃ

उक्तो मया वासुदेवः पुनः पुनरुपह्वरे।
सम्बन्धिषु समां वृत्तिं वर्तस्व मधुसूदन॥
पाण्डवा हि यथास्माकं तथा दुर्योधनो नृप।
तस्यापि क्रियतां साह्यं स पर्येति पुनः पुनः॥

બલરામ બોલ્યાઃ ''મેં એકાંતમાં કૃષ્ણને વારંવાર કહ્યું હતું કે મધુસૂદન! પોતાનાં બધાં સંબંધીઓ સાથે એકસરખું વર્તન કરો. કેમ કે આપણાં માટે જે રીતે પાંડવ છે, એવીજ રીતે રાજા દુર્યોધન છે. તેની પણ મદદ કરો. તે વારંવાર આપણે ત્યાં ચક્કર લગાવે છે.''

तच्च मे नाकरोद वाक्यं त्वदर्थे मधुसूदनः।
निर्विष्टः सर्वभावेन धनंजयमवेक्ष्य ह॥

બલરામ યુધિષ્ઠિર આગળ જઈને બોલ્યાઃ ''પણ યુધિષ્ઠિર! તારા માટે જ મધુસૂદન કૃષ્ણએ મારી એ વાત નથી માની. આ તો અર્જુનને જોઈને જ બધી રીતે તેના પર ન્યોછાવર થઈ રહ્યા છે.''

(મહાભારત, ઉદ્યોગપર્વ, અધ્યાય-૧૫૭, શ્લોક-૨૮-૩૦)

આ રીતે ભરી સભામાં બલરામે કૃષ્ણ પર તેમના અર્જુન સાથે વિશેષ લગાવને કારણે પક્ષપાતી હોવાનો સીધે-સીધો આરોપ લગાવ્યો હતો. આખા મહાભારતમાં બીજી એક ધ્યાન આપવા જેવી વાત એ છે કે બલરામ જ્યારે પણ દુર્યોધનની વાત કરતાં હતા ત્યારે તેઓ તેના માટે 'નૃપ' એટલે કે રાજા સંબોધનનો પ્રયોગ કરતાં હતા, પણ તેમણે યુધિષ્ઠિર માટે આવું ક્યારેય નથી કર્યું. ઉપરના શ્લોકોમાં પણ આ વાત જોઈ શકાય છે તથા સંપૂર્ણ મહાભારતમાં બીજે પણ આવું જ છે.

૧૬૪. કૃષ્ણના મુખ્ય શત્રુ કોણ-કોણ હતાં?

દુનિયાના ઈતિહાસમાં કૃષ્ણ એક એવા મહાપુરુષ થઈ ગયા છે જેમને તેમનાં જીવનકાળમાં જેટલાં પ્રેમ કરનારા હતાં, કમ-સે-કમ એટલા જ નફરત કરનારા પણ હતાં. તેમના પ્રત્યક્ષ કે

પરોક્ષ સહયોગ વિના કોઈનું પણ કામ પાર નહોતું પડતું, પણ એમાંથી ઘણા બધા લોકો એવા હતાં જેઓ તેમને પોતાની આસપાસ જોવા પણ નહોતા માંગતા. અને એમાંથી કેટલાક એવા પણ હતાં જેઓ તેમનાં લોહીના તરસ્યા હતાં. મહાભારત અને પુરાણોમાંથી પ્રાપ્ત તથ્યોના આધારે કૃષ્ણના મુખ્ય શત્રુઓના રૂપમાં આ લોકોના નામ સામેલ કરી શકાયઃ
(૧) કંસ, (૨) જરાસંધ, (૩) શિશુપાલ, (૪) રાજા ભીષ્મક, (૫) રૂક્મી, (૬) શાલ્વ, (૭)દંતવક્ર,(૮)વિંદ-અનુવિન્દ,(૯)સત્રાજિત,(૧૦)શૃંગલવ,(૧૧)કાલયવન,(૧૨)પૌન્ડ્રક, (૧૩) નરકાસુર, (૧૪) કાશી નરેશ, (૧૫) દુર્યોધન વગેરે.

૧૬૫. કૃષ્ણને દામોદર શા માટે કહેવાય છે?

પદ્મ પુરાણ અંતર્ગત વિષ્ણુસહસ્રનામ સ્તોત્રના ૭૫૮માં નામમાં દામોદર શબ્દનો ઉલ્લેખ થયો છે. ત્યાં એવું કહેવામાં આવ્યું છે કે બાળપણમાં કૃષ્ણના પેટમાં દોરડું બાંધીને મા યશોદા દ્વારા તેમને ખાંડણિયામાં બાંધી દેવામાં આવ્યા હતા, એટલે એમનું એક નામ દામોદર પણ રાખવામાં આવ્યું. સંસ્કૃતમાં દામોદર શબ્દનો સંધિવિચ્છેદ થાય છે - દામ (દોરડું) + ઉદર (પેટ). આજ અર્થને સ્પષ્ટ કરતો એક શ્લોક હરિવંશ પુરાણમાં છેઃ

दाम्ना चैवोदरे बद्ध्वा प्रत्यबन्धदुलूखले।
यदि शक्तोऽसि गच्छेति तमुक्त्वा कर्म साकरोत्॥

વૈશમ્પાયનજીએ કહ્યુંઃ ''યશોદા માતાએ તેમનાં પેટ ઉપર દોરડું બાંધીને એ દોરડાને ખાંડણિયામાં બાંધી દીધું અને કહ્યું - હવે જઈ શકે તો જા. આટલું કહીને તે ઘરનાં કામકાજ કરવામાં લાગી ગયા.''

(હરિવંશ પુરાણ, વિષ્ણુપર્વ, અધ્યાય-૭, શ્લોક-૧૪)

स च तेनैव नाम्ना तु कृष्णो वै दामबन्धनात्।
गोष्ठे दामोदर इति गोपीभिः परिगीयते॥

વૈશમ્પાયનજીએ કહ્યુંઃ ''એ દામ એટલે કે દોરડાથી બાંધવાનાં કારણે કૃષ્ણનું નામ દામોદર પડી ગયું. ગોષ્ઠ એટલે કે ગ્વાલોનાં એ જંગલમાં સ્થિત ગામોમાં ગોપીઓ એજ નામથી તેમનાં ગુણગાન કરવા લાગી.''

(હરિવંશ પુરાણ, વિષ્ણુપર્વ, અધ્યાય-૭, શ્લોક-૩૬)

૧૬૬. કૃષ્ણનાં અંતિમ સંસ્કાર કોણે કર્યા હતાં?

મહાભારત અને પૌરાણિક સાક્ષ્ય અનુસાર કૃષ્ણનાં અંતિમ સંસ્કાર અર્જુને કર્યા હતાં. યાદવાસ્થળીની ઘટનામાં કૃષ્ણનાં પિતા વસુદેવજી અને પ્રપૌત્ર વજ્ર સિવાય તેમનાં પરિવારનાં

બધાં લોકો માર્યા ગયા હતાં. વસુદેવજી અને વજ ત્યાં ન જવાનાં કારણે બચી ગયા હતાં. મહાભારત અનુસાર અર્જુને પહેલાં તેમના મામા વસુદેવજીનાં અગ્નિ-સંસ્કાર કર્યાઃ

यस्तु देशः प्रियस्तस्य जीवतोऽभून्महात्मनः।
तत्रैनमुपसंकल्प्य पितृमेधं प्रचक्रिरे।।

વૈશમ્પાયનજી કહે છેઃ "વસુદેવજીને પોતાનાં જીવનકાળમાં જે સ્થાન વિશેષ પ્રિય હતું, ત્યાંજ લઈ જઈને અર્જુન વગેરેએ તેમનું પિતૃમેધ કર્મ (અગ્નિ-સંસ્કાર) કર્યા."

(મહાભારત, મૌસલપર્વ, અધ્યાય-૭, શ્લોક-૨૩)

ત્યાર પછી પ્રભાસ જઈને માર્યા ગયેલાં યાદવોનાં શબોને ભેગા કરીને તેમનાં સંસ્કાર કર્યાઃ

यथाप्रधानतश्चैव चक्रे सर्वास्तथा क्रियाः।
ये हता ब्रह्मशापेन मुसलैरेरकोद्भवैः।।

"એ ભીષણ મારકાપમાં ધરાશાયી થયેલાં યાદવોનાં શબોને જોઈને અર્જુનને ખૂબ જ દુઃખ થયું. તેમણે માર્યા ગયેલાં બધાં લોકોનાં નાના-મોટાનાં ક્રમમાં જરૂરી અંતિમ સંસ્કાર કર્યા."

ततः शरीरे रामस्य वासुदेवस्य चोभयोः।
अन्वीक्ष्य दाहयामास पुरुषैराप्तकारिभिः।।

"તે પછી વિશ્વાસી પુરુષોના દ્વારા બલરામ અને કૃષ્ણના શબોની શોધ કરાવીને અર્જુને એમના પણ અગ્નિ-સંસ્કાર કર્યાં."

(મહાભારત, મૌસલપર્વ, અધ્યાય-૭, શ્લોક-૩૦-૩૧)

વિષ્ણુ પુરાણ અનુસારઃ

अर्जुनोऽपि तदान्विष्य कृष्णरामकलेवरे।
संस्कारं लम्भयामास तथान्येषामनुक्रमात्।।

"અર્જુને બલરામ અને કૃષ્ણ તથા બીજા મુખ્ય-મુખ્ય યાદવોનાં મૃત દેહોની શોધ કરાવીને ક્રમશઃ એ બધાંનાં ઔર્વદૈહિક સંસ્કાર સંપન્ન કરાવ્યા."

(વિષ્ણુ પુરાણ, પંચમ અંશ, અધ્યાય-૩૮, શ્લોક-૧)

હરિવંશ પુરાણ, બ્રહ્મવૈવર્ત પુરાણ વગેરેમાં આની કોઈ ચર્ચા કરવામાં નથી આવી.

૧૬૭. શાસ્ત્રોમાં અનેક જગ્યાએ કૃષ્ણનો એટલો વિરોધ કેમ કરવામાં આવ્યો છે?

ઉપલબ્ધ જુદા-જુદા વૈદિક અને પૌરાણિક પ્રમાણોથી પ્રાપ્ત નિષ્કર્ષનાં આધારે કૃષ્ણ એક વ્યાવહારિક મહાપુરુષ હતાં અને તેઓ અનુપયોગી, પાખંડપૂર્ણ તથા વિભેદકારી આર્ય-માન્યતાઓનાં ઉગ્ર વિરોધી હતાં. તેઓ એક જનજાતીય સમુદાયનાં પ્રમુખ હતાં, એવું ઋગ્વેદનું કહેવું છેઃ

अव द्रप्सो अंशुमतीमतिष्ठदियानः कृष्णो दशभिः सहस्त्रैः।
आवत्तमिन्द्रः शच्या धमन्तमप स्नेहितीर्नृमणा अधत्त॥

''દસ હજાર સેનાઓ સાથે આક્રમણ કરવાવાળા કૃષ્ણ નામનાં અસુર અંશુમતી (યમુના) નદીનાં કિનારે રહેતાં હતાં. બુદ્ધિ દ્વારા ઈન્દ્રએ એ શબ્દ કરવાવાળા અસુરને પ્રાપ્ત કર્યો. પાછળથી ઈન્દ્રએ મનુષ્યોનાં હિત માટે કૃષ્ણાસુરની હિંસક સેનાનો વધ કરી નાંખ્યો.''

द्रप्समपश्यं विषुणे चरन्तमुपह्वरे नद्यो अंशुमत्याः।
नभो न कृष्णमवतस्थिवांसमिष्यामि वो वृषणो युध्यताजौ॥

ઈન્દ્રએ કહ્યું: ''દ્રુતગામી કૃષ્ણને મેં જોયા છે. તેઓ અંશુમતી નદીના કિનારે ગૂઢ સ્થાન પર, વિસ્તૃત પ્રદેશમાં વિચરણ કરે છે અને સૂર્યની જેમ અવસ્થાન કરે છે. અભિલાષા પ્રદાન કરવાવાળા મરુતો, હું ઈચ્છું છું કે તમે લોકો યુદ્ધ કરો અને યુદ્ધમાં તેનો સંહાર કરો.''

अध द्रप्सो अंशुमत्या उपस्थेऽधारयत्तन्वं तित्विषाणः।
विशो अदेवीरभ्याचरन्तीर्बृहस्पतिना युजेन्द्रः ससाहे॥

''દ્રુતગામી કૃષ્ણ અંશુમતી નદી પાસે દીપ્તિમાન થઈને શરીર ધારણ કરે છે. ઈન્દ્રએ બૃહસ્પતિની મદદથી દેવશૂન્ય અને આવનારી સેનાનો વધ, કૃષ્ણ સાથે કરી નાંખ્યો.''

(ઋગ્વેદ, મંડલ-૮, સૂક્ત-૮૫, મંત્ર-૧૩-૧૫) (*ખિલભાગવાળા સંસ્કરણમાં સૂક્ત-૯૬)*

ઉપરોક્ત વૈદિક મંત્રોમાં ઈન્દ્ર કૃષ્ણને પોતાના વેરી માને છે. અહીં સમજવાનું એ છે કે વેદોમાં જે દેવતાઓનો ઉલ્લેખ થયો છે, એ બધાં પ્રાકૃતિક શક્તિઓ છે અને પ્રતીકાત્મક છે. ત્યારે એ સ્થિતિમાં ઈન્દ્ર વૈદિક યજ્ઞ અને માન્યતાઓનાં પ્રતિનિધિ બની જાય છે અને જે એ માન્યતાઓને જ સર્વોચ્ચ માને છે, તે સ્વાભાવિક રીતે કૃષ્ણને પોતાનાં માર્ગના એક મોટા શત્રુના રૂપમાં જુએ છે. એજ કારણ છે કે મહાભારત તથા વિવિધ પુરાણોમાં જ્યાં પણ કોઈ દ્વારા કૃષ્ણનું અપમાન કરવામાં આવે છે, ત્યાં એ બધાં દ્વારા શાસ્ત્રોના નિયમો અને વૈદિક માન્યતાઓના આધાર પર જ કૃષ્ણની નિંદા કરવામાં આવે છે. જરાસંધ હોય, શિશુપાલ હોય, રૂક્મી હોય કે દુર્યોધન, શાલ્વ, દંતવક્ર, વિંદ-અનુવિંદ જેવા લોકો. એ બધાં નિયમોની આણ આપવાવાળા લોકો હતાં.

૧૬૮. અક્રૂર કોણ હતાં અને કૃષ્ણ સાથે તેમનો કેવો સંબંધ હતો?

જુદા-જુદા પુરાણોમાં એક જ વાત માટે એક-બીજાને નકારવાવાળી વાતો કહેવાઈ છે. તેમના પર સહજ રીતે વિશ્વાસ કરવાનું અઘરું લાગે છે, પણ હરિવંશ પુરાણમાં આ વંશની એક ક્રમબદ્ધ વંશાવળી મળે છે, જે શોધાર્થીઓ માટે મદદરૂપ થઈ શકે છે. આ પુરાણ અનુસાર વસુદેવજીના દાદા દેવમીઢુશ ત્રણ ભાઈ હતાં - અનમિત્ર, યુધાજિત અને દેવમીઢુશ.

અનમિત્રના વંશજ ઉગ્રસેન તથા કંસ વગેરે હતાં અને યુધાજિતના પૌત્રનું નામ શ્વફલ્ક હતું જે અક્રૂરના પિતા હતાં. આ રીતે અક્રૂર વસુદેવજીના ભત્રીજા અને કૃષ્ણના પિતરાઈ ભાઈ હતાં:

गान्धारी चैव माद्री च... x ...अक्रूरः सुषुवे तस्माच्छ्वफल्काद्भूरिदक्षिणः।।

(હરિવંશ પુરાણ, હરિવંશપર્વ, અધ્યાય-૩૪, શ્લોક-૧-૧૧)

વસુદેવજીના પુત્ર બલરામ અને કૃષ્ણ પરિસ્થિતિવશ ગોકુળ-વૃંદાવનનાં જંગલોમાં નંદબાબાની સાથે ભલે રહેતાં હતાં, પણ બાકી આખો પરિવાર મથુરા જેવા શહેરી ક્ષેત્રમાં જ રહેતાં હતાં. આગળ જતાં કૃષ્ણની સાથે પડછાયાની જેમ રહેનારા ઉદ્ધવ પણ મથુરામાં જ જન્મ્યા હતાં અને ત્યાંજ ઉછર્યા હતાં. ઉદ્ધવ પણ કૃષ્ણનાં પિતરાઈ ભાઈ જ હતાં અને તેઓ વસુદેવજીનાં નાના ભાઈ દેવભાગના પુત્ર હતાં.

અહીં હરિવંશ પુરાણનાં ઉપરોક્ત શ્લોકોથી એ ખબર પડે છે કે કૃષ્ણ અને અક્રૂર પરસ્પર કાકાનાં દીકરા ભાઈ થતાં હતાં, પણ ભાગવત પુરાણમાં એક જગ્યાએ કૃષ્ણ અક્રૂરને 'કાકા' કહે છે:

ननु दानपते न्यस्तस्त्वय्यास्ते शतधन्वना।
स्यमन्तको मणिः श्रीमन्विदितः पूर्व मेव नः।।

કૃષ્ણ બોલ્યા: ''કાકાજી! તમે દાનધર્મનાં પાલક છો. અમને આ વાત પહેલેથી જ ખબર છે કે શતધન્વા તમારી પાસે આ સ્યમંતક મણિ મૂકી ગયા છે જે ખૂબ જ પ્રકાશમાન અને ધન આપનારો છે.''

(ભાગવત પુરાણ, સ્કંધ-૧૦, અધ્યાય-૫૭, શ્લોક-૩૬)

ઉપરોક્ત બંને પ્રમાણોથી એ સ્પષ્ટ થાય છે કે દરેક પુરાણ અલગ-અલગ સમયમાં અલગ-અલગ લોકો દ્વારા અલગ-અલગ ક્ષેત્રોમાં પ્રચલિત લોકકથાઓ, દંતકથાઓ તથા પરંપરાઓનાં આધારે લખાયું છે. આજ કારણ છે કે આટલી સામાન્ય-એવી વાત માટે પણ જમીન-આસમાન જેવા જુદાપણાંવાળી વાત મળે છે. તેથી સત્ય ચાહે ગમે તે રહ્યું હોય, તેઓ પરસ્પર કાકા-ભત્રીજા થતાં હોય કે કાકાનાં દીકરા ભાઈ થતાં હોય, પણ એટલું તો નક્કી છે કે તેઓ બંને એક જ ખાનદાન સાથે સંબંધ ધરાવતા હતાં.

૧૬૯. અક્રૂર કૃષ્ણનાં મદદગાર હતાં કે પ્રતિસ્પર્ધી?

અક્રૂરનાં અનેક રૂપ ધર્મગ્રંથોમાં જોવા મળે છે. જ્યારે કંસના દરબારમાં ભરી સભામાં કૃષ્ણને મથુરા બોલાવવાની વાત નીકળે છે ત્યારે એ વખતે અક્રૂરની પ્રતિક્રિયા આવી હોય છે:

राजन् मनीषितं सध्र्यक् तव स्वावद्यमार्जनम्।
सिद्ध्यसिद्ध्योः समं कुर्याद् दैवं हि फलसाधनम्।।

અક્રૂરે કંસને કહ્યું: ''મહારાજ! તમે તમારું મૃત્યુ, તમારું અરિષ્ટ દૂર કરવા ઈચ્છો છો, એટલે તમારું આવું વિચારવું યોગ્ય જ છે. મનુષ્યે સફળતા મળે કે નિષ્ફળતા, બંને પ્રત્યે સમભાવ રાખીને પોતાનું કામ કરતા રહેવું જોઈએ.''

(ભાગવત પુરાણ, સ્કંધ-૧૦, અધ્યાય-૩૬, શ્લોક-૩૮)

ઉપરની વાતોથી એ સ્પષ્ટ છે કે અક્રૂરે કોઈ ચતુર રાજનીતિજ્ઞની જેમ બેતરફી નીતિ અપનાવેલી હતી. આનું બીજું પ્રમાણ આગળ હરિવંશ પુરાણમાં જોઈ શકાય છે. જ્યાં તેઓ એક બાજુ કંસને યોગ્ય ઠેરવે છે, ત્યાંજ બીજી બાજુ તેઓ કંસ વિરુદ્ધ કૃષ્ણને ઉશ્કેરવામાંથી પણ ઊંચા નથી આવતા.

सततं पीड्यमानं च कंसेनाशुभबुद्धिना।
दशान्ते शोषितं वृद्धं दुःखैः शिथिलतां गतम्॥

અક્રૂર કૃષ્ણને ઉશ્કેરતા કહે છેઃ ''કંસે તારા માતા-પિતાને કાયમ દુઃખ જ આપ્યું છે. આ ઘડપણમાં તેમના શરીરનું માંસ સુકાઈ ગયું છે અને તેઓ અનેક પ્રકારનાં દુઃખોથી પણ ઘેરાયેલા છે.''

(હરિવંશ પુરાણ, વિષ્ણુપર્વ, અધ્યાય-૨૬, શ્લોક-૬)

वृद्धौ तवाम्बापितरौ परभृत्यत्वमागतौ।
भर्त्सितौ त्वत्कृते नित्यं कंसेनाशुभबुद्धिना॥

''તારા માતા-પિતા બીજાનાં નોકર બની ગયા છે. તારા કારણે એ અશુભ બુદ્ધિવાળો કંસ રોજ તેમને વઢે અને દબડાવે છે.''

(હરિવંશ પુરાણ, વિષ્ણુપર્વ, અધ્યાય-૨૬, શ્લોક-૧૬)

અક્રૂરના વ્યક્તિત્વનું બીજું પાસું પણ પુરાણોમાં મળે છે. તેઓ કૃષ્ણ સાથે પ્રતિસ્પર્ધા પણ કરતાં હતાં અને એ પણ એટલી હદ સુધી કે બળતરા અને ઈર્ષ્યાથી વશીભૂત થઈને તેમણે પોતાનાં હોંશ પણ ગુમાવી દીધા હતાં. હકીકતમાં અક્રૂર પણ સત્યભામા સાથે લગ્ન કરવા ઈચ્છતા હતાં, જ્યારે સત્રાજીતે તેનાં લગ્ન કૃષ્ણ સાથે કરી દીધા હતાં. આ ઈર્ષ્યાનાં કારણે અક્રૂરે શતધન્વાનાં હાથે સત્રાજીતની હત્યા જ કરાવી દીધી હતીઃ

लब्ध्वैतदन्तरं राजन्शतधन्वानमूचतुः।
अक्रूरकृतवर्माणौ मणिः कस्मान्न गृह्यते॥
योऽस्मभ्यं सम्प्रतिश्रुत्य कन्यारत्नं विगर्ह्य नः।
कृष्णायादान्न सत्राजित्कस्माद्भ्रातरमन्वियात्॥
एवं भिन्नमतिस्ताभ्यां सत्राजितमसत्तमः।
शयानमवधील्लोभात्स पापः क्षीणजीवितः॥

स्त्रीणां विक्रोशमानानां क्रन्दन्तीनामनाथवत्।
हत्वा पशून्सौनिकवन्मणिमादाय जग्मिवान्।।

શુકદેવજી રાજા પરીક્ષિતને કહે છેઃ એ લોકો (અક્રૂર અને કૃતવર્મા) એ શતધન્વાને કહ્યું કે "તું સત્રાજીત પાસેથી મણિ કેમ નથી છીનવી લેતો? સત્રાજીતે પોતાની દીકરી સત્યભામાનાં લગ્ન અમારી સાથે કરાવવાનું વચન આપ્યું હતું, અને હવે અમારો તિરસ્કાર કરીને તેણે પોતાની દીકરીનાં લગ્ન કૃષ્ણ સાથે કરી નાંખ્યા છે. હવે સત્રાજીત પણ તેના ભાઈ પ્રસેનની જેમ યમપુરી શા માટે ન જાય? એ લોકોનાં ફોસલાવવાથી શતધન્વા તેમની વાતોમાં આવી ગયો અને મોકો જોઈને ઊંઘી રહેલા સત્રાજિતને જાનવરોની જેમ મારી નાંખ્યો અને મણિ લઈને ત્યાંથી ભાગી ગયો."

(ભાગવત પુરાણ, સ્કંધ-૧૦,
અધ્યાય-૫૭, શ્લોક-૩-૬)

તેથી ઉપરના પૌરાણિક પ્રમાણોનાં આધારે એ સ્પષ્ટ થાય છે કે અક્રૂર બેવડા વ્યક્તિત્વવાળા વ્યક્તિ હતાં.

૧૭૦. શું કૃષ્ણનાં કોઈ સંબંધી પણ તેમનાં દુશ્મન હતાં?

એક નહીં પરંતુ કૃષ્ણનાં મોટા ભાગનાં સગા-સંબંધીઓ તેમને પોતાનાં દુશ્મન જ માનતાં હતાં. કૃષ્ણનાં કેટલાક મુખ્ય સંબંધીઓ નીચે પ્રમાણે છે જેઓ તેમને અપમાનિત કરવા તથા તેમની હત્યા કરવાની વેતરણમાં જીવનભર લાગેલા રહ્યાઃ

- **કંસઃ** સગા મામા, જે કૃષ્ણને મારવાના ચક્કરમાં ખુદ માર્યા ગયા.
- **જરાસંધઃ** કંસનાં સસરા અને મગધનાં પ્રતાપી રાજા, જે કૃષ્ણને પોતાની રાજનીતિક મહત્ત્વાકાંક્ષામાં નડતરરૂપ સમજતા હતાં અને છેલ્લા શ્વાસ સુધી કૃષ્ણનાં જીવની પાછળ પડ્યા રહ્યા.
- **શિશુપાલઃ** ફોઈનો દીકરો ભાઈ અને ચેદિદેશનાં રાજા, કૃષ્ણનાં પ્રબળ પ્રતિદ્વંદ્વી, જે પોતાનાં છેલ્લા શ્વાસ સુધી કૃષ્ણને અપમાનિત કરવામાંથી ઊંચો ન આવ્યો.
- **વિંદ-અનુવિન્દઃ** ફોઈના દીકરા ભાઈ અને અવન્તિદેશના રાજકુમાર, જે સાંદિપની મુનિનાં આશ્રમથી જ કૃષ્ણને અપમાનિત કરતાં આવી રહ્યા હતાં અને મહાભારતની લડાઈમાં મારવામાં આવ્યા ત્યાં સુધી કૃષ્ણનો વિરોધ કરતાં રહ્યા. *(ભાગવત પુરાણ, સ્કંધ-૧૦, અધ્યાય-૫૮, શ્લોક-૩૦).*
- **રૂકમીઃ** કૃષ્ણનો સાળો અને ભોજકટનો રાજા, જે જરાસંધની વિચારધારાથી પ્રભાવિત હોવાના કારણે બલરામજીનાં હાથે મર્યો ત્યાં સુધી કૃષ્ણનો વિરોધ કરતો રહ્યો.

● **ભીષ્મકઃ** કૃષ્ણનાં સસરા અને જરાસંધના અંધભક્ત *(મહાભારત, સભાપર્વ, અધ્યાય-૧૪, શ્લોક-૨૧-૨૩).*

● **સત્રાજીતઃ** કૃષ્ણનાં સસરા અને મથુરા-દ્વારકાનાં એક યાદવ શ્રેષ્ઠી, જેમણે પોતાની મહત્ત્વાકાંક્ષાનાં કારણે જીવનભર કૃષ્ણ સાથે વૈમનસ્ય રાખ્યું અને છેલ્લે કમોતે મર્યા.

● **દુર્યોધનઃ** કૃષ્ણનાં વેવાઈ (સાંબનો સસરો), વ્યક્તિગત દુશ્મની નહીં પણ પાંડવોને કારણે તેમણે હંમેશા કૃષ્ણને પોતાનાં દુશ્મન માન્યા.

● **દંતવક્રઃ** ફોઈનો દીકરો ભાઈ અને કામરૂપનાં રાજા, શિશુપાલની જેમ કૃષ્ણના વિરોધી અને જરાસંધના સમર્થક.

● **શૃંગલવ (શૃગાલ)ઃ** કૃષ્ણનાં દૂરનાં સંબંધી, પાખંડી અને મહત્ત્વાકાંક્ષી જે જાતે જ કારણ વગર કૃષ્ણ સાથે દુશ્મની રાખવા લાગ્યો.

(હરિવંશ પુરાણ, વિષ્ણુપર્વ, અધ્યાય-૪૪, શ્લોક-૨૨)

૧૭૧. બલરામનાં હાથે મરવાવાળો દ્વિવિદ કોણ હતો?

દ્વિવિદ નરકાસુરનો મિત્ર અને વાનર જનજાતિનો એક બળવાન યોદ્ધા હતોઃ

नरकस्य सखा कश्चिद् द्विविदो... x ...सोऽपतद् रुधिरं वमन्।।

જ્યારે તેણે સાંભળ્યું કે કૃષ્ણનાં હાથે નરકાસુર માર્યો ગયો છે, તો એ ખૂબ જ ક્રોધિત થઈ ગયો અને આનર્ત (વર્તમાનમાં કાઠિયાવાડ)માં આવીને ભયંકર ઉત્પાત મચાવવા લાગ્યો. એક અઠવાડીયામાં જ ત્યાંનાં નાગરિક તેનાં ઉપદ્રવથી ત્રસ્ત થઈ ગયા. એ દરમિયાન બલરામ પાસેનાં જ રૈવતક પર્વત ઉપર રોકાયેલા હતાં અને સુરા તથા સુંદરીઓને ભેગા કરીને આનંદ મનાવી રહ્યા હતા. દ્વિવિદને આ વાતની ખબર પડતાં તે ત્યાં પણ પહોંચી ગયો અને ભારે તોફાન કરવા લાગ્યો. સાથે જ બલરામની સાથે આવેલી સ્ત્રીઓ સાથે પણ છેડછાડ કરવા લાગ્યો. ત્યારે બલરામ તેની સાથે લડવા લાગ્યા પણ કેમ કે દ્વિવિદ પણ ઘણો બળવાન હતો, એટલે એ બંનેની લડાઈ ખૂબ જ લાંબી ચાલી. અને છેવટે દ્વિવિદ બલરામનાં હાથે માર્યો ગયો.

(ભાગવત પુરાણ, સ્કંધ-૧૦, અધ્યાય-૬૭, શ્લોક-૨-૨૫)

૧૭૨. ધર્મગ્રંથોમાં કૃષ્ણ અને ઈન્દ્રનો કેટલી વાર આમનો-સામનો થાય છે?

ઋગ્વેદમાં કૃષ્ણને આર્ય પરંપરા અને યજ્ઞનાં વિરોધી બતાવતાં તેમને ઈન્દ્રનાં હાથે મરાયેલા બતાવવામાં આવ્યા છેઃ

अध द्रप्सो अंशुमत्या उपस्थेऽधारयत्तन्वं तित्विषाणः।
विशो अदेवीरभ्याचरन्तीर्बृहस्पतिना युजेन्द्रः ससाहे।।

"દ્રુતગામી કૃષ્ણ અંશુમતી (યમુના) નદી પાસે દીપ્તિમાન થઈને શરીર ધારણ કરે છે. ઈન્દ્રએ બૃહસ્પતિની મદદથી દેવશૂન્ય અને આવનારી સેનાનો વધ, કૃષ્ણ સાથે કરી નાંખ્યો."

(ઋગ્વેદ, મંડલ-૮, સૂક્ત-૮૫, મંત્ર-૧૫)*

*(*ખીલભાગવાળા સંસ્કરણમાં સૂક્ત-૯૬)*

સ્પષ્ટીકરણઃ ઋગ્વેદનાં ઉપરના મંત્રમાં ઈન્દ્ર તથા દેવસેનાઓનાં હાથે કૃષ્ણનું મૃત્યુ બતાવ્યું છે, જ્યારે કૃષ્ણનું મૃત્યુ બાણ વાગવાથી થયું હતું એ સર્વવિદિત સત્ય છે. આનાથી સ્પષ્ટ થાય છે કે ઋગ્વેદ હોય કે બીજો કોઈ ગ્રંથ હોય, બધાંમાં ભેળસેળની માત્રા વધારે છે.

ખેર, બીજી જગ્યાએ વૃંદાવનમાં રહેતી વખતે કૃષ્ણ દ્વારા ઈન્દ્રપૂજાનો વિરોધ કરવાને લીધે કૃષ્ણ અને ઈન્દ્રની વચ્ચે થનારા ઘર્ષણનું વર્ણન અનેક પુરાણોમાં કરવામાં આવ્યું છેઃ

(ભાગવત પુરાણ, સ્કંધ-૧૦, અધ્યાય-૨૪-૨૫)

(હરિવંશ પુરાણ, વિષ્ણુપર્વ, અધ્યાય-૧૫-૧૯)

(બ્રહ્મવૈવર્ત પુરાણ, શ્રીકૃષ્ણજન્મખંડ, અધ્યાય-૨૧)

(ગર્ગ સંહિતા, ગિરિરાજખંડ, અધ્યાય-૩)

(વિષ્ણુ પુરાણ, પંચમ અંશ, અધ્યાય-૧૧-૧૨)

સત્યભામા માટે પારિજાત પુષ્પનું વૃક્ષ લાવવા માટે પણ કૃષ્ણ અને ઈન્દ્રની વચ્ચે યુદ્ધ થાય છે, એવું પુરાણોમાં કહેવામાં આવ્યું છેઃ

(હરિવંશ પુરાણ, વિષ્ણુપર્વ, અધ્યાય-૭૩)

(ભાગવત પુરાણ, સ્કંધ-૧૦, અધ્યાય-૫૯, શ્લોક-૩૯)

(વિષ્ણુ પુરાણ, પંચમ અંશ, અધ્યાય-૩૦)

સ્પષ્ટીકરણઃ એટલે કે એકંદરે કહીએ તો જ્યાં વેદ ઈન્દ્રને જીતાડે છે ત્યાં કૃષ્ણ પર આધારિત ગ્રંથ કૃષ્ણને શ્રેષ્ઠ અને વિજયી પુરવાર કરે છે. આનાથી જ વેદો તથા યજ્ઞોથી કૃષ્ણનું અંતર સ્પષ્ટ થાય છે.

૧૭૩. દંતવક્ર કોણ હતો અને તેણે શા માટે કૃષ્ણ સાથે દુશ્મની કરી હતી?

કૃષ્ણનાં પિતા વસુદેવજીની પાંચ બહેનો હતી જેમાંથી પૃથુકીર્તિનાં લગ્ન કરુષ દેશ (કામરૂપ)નાં રાજા વૃદ્ધશર્મા સાથે થયા હતા અને તેમનો જ પુત્ર દંતવક્ર હતો. જ્યારે એક પછી એક જરાસંઘ, શિશુપાલ, શાલ્વ, પૌન્ડ્રક જેવા તેનાં મિત્રો કૃષ્ણનાં હાથે મૃત્યુ પામ્યા, તો તે ખૂબ જ ગુસ્સે થઈ ગયો અને કૃષ્ણ-શાલ્વનાં યુદ્ધ વખતે શાલ્વનાં મૃત્યુ પછી આરપારની લડાઈ લડવા માટે તે મેદાનમાં આવી પહોંચ્યોઃ

शिशुपालस्य शाल्वस्य पौण्ड्रकस्यापि दुर्मतिः
परलोकगतानां च कुर्वन्पारोक्ष्यसौहृदम्॥

"પોતાનાં મિત્રોનાં મૃત્યુ બાદ એ દુર્મતિ જાતે જ જાણે પરલોક જવા માટે પગપાળા જ યુદ્ધભૂમિમાં આવી પહોંચ્યો."

(ભાગવત પુરાણ, સ્કંધ-૧૦, અધ્યાય-૭૮, શ્લોક-૧)

त्वं मातुलेयो नः कृष्ण मित्रध्रुङ्मां जिघांससि।
अतस्त्वां गदया मन्द हनिष्ये वज्रकल्पया॥
तर्ह्यानृण्यमुपैम्यज्ञ मित्राणां मित्रवत्सलः।
बन्धुरूपमरिं हत्वा व्याधिं देहचरं यथा॥

દંતવક્રએ કહ્યુંઃ "કૃષ્ણ! તું મારા મામાનો દીકરો છે એટલે તને મારવો તો ન જોઈએ; પણ એક તો તે મારા મિત્રોને મારી નાંખ્યા છે અને બીજું કે તું મને પણ મારવા ઈચ્છે છે. એટલે મતિમંદ! આજે હું તને મારી વજ્રકર્કશ ગદાથી ચૂર-ચૂર કરી નાંખીશ. મૂર્ખ! આમ તો તું મારો સંબંધી છે, છતાં પણ છે તો શત્રુ જ, જેમ કે પોતાનાં જ શરીરમાં રહેનારો કોઈ રોગ હોય. હું મારા આ મિત્રોને ખૂબ જ પ્રેમ કરું છું, તેમનું મારા પર ઋણ છે. હવે તને મારીને જ હું તેમના ઋણમાંથી મુક્ત થઈ શકું છું."

(ભાગવત પુરાણ, સ્કંધ-૧૦, અધ્યાય-૭૮, શ્લોક-૫-૬)

પણ કૃષ્ણની ગદાનો પ્રહાર તે સહી ન શક્યો અને લોહીની ઊલટીઓ કરતાં કરતાં મરી ગયો.

(ભાગવત પુરાણ, સ્કંધ-૧૦, અધ્યાય-૭૮, શ્લોક-૯)

૧૭૪. શું મહાભારતનું યુદ્ધ એ વખતનાં બધાં રાજાઓ લડ્યા હતા?

તત્કાલીન ઐતિહાસિક ગ્રંથ મહાભારતમાં આ વિષે આ શ્લોક કહેવાયો છેઃ

द्वावेव तु महाराज तस्माद् युद्धादपेयतुः।
रौहिणेयश्च वार्ष्णेयो रुक्मी च वसुधाधिपः॥

વૈશમ્પાયનજીએ કહ્યુંઃ "હે મહારાજ જનમેજય! એ યુદ્ધથી બે જ વીર અલગ થઈ ગયા હતાં - એક તો વૃષ્ણિવંશી બલરામ અને બીજા રાજા રૂક્મી."

(મહાભારત, ઉદ્યોગપર્વ, અધ્યાય-૧૫૮, શ્લોક-૩૮)

બલરામનો પાંડવો અને કૌરવો બંને પ્રત્યે એક સરખો સ્નેહ હતો, પરંતુ કૃષ્ણના ખૂલીને પાંડવોના પક્ષમાં આવવાને કારણે તેઓ સ્વાભાવિકપણે દુર્યોધનના હિમાયતી થઈ ગયા હતા, પણ તેમ છતાં પોતાનાં નાના ભાઈ કૃષ્ણના વિરોધમાં નહોતા જઈ શકતા. પોતાની પીડા તેમણે આ રીતે દર્શાવી છેઃ

उभौ शिष्यौ हि मे वीरौ गदायुद्धविशारदौ।

तुल्यस्नेहोऽस्म्यतो भीमे तथा दुर्योधने नृपे।।

બલરામ બોલ્યાઃ ''ભીમસેન અને દુર્યોધન, આ બંન્ને વીર મારા શિષ્ય અને ગદાયુદ્ધમાં કુશળ છે; તેથી હું આ બંને પર એકસરખો સ્નેહ રાખું છું.''

(મહાભારત, ઉદ્યોગપર્વ, અધ્યાય-૧૫૯, શ્લોક-૩૩)

न चाहमुत्सहे कृष्णमृते लोकमुदीक्षितुम्।

ततोऽहमनुवर्तामि केशवस्य चिकीर्षितम्।।

બલરામ કૃષ્ણ પ્રત્યે પોતાનો સ્નેહ પ્રગટ કરતાં બોલ્યાઃ ''હું તો કૃષ્ણ સિવાય આ સંપૂર્ણ જગત તરફ આંખ ઉઠાવીને જોઈ પણ ન શકું; તેથી આ કેશવ જે કંઈ કરવા ઈચ્છે છે, હું તેનું જ અનુસરણ કરું છું.''

(મહાભારત, ઉદ્યોગપર્વ, અધ્યાય-૧૫૭, શ્લોક-૩૨)

तस्माद् यास्यामि तीर्थानि सरस्वत्या निषेवितुम्।

न हि शक्ष्यामि कौरव्यान् नश्यमानानुपेक्षितम्।।

બલરામ બોલ્યાઃ ''તેથી હું સરસ્વતી નદીના તટવર્તી તીર્થોનું સેવન કરવા જઈશ; કેમ કે નષ્ટ થતાં કુરુવંશિયોને તે અવસ્થામાં જોઈને એમની ઉપેક્ષા નહીં કરી શકું.''

(મહાભારત, ઉદ્યોગપર્વ, અધ્યાય-૧૫૭, શ્લોક-૩૪)

બીજી બાજુ રૂકમી પોતાનાં અહંકાર અને હઠભર્યા વર્તનના કારણે એ યુદ્ધમાં ભાગ નહોતો લઈ શક્યો. તે પોતાની વિશાળ સેના સાથે આવ્યો હતો અને અર્જુનને કહ્યુ હતું કે ''જો તને ડર લાગી રહ્યો હોય'' તો હું તારા તરફથી લડીશઃ

उवाच मध्ये वीराणां कुन्तीपुत्रं धनंजयम्।।

सहायोऽस्मि स्थितो युद्धे यदि भीतोऽसि पाण्डव।

करिष्यामि रणे साह्यमसह्यं तव शत्रुभिः।।

વીરોની વચ્ચે બેસીને રૂકમીએ કુંતીનંદન અર્જુનને કહ્યુંઃ ''પાંડુનંદન! જો તું ડરેલો હોય તો હું યુદ્ધમાં તારી મદદ માટે આવી પહોંચ્યો છું. હું આ મહાયુદ્ધમાં તારી એવી મદદ કરીશ જે તારા શત્રુઓ માટે અસહનીય બની જશે.''

(મહાભારત, ઉદ્યોગપર્વ, અધ્યાય-૧૫૮, શ્લોક-૨૦-૨૧)

રૂકમીનું આવું અપમાન અને કોઈના ક્ષત્રિયત્વને પડકાર ફેંકવાવાળી વાતો સાંભળીને અર્જુને તેની મદદ લેવાની ના પાડી દીધી. ત્યારે તેણે દુર્યોધન પાસે જઈને એવું જ કંઈક કહ્યું, પરિણામ સ્વરૂપે તેણે પણ ના પાડી દીધી અને આ રીતે તે યુદ્ધમાં સામેલ થતાં રહી ગયો.

૧૭૫. શું કૃષ્ણએ પોતાના ધાર્મિક દ્રષ્ટિકોણથી ઋષિ-મુનિઓને ક્યારેય અવગત કરાવ્યા હતા?

કુરુક્ષેત્રનાં સમંતપંચક નામક તીર્થમાં સૂર્યગ્રહણનાં અવસર વખતે બહુ મોટો મેળો ભરાતો હતો, જેનું પ્રમાણ પુરાણોથી લઈને સોળમી સદીમાં રચવામાં આવેલા ગુરુગ્રંથ સાહેબમાં પણ મળે છે. ગુરુ નાનકદેવે પણ તેની ચર્ચા કરી છે. સંન્યાસ લીધા પછી તેમણે પહેલો ઉપદેશ સૂર્યગ્રહણનાં અવસર પર આજ કુરુક્ષેત્રના મેળામાં આપ્યો હતો. ખેર, ત્યાં દ્વારકાથી કૃષ્ણનો આખો પરિવાર, વૃંદાવનથી નંદ-યશોદા સાથે ગ્વાલસખા, હસ્તિનાપુરથી કૌરવવંશના લોકો તથા ઈન્દ્રપ્રસ્થથી કુંતી અને રાણીઓ સમેત પાંડવગણ જોડાયા હતાં. કહેવાની જરૂર નથી કે હજારો ઋષિ-મુનિ પણ ત્યાં પધારેલા જ હતાં. ત્યાં કૃષ્ણએ તે ઋષિ-મુનિઓને કહ્યુંઃ

किं स्वल्पतपसां नृणां अर्चायां देवचक्षुषाम् ।
दर्शनस्पर्शनप्रश्न प्रह्वपादार्चनादिकम्॥

''જેમણે ખૂબ જ ઓછું તપ કર્યું છે, જેઓ બધાં પ્રાણીઓમાં ઈશ્વરને ન જોઈને માત્ર મૂર્તિપૂજામાં જ લાગેલા રહે છે, તેમને તમારા જેવા સાધુ-સંતોનો સત્સંગ કેવી રીતે પ્રાપ્ત થઈ શકે છે?

न ह्यम्मयानि तीर्थानि न देवा मृच्छिलामयाः ।
ते पुनन्त्युरुकालेन दर्शनादेव साधवः॥

''જળમય તીર્થ તીર્થ નથી હોતા અને માટી કે પથ્થરની મૂર્તિઓ દેવ નથી હોતી, પરંતુ તીર્થ અને દેવ તો સંત અને જ્ઞાની પુરુષ છે.''

नाग्निर्न सूर्यो न च चन्द्रतारका न भूर्जलं खं श्वसनोऽथ वाङ्मनः ।
उपासिता भेदकृतो हरन्त्यघं विपश्चितो घ्नन्ति मुहूर्तसेवया॥

''અગ્નિ, સૂર્ય, ચંદ્ર, તારા, પૃથ્વી, જળ, આકાશ, વાયુ, વાણી અને મનનાં કોઈ દેવતા નથી, જો હોય તો પણ તેમની ઉપાસના કરવાથી પાપનો નાશ નથી થતો. તેમની ઉપાસનાથી ભેદબુદ્ધિનો નાશ નથી થતો, પરંતુ ભેદબુદ્ધિ વધે જ છે. પરંતુ જો ઘડી-બે-ઘડી પણ જ્ઞાની મહાપુરુષોની સંગત કરવામાં આવે, તો તે બધાં પાપ દૂર કરી દે છે કેમ કે તે ભેદબુદ્ધિનાં વિનાશક છે.''

यस्यात्मबुद्धिः कुणपे त्रिधातुके स्वधीः कलत्रादिषु भौम इज्यधीः।
यत्तीर्थबुद्धिः सलिले न कर्हिचित् जनेष्वभिज्ञेषु स एव गोखरः॥

કૃષ્ણએ કહ્યુંઃ ''મહાત્માઓ અને સભાસદો! જે મનુષ્ય વાત, પિત્ત અને કફ - આ ત્રણેય ધાતુઓથી બનેલા મડદા સમાન શરીરને જ આત્મા એટલે કે પોતાનો 'સ્વ', સ્ત્રી-પુત્ર વગેરેને જ 'પોતાનાં' અને માટી, પથ્થર, લાકડા વગેરેને જ પોતાનાં 'ઇષ્ટદેવ' માને છે

અને જે માત્ર જળને જ 'તીર્થ' માને છે, મહાપુરુષોને નહીં - એ મનુષ્ય હોવાં છતાં પણ પશુઓમાં પણ નીચ ગધેડો જ છે.''

(ભાગવત પુરાણ, સ્કંધ-૧૦, અધ્યાય-૮૪, શ્લોક-૧૦-૧૩)

ત્યાં કૃષ્ણની ઉપરોક્ત વાતો સાંભળીને બધાં ઋષિ-મુનિઓની બુદ્ધિ થાપ ખાઈ ગઈ કે કૃષ્ણ આ શું કહી રહ્યા છે. એ બધાં કર્મકાંડી ઋષિઓની બુદ્ધિ એટલાં માટે ચકરાઈ ગઈ હતી કેમ કે કૃષ્ણની ઉપરોક્ત બધી વાતો તત્કાલીન પાખંડો પર એક ધારદાર પ્રહાર સમાન હતીઃ

निशम्येत्थं भगवतः कृष्णस्याकुण्थमेधसः।
वचो दुरन्वयं विप्राः तूष्णीमासन् भ्रमद्धियः॥

''કૃષ્ણનું આ ગહન ભાષણ સાંભળીને બધાં ઋષિ-મુનિ ચૂપ થઈ ગયા. તેમની બુદ્ધિ ચક્કરમાં પડી ગઈ, તેઓ સમજી ન શક્યા કે કૃષ્ણ આ શું કહી રહ્યા છે.''

(ભાગવત પુરાણ, સ્કંધ-૧૦, અધ્યાય-૮૪, શ્લોક-૧૪)

આજે જે લોકો કૃષ્ણની મૂર્તિની પૂજા કરીને પોતાનાં કર્તવ્યોની સમાપ્તિ સમજી લે છે, ખુદને તેમના અનુયાયી માનવા લાગે છે તથા તીર્થાટન કરીને પુણ્યાત્મા કહેવાવા માંગે છે, તેમને માટે ઉપરના બધાં શ્લોક આંખ ખોલવાવાળી ઔષધિ સમાન છે. કેમ કે ઉપરોક્ત શ્લોકોથી સ્પષ્ટ થઈ જાય છે કે કૃષ્ણ મૂર્તિપૂજા જ નહીં, પણ યજ્ઞોને પણ પાખંડ જ માનતાં હતાં. અને આજ બધી વાતો પછી તેમણે ગીતામાં દ્રઢતાપૂર્વક કહી હતી.

૧૭૬. શું એકલવ્ય અને કૃષ્ણની યાદવ-સેના વચ્ચે પણ ક્યારેય યુદ્ધ થયું હતું?

હા, હરિવંશ પુરાણમાં આવું વર્ણન આવ્યું છે. એકલવ્ય કૃષ્ણના જ પિતરાઈ ભાઈ હતાં. તેઓ કૃષ્ણના એક કાકા દેવશ્રવાના પુત્ર હતાં અને જન્મ સમયે તેમનું નામ શત્રુઘ્ન રાખવામાં આવ્યું હતું. પણ જન્મના થોડાક જ દિવસો પછી કોઈ અપશુકનના કારણે તેમને જંગલમાં છોડી દેવામાં આવ્યા હતાં. એટલે કે કહી શકાય કે તેઓ જન્મતાંવેંત જ પાખંડ અને અંધવિશ્વાસનાં ભોગ બની ગયા હતાં. ખેર, જંગલમાં એક નિષાદરાજે તેમનું લાલન-પાલન કર્યું અને તેમનું નામ એકલવ્ય રાખ્યું *(હરિવંશ પુરાણ, હરિવંશપર્વ, અધ્યાય-૩૪, શ્લોક-૩૩)*. આગળ જતાં કૌરવ-પાંડવ તથા ખુદ કૃષ્ણ ન ઇચ્છવા છતાં પણ તેમના માર્ગમાં અવરોધરૂપ બનનારા સાબિત થઈ રહ્યા હતાં. દ્રોણાચાર્ય પાસેથી શિક્ષણ મેળવવામાં અર્જુન અવરોધક બન્યા, તો દ્રૌપદીનાં સ્વયંવરમાં ખુદ કૃષ્ણએ વિઘ્ન નાંખ્યું. આવી અનિચ્છનીય ઘટનાઓથી તત્કાલીન સમાજમાં તેમની પ્રતિભાને ઓળખ અને સન્માન મળવામાં મુશ્કેલી આવી રહી હતી અને આ કારણે તેઓ રુંધાયેલા રહેતાં હતા. આજ દરમિયાન પોતાનાં પાલક પિતાના મૃત્યુ પછી તેઓ નિષાદોના રાજા બન્યા અને કૌરવ તથા પાંડવથી અલગ એક ત્રીજા સમૂહમાં સામેલ

થઈ ગયા જેમાં કાશીના રાજા, પુંડ્રના રાજા પૌન્ડ્રક, હંસ-ડિંભક, નરકાસુર વગેરે સામેલ હતાં. એ સમયે કૃષ્ણના નેતૃત્વમાં યાદવોનો થઈ રહેલો વિકાસ આર્યાવર્તના આ સમૂહના રાજાઓ માટે કાળજે તેલ રેડાવા સમાન હતું *(હરિવંશ પુરાણ, ભવિષ્યપર્વ, અધ્યાય-૯૪, શ્લોક-૪)*. એટલે એકવાર પૌન્ડ્રકના નેતૃત્વમાં વૃષ્ણિવંશી યાદવોને પોતાને આધીન કરવા માટે આ સમૂહે દ્વારકા પર આક્રમણ કર્યું. એ સમયે પૌન્ડ્રકની સાથે એકલવ્ય પણ આવ્યા હતાં અને પોતાની વીરતાથી તેમણે લગભગ આખી યાદવ-સેનાને મારી નાંખી હતી. એટલું જ નહીં, તેમણે નિશઠ, સારણ, કૃતવર્મા, ઉગ્રસેન, વસુદેવ, ઉદ્ધવ અને અક્રૂર; બધાંને ખરાબ રીતે ઘાયલ પણ કરી દીધા હતાં. સંયોગવશ કૃષ્ણ એ સમયે દ્વારકામાં ન હતાં, એટલે ઉગ્રસેન અને વસુદેવ વગેરેના ઘાયલ થઈ ગયા બાદ સાત્યકિ અને બલરામ મેદાન સંભાળવા આવ્યા. એ લડાઈ ઘણા દિવસ સુધી ચાલી અને એજ દરમિયાન કૃષ્ણ પણ પહોંચી ગયા. પછી જ્યારે કૃષ્ણના હાથે પૌન્ડ્રકનો વધ થયો ત્યારે બલરામે એકલવ્યને નિશાન બનાવ્યો. પણ પાસું પલટાતું જોઈને એકલવ્ય ભાગી ગયા અને તેમણે એક દ્વીપમાં છુપાઈને શરણ લીધું *(હરિવંશ પુરાણ, ભવિષ્યપર્વ, અધ્યાય-૧૦૨)*. પછી કૃષ્ણએ મહાભારત યુદ્ધ શરૂ થયા પહેલાં તેમને પોતાના હાથે માર્યા હતા અને કારણ જણાવતા તેમણે પાંડવોને કહ્યું હતુંઃ

एकलव्यं हि सांगुष्ठमशक्ता देवदानवाः।
सराक्षसोरगाः पार्थ विजेतुं युधि कर्हिचित्।।
किमु मानुषमात्रेण शक्यःस्यात् प्रतिविक्षितुम्।
दृढमुष्टिः कृती नित्यमस्यमानो दिवानिशम्।।
त्वद्धितार्थे तु स मया हतः संग्राममूर्धनि।
चेदिराजश्च विक्रांतः प्रत्यक्षं निहतस्तव।।

કૃષ્ણએ કહ્યું હતુંઃ ''કુંતીકુમાર! જો એકલવ્યનો અંગુઠો સુરક્ષિત હોત તો દેવ, દાનવ, રાક્ષસ, નાગ - આ બધાં મળીને પણ યુદ્ધમાં તેમને પરાસ્ત ન કરી શકત. તો પછી કોઈ મનુષ્યમાત્ર તો તેમની તરફ જોઈ પણ કેવી રીતે શકતા હતા? તેમની મુઠ્ઠી મજબૂત હતી. તેઓ અસ્ત્રવિદ્યાનાં વિદ્વાન હતા અને કાયમ રાત-દિવસ બાણ ચલાવવાનો અભ્યાસ કર્યા કરતાં હતા. તેથી તારા હિત માટે મેં જ યુદ્ધની શરૂઆતમાં તેમને મારી નાખ્યા હતાં. પરાક્રમી ચેદિરાજ શિશુપાલ તો તારી આંખોની સામે જ માર્યો ગયો હતો.''

(મહાભારત, દ્રોણપર્વ, અધ્યાય-૧૮૧, શ્લોક-૧૯-૨૧)

૧૭૭. શું કૃષ્ણ પાસેથી પણ કોઈ રાજાએ કર માંગ્યો હતો?

હા, હરિવંશ પુરાણ અનુસાર આ વાત સાચી છે કે એક રાજાએ કૃષ્ણ પાસેથી કર માંગવાનું

દુસ્સાહસ કર્યું હતું. એકવાર પુષ્કરના રાજા બ્રહ્મદત્ત માટે તેમના પુત્ર હંસ અને ડિંભકે રાજસૂય યજ્ઞનું આયોજન કર્યું હતું. અને એજ બંને ભાઈઓએ પોતાના દૂત દ્વારકા મોકલીને કૃષ્ણને અધીનતા સ્વીકાર કરવાનો તથા કર આપવા માટે આદેશ મોકલ્યો હતોઃ

जरासंधस्तु धर्मात्मा बन्धुरेव सदा मम।
गच्छ प्रिय यदुश्रेष्ठं ब्रूहि मद्वचनात् त्वरन्॥
दीयतां करसर्वस्वं यज्ञार्थं सुन्दरं बहु।
लवणानि बहून्यद्य गृह्य केशव मा चिरम्॥
आगच्छ त्वरितं कृष्ण न ते कार्यं विलम्बनम्।
इति ब्रूहि यदुश्रेष्ठं याहि त्वरितविक्रमः॥

હંસે પોતાનાં દૂત અને મિત્ર જનાર્દનને કહ્યુંઃ ''ધર્માત્મા જરાસંધ તો અમારા લોકોના હિતેચ્છુ બધું જ છે, બ્રાહ્મણ! તું યદુપતિ કૃષ્ણ પાસે જા અને મારી આજ્ઞાથી તાત્કાલિક આ વાત તેમને કહે. કેશવ! તું યજ્ઞ માટે ખૂબ જ સુંદર સામગ્રી તથા કર રૂપે પોતાનું બધું ધન આપી દે, સાથે જ ઘણા બધાં મીઠાનો સંગ્રહ કરીને જલ્દી આવે. કૃષ્ણ! તારે આ કાર્યમાં વિલંબ ન કરવો જોઈએ.''

(હરિવંશ પુરાણ, ભવિષ્યપર્વ, અધ્યાય-૧૧૩, શ્લોક-૨૧-૨૩)

૧૭૮. હંસના દૂત પાસેથી કરની વાત સાંભળીને કૃષ્ણએ શું જવાબ આપ્યો હતો?

કર અને મીઠાની વાત સાંભળીને કૃષ્ણને ખૂબ જ ગુસ્સો આવ્યો અને તેમણે એ દૂત સાથે સાત્યકિને પુષ્કર મોકલીને એ હંસ અને ડિંભક બંધુઓને યજ્ઞ જ ન કરવાનો સંદેશ મોકલ્યો. જ્યારે પાછાં આવેલાં પોતાના દૂત સાથે એ બંને ભાઈઓએ સાત્યકિને જોયા ત્યારે તેઓ થોડાં શંકાશીલ ભાવે ધમકાવતાં સાત્યકિને કહેવા લાગ્યાઃ

भो भो यादवदायाद किमर्थं प्राप्तवानिह।
किमब्रवीन्नन्दसुतः किं वासौ मेऽदिशत् करम्॥

''ઓ યાદવકુમાર! તમે અહીં શા માટે આવ્યા છો? એ નંદપુત્રએ તમને શું કહ્યું છે? તેણે મારા માટે કયો કર આપ્યો છે?''

ત્યારે સાત્યકિએ કહ્યુંઃ

इदं सत्यं वचो हंस शंखचक्रगदाभृतः।
शरैर्निशितधाराग्रैः शार्ङ्गमुक्तैः शिलाशितैः॥
दास्यामि करसर्वस्वमसिना निशितेन ते।
शिरश्छेत्स्यामि ते हंस करदानस्य संग्रहम्॥

''હંસ! શ્રીકૃષ્ણનું આ સત્ય વચન સાંભળો. તેમનું કહેવું છે કે હું સારંગ ધનુષ્યથી છૂટેલા, શિલા પર તીવ્ર કરવામાં આવેલાં અને તીક્ષ્ણ ધારવાળા બાણો દ્વારા તારો બધો કર ચૂકવી દઈશ. હંસ! મારી તીખી તલવાર વડે તારું માથું કાપી લઈશ, આ તારા માટે કરદાનનો સારો સંગ્રહ હશે.''

(હરિવંશ પુરાણ, ભવિષ્યપર્વ, અધ્યાય-૧૧૮, શ્લોક-૩૦-૩૨)

क्व नः संग्राम इत्येवं पुनराह जगत्पतिः।
पुष्करे पुण्यदे नित्यमुत गोवर्धने गिरौ।।
मथुरायां प्रयागे वा दर्शयन्तो बलानि मे।
शंखचक्रधरे देवे जगत्पालनतत्परे।।
राजसूयं महायज्ञं कर्तुमिच्छति कः स्वयम्।
वदन्वा स्वस्तिमान्मर्त्यस्त्वां विना को व्रजेत् सुखम्।।

સાત્યકિએ ફરી કહ્યું: ''શ્રીકૃષ્ણએ એમ પણ પૂછ્યું છે કે અમારું આ યુદ્ધ ક્યાં થશે? અહીં પુષ્કરમાં જ કે ગોવર્ધન પર્વત પર કે મથુરામાં કે પ્રયાગમાં? એ બંને ભાઈઓને જ્યાં ઈચ્છા હોય, ત્યાં મને પોતાનું બળ બતાવવા આવી જાય. શ્રીકૃષ્ણ જ્યારે હાજર જ છે, તો તેમની આજ્ઞા લીધા વિના કોણ રાજસૂય જેવા યજ્ઞનો જાતે જ આરંભ કરી લેશે? તારા જેવો મૂરખ બીજો કોણ હોય જે આવી વાતો કરીને સકુશળ અને સુખપૂર્વક ઘેર જઈ શકશે?''

(હરિવંશ પુરાણ, ભવિષ્યપર્વ, અધ્યાય-૧૧૮, શ્લોક-૪૫-૪૭)

મહાભારતમાં આ હંસ-ડિંભક બંધુનું નામ તો જરાસંધનાં પ્રસંગમાં બે વાર આવે છે, પણ આવી કોઈ ઘટનાનું વર્ણન નથી મળતું. અન્ય પુરાણોમાં તો આ હંસ-ડિંભકની કોઈ ચર્ચા જ નથી મળતી.

૧૭૯. કૃષ્ણ અને હંસ-ડિંભક વચ્ચે યુદ્ધ ક્યાં થયું હતું?

હરિવંશ પુરાણમાં એવું વર્ણન મળે છે કે હંસ અને ડિંભકને હાંકી કાઢતાં કૃષ્ણ, બલરામ, સાત્યકિ વગેરે થોડીક સેના સાથે યમુના સુધી ગયા હતાં અને ત્યાં કૃષ્ણએ હંસને યમુનાનાં ખાડામાં ડૂબાડીને મારી નાંખ્યો હતો. ત્યારે ડિંભકે પોતાનાં ભાઈનું મૃત્યુ જોઈને જાતે જ આત્મહત્યા કરી લીધી હતી *(હરિવંશ પુરાણ, ભવિષ્યપર્વ, અધ્યાય-૧૨૮)*. પછી બંનેનાં મૃત્યુ પછી કૃષ્ણ-બલરામ પાસેનાં જ ગોવર્ધન પર્વત પર જતાં ખુદને રોકી નહોતા શક્યા, જ્યાં તેમનું બાળપણ વીત્યું હતું. તેથી તેઓ બંને ત્યાં ગયા હતાં:

गोवर्धनेऽथ विश्रम्य बलभद्रसहायवान्।
कंचित् कालं महाराज पूर्वभुक्तमुवास ह।।

''દુષ્ટોનો અંત કરવાથી ખુશ-ખુશ કૃષ્ણએ બલભદ્ર સાથે ગોવર્ધન પર્વત પર વિશ્રામ કરીને પોતે પહેલાં વિતાવેલા સ્થળે થોડી વાર નિવાસ કર્યો.''

(હરિવંશ પુરાણ, ભવિષ્યપર્વ, અધ્યાય-૧૨૯, શ્લોક-૧૫)

यशोदा नन्दगोपश्च कृष्णदर्शनलालसौ।
गोवर्धनगतं श्रुत्वा वासुदेवं सहाग्रजम्॥
नवनीतं च दधि च पायसं कृसरं तथा।
वन्यं पुष्पं महाराज मयूरांगदमेव च॥
बल्लवैरपरैः सार्धं गोपिभिश्च समन्ततः।
जग्मतुः सहसा प्रीतौ गोवर्धनमथो नृप॥

''યશોદા અને નંદગોપનાં મનમાં કૃષ્ણને જોવાની લાલચ રહેતી જ હતી, તેથી જ્યારે તેમણે સાંભળ્યું કે કૃષ્ણ પોતાનાં મોટા ભાઈ સાથે ગોવર્ધન પર્વત પર આવ્યા છે, ત્યારે એ બંને ખૂબ જ ખુશ થયા અને માખણ, દહી, ખીર, ખિચડી, જંગલી ફૂલ તથા મોરપંખનાં બાજુબંધ લઈને બધી બાજુથી ભેગા થયેલાં બીજા ગોપ અને ગોપીઓ સાથે ગોવર્ધન પર્વત પર ગયા.''

(હરિવંશ પુરાણ, ભવિષ્યપર્વ, અધ્યાય-૧૩૦, શ્લોક-૧-૩)

સ્પષ્ટીકરણઃ પણ મહાભારતથી લઈને બીજા કોઈ ગ્રંથમાં આ વાતનો કોઈ ઉલ્લેખ નથી મળતો.

૧૮૦. ઘંટાકર્ણ કોણ હતો અને કૃષ્ણ સાથે તેની મુલાકાત ક્યારે અને કેવી રીતે થઈ હતી?

હરિવંશ પુરાણમાં એક એવી કથા આવે છે કે હિમાલયનાં જંગલોમાં ઘંટાકર્ણ નામનો એક રાક્ષસ રહેતો હતો. જ્યારે કૃષ્ણ એકવાર બદ્રીનાથ જઈ રહ્યા હતાં, ત્યારે માર્ગમાં એ ઘંટાકર્ણ સાથે તેમની મુલાકાત થઈ હતી અને તેણે પોતાનાં તરફથી તેમની આગતા-સ્વાગતા કરવાનો પ્રયત્ન પણ કર્યો હતોઃ

विहस्य विकृतं भूयः.... x ...यत्नस्ततः प्रीतोऽस्मि मांसप॥

''વિકટ અટ્ટહાસ કરીને તે રાક્ષસ તરત જ એક મરેલાં બ્રાહ્મણનું શબ લઈને આવ્યો. કેશોથી યુક્ત એ મહાઘોર માંસનાં બે ટુકડા કરીને એક ટુકડો લઈને તેણે યત્નપૂર્વક પાણીથી ધોયો. પછી એક સુંદર પાત્રમાં મૂકીને કૃષ્ણ આગળ હાથ જોડીને ઊભો થઈ ગયો અને બોલ્યો - આ ભોજન તમારા યોગ્ય છે, કૃપા કરીને તેને ગ્રહણ કરો. આ હમણાં જ મારેલા સંસ્કાર-સંપન્ન, ભક્ષણ કરવા-યોગ્ય બ્રાહ્મણનું ઉત્તમ શબ છે. શાસ્ત્રોમાં અમો રાક્ષસો માટે આના ભોજનનું વિધાન છે જ. તેથી જો કોઈ દોષ ન હોય તો તમે આને ગ્રહણ કરો.''

ત્યારે શ્રીકૃષ્ણ તેના પર ખૂબ જ પ્રસન્ન થયા કે ઓહો! આના મનમાં મારા જેવા અતિથિ માટે સર્વત્ર સ્નેહ અને કરૂણા ભરેલા છે. એવું વિચારીને શ્રીકૃષ્ણએ કહ્યું - કાચું માંસ ખાવાવાળા રાક્ષસ! આ માંસનો ઉપયોગ દરેક જગ્યાએ ન કરી શકાય અને ન તો દરેકને આપી શકાય. જેને તું બ્રાહ્મણનું શબ કહી રહ્યો છે એ મારા જેવા લોકો માટે સ્પર્શ કરવાને યોગ્ય પણ નથી.

માંસ ખાવાવાળા રાક્ષસ! તારું ભલું થાય. તારા સત્કારથી હું ખૂબ જ ખુશ છું. કેમ કે તારું મન નિર્મળ છે અને આ માટે તે પ્રયત્ન પણ કર્યો છે, એટલે મને તારું આ કાચું માંસ પણ સ્વીકાર થયું એમ સમજ.''

(હરિવંશ પુરાણ, ભવિષ્યપર્વ, અધ્યાય-૮૩, શ્લોક-૧-૧૩)

અનેક પુરાણો તથા મહાભારતમાં ઘંટાકર્ણને શિવનો એક સમુદાય બતાવવામાં આવ્યો છે. અહીં પણ કૃષ્ણની ઘંટાકર્ણ સાથે મુલાકાત શંકરનાં માર્ગમાં જ થાય છે. તેથી સહજ મૂલ્યાંકન એજ કરી શકાય કે આ હરિવંશ પુરાણમાં શિવ તથા તેમનાં ગણોંનાં મલિન વેશ તથા મલિન આહાર-વિહારને ઊભારવા માટે અને તેથી નિંદનીય બતાવવા માટે જ આ કથાની રચના કરવામાં આવી હોય. *મહાભારતનાં શલ્યપર્વનાં ૪૫ માં અધ્યાયમાં* શિવના ગણોંના નામ આપવામાં આવ્યા છે, ત્યાં આ કથા તો નથી, પણ ઘંટાકર્ણનું નામ આવ્યું છે. *અગ્નિ પુરાણનાં પચાસમાં અધ્યાયનાં એકતાળીસમાં શ્લોકમાં* ઘંટાકર્ણનું નામ આવ્યું છે જેને પાપ અને રોગનો નાશ કરવાવાળા બતાવવામાં આવ્યા છે - ***घण्टाकर्णोष्टदशदोः पापरोगं विदारयन्।*** સ્કંધ પુરાણમાં પણ ઘંટાકર્ણનું નામ જોવા મળે છે. એટલે કે શિવને મૂળ માનીને જેટલાં પણ પુરાણ લખવામાં આવ્યા છે, લગભગ એ બધાંમાં ઘંટાકર્ણની ચર્ચા કરવામાં આવી છે.

૧૮૧. કૃષ્ણને સુદર્શન ચક્ર કોની પાસેથી પ્રાપ્ત થયું હતું?

મહાભારત અનુસાર કૃષ્ણને શિવજીએ જ સુદર્શન ચક્ર આપ્યું હતું:

यत्तद्भगवता पूर्वं दत्तं चक्रं तवानघ।
जलान्तरचरं हत्वा दैत्यं च बलगर्वितम्॥
उत्पादितं वृषांकेन दीप्तज्वलनसन्निभम्।
दत्तं भगवता तुभ्यं दुर्धर्षं तेजसाऽद्भुतम्॥

ઉપમન્યુ મુનિએ કૃષ્ણને કહ્યું: ''પૂર્વકાળમાં પાણીની અંદર રહેવાવાળા અભિમાની દૈત્યોને મારીને શંકરે તમને જે ચક્ર આપ્યું હતું, એ અગ્નિ સમાન તેજસ્વી ચક્રને શિવજીએ જ પોતાની મેળે ઉત્પન્ન કર્યું હતું અને તમને આપ્યું હતું. એ અસ્ત્ર અદ્ભુત તેજથી યુક્ત અને દુર્ધર્ષ છે.''

(મહાભારત, અનુશાસનપર્વ, અધ્યાય-૧૪, શ્લોક-૭૬-૭૭)

કેમ કે મહાભારતનાં આ અધ્યાય જ ભેળસેળવાળા છે અને બધી જ પૌરાણિક ત્રુટિઓથી યુક્ત છે, એટલે આવાં પ્રમાણ વિશ્વસનીય નથી.

૧૮૨. શું કૃષ્ણનાં પુત્રોનાં પણ અનેક લગ્નો થયા હતાં?

આજે જે વાત પર પ્રશ્ન ઊભો થાય છે અને આશ્ચર્ય કરવામાં આવે છે, એ પૂર્વકાળમાં અત્યંત જ સામાન્ય વાત હતી. પહેલા તો આ વાત સમૃદ્ધિ, વૈભવ અને સામાજિક પ્રતિષ્ઠાની સૂચક હતી. જુદા-જુદા પુરાણોમાં યત્ર-તત્ર ફેલાયેલા વિવરણો અનુસાર કૃષ્ણનાં વધારે ચર્ચિત સંતાનોના લગ્નોની યાદી નીચે પ્રમાણે છેઃ

(I) પ્રદ્યુમ્ન : માયાવતી (શંબરાસુરની દાસી),
શુભાંગી (મામા રૂક્મીની દીકરી),
પ્રભાવતી (વજ્રનાભ નામક અસુરની દીકરી).

(II) સાંબ : લક્ષ્મણા (દુર્યોધનની દીકરી),
ગુણવતી (પ્રભાવતીની કાકાની દીકરી),
રામા (બાણાસુરનાં મંત્રી કુંભાંડ કે કૂષ્માંડની દીકરી).

(III) અનિરુદ્ધ : રોચના (કૃષ્ણનાં સાળા રૂક્મીની પૌત્રી),
ઉષા (બાણાસુરની દીકરી).

આ સિવાય દ્વારકાનાં રાજકુમારોનાં ભવનોમાં અલગ-અલગ અનેક સ્ત્રીઓ દાસી સહ પત્ની તરીકે રહેતી હતી, જે વૈભવનું પ્રતિક પણ માનવામાં આવતી હતી. ઉદાહરણ તરીકે અનિરુદ્ધનું અપહરણ થયું ત્યારે તેનાં ભવનની સ્ત્રીઓ વિલાપ કરવા લાગે છેઃ

ततोऽनिरुद्धस्य गृहे रुरुदुः सर्वयोषितः।
प्रियं नाथमपश्यन्त्यः कुरर्य इव संघशः॥

"*અનિરુદ્ધનાં મહેલમાં રહેનારી બધી સ્ત્રીઓ* પોતાનાં પ્રિય સ્વામીને ન જોતાં ટોળે વળીને ક્રૌંચ પક્ષીની જેમ વિલાપ કરવા લાગી."

સ્પષ્ટીકરણઃ ઉપરોક્ત શ્લોકોથી સ્પષ્ટ થાય છે કે એ સમયે સ્ત્રી કે લગ્નોને લઈને સમાજમાં કોઈ પ્રકારનું બંધન ન હતું.

૧૮૩. કૃષ્ણને સારંગ નામક પ્રસિદ્ધ ધનુષ્ય ક્યાંથી મળ્યું હતું?

મહાભારતમાં ઉપલબ્ધ પ્રમાણ અનુસાર આ સારંગ નામક ધનુષ્ય નરકાસુર પાસે હતું જે કૃષ્ણએ તેને માર્યા પછી પ્રાપ્ત કર્યું હતુંઃ

निर्जित्य नरकं भौममाहृत्य मणिकुण्डले।
षोडश स्त्रीसहस्राणि रत्नानि विविधानि च।।
प्रतिपेदे हृषीकेशः शार्ङ्गं च धनुरुत्तमम्।

વૈશમ્પાયનજીએ કહ્યું: ''શ્રીકૃષ્ણએ ભૂમિપુત્ર નરકાસુરને જીતીને જ્યારે તેને ત્યાંથી અદિતિનાં મણિમય કુંડલ પાછા લઈ લીધાં અને સોળ હજાર સ્ત્રીઓ તથા વિવિધ પ્રકારનાં રત્નોને પોતાનાં અધિકારમાં કરી લીધા, ત્યારે એજ સમયે તેમને સારંગ નામક ઉત્તમ ધનુષ્ય પણ પ્રાપ્ત થયું હતું.'' *(મહાભારત, ઉદ્યોગપર્વ, અધ્યાય-૧૫૮, શ્લોક-૮-૯)*

૧૮૪. શું કૃષ્ણએ દ્વારકામાં પણ રાસ રચાવ્યો હતો?

હરિવંશ પુરાણ અનુસાર કૃષ્ણએ દ્વારકામાં જહાજ ઉપર તથા ખૂલ્લા સમુદ્રમાં રાસનું આયોજન કરાવ્યું હતું. એ રાસમાં ખાવા, પીવા (મદિરા), સંગીત, વાદન, સુંદરીઓ વગેરેની પ્રચુર માત્રામાં વ્યવસ્થા કરવામાં આવી હતી. આ રાસનું વર્ણન આ પુરાણનાં *વિષ્ણુપર્વનાં નેવ્યાસી(૮૯)માં અધ્યાયમાં* કરવામાં આવ્યું છે. દ્વારકાનાં એ રાસમાં કૃષ્ણ પોતાની પત્નીઓ સાથે તો હાજર હતાં જ, ઉપરાંત બલરામ પણ પોતાની રેવતી, અર્જુન તેમની સુભદ્રા તથા સાત્યકિ વગેરે બધાં નજીકનાં સંબંધી પણ પોત-પોતાની પત્નીઓ સાથે સામેલ થયા હતાં. આ પુરાણ લખનારે અતિરેકની સીમા પાર કરીને નારદજીને પણ આમાં સામેલ કરી દીધા છે. એ બધાંની સાથે-સાથે યથાસંભવ સામાન્ય દ્વારકાવાસી પણ તેમાં સામેલ થયા હતાં. વૃંદાવનમાં કૃષ્ણએ ગોપીઓ સાથે જે રાસ કર્યો હતો, તેની સરખામણીમાં આને એક મહારાસ કહી શકાય.

(હરિવંશ પુરાણ, વિષ્ણુપર્વ, અધ્યાય-૮૯)

જો કે આ રાસનું વર્ણન ન તો મહાભારતમાં આવ્યું છે અને ન તો બીજા કોઈ પુરાણમાં. આ રાસનાં વર્ણનમાં એક ખાસ વાત એ પણ છે કે આ આખા અધ્યાયમાં મદિરા પીવાનું વર્ણન જ સૌથી વધારે કરવામાં આવ્યું છે. એવું લાગે છે જાણે રચનાકારનો ઉદ્દેશ્ય અહીં મદિરા પર જ વધારે ભાર આપવાનો હોય. એ રાસમાં શાકાહારી ભોજનની સાથે-સાથે માંસાહારી ભોજન પણ પીરસવામાં આવ્યા હતાં:

पार्श्वानि चान्ये शकलानि तत्र ददुः पशूनां घृतमृक्षितानि।
सामुद्रचूर्णैरवचूर्णितानि चूर्णेन मृष्टेन समारिचेन।।
कट्वांकशूलैरपि पक्षिभिश्च घृताम्लसौवर्चलतैलसिक्तैः।
मैरेयमाध्वीकसुरासवांस्ते पपुः प्रियाभिः परिवार्यमाणाः।।

''એ રાસમાં પશુ અને પક્ષીઓનાં માંસ (ઉપરોક્ત શ્લોકોમાં રેખાંકિત કરેલાં શબ્દ) પણ

ઘીમાં તળીને યાદવોને પીરસવામાં આવ્યા હતા.''

(હરિવંશ પુરાણ, વિષ્ણુપર્વ, અધ્યાય-૮૯, શ્લોક-૬૦, ૬૨)

૧૮૫. શું કંસે વસુદેવ-દેવકીને ખરેખર કેદ કરીને રાખ્યા હતાં?

આ પ્રશ્નનો જવાબ આપવા માટે ગ્રંથોને બે ભાગમાં વહેંચવા એ પ્રથમ આવશ્યકતા છે. પહેલાં ભાગમાં એ ગ્રંથોને રાખી શકાય જેમાં વસુદેવ-દેવકીનાં વિવાહ વખતે આકાશવાણી તથા કંસનાં દેવકીની હત્યા માટે તત્પર હોવાનાં અને વસુદેવજીના મનાવ્યા પછી કંસ દ્વારા એ બંનેને કેદ કરવા જેવા વિવરણ મળે છે. આ ભાગમાં ભાગવત પુરાણ, વિષ્ણુ પુરાણ, બ્રહ્મવૈવર્ત પુરાણ, પદ્મ પુરાણ, ગર્ગ સંહિતા વગેરે આવે છે. આ બધાં જ ગ્રંથોમાં વસુદેવ-દેવકીને કેદખાનામાં નાખવાની વાત કહેવાઈ છે. પણ ગ્રંથોનો એક બીજો સમૂહ પણ છે જેમાં કેદખાનાની ભૂલેચૂકે પણ ચર્ચા નથી કરવામાં આવી. દક્ષિણ ભારતમાં પ્રચલિત મહાભારત તથા હરિવંશ પુરાણને આ ભાગમાં મૂકી શકાય. ઉત્તર ભારતમાં પ્રચલિત મહાભારતના નીલકંઠી ભાષ્યમાં કૃષ્ણનાં જન્મ અને તેમનાં બાળપણની ચર્ચા જ નથી કરવામાં આવી, પણ દક્ષિણ ભારતમાં પ્રચલિત મહાભારતમાં કૃષ્ણનાં જન્મ અને મથુરાથી ગોકુળ પલાયનનું માત્ર એક શ્લોકમાં વર્ણન કરવામાં આવ્યું છેઃ

वासुदेवस्ततो जातं बालमादित्यसंनिभम्।
नन्दगोपकुले राजन् भयात् प्राच्छादयद्धरिम्॥

ભીષ્મપિતામહ કહે છેઃ ''હે રાજા યુધિષ્ઠિર! ત્યારબાદ વસુદેવજીએ કંસનાં ભયથી સૂર્ય સમાન તેજસ્વી પોતાનાં નવજાત બાળક શ્રીકૃષ્ણને નંદગોપનાં ઘરમાં છૂપાવી દીધા.''

(દાક્ષિણાત્ય મહાભારત, સભાપર્વ, અધ્યાય-૫૨, શ્લોક-૧૭)

બીજી બાજુ, હરિવંશ પુરાણમાં જે વર્ણન ઉપલબ્ધ છે, તેમાં ક્યાંય પણ વસુદેવ-દેવકીને કેદખાનામાં નાંખવાની વાત કહેવાઈ નથી, પરંતુ તેના પર રાજપરિવારની સામૂહિક દેખરેખ રાખવાની વાત કહેવાઈ છે. નારદજીની ચેતવણીથી ક્રોધિત થઈને કંસ પોતાનાં હિતેચ્છુ મંત્રીઓને કહે છેઃ

सोऽज्ञापयत संरब्धः सचिवानात्मनो हि तान्।
यत्ता भवत सर्वे वै देवक्या गर्भकृन्तने॥

વૈશમ્પાયનજી કહે છેઃ ''જનમેજય! ક્રોધે ભરાયેલાં કંસે પોતાનાં હિતેચ્છુ મંત્રીઓને આજ્ઞા આપી કે તમે બધાં લોકો દેવકીનાં ગર્ભનો નાશ કરવા માટે તૈયાર થઈ જાઓ.''

प्रथमादेव हंतव्या गर्भास्ते सप्त एव हि।
मूलादेव तु हंतव्यः सोऽनर्थो यत्र संशयः॥

કંસે કહ્યું: ''પહેલાં ગર્ભથી જ શરૂ કરીને એ સાતેય ગર્ભ નષ્ટ કરી દેવા જોઈએ. જ્યાં શંકા હોય ત્યાં એ અનર્થનો મૂળમાંથી જ નાશ કરી દેવો જરૂરી છે.''

देवकी च गृहे गुप्ता प्रच्छनैरपिरक्षिता।
स्वैरं चरतु विश्रब्धा गर्भकाले तु रक्ष्यताम्।।

''દેવકી પોતાનાં સ્વયંનાં ભવનમાં ગુપ્ત રક્ષકો દ્વારા સુરક્ષિત રહીને પોતાની ઈચ્છા પ્રમાણે નિર્ભય થઈને વિચરણ કરે. પણ જ્યારે તે ગર્ભવતી બની જાય, એ વખતે તેને વિશેષ દેખરેખ હેઠળ રાખવી જોઈએ.''

मासान् वै पुष्पमासादीन् गणयन्तु मम स्त्रियः।
परिणामे तु गर्भस्य शेषं ज्ञास्यामहे वयम्।।

''મારી સ્ત્રીઓ રજ:સ્વલાવસ્થાથી જ શરૂ કરીને તેનાં ગર્ભધારણનાં મહિનાઓ ગણતી રહે. જ્યારે ગર્ભનાં પ્રકટ થવાનો સમય આવી જાય, ત્યારથી જે શેષ કૃત્ય છે, તેને અમે લોકો સ્વયં જ સમજી લઈશું.''

वसुदेवस्तु संरक्ष्यः स्त्रीसनायासु भूमिषु।
अप्रमत्तैर्मम हितै रात्रावहनि चैव हि।
स्त्रीभिर्वर्षवरैश्चैव व्यक्तव्यं न तु कारणम्।।

''મારાં હિતેચ્છુ સેવક રાત-દિવસ સાવધાન રહીને સ્ત્રીઓથી ભરેલાં અંત:પુરમાં વસુદેવજીની બરાબર રીતે દેખભાળ કરે. સ્ત્રીઓ અને હિજડા પણ તેમનાં પર કડક નજર રાખે, પણ આનું કારણ તેમને ન જણાવવું જોઈએ.''

(હરિવંશ પુરાણ, વિષ્ણુપર્વ, અધ્યાય-૨, શ્લોક-૧-૫)

ઉપરોક્ત શ્લોકોમાં વસુદેવ-દેવકીની ગુપચુપ દેખરેખની વાત થઈ રહી છે અને રાજમહેલોનાં અંત:પુરમાં આવા ગુપ્ત ષડયંત્ર સદીઓથી ચાલ્યા આવે છે. એ વાસ્તવિકતાની વધારે નિકટ છે. એટલે પાછળથી પુરાણ લખવાવાળાઓએ આ સામાન્ય-સરખી રાજકીય દેખરેખને પણ વધારીને આકાશવાણી, તલવાર તાણવી, કેદ કરવા, બેડીમાં બાંધવા, ચમત્કાર થવા, ઘનઘોર વર્ષા થવાની અતિશયોક્તિ કરીને મૂળ કથાને અતિરંજિત કરવાનો પ્રયત્ન કર્યો છે, એવું કહી શકાય.

૧૮૬. શું કૃષ્ણની પત્નીઓ વચ્ચે પરસ્પર ઘર્ષણ થતું હતું?

કૃષ્ણનાં જીવન સાથે સંબંધિત વાતોનું વર્ણન કરવાવાળા લગભગ બધા પુરાણોમાં પારિજાત-પુષ્પનાં વૃક્ષ તથા સત્યભામાનાં પ્રાંગણમાં તેની સ્થાપનાની વાત મળે છે. પણ રુક્મિણી અને સત્યભામા વચ્ચે અંદરો અંદર ચાલનારી જબરદસ્ત ખેંચતાણ અને

શોક્ય-બળતરા (ઈર્ષ્યા)નું વિસ્તારપૂર્વક વર્ણન ફક્ત હરિવંશ પુરાણમાં મળે છે. આ બંને સિવાય કૃષ્ણની બીજી કોઈપણ પત્નીઓ વચ્ચે કોઈપણ પ્રકારની તાણ કે ઈર્ષ્યાનું વર્ણન નથી મળતું. રુક્મિણી અને સત્યભામા વચ્ચે ચાલનારી ખેંચતાણ વાસ્તવિક માનવ-સ્વભાવ, ખાસ કરીને સ્ત્રી-સ્વભાવનું પ્રતિનિધિત્વ કરે છે, એટલે કથામાં મોજૂદ અતિશયોક્તિનો ત્યાગ કરી દઈએ તો પણ તેમાં વાસ્તવિકતાનો થોડોક અંશ હોવાનું અનુમાન કરી શકાય છે.

હરિવંશ પુરાણમાં આ આખી કથાને બાર અધ્યાયો સુધી લાંબી કરવામાં આવી છે જેમાંથી શરૂઆતના ત્રણ અધ્યાયોમાં આ બંને પત્નીઓ વચ્ચે ચાલનારી ઈર્ષ્યા તથા તેનાથી પરેશાન કૃષ્ણનું વર્ણન કરવામાં આવ્યું છે. આ પુરાણનાં વર્ણન અનુસાર રૈવતક પર્વત પર ભ્રમણ કરતી વખતે એક મુનિએ કૃષ્ણને પારિજાત વૃક્ષનું એક પુષ્પ આપ્યું હતું જે તેમણે પાસે બેઠેલી રુક્મિણીને આપી દીધું હતું. પછી રુક્મિણીએ પણ તરત તેને પોતાનાં અંબોડામાં લગાવી દીધું હતું. ત્યારે રુક્મિણીને ખુશ જોઈને એ મુનિ (નારદ) એ પુષ્પની ઘણી બધી વિશેષતાઓ જણાવી. પરંતુ ત્યાંજ સમસ્યા પણ ઊભી થઈ કેમ કે પાસે ઊભેલી દાસીઓમાં સત્યભામાની એક જાસૂસ પણ હતી. અને દ્વારકા પાછા ફર્યા પછી એ દાસીઓએ આખી ઘટના અતિશયોક્તિસહ સત્યભામાને કહી દીધી *(હરિવંશ પુરાણ, વિષ્ણુપર્વ, અધ્યાય-૬૫).* બસ, પછી શું? સત્યભામા ભયંકર ઈર્ષ્યાની આગમાં બળવા લાગી. થોડા સમય પછી જ્યારે કૃષ્ણ તેના ભવનમાં ગયા, તો મર્મવચન અને ફરિયાદોની વર્ષા શરૂ થઈ ગઈઃ

किमत्र बहुनोक्तेन हृदयं वेद्मि तेऽच्युत।।
वाङ्मात्रमेव पश्यामि माधुर्यं सम्प्रयुज्यते।
मयि स्नेहश्च कृतकस्तवान्यत्र न कृत्रिमः।।
ऋजुस्वभावां भक्तां च सर्वथा पुरुषोत्तम।
अवजानासि जानन् मां कैतवीं वृत्तिमास्थितः।।

સત્યભામાએ કહ્યુંઃ ''સ્વામી! હું વધારે શું કહું, તમારું હૃદય કેવું છે એ આજે હું જાણી ગઈ. જોઉં છું કે તમે મારી આગળ ખાલી મીઠી-મીઠી વાતો જ કરો છો. મારા પ્રત્યે તમારો પ્રેમ બનાવટી છે. પણ કોઈ બીજી જગ્યાએ એવી વાત નથી, ત્યાં તો તમારો પ્રેમ વાસ્તવિક હોય છે, સ્વાભાવિક હોય છે. કૃષ્ણ! મારો સ્વભાવ સરળ છે અને તમારા પ્રત્યે સાચો પ્રેમ રાખું છું, પણ આ વાત જાણવા છતાં પણ તમે મારી સાથે છળ-કપટનો સહારો લો છો. મારી અવગણના કરો છો.''

(હરિવંશ પુરાણ, વિષ્ણુપર્વ, અધ્યાય-૬૬, શ્લોક-૪૯-૫૧)

પછી સત્યભામાને મનાવવાના ચક્કરમાં પારિજાત વૃક્ષનાં કારણે કૃષ્ણ અને ઈન્દ્ર વચ્ચે ભયાનક લડાઈ આગળનાં નવ અધ્યાયોમાં બતાવવામાં આવી છે કે જે અતિશયોક્તિની

હદ છે. આ ઘટનાનું વર્ણન પોત-પોતાની રીતે કૃષ્ણ સાથે સંબંધિત દરેક પુરાણમાં કરવામાં આવ્યું છે પણ મહાભારતમાં આનો કોઈ ઉલ્લેખ નથી મળતો.

૧૮૭. શું કૃષ્ણનો ઇન્દ્ર સાથે કોઈ સંબંધ હતો?

પૌરાણિક માન્યતાઓ અનુસાર કશ્યપ મુનિની બે પત્નીઓ હતી - અદિતિ અને દિતિ. અદિતિથી જે પુત્ર જન્મ્યા, તેઓ દેવતા કહેવાયા અને દિતિથી જે જન્મ્યા તેઓ દૈત્ય કે અસુર કહેવાયા. એ અદિતિથી કશ્યપને ઇન્દ્ર, સૂર્ય, વિષ્ણુના એક અવતાર વામન વગેરે જે પુત્ર જન્મ્યા હતાં તેમાં ઇન્દ્ર મોટા અને વામન નાના હતાં. તો જ્યારે વેદવ્યાસનાં મૂળ મહાભારતનો વિસ્તાર કરવામાં આવવા લાગ્યો તથા પુરાણ લખવાનું પૂર આવી ગયું, તો કૃષ્ણના મહાન કાર્યોને ધ્યાનમાં લેતા તેમને વિષ્ણુના અવતાર જાહેર કરી દેવામાં આવ્યા અને કેમ કે વામન ઇન્દ્રથી નાના હતાં, એટલે અનેક જગ્યાએ કૃષ્ણ માટે 'ઇંદ્રાનુજ' તથા 'ઉપેન્દ્ર' સંબોધનનો ઉપયોગ કરવામાં આવવા લાગ્યો.

આની પાછળ બીજા એક કારણની સંભાવના પણ જોઈ શકાય છે. ઇન્દ્ર કેમકે વેદના મુખ્ય દેવતા કહેવાય છે અને તેઓ વેદ, આર્ય તથા યજ્ઞના રક્ષક પણ મનાય છે, પરંતુ વેદમાં ઇન્દ્ર અને કૃષ્ણની વચ્ચે યુદ્ધની વાત આવે છે, જેનો ઉલ્લેખ જેમનો તેમ આ પુસ્તકમાં પણ કરવામાં આવ્યો છે; એટલે વિષ્ણુને જગતના સૃષ્ટા માનવાવાળા વૈષ્ણવ સંપ્રદાયના વિદ્વાનો દ્વારા ઇન્દ્ર અને કૃષ્ણ વચ્ચે સમન્વય સ્થાપિત કરવાનો આ એક પ્રયાસ પણ હોઈ શકે છે. પણ આ સમન્વયના પ્રયાસ છતાં પુરાણોમાં પણ ઘણીવાર કૃષ્ણ અને ઇન્દ્રની વચ્ચે લડાઈની સ્થિતિ આવે છે જેને એ પુરાણોને લખવાવાળા સંપ્રદાયની માન્યતાઓ પ્રમાણે યોગ્ય ઠેરવવાનો અલગ-અલગ રીતે પ્રયત્ન કરવામાં આવ્યો છે.

૧૮૮. શું યુધિષ્ઠિરના રાજસૂય યજ્ઞનું કોઈ દુષ્પરિણામ થયું હતું?

આ પ્રશ્ન હરિવંશ પુરાણમાં ઉઠાવવામાં આવ્યો છે. અર્જુનના પૌત્ર પરીક્ષિતનું સાપ કરડવાથી મોત નીપજયું હતું, તેનાથી ક્રોધિત થઈને તેમના પુત્ર જનમેજયે સર્પયજ્ઞ કરાવ્યો હતો જેમાં અસંખ્ય સર્પોની યજ્ઞકુંડમાં આહુતિ આપવામાં આવી હતી. એ સર્પયજ્ઞની સમાપ્તિ બાદ જનમેજયે અશ્વમેધ યજ્ઞનું આયોજન કર્યું હતું જે માટે વેદવ્યાસ પધાર્યા હતાં, જે તેમનાં પૂર્વજ પણ હતાં અને આખા કૌરવ-પાંડવ વંશના યથાર્થ દ્રષ્ટા પણ હતાં. એજ વખતે એક વાતચીતમાં જનમેજય વેદવ્યાસને પૂછે છેઃ

अनुमान्य तु सर्वज्ञं... x ...बुद्धिमन्तश्च्युता नयात्।

"હે ભગવન! તમે સર્વજ્ઞ છો, હું તમારી રજા લઈને કંઈક પૂછી રહ્યો છું. મને એવું લાગે છે

કે રાજસૂય યજ્ઞ જ કૌરવોના વિનાશનું કારણ બન્યો છે. મહાભારત યુદ્ધમાં જે દુઃખદ રીતે રાજાઓનો વિનાશ થયો છે, એ જોતાં હું આજ માનું છું. હવે મારો તો એજ મત છે કે રાજસૂયની કલ્પના યુદ્ધ માટે જ થઈ છે. કહેવાય છે કે પ્રાચીન કાળમાં સોમે રાજસૂય યજ્ઞની શરૂઆત કરી હતી, તેમના એ યજ્ઞના અંતે તારકામય નામક યુદ્ધ થયું હતું. ત્યાર પછી વરુણે એ યજ્ઞ કર્યો, તેમના એ મહાયજ્ઞના અંતમાં દેવતાઓ અને અસુરો વચ્ચે ખૂબ જ ભયંકર યુદ્ધ થયું હતું જે સંપૂર્ણ ભૂતોનો વિનાશ કરનારું હતું. પછી રાજા હરિશ્ચંદ્રએ આ યજ્ઞનું આયોજન કર્યું, તેમનાં યજ્ઞનાં અંતમાં આડીબક નામનું મહાયુદ્ધ થયું જે ક્ષત્રિયોનો વિનાશ કરનારું સાબિત થયું. ત્યાર પછી મારા પૂર્વજ શ્રેષ્ઠ રાજા યુધિષ્ઠિરે એ અત્યંત મુશ્કેલ અને અગ્નિ સમાન ભયંકર યજ્ઞનું આયોજન કર્યું, જેની શરૂઆત મહાભારત યુદ્ધનું કારણ બની. તેથી આ લોકવિનાશકારી યુદ્ધનું જે મૂળ કારણ હતું, એ રાજસૂય નામક મહાયજ્ઞની શરૂઆત તમે શા માટે રોકી ન દીધી?

તમે પણ અમારા બધાં પૂર્વજોનાં પિતામહ છો, તમે ભૂત-ભવિષ્યનાં જ્ઞાતા છો, તમે અમારા કુળનાં રક્ષક અને અમારા પૂર્વજોનાં જન્મદાતા છો. તો પછી તમારા જેવા નેતાનાં હોવા છતાં બુદ્ધિશાળી પાંડવ નીતિમાર્ગથી ભ્રષ્ટ કેવી રીતે થઈ ગયા?''

(હરિવંશ પુરાણ, ભવિષ્યપર્વ, અધ્યાય-૨, શ્લોક-૧૪-૨૩)

ત્યારે વેદવ્યાસજીએ જનમેજયનાં લાંબા પ્રશ્નનો જવાબ માત્ર બે શ્લોકોમાં આપ્યો અને કહ્યું:

कालेन विपरीतास्ते तव पूर्वपितामहाः।
न मां भविष्यं पृच्छन्ति न चापृष्टो ब्रवीम्यहम्॥
सामर्थ्यं च न पश्यामि भविष्यस्य निवर्तने।
परिहर्तुं न शक्या हि कालेन विहिता गतिः॥

વેદવ્યાસજી કહે છે: ''હે જનમેજય! તારા પૂર્વ પિતામહ પાંડવ કાળની પ્રેરણાથી વિપરીત અવસ્થાને પ્રાપ્ત થઈ ગયા હતા. તેઓ મને કંઈ નહોતા પૂછતાં અને હું કોઈ પૂછે નહીં ત્યાં સુધી કોઈ વાત કહેતો નથી. એમ પણ ભવિષ્યને બદલી નાખવાની શક્તિ હું કોઈનામાં નથી જોતો; કેમ કે કાળે જે ગતિનું વિધાન કર્યું છે, તેનું નિવારણ કરવું એટલે કે તેને ટાળવું અશક્ય છે.''

(હરિવંશ પુરાણ, ભવિષ્યપર્વ, અધ્યાય-૨, શ્લોક-૨૪-૨૫)

૧૮૯. શું કૃષ્ણ ભગવાનનો અવતાર હતા, જેમ આજે આખી દુનિયા માની રહી છે?

મહાભારતમાં સ્વયં કૃષ્ણનું કથન છે કે તેઓ પણ બીજા મનુષ્યોની જેમ એક સામાન્ય મનુષ્ય છે:

अहं हि तत् करिष्यामि परं पुरुषकारतः।
दैवं तु न मया शक्यं कर्मकर्तुं कथंचनः।।

કૃષ્ણ કહે છેઃ "હે અર્જુન! એક મનુષ્ય પોતાની સર્વોત્તમ ક્ષમતાથી જેટલું વધારે કરી શકે છે, હું પણ વધારેમાં વધારે એટલું જ કરી શકું છું અથવા એવો પ્રયત્ન કરી શકું છું. મારી પાસેથી કોઈપણ દૈવીય કર્મની આશા ન રાખવી જોઈએ. પ્રારબ્ધનાં વિધાનને કોઈપણ રીતે ટાળવું કે બદલવું મારે માટે શક્ય નથી." *(મહાભારત, ઉદ્યોગપર્વ, અધ્યાય-૭૯, શ્લોક-૫)*

વિષ્ણુ પુરાણમાં પણ આ વાત એક જગ્યાએ આ રીતે ઉદ્ધૃત છેઃ

नाहं देवो ना गन्धर्वो न यक्षो न च दानवः।
अहं वो बांधवो जातो नैतच्चिन्त्यमितोऽन्यथा।।

વૃંદાવનમાં ગોપોની એક સભાને સંબોધિત કરતાં કૃષ્ણ કહે છેઃ "હે ગોપગણ! હું ન તો દેવ છું, ન ગંધર્વ છું, ન યક્ષ છું અને ન તો દાનવ છું. હું તો તમારી જ વચ્ચે તમારા બંધુ રૂપે ઉત્પન્ન થયો છું, તેથી આ વિષયમાં તમારે લોકોએ બીજા કોઈ વિચાર ન કરવા જોઈએ."

(વિષ્ણુ પુરાણ, અંશ-૫, અધ્યાય-૧૩, શ્લોક-૧૨)

હરિવંશ પુરાણમાં પણ આવી વાત કહેવાઈ છેઃ

मन्यन्ते मां यथा सर्वे भवन्तो भीमविक्रमम्।
तथाहं नावमन्तव्यः स्वजातीयोऽस्मि बान्धवः।।

કૃષ્ણ ગોપગણોને કહે છેઃ "તમે બધાં મને જેવો ભયાનક પરાક્રમી સમજી રહ્યા છો, એવું માનીને મારું અપમાન ન કરો. હું તો તમારા લોકોનો સજાતીય ભાઈ-બંધુ જ છું."

(હરિવંશ પુરાણ, વિષ્ણુપર્વ, અધ્યાય-૨૦, શ્લોક-૧૧)

સ્પષ્ટીકરણઃ હંમેશા કૃષ્ણએ ખુદને સામાન્ય માણસ જ માન્યા. પણ હા, ગીતામાં ખુદને ઈશ્વરોના ઈશ્વર પણ કહ્યા. એટલે કે જ્યારે જેવી જરૂર એવા કૃષ્ણ હાજર. આજ તેમનાં વ્યક્તિત્વની સૌથી મુખ્ય વિશેષતા હતી.

૧૯૦. શું કૃષ્ણ વૈદિક દેવતા હતા?

વેદોમાં કૃષ્ણને દેવતા ન માનીને યમુના નદીના કિનારે જંગલોમાં છૂપાઈને રહેવાવાળા ગોવાળ-સમુદાયનાં પ્રમુખ તથા વેદનાં મુખ્ય દેવતા ઈન્દ્રનાં શત્રુ બતાવવામાં આવ્યા છેઃ

अव द्रप्सो अंशुमतीमतिष्ठदियानः कृष्णो दशभिः सहस्रैः।
आवत्तमिन्द्रः शच्या धमन्तमप स्नेहितीर्नृमणा अधत्त।।

"દસ હજાર સેનાઓ સાથે આક્રમણ કરવાવાળો કૃષ્ણ નામનો અસુર અંશુમતી (યમુના) નદીનાં કિનારે રહેતો હતો. બુદ્ધિ દ્વારા ઈન્દ્રએ એ શબ્દ કરવાવાળા અસુરને પ્રાપ્ત કર્યો.

પાછળથી ઈન્દ્રએ મનુષ્યોનાં હિત માટે કૃષ્ણાસુરની હિંસક સેનાનો વધ કરી નાંખ્યો.''

(ઋગ્વેદ, મંડલ-૮, સૂક્ત-૮૫, મંત્ર-૧૩)*

*(*ખિલભાગવાળા સંસ્કરણમાં સૂક્ત-૯૬)*

ઉપરોક્ત વૈદિક વિવરણથી સ્પષ્ટ છે કે કૃષ્ણ વૈદિક દેવતા નહીં પરંતુ વૈદિક પરંપરા અને માન્યતાઓનાં વિરોધી હતા.

૧૯૧. શું કૃષ્ણનું બાળપણ એવું જ સુંદર હતું, જેવું ગ્રંથોમાં દર્શાવવામાં આવ્યું છે?

આ પ્રશ્નનો ઉત્તર એક વર્તમાન કાળનાં દ્રષ્ટાંતથી શરૂ કરીને આપવાથી વાતનાં મર્મને સહેલાઈથી સમજી શકાશે. આજનાં સંચાર-ક્રાંતિનાં યુગમાં કોઈ ગામડામાં કોઈ ઘટના ઘટી જાય તો ત્યાં એટલાં સંવાદદાતા પહોંચી જાય છે અને એટલી વાર્તાઓ બનાવી દે છે કે મૂળ પ્રસંગ જ ગાયબ થઈ જાય છે. પછી તો ચુસ્ત પોલીસદળે પણ સાચી વાત શોધવા માટે મહિનાઓ સુધી મહેનત કરવી પડે છે. જ્યારે કૃષ્ણને આ ધરતી પર આવ્યાને પાંચ હજાર વર્ષ થઈ ગયા. આ હજારો વર્ષોમાં લાખો કથાકારોએ કૃષ્ણની વાર્તાઓ કહી. ઉપરથી 'અવતાર' તથા 'લીલા' જેવા શબ્દરૂપી ચટ્ટાનોએ તેમની હકીકતને એવી રીતે દબાવી દીધી કે શું કહું? લોકો આજે એમજ માને છે કે કેમ કે તેઓ એક 'અવતારી' પુરુષ હતા, એટલે તેમણે જે કંઈપણ આનંદ કર્યો અથવા જે પણ કષ્ટ તેમણે સહન કર્યા; એ તેમની લીલા હતી.

બધાં પૌરાણિક ગ્રંથ કૃષ્ણને ઈશ્વર માનીને લખવામાં આવ્યા છે, એ તો સત્ય છે. પણ આ જ ગ્રંથોમાં વાસ્તવિકતા દર્શાવવાવાળી વાતો પણ લખવામાં આવી છે જેને પારખવા માટે વિવેકપૂર્ણ અને શોધ કરનાર આંખોની જરૂર છે. નંદજી તથા તેમનાં બંધુઓનો વ્યવસાય પશુપાલનનો હતો, એટલે એ લોકો ચારા-પાણીની પ્રચૂરતાવાળા વનોમાં જ ગામ વસાવીને નિવાસ કરતાં હતા. હવે આજથી પાંચ હજાર વર્ષ પહેલા જંગલોમાં મનુષ્યોનું જીવન કેવી રીતે પસાર થતું હશે, તેની ખૂબ જ સહેલાઈથી કલ્પના કરી શકાય એમ છે. એમાં પણ વળી દર પાંચ-દસ વર્ષે સ્થળાંતરનું કષ્ટ વેઠવું પડે એ તો અલગ. જ્યારે કૃષ્ણ લગભગ સાત-આઠ વર્ષનાં હતા, ત્યારે પણ નંદબાબાની ટોળીને ગોકુળથી સ્થળાંતરીત થઈને વૃંદાવનમાં શરણ લેવું પડ્યું હતું *(હરિવંશ પુરાણ, વિષ્ણુપર્વ, અધ્યાય-૮-૯; ભાગવત પુરાણ, સ્કંધ-૧૦, અધ્યાય-૧૧; ગર્ગ સંહિતા, વૃંદાવનખંડ, અધ્યાય-૧)*. તેનું કારણ હતુંઃ ગોવાળ-બાળો દ્વારા જંગલની હરિયાળીનું મોટી માત્રામાં દોહન અને તેનાં કારણે જંગલોનું સૂકાઈ જવું. ચારા-પાણીની અછતને કારણે હિંસક જંગલી જાનવરોનો ગામોમાં પ્રવેશ અને આક્રમણ. નવી જગ્યા વૃંદાવનમાં પણ તેમનું જીવન સુરક્ષિત ન હતું. ત્યાં પણ ક્યારેક આખલાઓનું (સાંઢનું) આક્રમણ તો ક્યારેક વાંદરાઓનું, ક્યારેક અતિવૃષ્ટિ તો ક્યારેક યમુનાનો કોપ,

ક્યારેક નાગો સાથે સંતાકૂકડી તો ક્યારેક રાક્ષસો સાથે. આ બધું ઓછું હોય એમ કંસની યુક્તિ-પ્રયુક્તિઓ તેમાં વધારો કરી જ રહી હતી. ઉફ! કેવું બાળપણ રહ્યું હશે કૃષ્ણનું? કૃષ્ણના આટલાં સંઘર્ષોને નજરઅંદાજ કરીને આજે કૃષ્ણની મૂર્તિની આરતી ઉતારવાવાળા લોકો વિચારે છે કે તેમનું બાળપણ તો દિવ્ય હતું, અલૌકિક હતું. ...તો શું સત્યને આ રીતે અવગણવું યોગ્ય છે?

તો, જ્યારે તમે આ 'અવતાર' તથા 'લીલા' જેવા શબ્દોને પોતાનાં મનમાંથી કાઢ્યા પછી કૃષ્ણનાં જીવન વિષે લખવામાં આવેલા પ્રાચીન ગ્રંથોને વાંચશો, ત્યારે તમને સમજાશે કે કેવા સંઘર્ષમાં તેમણે પોતાનું જીવન વિતાવ્યું હતું.

૧૯૨. વૃંદાવનને વ્રજ શા માટે કહેવાય છે?

વ્રજ એક સંસ્કૃત શબ્દ છે જેની ક્રિયા તથા સંજ્ઞા, બંને પદ તરીકે ઉપયોગમાં લેવાય છે. જ્યારે ક્રિયા તરીકે 'વ્રજ' શબ્દનો પ્રયોગ થાય છે, ત્યારે તેનો અર્થ - 'ચાલતાં રહેવું', 'જવું', 'ભ્રમણ કરવું' વગેરે થાય છે. અને જ્યારે આ 'વ્રજ' શબ્દનો પ્રયોગ સંજ્ઞા તરીકે થાય છે, ત્યારે તેનો અર્થ થાય છે - 'એ સ્થાન જ્યાં ગાયો તથા અન્ય પશુઓ માટે પ્રચુર માત્રામાં ચારો ઉપલબ્ધ હોય', 'ગોચર' વગેરે. તેથી કેમ કે નંદબાબા તથા તેમના સાથીઓ પશુપાલક હતા અને એજ તેમનો એકમાત્ર વ્યવસાય હતો, એટલે નંદબાબા તથા તેમનાં આખા સમુદાય માટે આ 'વ્રજ' શબ્દનો પ્રયોગ ક્રિયા અને સંજ્ઞા, બન્ને રૂપોમાં કરવામાં આવે છે. ક્રિયાનાં રૂપમાં નંદબાબાનાં સમુદાય માટે આ શબ્દનો અર્થ ભ્રમણ કરતાં રહેવું એટલે કે દરેક દસ-વીસ વર્ષના અંતરે અથવા ચારાની સુલભતા અનુસાર નિવાસની જગ્યા બદલતા રહેવું એવો થાય છે. આધુનિક શબ્દોમાં કહીએ તો તેઓ ઘર-બાર વગરનું જીવન જીવી રહ્યા હતા.

બીજી બાજુ સંજ્ઞાનાં રૂપમાં નંદબાબાના સમુદાય માટે એ દરેક ક્ષેત્ર 'વ્રજ' હતું, જ્યાં તેમનાં પશુઓ માટે પૂરતો ઘાસ ચારો વિશેષ પરિશ્રમ વિના ઉપલબ્ધ હોય. એટલે શાસ્ત્રોમાં ગોકુળને પણ 'વ્રજ' કહેવાયું છે અને વૃંદાવનને પણઃ

तस्माद् वनं नवतृणं गच्छन्तु धनिनो व्रजाः।
न द्वारबन्धावरणा न गृहक्षेत्रिणस्तथा।
प्रशस्ता वै व्रजा लोके यथा वै चक्रचारिणः॥

"જે વન વ્રજ-ધન અર્થાત્ ઘાસચારારૂપી ધનથી સંપન્ન હોય, જ્યાં નવું-નવું ઘાસ ઉપલબ્ધ હોય, તે (ગોપ સમુદાય) એ વનમાં ગયા. જેમાં દરવાજા બંધાય ગયા છે અને ચારે બાજુથી વાડ લાગી ગઈ છે, જ્યાં સ્થાયી ઘર બની ગયા અને ખેતી કરવાનું શરૂ થઈ ગયું, એવા 'વ્રજ'લોકમાં સારા નથી મનાતા. ઉન્મુક્ત વિચરવાવાળા હંસોની જેમ બંધનરહિત થઈને

જુદી-જુદી જગ્યાએ ફરતા રહેવાવાળા 'વ્રજ' એટલે કે ગોપોની વસ્તી જ શ્રેષ્ઠ છે.''

(હરિવંશ પુરાણ, વિષ્ણુપર્વ, અધ્યાય-૮, શ્લોક-૧૯)

આશા કરું છું કે ઉપરોક્ત એકમાત્ર શ્લોકથી આ 'વ્રજ' શબ્દના સંજ્ઞાત્મક અને ક્રિયાત્મક, બંને અર્થ સ્પષ્ટ થઈ ગયા હશે.

૧૯૩. શું સૌથી નાના પાંડવ સહદેવના લગ્ન દ્વારકામાં થયા હતા?

આ આખી કથા હરિવંશ પુરાણમાં મળે છે. અન્ય પુરાણોમાં આ વાતની કોઈ ચર્ચા નથી મળતી. કૃષ્ણના સૌથી મોટા પુત્ર પ્રદ્યુમ્નએ વજ્રનાભ નામક એક અસુર રાજાની પ્રભાવતી નામક પુત્રીનું હરણ કરી લીધું હતું અને પ્રતિરોધ કરવામાં આવતા તેમણે વજ્રનાભને મારી પણ નાંખ્યો હતો. આ કથા આ પુસ્તકમાં પણ એક બીજા પ્રશ્નના ઉત્તરમાં વિસ્તારપૂર્વક આપવામાં આવી છે. એજ વજ્રનાભનો એક ભાઈ નિકુંભ કે જે અતિશક્તિશાળી હતો, તે બદલો લેવાની આગમાં સળગી રહ્યો હતો. તે દીકરીનાં બદલામાં દીકરીનું હરણ કરીને બદલો લેવા માટે દ્વારકાની આસપાસ ફરવા લાગ્યો.

પેલી બાજુ દ્વારકાની વાત કરવામાં આવે તો ત્યાં કૃષ્ણ-સત્યભામાના સૌથી મોટા પુત્ર ભાનુનો મહેલ ઘણો વિશાળ હતો અને સામાન્ય રીતે રક્ષકોથી રક્ષિત પણ હતો. એ ભાનુની ભાનુમતી નામની એક ખૂબ જ સુંદર પુત્રી હતી. જ્યારે નિકુંભની નજર આ ભાનુમતી પર પડી તો એ તેની પાછળ પડી ગયો અને મોકો શોધવા લાગ્યો. પછી જલ્દી જ તેને મોકો પણ મળી ગયો અને તે ભાનુમતીને ઉપાડીને ભાગી ગયો. આનાથી રાણીવાસમાં ભયંકર રાડારાડ મચી ગઈ. પછી અવાજ સાંભળીને સતર્ક થયેલા યાદવ સૈનિકોએ જ્યારે આ સમાચાર કૃષ્ણને સંભળાવ્યા તો તેઓ તરત જ અર્જુન, કે જેઓ એ વખતે દ્વારકામાં જ રોકાયેલા હતા તેને લઈને અને પોતાનાં મોટાં પુત્ર પ્રદ્યુમ્નને પણ લઈને એ અસુરનો પીછો કરવા માટે નીકળી પડ્યા. ઘણા સંઘર્ષ પછી તેમણે નિકુંભને મારીને પોતાની પૌત્રી ભાનુમતીને તેની કેદમાંથી આઝાદ કરાવી લીધી. પણ જ્યારે તે લોકો દ્વારકા પાછા ફર્યા, તો એક નવી સમસ્યા ઊભી થઈ ગઈ. બધાં એ વિચારમાં પડી ગયા કે જે છોકરીનું કોઈએ હરણ કરી લીધું હોય, તેની સાથે હવે બીજો કયો છોકરો લગ્ન કરશે? કૃષ્ણ-પરિવારનાં બધાં લોકો એજ વિચારમાં પડેલાં હતાં કે એક દિવસ નારદજીનું દ્વારકામાં આવવાનું થયું. જ્યારે તેમને આ સમસ્યાની ખબર પડી તો તેમણે કહ્યું:

एवं भानुमती वीर सहदेवाय दीयताम्।
श्रद्धधानः स शूरश्च धर्मशीलश्च पाण्डवः।।

નારદજીએ કહ્યું: ''વીર ભાનો! મારી વાત માનો અને તમારી દીકરી ભાનુમતીના લગ્ન સહદેવ

સાથે કરી નાખો કેમ કે પાંડુપુત્ર સહદેવ શ્રદ્ધાળુ, શૂરવીર તથા ધર્મશીલ છે.''

(હરિવંશ પુરાણ, વિષ્ણુપર્વ, અધ્યાય-૯૦, શ્લોક-૭૫)

आनीतः सहदेवश्च प्रेषितचक्रपाणिना।
विवाहे तदा वृत्ते सभार्यः स पुरीं गतः॥

વૈશમ્પાયનજીએ કહ્યું: ''ત્યારે શ્રીકૃષ્ણએ સહદેવને બોલાવ્યા અને એ સમયે વિવાહ-કાર્ય સંપન્ન થઈ જતા તેમની પત્ની સહિત વિદા કરી દીધા, પછી તે તેમની પુરીમાં ચાલ્યા ગયા.''

(હરિવંશ પુરાણ, વિષ્ણુપર્વ, અધ્યાય-૯૦, શ્લોક-૭૭)

આ રીતે અર્જુન અને સહદેવ, બે પાંડવોના લગ્ન કૃષ્ણ-પરિવારમાં થયા હતાં.

૧૯૪. દ્વારકાની ભવ્યતા વિષે શાસ્ત્રોમાં શું કહેવાયું છે?

જુદા-જુદા પુરાણોં તથા મહાભારતમાં દ્વારકા નગરની બનાવટ વિષે ક્યાંક-ક્યાંક એકાદ શ્લોકમાં એકાદ વર્ણન મળી જાય છે, પણ તેનાથી નગરનો વાસ્તવિક પરિચય નથી મળતો. પણ હરિવંશ પુરાણમાં આખા એક અધ્યાયમાં આ વિષે વિસ્તારપૂર્વક કહેવામાં આવ્યું છે. આ અધ્યાયમાં નગરનું ક્ષેત્રફળ, તેની સંરચના તથા કૃષ્ણની રાણીઓનાં અલગ-અલગ રંગોના મહેલો વિષે ઘણું બધું કહેવાયું છે. જેમ કે પુરાણો વાંચવાવાળા લોકો જાણે છે, બીજા પુરાણોની જેમ આ પુરાણમાં પણ વર્ણનમાં અતિશયોક્તિની ભરમાર છે, તેમ છતાં પાઠકગણ પોતાના વિવેકનો ઉપયોગ કરીને સારની વાત કાઢી શકે છે. આ પુરાણના આ અધ્યાયથી એજ લાભ મળે છે કે દ્વારકા નગરની સંરચના સાથે સંબંધિત મોટા ભાગની વાતો એક જ જગ્યાએ મળી જાય છે. તો આવો, હવે દ્વારકાને પુરાણના શબ્દોમાં જાણીએ:

अप्रमेयां महोत्सेधामगाधपरिखायुताम्।
प्राकारवरसम्पन्नां सुधापाण्डुरलेपनम्॥

વૈશમ્પાયનજી કહે છે: ''દ્વારકાપુરીને માપવાનું અઘરું હતું. તેની ઊંચાઈ પણ ખૂબ વધારે હતી. તે ઊંડી ખીણોથી ઘેરાયેલી હતી. સુંદર કોટ તેની શોભા વધારી રહ્યા હતાં. એ દ્વારકાપુરીની દીવાલોને ચૂનાથી લીંપીને ઊજળી બનાવવામાં આવી હતી.''

(હરિવંશ પુરાણ, વિષ્ણુપર્વ, અધ્યાય-૯૮, શ્લોક-૨૫)

तीक्ष्णयंत्रशतघ्नीभिर्हेमजालैश्च भूषिताम्।
अयसैश्च महाचक्रैर्ददर्श द्वारकां पुरीम्॥

''દ્વારકાપુરીને અણીદાર યંત્ર, શતઘ્ની (પ્રાચીન અસ્ત્ર) અને સોનાની જાળીઓથી શણગારેલી જોઈ. તે લોખંડનાં મોટા-મોટા ચક્રોથી સુશોભિત હતી.''

(હરિવંશ પુરાણ, વિષ્ણુપર્વ, અધ્યાય-૯૮, શ્લોક-૨૬)

अष्टयोजन विस्तीर्णामचलां द्वादशायताम्।
द्विगुणोपनिवेशां च ददर्श द्वारकां पुरीम्।।

"દ્વારકાપુરીની પહોળાઈ આઠ યોજન (૯૬ કિલોમીટર) અને લંબાઈ બાર યોજન (૧૪૪ કિલોમીટર) એટલે કે તેનો સંપૂર્ણ વિસ્તાર (ક્ષેત્રફળ) છન્નું યોજન હતો. તેની આસપાસનું ક્ષેત્ર તેનાથી બે ગણું એટલે કે એક સો બાણું યોજન વિસ્તરેલું હતું. શ્રીકૃષ્ણએ તે અવિચળ દ્વારકાપુરીનાં દર્શન કર્યા."

(હરિવંશ પુરાણ, વિષ્ણુપર્વ, અધ્યાય-૯૮, શ્લોક-૨૮)

अष्टमार्गमहारथ्यां महाषोडशचत्वराम्।
एवं मार्गपरिक्षिप्तां साक्षादुशनसा कृतम्।।

"એ નગરીમાં પ્રવેશ માટે આઠ મોટા-મોટા માર્ગ હતાં અને સોળ મોટા-મોટા ચોક બનેલાં હતાં. આ રીતે જુદા-જુદા માર્ગોથી પરિષ્કૃત દ્વારકાપુરી સાક્ષાત શુક્રાચાર્યની નીતિ અનુસાર બનાવવામાં આવી હતી."

(હરિવંશ પુરાણ, વિષ્ણુપર્વ, અધ્યાય-૯૮, શ્લોક-૨૧)

स्त्रियोऽपि यस्यां युद्धेरन् किमु वृष्णिमहारथाः।
व्यूहानामुत्तमा मार्गः सप्त चैव महापथाः।।

"એ પુરીમાં રહીને સ્ત્રીઓ પણ યુદ્ધ કરી શકતી હતી, તો પછી વૃષ્ણિવંશી મહારથીઓની તો વાત જ શું કરવી? તેમાં વ્યૂહોના ઉત્તમ માર્ગ છે અને સાત મોટાં-મોટાં રસ્તા છે."

(હરિવંશ પુરાણ, વિષ્ણુપર્વ, અધ્યાય-૯૮, શ્લોક-30)

दावाग्निज्वलितप्रख्यैर्निर्मितैर्विश्वकर्मणा।
आलिखद्भिरिवाकाशमतिचन्द्रार्कभास्वरैः।।

"વિશ્વકર્માનાં બનાવેલા એ તેજસ્વી ભવન દાવાનળની જ્વાળાની જેમ ચમકતા રહેતા હતાં. તેમને જોઈને એવું લાગતું હતું જાણે તે આકાશમાં સોનેરી રેખા તાણી રહ્યા હોય. તેમનો પ્રકાશ ચંદ્ર અને સૂર્ય કરતાં પણ વધારે હતો."

(હરિવંશ પુરાણ, વિષ્ણુપર્વ, અધ્યાય-૯૮, શ્લોક-3૭)

સોનેરી રંગનું રુક્મિણી ભવનઃ

प्रसादं चैव हेमाभं सर्वभूतमनोहरम्।।
मेरोरिव गिरेः शृंगमुच्छ्रितं कांचनं महत्।
रुक्मिण्याः प्रवरं वासं विहितं विश्वकर्मणा।।

"એ સુવર્ણ મહેલ બધાં પ્રાણીઓ માટે મનોહર હતો. તેનાં ઊંચા શિખર સોનાથી મઢેલા હતાં. જે કારણે તે મેરુ પર્વતનાં શિખર જેવા શોભાયમાન હતાં. વિશ્વકર્માએ એ શ્રેષ્ઠ મહેલ

રુક્મિણીને રહેવા માટે બનાવ્યો હતો.''

(હરિવંશ પુરાણ, વિષ્ણુપર્વ, અધ્યાય-૯૮, શ્લોક-૪૨-૪૩)

સફેદ રંગનું સત્યભામા-ભવનઃ

सत्यभामा पुनर्वेश्म यदावसत पाण्डुरम्।
विचित्रमणिसोपानं तद् विदुर्भोगवानिति॥

''સત્યભામા જે ભવનમાં રહેતી હતી તે સફેદ રંગનું હતું. તેમાં વિચિત્ર પ્રકારની મણિઓની સીડીઓ બનેલી હતી.''

(હરિવંશ પુરાણ, વિષ્ણુપર્વ, અધ્યાય-૯૮, શ્લોક-૪૩)

મોટી-મોટી ધ્વજાઓવાળું જાંબવતી-ભવનઃ

स च प्रासादमुख्योऽथ जाम्बवत्या विभूषितः
प्रभयाभ्यभवत् सर्वांस्तानन्यो भास्करो यथा॥

''જેમાં ચારે બાજુ મોટી-મોટી ધ્વજાઓ ફરકી રહી હતી, એ મુખ્ય ભવનને જાંબવતી દેવી શોભાવતી હતી. તે સૂર્ય સમાન બીજા બધાં મહેલોને પોતાની પ્રભાથી હરાવી રહ્યો હતો.''

(હરિવંશ પુરાણ, વિષ્ણુપર્વ, અધ્યાય-૯૮, શ્લોક-૪૬)

સોનેરી રંગનો સત્યા-મહેલઃ

जाम्बूनद इवादीप्तः प्रदीप्तज्वलनो यथा।
सागरप्रतिमोऽतिष्ठन्मेरुरित्यभिविश्रुतः॥
तस्मिन् गान्धारराजस्य दुहिता कुलशालिनी।
गान्धारी भरतश्रेष्ठ केशवेन निवेशिता॥

''જે જાંબુનદ સુવર્ણ તથા ભભકતી અગ્નિ જેવો પ્રકાશિત હતો, વિશાળતામાં જે સમુદ્ર જેવો હતો તથા જે મેરુનાં નામે વિખ્યાત થઈને ઊભો હતો, એ ભવનમાં કૃષ્ણએ ગાંધાર રાજની કન્યા સત્યાને રાખી હતી.''

(હરિવંશ પુરાણ, વિષ્ણુપર્વ, અધ્યાય-૯૮, શ્લોક-૪૮-૪૯)

કમળનાં રંગવાળો ભદ્રા-મહેલઃ

पद्मकूल इति ख्यातं पद्मवर्ण महाप्रभम्।
सुभीमाया महाकूटं वेश्मातिरुचिरप्रभम्॥

''પદ્મકૂલ નામથી વિખ્યાત કમળ સમાન રંગવાળું, અત્યંત પ્રકાશમાન, શિખર જેવુ ઊંચું અને રુચિર પ્રભાથી પ્રકાશિત જે ભવન હતું, તે સુભીમાદેવી (ભદ્રા)નું નિવાસસ્થાન બન્યું હતું.''

(હરિવંશ પુરાણ, વિષ્ણુપર્વ, અધ્યાય-૯૮, શ્લોક-૫૦)

લક્ષ્મણા અને મિત્રવિંદાનો મહેલઃ

सूर्यप्रभस्तु प्रासादः सर्वकामगुणैर्युतः।
लक्ष्मणाया नृपश्रेष्ठ निर्दिष्टः शार्ङ्गधन्वना।।
वैदूर्यमणिवर्णाभः प्रासादो हरितप्रभः।
यं विदुः सर्वभूतानि परमित्येव भारत।।
वासं तं मित्रविन्दाया देवर्षिगणपूजितम्।
महिष्या वासुदेवस्य भूषणं तेषु वेश्मसु।।

વૈશમ્પાયનજીએ કહ્યુંઃ ''હે રાજન! જે મહેલ ઇચ્છિત ગુણોથી યુક્ત અને સૂર્યની જેમ પ્રકાશમાન હતો તેને શ્રીકૃષ્ણએ લક્ષ્મણાનું નિવાસસ્થાન નિશ્ચિત કર્યું હતું. અને જે લીલા રંગથી પ્રકાશિત તથા વૈદૂર્યમણિની આભાથી યુક્ત હતો તથા જેને બધાં લોકો ખૂબ જ ઉત્તમ માનતાં હતાં, એ મહેલ મિત્રવિંદાનું નિવાસસ્થાન હતો.''

(હરિવંશ પુરાણ, વિષ્ણુપર્વ, અધ્યાય-૯૮, શ્લોક-૫૧-૫૩)

હરિવંશ પુરાણનાં આ અધ્યાયમાં એક અભાવ સાલે છે અને તે એ કે કૃષ્ણની એક બીજી પત્ની કાલિંદીને કયા ભવનમાં રાખવામાં આવી હતી, તેનું વર્ણન નથી કરવામાં આવ્યું. છતાં પણ ઉપરના વર્ણનનાં આધારે એટલું તો સુનિશ્ચિત થઈ જાય છે કે દ્વારકાનગરની સ્થાપત્યકળા એ પ્રાચીન કાળમાં પણ સ્વયં નમૂના સ્વરૂપ હતી અને સાથે જ એ વખતે આર્યાવર્તમાં અદ્વિતીય પણ હતી.

૧૯૫. હસ્તિનાપુરનાં દરબારમાં એ વિનાશકારી જુગાર કેટલી વાર રમવામાં આવ્યો હતો?

મહાભારત અનુસાર એ વિનાશકારી જુગાર કૌરવોની સભામાં બે વાર રમવામાં આવ્યો હતો. યુધિષ્ઠિર જ્યારે પહેલી વાર જુગારમાં શકુનિના હાથે બધું જ, ત્યાં સુધી કે ખુદ, ચારે ભાઈ, રાજ્ય તથા દ્રૌપદીને પણ હારી ગયા હતાં, ત્યારે દુર્યોધન તથા કર્ણના પ્રભાવમાં ભરી સભામાં દ્રૌપદીને ખરાબ રીતે અપમાનિત કરવામાં આવી હતી. એ વખતે દ્રૌપદી પોતાનાં પ્રશ્નોનાં જવાબ માંગતી રહી ગઈ હતી, પણ એ સભામાં ઉપસ્થિત કોઈપણ વ્યક્તિએ તેનાં એક પણ પ્રશ્નનો કાં તો જવાબ જ નહોતો આપ્યો અથવા ન્યાયપૂર્ણ જવાબ નહોતો આપ્યો. પછી દુર્યોધનનાં જ એક ભાઈ વિકર્ણ તથા વિદુરજી દ્વારા ખૂબ જ વાંધો ઉઠાવવાનાં કારણે ધૃતરાષ્ટ્રે દ્રૌપદીને સાંત્વના આપી અને વરદાન માંગવા કહ્યુંઃ

वरं वृणीष्व पाञ्चालि मत्तो यदभिवाञ्छसि।
वधूनां हि विशिष्टा मे त्वं धर्मपरमा सती।।

ધૃતરાષ્ટ્રે કહ્યુંઃ ''વહુ દ્રૌપદી! તું મારી વહુઓમાં સૌથી શ્રેષ્ઠ અને ધર્મપરાયણ સતી છે. તારી

જે ઈચ્છા હોય, એ મુજબ તું વરદાન માંગી લે.''

(મહાભારત, સભાપર્વ, ગીતાપ્રેસમાં અધ્યાય-૭૧, દાક્ષિણાત્યમાં-૯૩, શ્લોક-૨૭)

ददासि चेद्वरं मह्यंवृणोमि भरतर्षभ।
सर्वधर्मानुगः श्रीमानदासोऽस्तु युधिष्ठिरः॥
मनस्विनमजानन्तो मैवं ब्रूयुः कुमारकाः।
एतं वै दासपुत्रेति प्रतिविन्ध्यं ममात्मजम्॥

દ્રૌપદી બોલીઃ ''હે રાજન! જો તમે મને વરદાન આપતાં હોવ તો હું એજ માંગુ છું કે ધર્મનું આચરણ કરનારા યુધિષ્ઠિર દાસ્યભાવથી મુક્ત થઈ જાય જેથી કરીને મારાં પુત્ર પ્રતિવિંધને કોઈ અન્ય લોકો રાજકુમાર, દાસનો પુત્ર ન કહી શકે.''

(મહાભારત, સભાપર્વ, ગીતાપ્રેસમાં અધ્યાય-૭૧, દાક્ષિણાત્યમાં-૯૩, શ્લોક-૨૮-૨૯)

एवं भवतु कल्याणि यथा त्वमभिभाषसे।
द्वितीयं ते वरं भद्रे ददानि वरयस्व ह।
मनो हि मे वितरति नैकं त्वं वरमर्हसि॥

ધૃતરાષ્ટ્રે કહ્યુંઃ ''કલ્યાણી! તું જેવું ઈચ્છે છે, એવું જ થાય. ભદ્રે! હવે તું મારી પાસે બીજું પણ વરદાન માંગી લે. મારૂ મન મને વરદાન આપવા માટે પ્રેરિત કરી રહ્યુ છે કેમ કે તું માત્ર એક જ વરદાન મેળવવાને યોગ્ય નથી.''

(મહાભારત, સભાપર્વ, ગીતાપ્રેસમાં અધ્યાય-૭૧, દાક્ષિણાત્યમાં-૯૩, શ્લોક-૩૦)

સ્પષ્ટીકરણઃ અહીં ''તું એક જ વરદાન મેળવવાને યોગ્ય નથી''નો ભાવ એ છે કે તારું જેટલું અપમાન કરવામાં આવ્યું છે, તેની ક્ષતિપૂર્તિ માત્ર એક જ વરદાન આપવાથી ન થઈ શકે.

सरथौ सधनुष्कौ च भीमसेनधनञ्जयौ।
यमौ च वरये राजन्नदासान् स्ववशानहम्॥

ત્યારે દ્રૌપદી બોલીઃ ''રાજન! હું બીજું વરદાન એ માંગુ છું કે ભીમસેન, અર્જુન, નકુલ અને સહદેવ પોતાનાં રથ અને ધનુષ્ય-બાણ સમેત દાસ્યભાવથી રહિત અને સ્વતંત્ર થઈ જાય.''

(મહાભારત, સભાપર્વ, ગીતાપ્રેસમાં અધ્યાય-૭૧,
દાક્ષિણાત્યમાં-૯૩, શ્લોક-૩૧)

तथाऽस्तु ते महाभागे यथा त्वं नन्दिनीच्छसि।
तृतीयं वरयास्मत्तो नासि द्वाभ्यां सुसंस्कृता।
त्वं हि सर्वस्नुषाणां मे श्रेयसी धर्मचारिणी॥

ધૃતરાષ્ટ્રે કહ્યુંઃ ''મહાભાગે! તું પોતાનાં કુળને આનંદ આપવાવાળી છે. તું જેવું ઈચ્છે છે, એવું જ થાય. હવે તું ત્રીજું વરદાન પણ માંગ. તું મારી બધી વહુઓમાં શ્રેષ્ઠ અને ધર્મનું

પાલન કરનારી છે. હું સમજું છું કે માત્ર બે વરદાનથી તારો પૂરો સત્કાર નથી થયો.''

(મહાભારત, સભાપર્વ, ગીતાપ્રેસમાં અધ્યાય-૭૧, દાક્ષિણાત્યમાં-૯૩, શ્લોક-૩૨)

लोभो धर्मस्य नाशाय भगवन्नाहमुत्सहे।
अनर्हा वरमादातुं तृतीयं राजसत्तम॥

દ્રૌપદી બોલીઃ ''હે ભગવન! લોભ ધર્મનો નાશક હોય છે, તેથી હવે મારા મનમાં વરદાન માંગવાનો ઉત્સાહ નથી. રાજશિરોમણે! ત્રીજું વરદાન માંગવાનો મને અધિકાર પણ નથી.''

(મહાભારત, સભાપર્વ, ગીતાપ્રેસમાં અધ્યાય-૭૧, દાક્ષિણાત્યમાં-૯૩, શ્લોક-૩૪)

સ્પષ્ટીકરણઃ એ જમાનામાં શ્રેષ્ઠ અને વરિષ્ઠ વ્યક્તિઓને ભગવાન કે ભગવન કહીને સંબોધવામાં આવતા હતા, એટલે જ ઉપરના શ્લોકમાં દ્રૌપદી હસ્તિનાપુરના રાજા અને પોતાનાં કાકા સસરા ધૃતરાષ્ટ્ર માટે 'ભગવન' સંબોધનનો પ્રયોગ કરે છે.

पापीयांस इमे भूत्वा सन्तीर्णाः पतयो मम।
वेत्स्यन्ति चैव भद्राणि राजन्पुण्येन कर्मणा॥

ઉપરોક્ત શ્લોકમાં દ્રૌપદી એ ભરી સભામાં થયેલાં અભૂતપૂર્વ અપમાન છતાં પોતાની ઉત્તમ ધૈર્યશીલતા તથા લોભ કે મોકાનો અયોગ્ય ફાયદો ઉઠાવવાની જગ્યાએ પોતાની અડિગતાનું પ્રદર્શન કરતાં કહે છે - ''હે રાજન! આ મારા પતિ દાસ બનીને ભારે વિપત્તિમાં ફસાઈ ગયા હતા. પણ હવે તેનાથી પાર ઉતરી ગયા છે. હવે તો પોતાનાં પુરુષાર્થ દ્વારા આ લોકો જાતે જ કલ્યાણ પ્રાપ્ત કરી લેશે.''

(મહાભારત, સભાપર્વ, ગીતાપ્રેસમાં અધ્યાય-૭૧, દાક્ષિણાત્યમાં-૯૩, શ્લોક-૩૬)

ત્યારબાદ ધૃતરાષ્ટ્ર યુધિષ્ઠિરને બધું ધન અને રાજપાટ પાછું આપતા કહે છેઃ

अजातशत्रो भद्रं ते अरिष्टं स्वस्ति गच्छत।
अनुज्ञाताः सहधनाः स्वराज्यमनुशासत॥
इदं चैवावबोद्धव्यं वृद्धस्य मम शासनम्।
मया निगदितं सर्वं पथ्यं निःश्रेयसं परम्॥
वेत्थ त्वं तात धर्माणां गतिं सूक्ष्मां युधिष्ठिर।
विनीतोऽसि महाप्राज्ञ वृद्धानां पर्युपासिता॥
यतो बुद्धिस्ततः शान्तिः प्रशमं गच्छ भारत।
नादारुणि पतेच्छस्त्रं दारुण्येतन्निपात्यते॥

ધૃતરાષ્ટ્ર યુધિષ્ઠિરને કહે છેઃ ''અજાતશત્રો! તારું કલ્યાણ થાય. તું મારી આજ્ઞાથી હારેલા ધન સાથે કોઈપણ જાતના અવરોધ કે વિઘ્ન વિના કુશળતાપૂર્વક પોતાની રાજધાનીમાં પાછા ફરીને પોતાનાં રાજ્યનું શાસન કરો. મુજ વૃધ્ધની આજ આજ્ઞા છે. બીજી એક વાત છે, તેના પર પણ

ધ્યાન આપજે. મારી કહેલી બધી વાતો તારા હિત માટે જ હશે. તાત યુધિષ્ઠિર! તું ધર્મની સૂક્ષ્મ ગતિને જાણે છે. તારામાં વિનય છે અને તે મોટાં-વડીલોની ઉપાસના કરી છે. જ્યાં વિવેક છે, ત્યાંજ શાંતિ છે. ભારત! તું શાંત થઈ જા એટલે કે અત્યારે જે કંઈ થયું છે, તેને ભૂલી જા. પથ્થર કે લોખંડ પર ક્યારેય કુહાડીનો ઘા નથી વાગતો, લોકો તેને લાકડા પર જ ચલાવે છે.''

(મહાભારત, સભાપર્વ, ગીતાપ્રેસમાં અધ્યાય-૭૩, દાક્ષિણાત્યમાં-૯૫, શ્લોક-૨-૫)

પેલી બાજુ ધૃતરાષ્ટ્ર જ્યારે યુધિષ્ઠિરને બધું ધન અને રાજપાટ પાછું આપીને વિદાય કરી રહ્યા હતા તો આ વાત દુઃશાસન માટે આશ્ચર્ય પમાડનારી હતી. તેના તો પગ તળેથી જમીન જ સરકી ગઈ હોય એવું લાગતું હતું. તેથી તે દોડતો-દોડતો ત્યાં ગયો જ્યાં દુર્યોધન પોતાનાં મંત્રીઓ સાથે બેઠો હતો. ત્યાં જતાં જ દુઃશાસને પોતાનાં ભાઈને કહ્યુંઃ

दुःखेनैतत्समानीतं स्थविरो नाशयत्यसौ।
शत्रुसाद्गमयद्रव्यं तद्बुध्यध्वं महारथाः॥

દુશાસને કહ્યુંઃ ''મહારથીઓ! તમને લોકોને એ ખબર હોવી જોઈએ કે આપણે કેટલાં મોટાં મોટાં કષ્ટ ઉઠાવ્યા પછી જે ધનરાશિ મેળવી હતી, તેને આપણો વૃદ્ધ બાપ નષ્ટ કરી રહ્યો છે. તેણે બધું ધન એજ શત્રુઓને પાછું આપી દીધું છે.''

(મહાભારત, સભાપર્વ, ગીતાપ્રેસમાં અધ્યાય-૭૪, દાક્ષિણાત્યમાં-૯૬, શ્લોક-૪)

ત્યાર પછી દુર્યોધનની ટોળકીએ વાતની ગંભીરતાને સમજીને ધૃતરાષ્ટ્રને તો કંઈ ન કહ્યું, પણ એ લોકો કોઈ એવી ચાલ શોધવામાં લાગી ગયા જેનાં નિષ્ફળ થવાનાં અણસાર મુશ્કેલ હોય. તેથી એ લોકોએ એક યોજના બનાવી અને પછી એજ યોજના હેઠળ દુર્યોધનની ટોળકીએ સામૂહિક રીતે તથા એક-એક કરીને ધૃતરાષ્ટ્રને આ વાતની બીક બતાવવાનું શરૂ કરી દીધું કે દુર્યોધન તથા હસ્તિનાપુરની સુખ-શાંતિ માટે અર્જુન સૌથી મોટો ખતરો છે અને તેની સાથે સામ-સામે યુદ્ધમાં જીતવાનું અશક્ય છે. બધાં પાંડવોનું બળ એક અર્જુન છે, તેથી તેને નષ્ટ કર્યા વિના પાંડવોને કાબૂમાં રાખવાનું અશક્ય છે. પણ અર્જુન તો અજેય છે. આ સાંભળીને ધૃતરાષ્ટ્રે દુર્યોધનને કહ્યું કે તે અર્જુન તથા બીજા પાંડવો સાથે હળીમળીને રહે, પણ દુર્યોધને પોતાનો ભય જણાવતા કહ્યુંઃ

गृहे गृहे च पश्यामि तात पार्थमहं सदा।
शरगाण्डीवसंयुक्तं पाशहस्तमिवान्तकम्॥
अपि पार्थसहस्राणि भीतः पश्यामि भारत।
पार्थभूतमिदं सर्वं नगरं प्रतिभाति मे॥
पार्थमेव हि पश्यामि रहिते तात भारत।
दृष्ट्वा स्वप्नगतं पार्थमुद्भ्रमामि विचेतनः॥

अकारादीनि नामानि अर्जुनग्रस्तचेतसः।
अश्वाक्षराम्बुजाश्चैव त्रासं सञ्जनयन्ति मे।।

દુર્યોધને કહ્યુંઃ ''પિતાજી! મને ઘરમાં પણ ધનુષ્ય પર બાણ ચડાવેલો અર્જુન દેખાય છે. હું એટલો ડરી ગયો છું કે મને ચારે બાજુ હજારો અર્જુન દેખાય છે. આ આખું નગર મને અર્જુનરૂપ જ લાગે છે. પિતાજી! હું એકાંતમાં પણ અર્જુનને જ જોઉં છું અને સપનામાં પણ હું અર્જુનને જ જોઉં છું તથા અચેત અને ઉદ્‌ભ્રાંત થઈ ઉઠું છું. મારૂ હૃદય અર્જુનથી એટલું ભયભીત થઈ ગયું છે કે 'અ' થી શરૂ થનારા શબ્દ જેમ કે અશ્વ, અક્ષર અને અંબુજ વગેરે પણ મને અર્જુનની જેમ જ કષ્ટ આપે છે.''

(દાક્ષિણાત્ય મહાભારત, સભાપર્વ, અધ્યાય-૯૭, શ્લોક-૬૪-૬૬)

દુર્યોધને એમ પણ કહ્યું કે એ લોકો બહુ જ રોષે ભરાઈને ગયા છે કેમ કે અમે તેમનું બહુ જ અપમાન કર્યું છે. અહીં દ્રૌપદીનું જેવું અપમાન થયું છે, તે એ લોકો ભૂલી જશે, એમ વિચારવું એજ મૂર્ખામી છે. તેઓ ચોક્કસ સેના ભેગી કરશે અને હસ્તિનાપુર ઉપર હુમલો કરીને આપણાં બધાં સાથે વેર વાળશે. તેથી જો તમે હસ્તિનાપુર સમેત અમને બધાં પુત્રોને સુરક્ષિત જોવા ઈચ્છતા હોવ, તો તેમને સંપૂર્ણ રીતે બેબસ અને લાચાર કરવા એજ એકમાત્ર રસ્તો બચે છે. તેથી જુગારનો ખેલ ફરી એકવાર આયોજિત કરાવવામાં આવે, પણ તેમાં રાજ્ય કે ધનનો દાવ ન લાગે, પરંતુ હારનાર ખેલાડી પોતાનાં પરિવાર સાથે એક વર્ષના અજ્ઞાતવાસ સમેત બાર વર્ષનો વનવાસ ભોગવે. જો હું હારીશ તો હું મારાં પરિવાર સમેત વનમાં જઈશ પણ બાકીના સો ભાઈ અહીં જ રહેશે. પણ જો યુધિષ્ઠિર હારે તો દ્રૌપદી સાથે સંકળાયેલા હોવાના કારણે બધાં પાંડવોએ વનમાં જવું પડશે. પછી તેર વર્ષ પછી તેઓ એટલા દુર્બળ થઈ ગયા હશે કે પહેલા તો તેઓ રાજ્ય માંગવા આવશે જ નહીં અને જો આવશે તો આપણે તેમને સહેલાઈથી હરાવી દઈશું.

(મહાભારત, સભાપર્વ, ગીતાપ્રેસમાં અધ્યાય-૭૪, શ્લોક-૧-૨૩)

દુર્યોધન તથા તેની ટોળકીએ ધૃતરાષ્ટ્રને એવી બીક બતાવી કે તેઓ અંદર સુધી હચમચી ગયા. પછી એજ ભયભીત અવસ્થામાં ધૃતરાષ્ટ્ર બોલ્યાઃ

तूर्णं प्रत्यानयस्वैतान् कामं व्यध्वगतानपि।
आगच्छन्तु पुनर्द्यूतमिदं कुर्वन्तु पाण्डवः।।

''બેટા! પાંડવ લોકો દૂર જતાં રહ્યા હોય તો પણ જો તારી ઈચ્છા હોય, તો તેમને તરત જ બોલાવી લે. બધાં પાંડવ અહીં આવે અને આ નવા દાવ ઉપર ફરી જુગાર રમે.''

(મહાભારત, સભાપર્વ, ગીતાપ્રેસમાં અધ્યાય-૭૪, શ્લોક-૨૪;
દાક્ષિણાત્યમાં અધ્યાય-૯૭, શ્લોક-૮૭)

ધૃતરાષ્ટ્રના આ નવા આદેશનો હસ્તિનાપુરના બધાં ગણમાન્ય લોકોએ વિરોધ કર્યો. એ વિરોધ કરનારાઓમાં દુર્યોધનની મા ગાંધારી, દુર્યોધનનો સગો ભાઈ વિકર્ણ, સાવકો ભાઈ યુયુત્સુ, પિતામહ ભીષ્મ, દ્રોણ, વિદુર, સોમદત્ત, બાહ્‌લિક, કૃપાચાર્ય વગેરે બધાં હતા, પણ ધૃતરાષ્ટ્રએ કોઈની વાત ન માની. પેલી બાજુ પાંડવગણ ઈન્દ્રપ્રસ્થની દિશા તરફ ઘણા દૂર નીકળી ગયા હતા, પણ એક દરબારી ઝડપી ગતિથી જઈને માર્ગમાં જ તેઓને મળ્યો અને ધૃતરાષ્ટ્રની આજ્ઞાનો હવાલો આપીને તેઓને ફરી પાછા બોલાવી લાવ્યો. પછી જ્યારે બધાં લોકો ચોપાટ રમવા બેસી ગયા ત્યારે શકુનિએ કહ્યું:

_अमुञ्चत्स्थविरो... X ...पुनर्द्यूतमेहि दीव्यस्व भारत॥_

"હે રાજા યુધિષ્ઠિર! અમારાં વૃદ્ધ મહારાજે તમને બધું ધન પાછું આપી દીધું છે, જે તેમણે સારું જ કર્યું છે. હવે એક જ દાવ રાખવામાં આવશે અને તે એ છે કે જો તમે અમને હરાવી દીધા તો અમે બધાં મૃગચર્મ ધારણ કરીને વનમાં જતાં રહીશું. ત્યાં બાર વર્ષનો વનવાસ ભોગવ્યા બાદ એક વર્ષનો અજ્ઞાતવાસ પણ અમે ભોગવીશું. આ અજ્ઞાતવાસ દરમિયાન જો અમે તમારી નજરે પડી જઈએ તો આજ શરત ફરીથી પુનરાવર્તિત થશે અને અમારે ફરીથી બાર વર્ષના વનવાસથી શરૂ કરવું પડશે. આનાથી વિપરીત જો તમે હારી જાવ તો આજ શરત અક્ષરશઃ તમારા પર પણ લાગુ થશે. તમારે પણ દ્રૌપદી તથા બીજા ચારેય પાંડવો સાથે વનવાસ તથા અજ્ઞાતવાસ ભોગવવો પડશે. ભરતવંશી યુધિષ્ઠિર! આજ નિશ્ચય સાથે તમે આવો અને ફરીથી પાસા ફેંકીને અમારી સાથે ચોપાટ (જુગાર) રમો."

(મહાભારત, સભાપર્વ, ગીતાપ્રેસમાં અધ્યાય-૭૬,
દાક્ષિણાત્યમાં-૯૮, શ્લોક-૯-૧૫)

પછી એ સભામાં ઉપસ્થિત બધાં જ લોકોના ના પાડવા છતાં પણ યુધિષ્ઠિર પોતાના ભૈજી ધૃતરાષ્ટ્રની આજ્ઞાનું પાલન કરવા જુગાર રમવા માટે તૈયાર થઈ ગયા. અને બીજી વારનાં જુગારમાં યુધિષ્ઠિર ફરીથી હારી ગયા. અહીં ઉપરોક્ત વિવરણમાં પસંદ કરેલા શ્લોકોને જ જરૂરિયાત પ્રમાણે સામેલ કરવામાં આવ્યા છે, તેથી જો પાઠકગણ એ વખતની આખી પરિસ્થિતિ સાથે અવગત થવા માંગતા હોય તો બતાવવામાં આવેલા અધ્યાયોને વાંચી શકે છે.

૧૯૬. કૃષ્ણનાં માતા-પિતા કોણ હતા?

બધાં જાણે છે તેમ, દેવકીનાં ગર્ભથી વસુદેવજીનાં પુત્ર કૃષ્ણનો જન્મ થયો હતો. દેવકી મથુરાનાં રાજા ઉગ્રસેનનાં ભાઈ દેવકની સૌથી નાની દીકરી હતી જેના લગ્ન સમયે કંઈક એવો અણબનાવ બન્યો હતો કે તેમના કાકાનો દીકરો (પિતરાઈ ભાઈ) કંસ જ તેમના જીવનો દુશ્મન બની ગયો હતો. પછી તો કેદમાં જ તેમના બધાં વૈવાહિક સપના દફન થઈ ગયાં.

ત્યાં સુધી કે તેમને પોતાનાં સાત-સાત બાળકોની કુરબાની પણ આપવી પડી હતી. પછી ''જેને રામ રાખે તેને કોણ ચાખે''ની જેમ કૃષ્ણને બચાવવા માટે ઘણી બાજુથી એક સાથે પ્રયત્ન કરવામાં આવ્યા અને તેમને સફળતાપૂર્વક બચાવી પણ લેવામાં આવ્યા. આ વિષે વિસ્તારપૂર્વક વાંચવા માટે તમે મારું પુસ્તક ''હું કૃષ્ણ છું'' વાંચી શકો છો જે છ ખંડોમાં પ્રકાશિત થઈ ચૂક્યું છે. આ પુસ્તકને વાંચવાનો એક સીધો ફાયદો એ થશે કે તમારે જુદા-જુદા પુરાણો વાંચવા ભટકવું નહીં પડે.

બધાં પુરાણ અલગ-અલગ સમયમાં અલગ-અલગ લોકો દ્વારા લખવામાં આવ્યા છે અને એ બધાં લેખકોએ પોત-પોતાનાં મત અને દર્શનનો પ્રચાર કરવા માટે તથ્યો સાથે મોટા પ્રમાણમાં છેડછાડ કરી છે જેનાં કારણે અવારનવાર પાઠકગણ કાં તો ભટકી જાય છે અથવા કોઈ એકમાં ગૂંચવાઈ જાય છે. આનું કારણ એ છે કે બધાંની વિવેકપૂર્ણ સૂક્ષ્મ આંખ જાગૃત નથી હોતી કે તેઓ હકીકતનો નિર્ણય કરી શકે. પણ ઉપરોક્ત પુસ્તક તુલનાત્મક અને ઊંડા શોધપરક અધ્યયન બાદ લખવામાં આવ્યું છે. જો કે કૃષ્ણનાં જન્મ તથા તેમના માતા-પિતા વિષે આ વર્તમાન પુસ્તકમાં પણ બીજા પ્રશ્નોનાં જવાબમાં ઘણું બધું કહેવાઈ ચૂક્યું છે, તેથી આ પુસ્તકને શરૂઆતથી અંત સુધી વાંચી લેવાથી પણ પ્રશ્નની તૃપ્તિ થવાનું સુનિશ્ચિત છે. અહીં જો હું સારાંશમાં તમારા પ્રશ્નનો જવાબ આપું તો કૃષ્ણને જન્મ આપવાવાળાં માતા-પિતા હતાં - દેવકી અને વસુદેવજી, તથા તેમને ઉછેરવાવાળાં માતા-પિતા હતાં - યશોદા અને નંદબાબા.

૧૯૭. કૃષ્ણના મિત્ર કોણ-કોણ હતા?

કૃષ્ણનું જીવન શત્રુરૂપી કાંટાઓથી જ ભરેલું ન હતું, પરંતુ તેમનાં જીવનની ડાળીઓ પર મિત્રતાનાં ફૂલ પણ ખીલ્યા હતા અને એ ફૂલ એવા હતાં જેનું ઉદાહરણ આજે પણ આપવામાં આવે છે અને આગળ પણ આપવામાં આવશે. જો કે આ તેમનાં વ્યક્તિત્વની એક ખાસિયત જ હતી કે તેમની સાથે જેણે દુશ્મની કરી તેણે સંપૂર્ણ રીતે દુશ્મની જ કરી અને જેણે મિત્રતા કરી, જેમને તેમનાં અંતર-મન સહેજ પણ ઝાંખી મળી તે હૃદયપૂર્વક છેલ્લા શ્વાસ સુધી તેમનાં માટે ન્યોછાવર થઈ ગયા.

કૃષ્ણની બાળ-ક્રીડાઓનું વર્ણન મહાભારતમાં તો નહિવત્ છે ખાસ કરીને ઉત્તર ભારતમાં પ્રચલિત નીલકંઠી ભાષ્યમાં તો બિલકુલ નથી, પણ પુરાણોમાં તેમની બાળ-ક્રીડાનું ભરપૂર વર્ણન જોવા મળે છે. પણ તકલીફ એ છે કે ઘણીવાર તો તેમાં કૃષ્ણના સાથી સંગીઓને ગોવાળ-બાળ કહીને સંબોધવામાં આવ્યા છે, અને કેટલાંક નામ આપ્યા પણ છે તો એ એકબીજાથી અલગ છે એટલે કે અલગ-અલગ ગ્રંથોમાં અલગ-અલગ નામ આપવામાં

આવ્યા છે. બીજી વાત એ છે કે ગોકુળ-વૃંદાવનનાં એક પણ સાથી તેમનાં પાછળના જીવનમાં જોવા નથી મળતા. એટલે તેમનાં મિત્રોની યાદી મથુરાથી જ શરૂ થાય છે, એવું કહેવું પડે છે. હા, જો કોઈ તેમનાં મોટા ભાઈ બલરામને પણ તેમના મિત્ર માને તો કહી શકાય કે તેમનો મિત્ર બલરામ ગોકુળ-વૃંદાવનથી જ મૃત્યુપર્યંત તેમની સાથે રહ્યો હતો. અહીં કૃષ્ણના કેટલાક મુખ્ય મિત્રોના નામની યાદી આપવામાં આવી રહી છે જેઓ મથુરા તથા પછીના જીવનમાં તેમની સાથે જોડાયેલા રહ્યા અને હંમેશા તેમના બનીને રહ્યાઃ

1) ઉદ્ધવઃ તેઓ કૃષ્ણના જ પિતરાઈ ભાઈ હતા અને પોતાના માતા-પિતા સાથે મથુરામાં રહેતા હતા. તેમને કૃષ્ણની જેમ જંગલોમાં ભટકવું નહોતું પડ્યું, પરંતુ તેઓ મથુરાની શહેરી સભ્યતામાં ઉછર્યા હતા અને તેમણે વિધિસર શિક્ષણ પણ મેળવ્યું હતું. એટલું જ નહીં, તેઓ કંસના દરબારમાં એક સન્માનનીય સભાસદ પણ હતા અને તેઓ રાજા કંસના વિશ્વાસપાત્ર પણ ગણાતા હતા. તેનું પ્રમાણ એ કે વૃંદાવનથી કૃષ્ણ-બલરામને બોલાવી લાવવા માટે અક્રૂર અને વસુદેવજીની સાથે-સાથે ઉદ્ધવનું નામ પણ લેવાયું હતું. આ પ્રસંગનું વર્ણન આ પુસ્તકમાં પણ જે તે જગ્યાએ થયું છે, જેને અહીં પુનરાવર્તિત કરવાની જરૂર નથી. કૃષ્ણની ઉદ્ધવ સાથે પહેલી મુલાકાત મથુરામાં જ થાય છે. ઉદ્ધવ જ્યારે કૃષ્ણના કહેવાથી વૃંદાવન ગયા ત્યારે તેમને ત્યાં કોઈ ઓળખતું પણ ન હતું.

2) સાત્યકિઃ તેમનું વાસ્તવિક નામ યુયુધાન હતું પણ સત્યકના પુત્ર હોવાના કારણે ખાસ કરીને સંસ્કૃત ગ્રંથોમાં મોટે ભાગે તેમને સાત્યકિ જ કહેવામાં આવ્યા છે. અને એટલે તેઓ સાત્યકિના નામથી જ પ્રખ્યાત થયા હતા. તેઓ પણ કૃષ્ણના જ વૃષ્ણિવંશ સાથે સંબંધ ધરાવતા હતા અને ખૂબ જ વીર યોદ્ધા હતા. ઉદ્ધવની જેમ તેમણે પણ કૃષ્ણ સાથે નિઃસ્વાર્થ મિત્રતા નિભાવી હતી. અઘરા અભિયાનો પર યોદ્ધાઓને મોકલવાના હોય, તો કૃષ્ણ સૌથી પહેલાં સાત્યકિ પર જ ભરોસો કરતાં હતાં. કૃષ્ણની ગેરહાજરીમાં જ્યારે પણ કોઈએ દ્વારકા પર હુમલો કર્યો, ત્યારે એ સમયે સૈનિકોની પ્રથમ હરોળમાં સાત્યકિ પણ રહેતો હતો. એટલું જ નહીં, મહાભારતનાં યુદ્ધમાં જ્યારે દ્વારકાની શક્તિનું વિભાજન થયું હતું ત્યારે એક બાજુ એકલા કૃષ્ણએ રહેવાનું હતું અને બીજી બાજુ દ્વારકાની યાદવ-સેનાને રહેવાનું હતું. એ વખતે દુર્યોધનના ભાગમાં દ્વારકાની સેના ગઈ હતી. ત્યારે નિયમ પ્રમાણે તો સાત્યકિએ દુર્યોધન તરફથી જ લડવાનું હતું, પણ તેમણે દ્વારકાની સેનાથી ખુદને અને પોતાનાં સૈનિક પુત્રોને એટલા માટે અલગ કરી લીધા હતાં જેથી કરીને એક ક્ષણ માટે પણ કૃષ્ણનો સાથ ન છૂટે. તેમણે પુત્રો સમેત પાંડવો તરફથી જ લડવાનું પસંદ કર્યું હતું. કૃષ્ણ અને સાત્યકિની મિત્રતાની અભિન્નતાનું આ એક દુર્લભ ઉદાહરણ છે જે ઈતિહાસમાં ભાગ્યે જ ક્યાંક મળશે.

3) ઉગ્રસેન: આમ તો તેમનું સ્થાન કૃષ્ણ કરતાં બે પેઢી ઉપર (ઊંચું) હતું, પણ તેઓ કૃષ્ણના નાનાજી ઓછા અને મિત્ર વધારે હતાં. આજની તારીખમાં ઉપલબ્ધ બધાં ગ્રંથોનો નિચોડ કાઢીને કહીએ, તો આજ વાત સામે આવે છે. ઉગ્રસેન તો કૃષ્ણની નિઃસ્વાર્થતા પર કંસ-વધ વખતે જ આસક્ત થઈ ગયા હતાં. ઉગ્રસેને મથુરાનું રાજ્ય કૃષ્ણને સોંપી દીધું હતું પણ કૃષ્ણએ ફરીથી તેમને જ રાજા બનાવી દીધા હતાં. અને આ ઉપકારનું ઋણ ઉગ્રસેને જીવનભર ચૂકવ્યું. એ અલગ વાત છે કે ઉગ્રસેન જેવા એક અનુભવી રાજાનો સાથ મળતા જ કૃષ્ણનું કદ પણ આંખના પલકારામાં આસમાનને આંબી ગયું હતું, પણ તેનાં મૂળમાં કૃષ્ણની પોતાની વિલક્ષણ અંતરદ્રષ્ટિ અને તેમનો પુરુષાર્થ પણ હતો. આ નાના-દોહિત્રની જોડી એવી જામી હતી કે જ્યારે જરાસંધના ભયથી મથુરાના બધાં શ્રેષ્ઠી લોકો કૃષ્ણને નગરની બહાર ધકેલવા માટે ઊભા થયા હતાં ત્યારે એ કપરા સમયમાં પણ નાના ઉગ્રસેને પોતાનાં પ્રિય દોહિત્ર કૃષ્ણને બચાવવાનો રસ્તો શોધી કાઢ્યો હતો. તેમણે કૃષ્ણ-બલરામને સાંદિપની મુનિના આશ્રમમાં મોકલી દીધા હતા જ્યાં જરાસંધ ઇચ્છવા છતાં હુમલો કરી શકે એમ ન હતો. કૃષ્ણએ પણ પોતાનાં નાનાજીના આ ઉપકારનો બદલો વાળવામાં મોડું ન કર્યું અને જે દ્વારકાને તેમણે ફક્ત પોતાનાં બાહુબળથી સ્થાપિત કરી હતી, તેના રાજા પણ તેમણે ઉગ્રસેનને જ બનાવી દીધા હતાં. અહીં ધ્યાન આપવા જેવી વાત એ છે કે તેમનાં પરિવારમાં વડીલોની કોઈ કમી ન હતી. પિતા વસુદેવજી પણ હતાં અને મોટા ભાઈ બલરામ પણ હતા. પણ કૃષ્ણએ સૌથી વધારે મહત્ત્વ પોતાનાં નાનાજીને આપ્યું. નાના-દોહિત્ર વચ્ચે મિત્રતાનું આ પણ એક અનોખું ઉદાહરણ છે.

4) અર્જુન: કૃષ્ણ અને અર્જુન વચ્ચેની મિત્રતા વિષે કંઈ કહેવા માટે લાખ પાનાનું પુસ્તક પણ ઓછું પડે. તેઓ બંને બે શરીર અને એક આત્મા હતાં. તે બંનેની મિત્રતાનાં પ્રમાણ તો આ પુસ્તકમાં પણ ઘણી જગ્યાએ મળી જશે. ઘણા લોકો તો એમ પણ કહે છે કે એ અર્જુન જ હતો જેના કારણે કૃષ્ણ બધાં પાંડવોના મદદગાર અને રક્ષક બન્યા હતાં. મહાભારતમાં અનેક જગ્યાએ કૃષ્ણ ખુદ એ વાત જાહેર કરે છે કે તેઓ અને અર્જુન બંને એક-બીજા માટે જીવ આપવા વચનબદ્ધ છે. આ વાતનું પણ એકાદ ઉદાહરણ તમને આ પુસ્તકમાં મળી જશે. કૃષ્ણને પોતાનાં ફોઈના દીકરા અને અભિન્ન મિત્ર અર્જુન પર એટલો વિશ્વાસ હતો કે તેના હાથે પોતાની સગી બહેનનું અપહરણ કરાવવામાં પણ પાછળ નહોતા હટ્યા. આજ કારણ છે કે સદીઓથી અવતારવાદી લોકો તેમની આ મિત્રતા પર એટલી હદે આસક્ત થતાં રહ્યા છે કે એ લોકો તેઓ બંનેને નર-નારાયણનો અવતાર કહે છે.

5) સુદામા: ગરીબી-અમીરીનાં ખાડાને પૂરવાવાળી આ મિત્રતાની વાર્તા ફક્ત ત્રણ ગ્રંથોમાં ઉપલબ્ધ છે અને એ છે - ભાગવત પુરાણ, બ્રહ્મવૈવર્ત પુરાણ તથા ગર્ગ સંહિતા. આ ત્રણેય

ગ્રંથોમાં કહેવામાં આવ્યું છે કે કૃષ્ણના ગુરુકુળનાં મિત્ર સુદામા પોતાની દરિદ્રતા દૂર કરવાની અભિલાષા લઈને એક વાર દ્વારકા આવે છે અને કૃષ્ણ પણ પોતાનાં જ અનોખા અંદાજમાં તેમને ખબર પડવા દીધા વિના તેમને માલામાલ કરી નાખે છે.

6) દારૂકઃ કૃષ્ણના મથુરા આવ્યા પછી ઉદ્ધવ, સાત્યકિ વગેરેની સાથે દારૂક પણ તેમની મિત્ર-મંડળીમાં સામેલ થઈ ગયા હતા. તેઓ એક વીર-યોદ્ધા હોવાની સાથે-સાથે આર્યાવર્તના એ વખતના સર્વશ્રેષ્ઠ રથચાલકોમાંના એક હતાં. એટલે જ કૃષ્ણ જ્યારે દ્વારકાના યુવરાજ બન્યા ત્યારે તેમનાં માટે એક વિશ્વાસપાત્ર રક્ષક, ઉચ્ચકોટિના સારથી તથા આત્મીય મિત્ર તરીકે દારૂકને રાજકીય રીતે નિયુક્ત કરી દેવામાં આવ્યા હતાં. કૃષ્ણના બીજા મિત્રોની અપેક્ષાએ આ દારૂક જ સૌથી ભાગ્યશાળી નીકળ્યો જેને કૃષ્ણની અંતિમ ક્ષણ સુધી તેમનો સાથ નિભાવવાનો મોકો મળ્યો.

૧૯૮. દ્વારકાની શાસન-વ્યવસ્થા કેવી હતી?

દ્વારકાની શાસન-વ્યવસ્થા વિષે મહાભારત સમેત લગભગ બધાં પુરાણ મૌન છે. માત્ર હરિવંશ પુરાણમાં એક જગ્યાએ ખૂબ જ સંક્ષેપમાં પણ મહત્ત્વપૂર્ણ તથ્યાત્મક વિવરણ આપવામાં આવ્યું છે, જેના આધારે ત્યાંની બાકીની વ્યવસ્થાનું અનુમાન લગાવી શકાય. આધુનિક કાળના બધાં વિદ્વાન આજ શ્લોકોનો આશરો લઈને કૃષ્ણના પ્રશાસકીય કૌશલ્યનું વર્ણન કર્યા કરે છે. હરિવંશ પુરાણના આ મહત્ત્વપૂર્ણ શ્લોક નીચે પ્રમાણે છેઃ

मर्यादाश्चैव संचक्रे श्रेणीश्च प्रकृतीस्तथा।
बलाध्यक्षांश्च युक्तांश्च प्रकृतीशांस्तथैव च।।
उग्रसेनं नरपतिं काश्यं चापि पुरोहितम्।
सेनापतिमनाधृष्टिं विकद्रुं मन्त्रिपुंगवम्।।
यादवानां कुलकरान् स्थविरान् दश तत्र वै।
मतिमान् स्थापयामास सर्वकार्येष्वनन्तरान्।।
रथेष्वतिरथो यन्ता दारुकः केशवस्य वै।
योधमुख्यश्च योधानां प्रवरः सात्यकिः कृतः।।
विधानमेवं कृत्वाथ कृष्णः पुर्यामनिन्दितः।
मुमुदे यदुभिः सार्द्धं लोकस्रष्टा महीतले।।

વૈશમ્પાયનજી કહે છેઃ "શ્રીકૃષ્ણએ બધાં માટે નિયમ-કાયદાઓની મર્યાદાઓ બાંધી દીધી. તેમણે વ્યાપારીઓ, પ્રજાજનો, સેનાપતિઓ તથા પ્રજાવર્ગના શાસકો માટે પણ જરૂરી મર્યાદાઓ સ્થાપિત કરી દીધી. તેમણે ઉગ્રસેનને દ્વારકાનાં રાજા બનાવ્યા, કાશીના વિદ્વાન

સાંદિપની મુનિને પુરોહિતનાં પદ પર પ્રતિષ્ઠિત કર્યા. અનાધૃષ્ટિને સેનાપતિ તથા વિકદ્રુને પ્રધાનમંત્રી બનાવ્યા. બુદ્ધિશાળી શ્રીકૃષ્ણએ યાદવોના જુદા-જુદા કુળના દસ મોટા વડીલોને પસંદ કરીને બધાં કાર્યોમાં સલાહ આપવા માટે એક સલાહકાર પરિષદની સ્થાપના કરી. રથોમાં અતિરથી દારૂકને શ્રીકૃષ્ણના અંગત સારથિના પદ પર નિયુક્ત કરવામાં આવ્યા. યોદ્ધાઓમાં સર્વશ્રેષ્ઠ સાત્યકિને જ બધાં યોદ્ધાઓના પ્રધાન બનાવવામાં આવ્યા. અનિંદ્ય કીર્તિવાળા એટલે કે જેમના બધાં કર્મ વખાણવાલાયક હતા, એ શ્રીકૃષ્ણ આ પ્રકારની વૈધાનિક વ્યવસ્થા કરીને દ્વારકાપુરીમાં યાદવો સાથે આનંદપૂર્વક રહેવા લાગ્યા.''

(હરિવંશ પુરાણ, વિષ્ણુપર્વ, અધ્યાય-૫૮, શ્લોક-૭૯-૮૩)

દ્વારકાની શાસન-પ્રણાલી વિષે પુરાણોમાં આનાથી વધારે કશું નથી મળતું. પણ ઉપરોક્ત શ્લોકોમાં જેટલું પણ વિવરણ આપવામાં આવ્યું છે, તે એક ચુસ્ત શાસન-પ્રણાલીનું જ પ્રમાણ છે તથા સાથે જ આ કૃષ્ણના ઉત્તમ પ્રશાસનિક કૌશલ્યનું પણ પ્રમાણ છે.

૧૯૯. શું કૃષ્ણને પાંડવોની તાકાત કહીને મહાભારતનાં યુદ્ધમાં તેમને મારવાની યોજના બનાવવામાં આવી હતી?

જી હા, મહાભારતમાં આ વાતનાં પ્રમાણ મળે છે કે યુદ્ધ દરમિયાન પાંડવોને કમજોર કરવા માટે કૃષ્ણને મારવાની યોજના બનાવવામાં આવી હતી. આ વાત પરથી એ વખતે પડદો ઉઠાવવામાં આવે છે જ્યારે કર્ણનાં હાથે ઘટોત્કચનું મૃત્યુ થાય છે અને આ કારણે માત્ર પાંડવ પક્ષ જ નહીં પણ કૌરવોનો પક્ષ પણ ઉદાસીનાં સાગરમાં ડૂબેલો રહે છે. ઘટોત્કચનાં મૃત્યુથી જો કોઈ એક વ્યક્તિ ખુશ હતી, તો એ હતા - કૃષ્ણ. કુરુક્ષેત્રનાં શિવિરોમાં એક બાજુ જ્યાં કૃષ્ણ પાંડવોની ઉદાસી દૂર કરવામાં લાગેલા રહે છે, ત્યાંજ બીજી બાજુ યુદ્ધભૂમિની સ્થિતિ ધૃતરાષ્ટ્રને સંભળાવવા માટે હસ્તિનાપુર પહોંચેલા સંજયને ફરિયાદો અને આરોપ-પ્રત્યારોપોનો સામનો કરવો પડે છે. કર્ણનું એ દુર્લભ હથિયાર, જેનો તે માત્ર એકવાર પ્રયોગ કરી શકતો હતો અને જે તેણે અર્જુન પર પ્રયોગ કરવા માટે બચાવીને રાખ્યું હતું, પણ પરિસ્થિતિવશ તેને તે હથિયારનો પ્રયોગ ઘટોત્કચ ઉપર કરવો પડ્યો હતો, આજ કૌરવ પક્ષની ઘોર ઉદાસીનું કારણ હતું. અને આજ વાતનો અફસોસ ધૃતરાષ્ટ્રને પણ થઈ રહ્યો હતો, તેથી તેમણે ખૂબ જ ખીજાયેલા સ્વરમાં કહ્યુંઃ

विरोधी च कुमन्त्री च प्राज्ञमानी ममात्मजः।
यस्यैव समतिक्रान्तो वधोपायो जयं प्रति।।
स वा कर्णो महाबुद्धिः सर्वशस्त्रभृतां वरः।
न मुक्तवान्कथं सूतताममोघां धनञ्जये।।

तवापि समतिक्रान्तमेतद्गावल्गणे कथम्।
एतमर्थं महाबुद्धे यत्त्वया नावबोधितः॥

"મારો પુત્ર દુર્યોધન બધાંનો વિરોધી અને ફક્ત ખુદને જ સૌથી મોટો બુદ્ધિશાળી સમજે છે. તેના મંત્રી પણ સારા નથી. એટલે જ અર્જુનનાં વધ અને વિજય-લાભનો આ અમોઘ ઉપાય તેના હાથમાંથી નીકળી ગયો છે. હે સૂત! કર્ણ તો ખૂબ જ બુદ્ધિશાળી છે, તેણે જાતે જ એ અમોઘ શક્તિને અર્જુન ઉપર કેમ ના છોડી? પરમ બુદ્ધિમાન ગવલ્ગણકુમાર સંજય! તારા ધ્યાનમાંથી પણ આ વાત કેવી રીતે નીકળી ગઈ કે તે કર્ણને આ વિષે કંઈ ન સમજાવ્યું?"

(મહાભારત, દ્રોણપર્વ, અધ્યાય-૧૮૨, શ્લોક-૧૭-૧૯)

दुर्योधनस्य शकुनेर्मम दुःशासनस्य च।
रात्रौ रात्रौ भवत्येषा नित्यमेव विकत्थना॥
श्वः सर्वसैन्यानुत्सृज्य जहि कर्ण धनञ्जयम्।
प्रेष्यवत्पाण्डुपाञ्चालानुपभोक्ष्यामहे ततः॥

ત્યારે સંજયે રાજા ધૃતરાષ્ટ્રને કહ્યું: "હે રાજન! દરરોજ રાત્રે દુર્યોધન, શકુનિ અને દુઃશાસન તથા મારો પણ કર્ણને એજ આગ્રહ રહેતો હતો કે કર્ણ! કાલે તું બધી સેનાને છોડીને માત્ર અર્જુન પર ધ્યાન આપ અને તેને મારી નાંખ. પછી પાંડવો અને પાંચાલોનો તો અમે લોકો નોકરોની જેમ ઉપભોગ કરી લઈશું."

(મહાભારત, દ્રોણપર્વ, અધ્યાય-૧૮૨, શ્લોક-૨૦-૨૧)

अथवा निहते पार्थं पाण्डवान्यतमं ततः।
स्थापयेद्यदि वार्ष्णेयस्तस्मात्कृष्णो हि हन्यताम्॥
कृष्णो हि मूलं पाण्डूनां पार्थः स्कन्ध इवोद्गतः।
शाखा इवेतरे पार्थाः पाञ्चालाः पत्रसंज्ञिताः॥
कृष्णाश्रयाः कृष्णबलाः कृष्णनाथाश्च पाण्डवाः।
कृष्णः परायणं चैषां ज्योतिषामिव चन्द्रमाः॥

સંજય ધૃતરાષ્ટ્રને કહે છે કે અમે લોકોએ તો કર્ણને એ પણ કહ્યું કે, "હે કર્ણ! જો તું એવું વિચારતો હોય કે અર્જુનનાં મૃત્યુ પછી કૃષ્ણ કોઈ બીજા પાંડવને સામે ઊભો કરી દેશે તો કૃષ્ણને જ મારી નાખ. કૃષ્ણ જ પાંડવોનું મૂળ છે, અર્જુન થડ સમાન છે, બાકીના કુંતીપુત્ર ડાળીઓ છે અને પાંચાલ સૈનિક પાંદડાઓ સમાન છે. કૃષ્ણ જ પાંડવોનાં આશ્રય, બળ અને રક્ષક છે. જેવી રીતે નક્ષત્રોનો મુખ્ય આધાર ચંદ્ર છે, એવીજ રીતે પાંડવોનો સૌથી મોટો સહારો કૃષ્ણ છે."

(મહાભારત, દ્રોણપર્વ, અધ્યાય-૧૮૨, શ્લોક-૨૨-૨૪)

तस्मात्पर्णानि शाखाश्च स्कन्धं चोत्सृज्य सूतज।
कृष्णं हि विद्धि पाण्डूनां मूलं सर्वत्र सर्वदा॥

સંજય અને દુર્યોધન સમેત અન્ય કૌરવોએ કહ્યું: ''તેથી હે કર્ણ! તું પાંદડાઓ, ડાળીઓ અને થડને છોડીને મૂળને જ કાપી નાખ. સર્વત્ર અને સદા કૃષ્ણને જ પાંડવોનું મૂળ સમજ.''

(મહાભારત, દ્રોણપર્વ, અધ્યાય-૧૮૨, શ્લોક-૨૫)

हन्याद्यदि हि दाशार्हं कर्णो यादवनन्दनम्।
कृत्स्ना वसुमती राजन्वशे तस्य न संशयः॥
यदि हि स निहतः शयीत भूमौ
यदुकुलपाण्डवनन्दनो महात्मा।
ननु तव वसुधा नरेन्द्र सर्वा
सगिरिसमुद्रवना वशं व्रजेत॥

સંજય અફસોસ કરતાં કહે છે: ''હે રાજન! જો કર્ણ યાદવનંદન કૃષ્ણને મારી નાખત, તો આ આખી પૃથ્વી તેના વશમાં થઈ જાત, એ વાતમાં શંકા નથી. હે રાજન! જો યદુકુળ અને પાંડવોને આનંદિત કરવાવાળા મહાત્મા કૃષ્ણ એ શક્તિથી હણાઈને રણભૂમિમાં સૂઈ જાત તો પર્વત, સમુદ્ર અને વનોં સમેત આ આખી પૃથ્વી તમારા વશમાં આવી જાત.''

(મહાભારત, દ્રોણપર્વ, અધ્યાય-૧૮૨, શ્લોક-૨૬-૨૭)

આ રીતે આપણે જોઈ શકીએ છીએ કે એ મહાવિધ્વંસક યુદ્ધમાં કૃષ્ણ એકદમ નિરાપદ હતા એવું ન હતું. તેમની પર પણ હજારો સંકટ હતાં, પણ બધાં સંકટ તેમની સામે ટૂંકા સાબિત થયાં અને યુદ્ધનું પરિણામ બરાબર એવું જ આવ્યું... જેવું તેઓ ઈચ્છતા હતા. આખરે ''જય શ્રીકૃષ્ણ'' તેમને એમજ નહોતા કહેવામાં આવતા.

૨૦૦. શાસ્ત્રોમાંથી પાંડવોના સંતાનો વિષે શું વર્ણન મળે છે?

શાસ્ત્રોમાં પાંડવોનાં સંતાનો વિષે વ્યસ્થિત રૂપમાં ખૂબ જ ઓછું વર્ણન મળે છે. દુનિયાના સૌથી મોટા ગ્રંથ મહાભારતમાં પણ તેમના વિષે ખૂબ જ ઓછું કહેવાયું છે. હા, પુરાણોમાં ખાસ કરીને નવા-નવા રચાયેલા પુરાણોમાં ક્યાંક-ક્યાંક છુટાછવાયા રુપમાં પુષ્કળ કાલ્પનિક કથાઓનો પ્રચાર કરવામાં આવ્યો છે, જેમ કે સ્કંદ પુરાણમાં બર્બરીકની કથા. ખેર, અહીં હું કાલ્પનિક કથાઓમાં તમને નથી ગૂંચવવાનો, પરંતુ જે ગ્રંથોના મોટા ભાગને વિદ્વાનોએ ઓછો કે વધારે પ્રામાણિક માન્યો છે, તેમાંથી જ તમને અહીં સંદર્ભ આપી રહ્યો છું. તો શરૂઆતનાં પુરાણોમાં વિષ્ણુ પુરાણની પણ ગણતરી થાય છે અને એ પુરાણમાંથી પાંડવોનાં સંતાનો વિષે નીચેનું વર્ણન મળે છે:

तेषां द्रौपद्यां पश्च पुत्रा बभूवु:।
युधिष्ठिरात् प्रतिविन्ध्य: भीमसेनात् सुतसोम: श्रुतकीर्तिररर्ज्जुनात्
शतानीको नकुलात् श्रुतकर्मा सहदेवात्।
अपरे च पाण्डवानामात्मजा: तद्यथा यौधेयी
युधिष्ठिराद् देवकं पुत्रमवाप।
हिडिम्बा घटोत्कचं भीमसेनात् पुत्रमवाप।
काशी च भीमसेनादेव सर्वगं पुत्रमवाप।
सहदेवाच्च विजया सुहोत्रं नाम पुत्रमवाप।
रेणुमत्याश्च नकुलोऽपि निरमित्रमजीजनत्।
अर्ज्जुनस्याप्युलूप्यां नागकन्यायामिरावान् नाम पुत्रोऽभूत्।
मणिपुरपतिपुत्र्याश्च पुत्रिकाधर्मेण बभ्रुवाहनं
नाम पुत्रमर्जुनोऽजीजनयत्॥
सुभद्रायांचार्भकत्वेऽपि योऽसावतिबलबलपराक्रम
समस्तातिरथविजेता सोऽभिमन्युरजायत॥

પરાશર મુનિએ કહ્યું: ''એ પાંચેય પાંડવોના દ્રૌપદીથી પાંચ જ પુત્ર થયા:

દ્રૌપદી - યુધિષ્ઠિર થી પ્રતિવિંધ્ય
દ્રૌપદી - ભીમ થી શ્રુતસેન
દ્રૌપદી - અર્જુન થી શ્રુતકીર્તિ
દ્રૌપદી - નકુલ થી શ્રુતાનીક, તથા
દ્રૌપદી - સહદેવ થી શ્રુતકર્મા

આ સિવાય પાંડવોનાં અન્ય પત્નીઓથી બીજા પણ ઘણા પુત્ર થયા:

- યુધિષ્ઠિરને યૌધેયી નામક પત્નીથી દેવક નામનો પુત્ર થયો.
- ભીમસેનને હિડિંબા નામક પત્નીથી ઘટોત્કચ અને કાશી નામક પત્નીથી સર્વગ નામક પુત્ર ઉત્પન્ન થયો.
- સહદેવને વિજયા નામક પત્નીથી સુહોત્રનો જન્મ થયો.
- નકુલને રેણુમતી નામક પત્નીથી નિરમિત્ર નામક પુત્ર થયો.
- અર્જુનને ઉલૂપીથી ઈરાવાન, ચિત્રાંગદાથી બભૃવાહન તથા સુભદ્રાથી અભિમન્યુ નામક પુત્ર થયો. આ અભિમન્યુ પોતાનાં બાલ્યકાળથી જ ખૂબ જ બળશાળી અને શત્રુઓને જીતનારો હતો.''

(વિષ્ણુ પુરાણ, અંશ-૪, અધ્યાય-૨૦, અનુચ્છેદ-૧૧-૧૨)

૨૦૧. દુર્યોધને હસ્તિનાપુરનાં રાજમહેલમાં અચાનક જ કૃષ્ણને બંદી બનાવવાનો પ્રયત્ન કર્યો હતો કે આ કોઈ પૂર્વનિયોજિત યોજના હતી?

આ ઘટના એ વખતની છે જ્યારે એક શાંતિદૂત તરીકે કૃષ્ણ હસ્તિનાપુરમાં પહોંચવાના હોય છે અને ધૃતરાષ્ટ્રની રાજસભામાં એ વાત પર જોરદાર વિવાદ ચાલી રહ્યો હોય છે કે તેમનું સ્વાગત કેવી રીતે કરવામાં આવે. ત્યારે ધૃતરાષ્ટ્ર અને વિદુરજીની વાત સાંભળીને દુર્યોધન પોતાનાં દિલની વાત કહે છે કે કૃષ્ણને પાંડવો તરફથી ફોડી ન શકાય, એટલે તેમને ધન આપીને સન્માનિત કરવાની કોઈ જરૂર નથીઃ

यदाह विदुरः कृष्णे सर्वं तत्सत्यमच्युते।
अनुरक्तो ह्यसंहार्यः पार्थान्प्रति जनार्दनः॥
यत्तत्सत्कारसंयुक्तं देयं वसु जनार्दने।
अनेकरूपं राजेन्द्र न तद्देयं कदाचन॥
देशः कालस्तथाऽयुक्तो न हि नार्हति केशवः।
मंस्यत्यधोक्षजो राजन्भयादर्चति मामिति॥
अवमानश्च यत्र स्यात्क्षत्रियस्य विशांपते।
न तत्कुर्याद्बुधः कार्यमिति मे निश्चिता मतिः॥
स हि पूज्यतमो लोके कृष्णः पृथुललोचनः।
त्रयाणामपि लोकानां विदितं मम सर्वथा॥
न तु तस्मै प्रदेयं स्यात्तथा कार्यगतिः प्रभो।
विग्रहः समुपारब्धो न हि शाम्यत्यविग्रहात्॥

દુર્યોધને કહ્યું: ''પિતાજી! પોતાની મર્યાદાથી ક્યારેય ન ડગવાવાળા શ્રીકૃષ્ણ વિષે વિદુરજીએ જે કંઈ કહ્યુ છે, તે સત્ય છે. શ્રીકૃષ્ણનો કુંતીનાં પુત્રો પ્રત્યે વિશેષ પ્રેમ છે, તેથી તેમને તેમના તરફથી ક્યારેય ફોડી ન શકાય. હે રાજન! તમે જે બહુ બધાં ધનથી કૃષ્ણનું સ્વાગત કરવા માંગો છો, તે ક્યારેય એમને ન આપતા. એવું નથી કે તેઓ એ માટે યોગ્ય નથી, પણ હવે આ બધી વાતો માટે સમય નથી રહ્યો. આમ કરવાથી તો કૃષ્ણ એમજ સમજશે કે આપણે ડરનાં કારણે તેમની આવી પૂજા કરી રહ્યા છીએ. પિતાજી! જે કાર્યથી ક્ષત્રિયોનું અપમાન થતું હોય, તે કાર્ય કરવાનો મારો કોઈ વિચાર નથી. અને જ્યારે ઝઘડો શરૂ થઈ જ ગયો છે, તો અતિથિસત્કાર દ્વારા પ્રેમ દેખાડવા-માત્રથી તેમને શાંત પણ ન કરી શકાય.''

(મહાભારત, ઉદ્યોગપર્વ, અધ્યાય-૮૮, શ્લોક-૧-૬)

ત્યારે ભીષ્મપિતામહે દુર્યોધનની વાતનો વિરોધ કરતાં કહ્યું કે હે રાજન! કોઈ કૃષ્ણને સન્માનિત કરે કે ન કરે, પણ યાદ રાખજો કે તેઓ પોતાનું અપમાન ક્યારેય સહન નહીં કરે.

તેથી તેમની વાતોને આખી રાજસભાએ ધૈર્યપૂર્વક સાંભળવી જોઈએ. તેમની વાતો ધર્મ, અર્થ અને કલ્યાણ માટે જ હશે. ત્યારે દુર્યોધને તેમની સલાહનો વિરોધ વ્યક્ત કર્યો:

न पर्याप्तोस्मि यद्राजञ्श्रियं निष्केवलामहम्।
तैः सहेमामुपाश्रीयां यावज्जीवं पितामह॥
इदं तु सुमहत्कार्यं शृणु मे यत्समर्थितम्।
परायणं पाण्डवानां नियच्छामि जनार्दनम्॥
तस्मिन्बद्धे भविष्यन्ति वृष्णयः पृथिवी तथा।
पाण्डवाश्च विधेया मे स च प्रातरिहैष्यति॥
अत्रोपायान्यथा सम्यङ् न बुद्ध्येत जनार्दनः।
न चापायो भवेत् कश्चित् तद् भवान् प्रब्रवीतु मे॥

દુર્યોધને કહ્યું: "પિતામહ! હવે એ વાતની કોઈ શક્યતા નથી કે હું જીવનભર પાંડવો સાથે મળીને આ બધી સંપત્તિનો ઉપભોગ કરું. તમે આ બધી વાતોને હવે ભૂલી જાવ અને અત્યારે મેં જે એક મહાન કાર્ય કરવાનો નિશ્ચય કર્યો છે, એ તમે સાંભળો. જે પાંડવોનો સૌથી મોટો સહારો છે, એ કૃષ્ણ અહીં આવશે તો હું તેને કેદ કરી લઈશ. તેમના કેદ થવાથી સમસ્ત યદુવંશી, આ ભૂમંડલના કેટલાય રાજ્ય તથા પાંડવ પણ મારી આજ્ઞાને આધીન થઈ જશે. દૂત દ્વારા મળેલી સૂચના મુજબ શ્રીકૃષ્ણ કાલ સવાર સુધીમાં અહીં આવી જ જશે. તેથી આ વિષયમાં જે સારા ઉપાય હોય, જે સાવધાનીથી કૃષ્ણને આ વાતોની ખબર ન પડે અને મારા આ ગુપ્ત કાર્યમાં કોઈ મુશ્કેલી ન આવે, માત્ર એજ સલાહ તમે મને આપો."

(મહાભારત, ઉદ્યોગપર્વ, અધ્યાય-૮૮, શ્લોક-૧૨-૧૫)

મહાભારતમાં વર્ણવાયેલી દુર્યોધનની ઉપરોક્ત સાફ-સાફ વાતથી સ્પષ્ટ છે કે કૃષ્ણને કેદ કરવાની યોજના પૂર્વનિયોજિત હતી. દુર્યોધને કોઈ આવેશમાં આવીને કૃષ્ણને બંદી બનાવવાની નાદાની નહોતી કરી, પરંતુ આ તેની સુનિયોજિત ચાલ હતી.

૨૦૨. શું ધૃતરાષ્ટ્રે ક્યારેય પાંડવોથી કૃષ્ણને અલગ કરવાની ચાલ રમી હતી?

આ વાત સાચી છે કે ધૃતરાષ્ટ્રે યુદ્ધ પહેલાં આવું કંઈક કરવાનો પ્રયત્ન કર્યો હતો. મહાભારત અનુસાર જ્યારે હસ્તિનાપુરની રાજસભાને દૂતે જણાવ્યું કે કૃષ્ણ એક શાંતિદૂત તરીકે અહીં આવી રહ્યા છે તથા કાલ સવાર સુધીમાં નગરમાં પધારી શકે છે, ત્યારે કુટિલ હૃદયવાળા ધૃતરાષ્ટ્ર પોતાના રાજ્યના મુખ્ય સચિવ વિદુરજીને કૃષ્ણના સ્વાગત બાબતે આદેશ આપતા જે કંઈ કહે છે, તે સાંભળીને વિદુરજી ભભૂકી ઊઠે છે કે ક્યાંક મહારાજ ગાંડા તો નથી થઈ ગયા ને? એ વખતે ધૃતરાષ્ટ્રે જે કંઈપણ કહ્યું, તે એમના જ મોઢે સાંભળો:

તો તેમણે કહ્યુંઃ હે વિદુર! મને સૂચના મળી છે કે કાલે શ્રીકૃષ્ણ અહીં આવી રહ્યા છે. તેઓ યાદવોના આગેવાન છે અને મહાન છે. તેમના સ્વાગતમાં કોઈ કમી ન રહેવી જોઈએ. હું તારી સામે જ શ્રીકૃષ્ણની કેવી આગતાસ્વાગતા કરીશ, એ સાંભળ. બાહ્લીક દેશથી લાવેલા એક જ રંગના ચાર સુંદર ઘોડાઓથી જોતરેલા સોળ સોનાના રથ હું તેમને આપીશ. તેમને આઠ મદમસ્ત હાથી, સોનાના આભૂષણોથી લદાયેલી એક સો કુમારી નોકરાણીઓ, એટલા જ નોકર તથા ઘેટાંનાં ઊનમાંથી બનેલા અઢાર હજાર સુંવાળા ધાબળા આપીશ. ચીન દેશમાં બનેલા મુલાયમ મૃગચર્મ કૃષ્ણને જેટલા જોઈએ એટલા હું આપીશ. મારી પાસે એક તેજસ્વી મણિ છે, તેની સાથે-સાથે મારી પાસે જે ખચ્ચરોથી ખેંચાવાવાળો એક રથ છે જે એક દિવસમાં ચૌદ યોજન (એક યોજન - લગભગ બાર કિલોમીટર) સુધી હાંકી શકાય છે, એ પણ આપી દઈશ. કૃષ્ણ સાથે જેટલા સેવક અને વાહન આવશે, એ બધાને સામાન્ય કરતાં આઠ ગણું વધારે ભોજન આપીશ. હજારો સજેલી-શણગારેલી વેશ્યાઓ તેમની આગેવાની માટે પગપાળા જ ચાલશે. તેમના સિવાય નાગરિકોની જે વહુ-દીકરીઓ પડદો ન કરવા ઈચ્છે, એ બધી જઈ શકે છે. દુઃશાસનનો મહેલ દુર્યોધનના મહેલથી પણ ભવ્ય છે, તેથી શ્રીકૃષ્ણને એમાં જ રોકવાની વ્યવસ્થા કરવામાં આવે. મારી અને દુર્યોધનની પાસે જેટલા પણ રત્ન છે, એ બધાં આજ બાજુના ખંડમાં મૂકેલા છે, એમાંથી કૃષ્ણ જે-જે લેવા ઈચ્છે, એ તેમને આપી દેવામાં આવે. *(મહાભારત, ઉદ્યોગપર્વ, અધ્યાય-૮૬)*

આટલું સાંભળીને વિદુરજી થોડા સમય માટે આશ્ચર્યમાં ભલેને પડી ગયા હોય, પણ જલ્દી જ તેમને કપટી હૃદયવાળા ધૃતરાષ્ટ્રની ઈચ્છાનો અંદાજ આવી ગયો. ત્યારે તેમણે મહારાજ ધૃતરાષ્ટ્રને કહ્યું કે હે રાજન! તમે ઉદાર હૃદયવાળા દાની છો અને હવે તમારી ઉંમર પણ ઘણી થઈ ગઈ છે, તેથી આ બધી વાતો તમારી પ્રતિષ્ઠાને અનુકૂળ જ છે. પણ હે મહારાજ! તમે સરળ બનોઃ

आर्जवं प्रतिपद्यस्व मा बाल्याद्‌बहु नीनशः।
राजन् पुत्रांश्च पौत्रांश्च सुहृदश्चैव सुप्रियान्॥

વિદુરજીએ કહ્યુંઃ ''હે રાજન! તમે સરળતા અપનાવો. મૂર્ખતાવશ કુટિલતાનો સહારો લઈને પોતાના દીકરા, પૌત્ર તથા સંબંધીઓનો સર્વનાશ ન કરશો.''

(મહાભારત, ઉદ્યોગપર્વ, અધ્યાય-૮૭, શ્લોક-૫)

न तु त्वं धर्ममुद्दिश्य तस्य वा प्रियकारणात्।
एतद्दित्ससि कृष्णाय सत्येनात्मानमालभे॥
मायैषा सत्यमेवैतच्छद्मैतद्भूरिदक्षिणा।
जानामि त्वन्मतं राजन्गूढं बाह्येन कर्मणा॥

તેમણે આગળ કહ્યુંઃ ''હું મારા શરીર અને સત્યની શપથ ખાઈને કહું છું કે તમે ધર્મપાલનનાં ઉદ્દેશ્યથી કે શ્રીકૃષ્ણનું પ્રિય કરવા માટે તેમને આ બધી વસ્તુઓ નથી આપવા ઈચ્છતા. પ્રચુર દક્ષિણા આપવાવાળા મહારાજ! હું સાચું કહું છું કે આ બધી તમારી માયા અને પ્રવંચના-માત્ર છે. તમારા આ ઉપરછલ્લા વ્યવહાર પાછળ છૂપાયેલી તમારી જે ઈચ્છા છે, એને હું સમજું છું.''

(મહાભારત, ઉદ્યોગપર્વ, અધ્યાય-૮૭, શ્લોક-૭-૮)

अर्थेन तु महाबाहुं वार्ष्णेयं त्वं जिहीर्षसि।
अनेन चाप्युपायेन पाण्डवेभ्यो विभेत्स्यसि॥
न च वित्तेन शक्योऽसौ नोद्यमेन न गर्हया।
अन्यो धनञ्जयात्कर्तुमेतत्तत्त्वं ब्रवीमि ते॥

વિદુરજીએ કહ્યુંઃ ''તમે ધન આપીને મહાબાહુ શ્રીકૃષ્ણને પોતાનાં પક્ષમાં કરવા ઈચ્છો છો અને આ ઉપાયથી તમે એ આશા કરો છો કે તમે તેમને પાંડવો તરફથી ફોડી લેશો. પણ હે મહારાજ! હું તમને અસલી વાત જણાવી દઉં છું, તમે ધન આપીને અથવા બીજો કોઈ ઉપાય કરીને કે નિંદા કરીને શ્રીકૃષ્ણને અર્જુનથી અલગ નહીં કરી શકો.''

(મહાભારત, ઉદ્યોગપર્વ, અધ્યાય-૮૭, શ્લોક-૧૦-૧૧)

આ રીતે મહાભારતના ઉપરોક્ત શ્લોકોથી સ્પષ્ટ થઈ જાય છે કે ધૃતરાષ્ટ્રે કૃષ્ણને પોતાનાં ધનથી ખરીદીને પાંડવોને લાચાર કરવાની કુટિલ ચાલ ચોક્કસ રમી હતી, પણ વિદુરજીએ ભરી સભામાં જ તેમનો ભાંડો ફોડી નાખ્યો હતો.

૨૦૩. કૃષ્ણએ શાંતિદૂત બનીને હસ્તિનાપુર જતાં પહેલાં દ્રૌપદીને શું ભરોસો અપાવ્યો હતો?

કૃષ્ણ શાંતિદૂત બનીને હસ્તિનાપુર જતાં પહેલાં પાંચેય પાંડવો તથા દ્રૌપદીને મળે છે અને તેઓ બધાનાં મનને પોતાની રીતે જાણી જુએ છે. આજ ક્રમમાં તેઓ સૌથી પહેલાં યુધિષ્ઠિર સાથે વાત કરે છે જેઓ સુલેહ કરવા ઉપર વધારે ભાર મૂકે છે. ભીમ અને અર્જુન પણ પહેલાં વિકલ્પ તરીકે સુલેહને જ પસંદ કરે છે. પણ નકુલ પોતાનાં ત્રણેય મોટા ભાઈઓથી અલગ બધો ભાર કૃષ્ણ પર જ નાંખતા કહે છે કે હે કૃષ્ણ! આ ત્રણેયની આગળ-પાછળ થવાવાળી વાતોને તમે અહીં જ ભૂલી જાવ. આ જગતનું બધું જ પરિસ્થિતિને આધીન છે, તેથી તમે ત્યાંની પરિસ્થિતિ જોઈને પોતાનાં વિવેકથી જે નિર્ણય લેવાનું યોગ્ય સમજો, એજ કરજો. આપણી માનસિકતા પરિસ્થિતિ પ્રમાણે બદલાતી રહી છે. વનવાસ વખતે જે અમારી વિચારસરણી હતી, એ ત્યાર પછી ન રહી, અને જે રાજા વિરાટને ત્યાં શરણાર્થીના

રૂપમાં રહેતી વખતે અમારી માનસિકતા હતી, તે અત્યારે નથી. અને કાલે શું ખબર અમારી વિચારસરણી કેવી થઈ જાય. એટલે અમારામાંથી કોઈની પણ વાત ઉપર તમારે આગળ વધવાની જરૂર નથી. તમે ખુદ સમય જોઈને નિર્ણય લેજો. *(મહાભારત, ઉદ્યોગપર્વ, અધ્યાય-૮૦).* નકુલની આ વાત તેમની ઉચ્ચ બુદ્ધિમત્તા તથા દાર્શનિકતા દર્શાવે છે. અને કદાચ એટલે જ મહાભારતમાં ઘણી જગ્યાએ તેમને પાંચેય પાંડવોમાં સૌથી બુદ્ધિશાળી કહેવામાં આવ્યા છે.

પેલી બાજુ એ ચારેય પાંડવોથી ઉલટું સહદેવ કોઈપણ શાંતિવાર્તાની ઔપચારિકતાની વિરુદ્ધ હતા. તેઓ ફક્ત અને ફક્ત યુદ્ધ ઈચ્છતા હતા. સહદેવે તો ત્યાં સુધી કહ્યું કે યુધિષ્ઠિર, ભીમ અને અર્જુનને જો ધર્મ એટલો વ્હાલો હોય તો તેઓ પાળે પોતાનો ધર્મ; હું તો આવા ધર્મને લાત મારીને ફક્ત દુર્યોધન સાથે યુદ્ધ ઈચ્છું છું. બસ, મોકો જોઈને કૃષ્ણના મિત્ર અને દ્વારકાના મુખ્ય યોદ્ધા સાત્યકિએ પણ સહદેવનું સમર્થન કરતાં કહ્યું કે કૃષ્ણ! શું તમે ભૂલી ગયા કે જ્યારે આજ પાંડવોને જંગલોમાં જાનવરોની છાલ પહેરેલા જોઈને તમને ક્રોધ આવ્યો હતો અને તમે એજ સમયે દુર્યોધન સાથે યુદ્ધ કરવા માટે તૈયાર થઈ ગયા હતા?

હવે પાંડવ-પરિવારની સૌથી મુખ્ય સભ્ય દ્રૌપદીનો વારો હતો. તો જે દ્રૌપદી, યુધિષ્ઠિર, ભીમ અને અર્જુનની વાતો સાંભળીને મૂરઝાઈ ગઈ હતી, તે સહદેવ અને સાત્યકિની વાત સાંભળતા જ ખીલી ઉઠી અને બંને હાથમાં પોતાના કેશ પકડીને કૃષ્ણની સામે ઊભી રહી ગઈ:

यथावध्ये वध्यमाने भवेद् दोषो जनार्दन।
स वध्यस्यावधे दृष्ट इति धर्मविदो विदुः।।

દ્રૌપદી બોલીઃ ''હે જનાર્દન! જે રીતે વધ ન કરવાયોગ્યનો વધ કરવાથી મહાદોષ લાગે છે, એવીજ રીતે વધ કરવાયોગ્યને છોડી દેવાથી પણ દોષ લાગે છે; આ વાત ધર્મજ્ઞ પુરુષ જાણે છે.''

(મહાભારત, ઉદ્યોગપર્વ, અધ્યાય-૮૨, શ્લોક-૧૮)

नन्वहं कृष्ण भीष्मस्य धृतराष्ट्रस्य चोभयोः।
श्नुषा भवामि धर्मेण साऽहं दासीकृता बलात्।।
धिक्पार्थस्य धनुष्मत्तां भीमसेनस्य धिग्बलम्।
यत्र दुर्योधनः कृष्ण मुहूर्तमपि जीवति।।
यदि तेऽहमनुग्राह्या यदि तेऽस्ति कृपा मयि।
धार्तराष्ट्रेषु वै कोपः सर्वः कृष्ण विधीयताम्।।

આ વખતે વિફરીને તે ફરી બોલીઃ "હે કૃષ્ણ! હું ધર્મથી ભીષ્મપિતામહ અને ધૃતરાષ્ટ્ર બંનેની પુત્રવધૂ છું, તો પણ તેમની સામે જ મને બળપૂર્વક દાસી બનાવવામાં આવી. હે કૃષ્ણ! આવી દશામાં જો દુર્યોધન એક મુહૂર્ત પણ જીવિત રહે, તો અર્જુનના ધનુષધારણ અને ભીમના બળને ધિક્કાર છે. હે કૃષ્ણ! જો તમે મને એ લાયક સમજતા હોવ અને જો મારા પર તમારી કૃપા હોય, તો તમે ધૃતરાષ્ટ્રના પુત્રો પર પૂર્ણરૂપે ક્રોધ કરો."

(મહાભારત, ઉધોગપર્વ, અધ્યાય-૮૨, શ્લોક-30-3૨)

अयं ते पुण्डरीकाक्ष... x ...द सस्वरं बाष्पगद्गदम्।।

તે આગળ ફરી બોલીઃ "હે કમળલોચન કૃષ્ણ! શત્રુઓ સાથે સુલેહની ઈચ્છાથી ત્યાં તમે ભલેને ગમે તે કાર્ય કરો, પણ એ વખતે દુઃશાસનના હાથે ખેંચવામાં આવેલા આ કેશ ચોક્કસ યાદ રાખજો. જો આ ભીમ અને અર્જુન કાયરોની જેમ સુલેહની વાત કરવા લાગ્યા હોય તો એમને છોડો, મારા વૃદ્ધ પિતા પોતાના મહારથી પુત્રો સમેત શત્રુઓ સાથે યુદ્ધ કરશે. મારા પાંચ પરાક્રમી પુત્ર પણ અભિમન્યુના નેતૃત્વમાં કૌરવો સાથે યુદ્ધ કરશે. જો હું દુઃશાસનની શ્યામ ભુજાને કપાઈને ધૂળમાં રોળાતી નહીં જોઉં, તો મારા હ્રદયને શું રાખ શાંતિ મળશે? સખે! આ પ્રચંડ ક્રોધને દબાવી રાખ્યાને મને તેર વર્ષ વીતી ગયા છે અને એવામાં આજે જ્યારે મેં ભીમના મોઢેથી સમાધાનની વાત સાંભળી તો એ સાંભળીને મારું કાળજું કપાઈ રહ્યું છે. તેઓ મારાં અપમાનને ભૂલીને આજે ધર્મની માળા જપી રહ્યા છે. એટલું કહેતા કહેતા દ્રૌપદીનું ગળું ભરાઈ આવ્યું."

(મહાભારત, ઉધોગપર્વ, અધ્યાય-૮૨, શ્લોક-૩૬-૪૨)

तामुवाच महाबाहुः केशवः परिसान्त्वयन्।
अचिराद् द्रक्ष्यसे कृष्णे रुदतीर्भरतस्त्रियः।।
एवं ता भीरु रोस्त्यन्ति निहतज्ञातिबान्धवाः।
हतमित्रा हतबला येषां क्रुद्धाऽसि भामिनी।।
अहं च तत्करिष्यामि भीमार्जुनयमैः सह।
युधिष्ठिरनियोगेन दैवाच्च विधिनिर्मितात्।।

ત્યારે કૃષ્ણ દ્રૌપદીને આશ્વાસન આપતા બોલ્યાઃ "હે કૃષ્ણે! તું જલ્દી જ ભરતવંશની બીજી સ્ત્રીઓને પણ આજ રીતે રડતી જોઈશ. હે ભામિની! જે દુષ્ટો પર તું ક્રોધિત થઈ છે એ વિપક્ષીઓની સ્ત્રીઓ પણ પોતાનાં કુટુંબી, બંધુ-બાંધવ, મિત્ર તથા સેનાઓના માર્યા જવાથી આજ રીતે રડશે. મહારાજ યુધિષ્ઠિરની આજ્ઞા અને વિધાતાનાં રચેલા અદ્રષ્ટથી પ્રેરિત થઈને ભીમ, અર્જુન, નકુલ અને સહદેવને સાથે લઈને હું પણ એજ કરીશ જે તને ગમશે."

(મહાભારત, ઉધોગપર્વ, અધ્યાય-૮૨, શ્લોક-૪૪-૪૬)

૨૦૪. મહાભારતના યુદ્ધમાં દુર્યોધન તરફથી લડવા આવેલા રાજાગણ શું કૃષ્ણ સાથે બદલો લેવા આવ્યા હતા?

મહાભારતમાં એક જગ્યાએ એવો સંકેત કરવામાં આવ્યો છે કે જેનાથી એ સમયના પ્રતિપક્ષી રાજાઓની માનસિકતા વિષે ખબર પડે છે. જ્યારે કૃષ્ણ એક શાંતિદૂત તરીકે હસ્તિનાપુર ગયા હતા એ સમયે દુર્યોધનના ઘેર જવા છતાં તેમણે તેના ભોજનના આગ્રહનો અસ્વીકાર કરીને વિદુરજીના ઘેર ભોજન કર્યું હતું. ત્યારે ભોજન પછી વિશ્રામ કરતી વખતે વિદુરજી સાથે તેમની વાતચીત થાય છે. વિદુરજી અનુસાર કૃષ્ણના શાંતિદૂત તરીકે હસ્તિનાપુર આવીને સુલેહ કરવાનો પ્રયત્ન કરવો વ્યર્થ હતો. એ વાતચીતના ક્રમમાં વિદુરજી દુર્યોધનની સાથે આવેલા રાજાઓ વિષે કહે છેઃ

सर्वे चैते कृतवैराः पुरस्तात्त्वया राजानो हृतसाराश्च कृष्ण।
तवोद्वेगात्संश्रिता धार्तराष्ट्रान्सुसंहताः सह कर्णेन वीराः॥

વિદુરજી કહે છેઃ ''હે કૃષ્ણ! દુર્યોધનના પક્ષમાં આવેલા આ બધાં એજ રાજાગણ છે, જેમણે પહેલાં તમારી સાથે વેર કર્યું હતું અને જેના સાર-સર્વસ્વનું તમે હરણ કરી લીધું હતું એટલે કે એ બધાનો ઘમંડ તોડ્યો હતો. હવે આ લોકો તમારા ભયથી ધૃતરાષ્ટ્રપુત્રોના શરણે આવ્યા છે તથા કર્ણ સાથે સંગઠિત થઈને વીરતા દેખાડવા ઉતાવળા થઈ રહ્યા છે.''

(મહાભારત, ઉદ્યોગપર્વ, અધ્યાય-૯૨, શ્લોક-૨૫)

ઉપરોક્ત શ્લોક ભલેને બધા રાજા પર લાગુ ન પડતાં હોય, પણ મોટા ભાગના રાજાગણ પર વિદુરજીની વાત સાચી પડે છે. કહી શકાય કે ધર્મયુદ્ધના નામે જમા થયેલા મોટા ભાગના રાજાગણ કૃષ્ણ સાથે બદલો લેવા માટે અધર્મ કરવા જ આવ્યા હતા.

દીપ ત્રિવેદી દ્વારા લિખિત અન્ય બેસ્ટસેલર્સ

હું મન છું

દીપ ત્રિવેદીનું પહેલું પુસ્તક 'હું મન છું', જે એક રાષ્ટ્રીય અને આંતરરાષ્ટ્રીય બેસ્ટસેલર છે અને જેનો અનુવાદ ૧૨ ભાષાઓમાં થઈ ચૂક્યો છે અને જેની ૫ લાખથી વધારે કોપીઓ વેચાઈ ગઈ છે

અંગ્રેજી, હિંદી, મરાઠી, ગુજરાતી સહિત ૧૨ આંતરરાષ્ટ્રીય અને ક્ષેત્રીય ભાષાઓમાં ઉપલબ્ધ

૩ આસાન સ્ટેપ્સમાં જીવનને જીતો

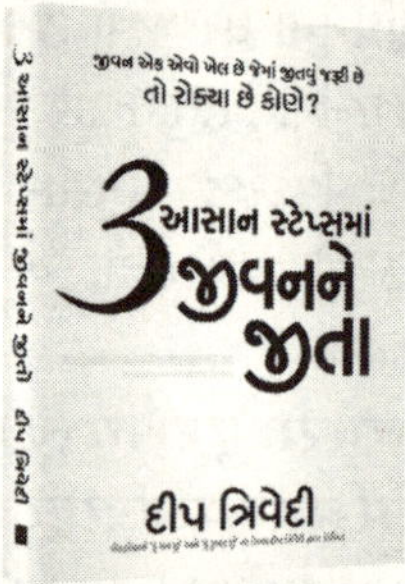

૫૦+ આસાન ડે-ટૂ-ડે પ્રેક્ટિકલ એપ્લિકેશન્સ સાથે જે તમારું જીવન ૩૬૦ ડિગ્રીએ બદલીને જ રહેશે! આ પુસ્તકનાં પ્રેક્ટિકલ એપ્લિકેશન્સ જીવન પર્યંત તમારે માટે એક માર્ગદર્શકનું કામ કરશે

અંગ્રેજી, હિંદી, મરાઠી અને ગુજરાતીમાં ઉપલબ્ધ

૧૦૧ સદાબહાર વાર્તાઓ

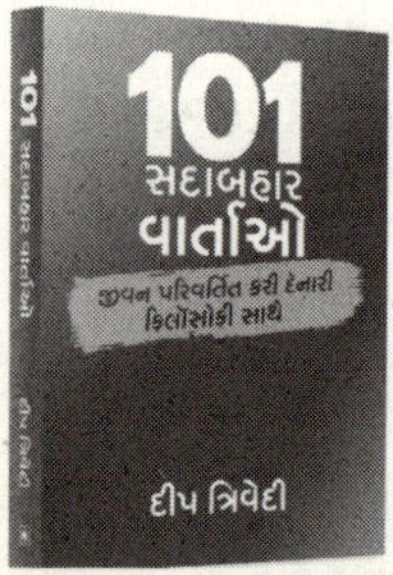

'૧૦૧ સદાબહાર વાર્તાઓ' જે રોચક કિસ્સા અને ટૂચકાઓનો એ સંગ્રહ છે, જેમાં દીપ ત્રિવેદી સરળતમ ભાષામાં વાર્તાઓનાં ઊંડા સાયકોલૉજિકલ તથા ફિલૉસોફિકલ પાસાંઓને ઉજાગર કરે છે

અંગ્રેજી, હિંદી, મરાઠી અને ગુજરાતીમાં ઉપલબ્ધ

હું કૃષ્ણ છું

'હું કૃષ્ણ છું', કૃષ્ણનાં જીવનપર શૃંખલાબદ્ધ રીતે લખવામાં આવેલી પ્રથમ સંપૂર્ણ બાયોગ્રાફી છે, આ પુસ્તકમાં એ દર્શાવવામાં આવ્યું છે કે કઈ રીતે કૃષ્ણએ પોતાની ચેતનાને સહારે જીવનનાં બધાં યુદ્ધ જીત્યાં અને એ શિખર સર કર્યાં જેને માટે આજે તેઓ પ્રસિદ્ધ છે

અંગ્રેજી, હિંદી અને ગુજરાતીમાં ઉપલબ્ધ

ઉપરોક્ત બધાં પુસ્તકો અંગ્રેજી, હિન્દી, મરાઠી અને ગુજરાતીમાં www.aatmanestore.com ની સાથોસાથ બધા પ્રમુખ બુક સ્ટોર્સ, ઇ-કોમર્સ સાઇટ્સ અને દીપ ત્રિવેદી એપમાં ઇ-બુક અને ઓડિયો ફોર્મેટમાં ઉપલબ્ધ છે

DEEPTRIVEDI APP

now available on

firetvstick androidtv PWA

- ૫૦૦+ કલાકનું એક્સક્લુસીવ ઓડિયો અને વીડિયો કન્ટેન્ટ જેને જુઓ અને સાંભળો પોતાની સુવિધાનુસાર ઑફ-લાઈન મોડમાં.
- સાંભળો દીપ ત્રિવેદી દ્વારા લિખિત ''હું કૃષ્ણ છું - કૃષ્ણની સંપૂર્ણ આત્મકથા'' સહિત એમનાં અન્ય પુસ્તકોની ૨૦૦ કલાકથી પણ અધિકની ઓડિયો બુક્સ, માત્ર દીપ ત્રિવેદી એપમાં.
- દીપ ત્રિવેદી દ્વારા લિખિત બધી જ ૨૪ ઈ-બુક્સ વાંચો એક્સકલુસિવલી માત્ર દીપ ત્રિવેદી એપમાં.
- દીપ ત્રિવેદી એપને અંગ્રેજી અને હિન્દી ભાષામાં ચલાવવાની સુવિધા ઉપલબ્ધ.
- જુઓ દીપ ત્રિવેદીનાં ઈન્ટરેક્ટિવ સેશન્સનું લાઈવ પ્રસારણ સહુથી પહેલા માત્ર દીપ ત્રિવેદી એપમાં. સ્લો ઈન્ટરનેટ સ્પીડમાં પણ શાનદાર ઓડિયો અને વીડિયો પ્લેબેક.
- દિવસની શરૂઆત કરો કબીરના અદ્‌ભુત દોહા, ભગવદ્‌ગીતાનાં અમૂલ્ય વચન અને દીપ ત્રિવેદી દ્વારા તમારા જીવનને પ્રગતિનાં માર્ગે દોરનારા ૫૦૦૦+ ક્વોટેશન્સથી.

DeepTalks TAO TE CHING by DEEP TRIVEDI

DeepTalks Ashtavakra Gita by DEEP TRIVEDI

DeepTalks bhagavad gita by DEEP TRIVEDI

DeepTalks Secrets by DEEP TRIVEDI

WORKSHOPS by DEEP TRIVEDI